ನಾನು ನಾನೇನಾ?

ಟಿಎನ್ನೆಸ್

XpressPublishing
An imprint of Notion Press

XpressPublishing
An imprint of Notion Press

Old No. 38, New No. 6
McNichols Road, Chetpet
Chennai - 600 031

First Published by Notion Press 2019

ISBN 978-1-64733-881-7

ಅರ್ಪಣೆ

****

ಉಡುಪಿಯ ಕೃಷ್ಣನಿಗೆ......
ಶೃಂಗೇರಿ ಶಾರದಾಂಬೆಗೆ.....
ರಾಮಭಂಟ ಹನುಮನಿಗೆ.....

<u>ಲಾಸ್ಟ್‌ಬಟ್‌ನಾಟ್‌ಲೀಸ್ಟ್</u>
ನನ್ನ ಅಪ್ಪ ಅಮ್ಮನಿಗೆ.....

ಪರಿವಿಡಿಗಳು

ಪ್ರಸ್ತಾವನೆ

2006 ರಲ್ಲಿ "ನಾನು ನಾನೇನಾ?" ಎಂಬ ಕತೆ ಬರೆದಿದ್ದೆ. ಅದೇ ಕತೆಯನ್ನು ವಿಸ್ತರಿಸಿ, ಇನ್ನಷ್ಟು ಪಾತ್ರಗಳನ್ನು ಸೇರಿಸಿ, ಒಂದು ಪೂರ್ಣ ಪ್ರಮಾಣದ ಕಾದಂಬರಿಯನ್ನು ನಿಮ್ಮ ಕೈಯಲ್ಲಿಡುತ್ತಿದ್ದೇನೆ.ಒಂದೂವರೆ ಪುಟದ ಕತೆಯನ್ನು ನೂರು ಪುಟದ ಕಾದಂಬರಿಯಾಗಿಸುವುದು ಸುಲಭದ ಮಾತಲ್ಲ.ಪುಟಗಳನ್ನೂ ತುಂಬಿಸಲೆಂದೇ - ಸಂತೆಗೆಂದು ಮೂರು ಮೊಳ ನೇಯ್ದಿಲ್ಲ ಅಥವಾ ಬಲವಂತವಾಗಿ ಹೆಣೆದ ಯಾವುದೇ ಪಾತ್ರಗಳೂ ಇದರಲ್ಲಿಲ್ಲ. ಪುಟ ಪುಟವೂ ಮುಂದೇನಾಗುತ್ತದೋ ಎಂಬ ಕುತೂಹಲ ಮೂಡಿಸುವಂತೆ ಪಾತ್ರಗಳು ಮೂಡಿಬಂದಿದೆ.

ಪ್ರಕೃತಿ ವಿಕೋಪ, ಅಂತಹ ವಿಕೋಪ ಸನ್ನಿವೇಶಗಳಲ್ಲಿ ನಮ್ಮ ಜೀವವನ್ನುಳಿಸುವ ಯೋಧರು, ನಮ್ಮ ಭಾರತಮಾತೆಯ ಮುಕುಟ - ಹಿಮಾಲಯ, ಮಾಯಾನಗರಿ ಬಾಂಬೆಯ ಜನ ಜೀವನ - ಇವುಗಳನ್ನೆಲ್ಲಾ ಪಾತ್ರದ ಮೂಲಕ ಪೋಣಿಸಿ, ಮನುಷ್ಯನ ಭಾವನಗಳೊಡನೆ ಆ ವಿಧಿ ಆಡುವ ಚೆಲ್ಲಾಟ ಹೇಗಿರುತ್ತದೆಂಬ ಒಂದು ಚಿಕ್ಕ ಸಾರಾಂಶವನ್ನು ಈ ಕಥೆ ಒಳಗೊಂಡಿದೆ.ಇದರಲ್ಲಿರುವ ಎಲ್ಲ ಪಾತ್ರಗಳೂ, ಸನ್ನಿವೇಶಗಳೂ ಕಾಲ್ಪನಿಕವಾದರೂ, ಇದನ್ನು ಓದುತ್ತಿದ್ದಾಗ "ಅರೆ! ಈ ಪಾತ್ರ ನಾನೇನಾ?" ಎಂದು ಸಹ ಒಂದು ಕ್ಷಣ ಅನಿಸದಿರದು.

ಕ್ಷತ್ರಿಯ ವಾಣಿಯ ಕೃಷ್ಣ ಚರಣ್, ಕನ್ನಡದಲ್ಲಿ ಟೈಪಿಸಿಕೊಟ್ಟ ಶೋಭಾ ವಿನಯ್, ಈ ಕಾದಂಬರಿಯ ಮೊದಲ ಓದುಗ ನನ್ನ ಹೆಂಡತಿ ಅಕ್ಷಯಾ, ಕಾದಂಬರಿ ಹೇಗೆ ಬರೆಯಬೇಕು, ಹೇಗೆ ಬರೆಯಬಾರದು ಎಂದು ಹೇಳಿಕೊಟ್ಟ ಗುರುವರ್ಯ ಯತಿರಾಜ್ ವೀರಾಂಬುಧಿ, ಸಾಹಿತ್ಯದಲ್ಲಿ ನನಗೆ ಅಭಿರುಚಿ ಬೆಳೆಸಿದಂತಹ ಎಸ್.ಎಲ್.ಭೈರಪ್ಪ, ರವಿ ಬೆಳಗೆರೆ, ಯಂಡಮೂರಿ, ಬೀಚಿ, ಕಾರಂತರು, ಎಲ್ಲಕ್ಕಿಂತ ಮಿಗಿಲಾಗಿ ನನ್ನ ಈ ಮೊದಲ ಪ್ರಯತ್ನಕ್ಕೆ ಧೈರ್ಯ ನೀಡಿ, ಮುಂದೆ ಇನ್ನಷ್ಟು ಕಾದಂಬರಿಯನ್ನು ಮುದ್ರಿಸಲು ನನಗೆ ಪ್ರೇರಕ ಶಕ್ತಿಯಾಗಲಿರುವ ಓದುಗರಾದ ನಿಮಗೂ - ಎಲ್ಲರಿಗೂ ಒಂದು ಸ್ಪೆಷಲ್ ಥ್ಯಾಂಕ್ಸ್. ಓದಿ. ಹೇಗಿದೆ ಎಂದು ತಮ್ಮ ಅಭಿಪ್ರಾಯ ತಿಳಿಸಿ ಪ್ಲೀಸ್.

ನಿಮ್ಮವ

ಟಿಎನ್ನೆಸ್

ಮುನ್ನುಡಿ

ಆಲ್ ದಿ ಬೆಸ್ಟ್

****

ಪ್ರಿಯ ಓದುಗರೇ,

2006 ರಲ್ಲಿ ನಾನು "ಕ್ಷತ್ರಿಯ ವಾಣಿ" ಎಂಬ ಪತ್ರಿಕೆಯ ಸಂಪಾದಕನಾಗಿದ್ದ ಸಮಯ. ಸುರೇಶ ಟಿ.ಎನ್. ಅವರು ನಮ್ಮ ಪತ್ರಿಕೆಗೆ ಅನೇಕ ಸಣ್ಣ ಕತೆಗಳು, ಬರಹಗಳನ್ನು ಬರೆದಿದ್ದರು. ಅವುಗಳ ಪೈಕಿ ಮೊದಲು ನನಗೆ ನೆನಪಾಗುವುದು - ಅವರು ಬರೆದಿದ್ದ "ನಾನು ನಾನೇನಾ?" ಎಂಬ ಎರಡು ಪುಟಗಳ ಒಂದು ಸ್ವಾರಸ್ಯಪೂರ್ಣ ಕತೆ. ಅದೇ ಸಣ್ಣ ಕತೆ ಯನ್ನು ತಿದ್ದಿ - ತೀಡಿ ಒಂದು ಕಾದಂಬರಿಯನ್ನಾಗಿಸಿದ್ದೇನೆ ಎಂದು ಸುರೇಶ ಹೇಳಿದಾಗ ನಿಜಕ್ಕೂ ನನಗಾದ ಸಂತಸ ಅಷ್ಟಿಷ್ಟಲ್ಲ.

ಕಾದಂಬರಿ ಆಗುವಷ್ಟು ಸತ್ವ ಖಂಡಿತ ಆ ಕಥೆಗೆ ಇತ್ತು. ಅದಕ್ಕೆ ಇನ್ನಷ್ಟು ಪಾತ್ರಗಳನ್ನು ಸೇರಿಸಿ, ಜಲಪ್ರವಾಹ, ಮಿಲಿಟರಿ ಜೀವನ, ಹಿಮಾಲಯದ ವರ್ಣನೆ, ಹಳ್ಳಿ ಜೀವನ, ಬಾಂಬೆ ಜೀವನ, ಪ್ರೀತಿ, ಪ್ರೇಮ, ಶೃಂಗಾರ, ಗ್ರಾಮ್ಯ ಭಾಷೆ - ಇವುಗಳನ್ನೆಲ್ಲ ಸೇರಿಸಿ ಅದನ್ನು ಎಲ್ಲೂ ಬೋರ್ ಹೊಡೆಸದಂತೆ, ಕಾದಂಬರಿಯಾಗಿ ಬೆಳಿಸಿದ ರೀತಿ ನನಗಂತೂ ತುಂಬಾ ಇಷ್ಟ ಆಯ್ತು. ಇವತ್ತಿನ ಪರಿಸ್ಥಿಗೆ ಒಪ್ಪುವ ರೀತಿಯ ಎಲ್ಲಾ ಅಂಶಗಳೂ, ಪಾತ್ರಗಳೂ, ಸನ್ನಿವೇಶಗಳೂ,ಎಲ್ಲಕ್ಕೂ ಮಿಗಿಲಾಗಿ ಕನಸನ್ನು ಬೆನ್ನಟ್ಟುವ ಮನುಷ್ಯನೊಡನೆ ವಿಧಿಯಾಡುವ ಆಟ - ಎಲ್ಲವೂ ಇದರಲ್ಲಿ ಮನೋಜ್ಞವಾಗಿ ಚಿತ್ರಿತವಾಗಿವೆ.

ಒಂದೇ ಮಾತಲ್ಲಿ ಹೇಳುವುದಾದರೆ - ಓದುಗರಿಗೆ ಇದೊಂದು ಎಲ್ಲಾ ಮಸಾಲೆಯೂ ಸೇರಿ ತಯಾರಿಸಿರುವ ಒಂದು ಭೂರಿ ಭೋಜನ.

ಇನ್ನೂ ಹೆಚ್ಚು ಬರಹ ಸುರೇಶನ ಕಡೆಯಿಂದ ಬರಲಿಎಂದು ಮನದಾಳದಿಂದ ಆಶಿಸುತ್ತಾ...

ಕೃಷ್ಣ ಚರಣ್

1

"ಲೇ ಬಸ್ಯ! ಏಳ್ಲಾ ಮ್ಯಾಗೆ! ಸೋಂಬೇರಿದೇ! ಸೂರ್ಯ ನೆತ್ತಿಗೆ ಬಂದವ್ನೇ! ಇನ್ನೂ ಮಲಗೇ ಇದ್ದೀಯ! ಏಳ್ಲಾ! ಗೊಬ್ರ ಬಾಚಿ, ಕೊಟ್ಟಿಗೇನ ವಸಿ ಕಿಲಿನ್ ಮಾಡಿ, ಹಾಲು ಕರಿಬೇಕು. ಎದ್ದೇಳ್ಲಾ ಮ್ಯಾಕೇ! "

ಉಹೂಂ; ಪ್ರಕೃತಿ ಮಾತೆಗೆ ಮನಸೋತಿದ್ದ ನನ್ನ ಕಿವಿಗಳು ಚಿಕ್ಕಮ್ಮನ ಮಾತಿಗೆ ಬೆಲೆ ಕೊಡಲಿಲ್ಲ. ನಿದ್ರಾಮಾತೆ ಆವರಿಸಿದ್ದ ನನ್ನ ಕಣ್ಣಗಳಂತೂ, ನನ್ನ ಚಿಕ್ಕಮ್ಮನ ಕಡೆ ನೋಡುವ ಸಾಹಸವನ್ನೂ ಮಾಡಲಿಲ್ಲ. ಸುಂದರವಾದ ಸ್ವಪ್ನಗಳಿಂದ ಆವರಿಸಿದ್ದ ನನ್ನ ಮನಸ್ಸು ಚಿಕ್ಕಮ್ಮನ ಮಾತಿಗೆ ಮನಸೋಲಲೇ ಇಲ್ಲ. ಆದರೂ ಚಿಕ್ಕಮ್ಮ ತನ್ನ ಮಾತನ್ನಂತೂ ನಿಲ್ಲಸಿರಿಲೇ ಇಲ್ಲ. ದೂರದಲ್ಲೆಲ್ಲೋ ಯಾರೋ ಮಾತಾಡಿದಂತೆ - ಚಿಕ್ಕಮ್ಮನ ಮಾತುಗಳು ಕಿವಿ ತಮಟೆಯವರೆಗೂ ಅಪ್ಪಳಿಸಿ ಒಳ ಹೋಗುವುದೋ ಬೇಡವೋ ಎಂಬ ದ್ವಂದ್ವದಲ್ಲೇ ಇದ್ದವು.

ಈ ವಸಂತಮಾಸ ಅನ್ನೋದೇ ಹೀಗೆ! ಎಂತಹ ಅರಸಿಕನನ್ನೂ ಕೂಡ ಮೋಡಿ ಮಾಡಬಲ್ಲದು. ಎಷ್ಟೇ ದೂರದಲ್ಲಿದ್ದರೂ ಕಬ್ಬಿಣವನ್ನು ತನ್ನಡೆಗೆ ಸೆಳೆಯುವ ಅಯಸ್ಕಾಂತದ0ತೆ ಬಲೆ ಬೀಸಿ ತನ್ನೆಡೆಗೆ ಸೆಳೆಯಬಲ್ಲದು. ಅಂತಹದರಲ್ಲಿ ಗಿಡ, ಮರ, ಬಳ್ಳಿ, ತರು-ಲತೆ, ಪ್ರಾಣಿ-ಪಕ್ಷಿಗಳ ನಡುವೆಯೇ ಸರಿಸುಮಾರು ಇಪ್ಪತ್ತು ವರ್ಷ ಸವೆಸಿದ ನನ್ನಂತಹ ಬಡಪಾಯಿ ಭಾವಜೀವಿಯ ಮೇಲಂತೂ ತುಸು ಹೆಚ್ಚೇ ದರ್ಪ ತೋರಬಲ್ಲದು. ಹೌದು ನನಗೆ ಬುದ್ಧಿ ಬಂದಾಗಿನಿ0ದ ಇಂದಿನವರೆಗೂ ಪ್ರತೀ ವಸಂತಮಾಸವೂ ಹೊಸ ಅನುಭವ ಕೊಡಬಲ್ಲದು. ಅದೇ ತಾನೆ ಚಿಗುರುತ್ತಿರುವ ಹಸಿರೆಲೆಗಳು, ಆ ಹಸಿರೆಲೆಗಳ ಸ್ಪರ್ಶದಿಂದ ಹೊರಟು ಮೈ ತಣಿಸುವ ಆ ಹಿತವಾದ ತಂಗಾಳಿ ವಸಂತವನ್ನು ಕಂಡು ನನ್ನಂತೆಯೇ ತಾನೂ ಸಹ ಮೈ ಮರೆತು, ಕುಹೂ-ಕುಹೂ ಎಂದು ಕೂಗುವ ಕೋಗಿಲೆ, ಹಣ್ಣಿನ ರಾಜ

ಮಾವಿನ ಸುವಾಸನೆ; ಅದರಲ್ಲೂ ವಸಂತಮಾಸದ ಸೂರ್ಯೋದಯದ ಸವಿಯನ್ನಂತೂ ಯಾವುದೇ ಕವಿಯೂ ಸಹ ಪದಗಳಲ್ಲಿ ಪೋಣಿಸಲಾರ. ಕಾವ್ಯಗಳಲ್ಲಿ ಕಟ್ಟಲಾರ, ಭಾವನೆಗಳಲ್ಲಿ ಬರೆಯಲಾರ. ವಾಕ್ಯಕ್ಕೆ ಸಿಲುಕದ, ಬರೆಯಲು ಆಗದ ಕೇವಲ ಭಾವಜೀವಿ ಮಾತ್ರ ಹೃದಯಾಂತರಾಳದಿ0ದ ಅನುಭವಿಸಬಹುದಾದ ಮಧುರ ಭಾವನೆ; ವಸಂತಮಾಸದ ಸವಿಯನ್ನು ಸವಿಯಲು, ಕೋಗಿಲೆಯ ಕುಹೂ-ಕುಹೂ ಗಾನ ಕೇಳಲು ಇನ್ನೂ ಎಷ್ಟು ಹೊತ್ತಾಗುವುದೋ ಎಂದು ಕಾದು ಕುಳಿತಿರುವ ಸೂರ್ಯ ಹಾಗೂ-ಹೀಗೂ ಜಗ್ಗಾಡಿ, ತಳ್ಳಾಡಿ, ಸ್ವಲ್ಪ ಸ್ವಲ್ಪವೇ ಚಂದ್ರನನ್ನು ಆಚೆ ಕಳಿಸಿ ನಿಧಾನವಾಗಿ ತನ್ನ ಕಿರಣಗಳಿಂದ ಮೂಡುತ್ತಿದ್ದಾನೆ. ತನ್ನ ರಶ್ಮಿಯ ವಸಂತನ ಪ್ರಕೃತಿಯ ಮೈ ಸ್ಪರ್ಶಿಸುತ್ತಲೇ ನಾಚಿ ಕೆಂಪಾಗಿ, ಆ ಕೆಂಪನ್ನು ಬಾನಿನ ತುಂಬ ಹರಡಿ, ಮತ್ತೂ ಮೇಲೇಳುತ್ತಿದ್ದಾನೆ. ಆ ಸೂರ್ಯನ ಕೆಂಪು ರಶ್ಮಿಗೂ - ಕೋಳಿಗೂ ಅದ್ಯಾವ ಜನ್ಮದ ಅನುಬಂಧವೋ ನಾ ಕಾಣೆ. ತಕ್ಷಣ ನಿದ್ದೆಯಿಂದೆದ್ದು, ಮೈಕೊಡವಿ,ಕೊ-ಕ್ಕೋ-ಕ್ಕೋ ಎಂದು ತನ್ನವರನ್ನೆಲ್ಲಾ ಎಬ್ಬಿಸಿ, ಆ ಸೂರ್ಯ ರಶ್ಮಿಯ ಸ್ಪರ್ಶದ ಅನುಭೂತಿಯನ್ನು ತನ್ನವರಿಗೆಲ್ಲಾ ಹಂಚಿಕೊಳ್ಳುತ್ತದೆ. ರಾತ್ರಿಯೆಲ್ಲ ಮಂದಸ್ಮಿತವಾಗಿದ್ದ ಹಸಿರೆಲೆಗಳೂ ಸಹ ನಾವೇನೂ ಕಮ್ಮಿಯಿಲ್ಲವೆಂಬತೆ ಗಾಳಿ ಬೀಸಲಾರಂಬಿಸುತ್ತದೆ. ನಾನೂ ಸಹ ನಿಮಗೆ ಪೈಪೋಟಿ ಕೊಡಬಲ್ಲೆಯೆಂದು ಹೇಳಲೋ,ಅಥವಾ ಪ್ರಾಣಿ ಪಕ್ಷಿಗಳಾದ ನಾವೇ ಈ ಸೌಂದರ್ಯದ ಸವಿಯಲ್ಲಿ ಮತ್ತರಾಗಿರುವಾಗ, ಬುದ್ಧಿಜೀವಿಯೆಂದು ಕರೆಯಲ್ಪಡುವ ಮನುಷ್ಯ ಪ್ರಾಣಿಯೇ, ಎದ್ದೇಳು,ಸೋಮಾರಿತನದಿಂದ ಹೊರಗೆ ಬಂದು ಉದಯಸುತ್ತಿರುವ ಸೂರ್ಯನನ್ನು ನೋಡು ಎಂದು ಹೇಳಲೋ, ಅಂಬಾ ಎಂದು ಕೂಗಿ ಕರೆಯುವ ತಾಯಿ ಗೋಮಾತೆ.

ಪ್ರತಿ ವಸಂತವೂ ನನಗೆ ಹೊಸ ಅನುಭವ, ಹೊಸ ತಾರುಣ್ಯ, ಹೊಸ ಚೈತನ್ಯ ನೀಡುತ್ತದೆ ಹಗಲಿನ ಬಿಸಿಲಿನ ಬೇಗೆಗೆ ಕಾದು ಕೆಂಪಾದ ಕಲ್ಲಿನ ಮೇಲೆ ಪ್ರತೀ ರಾತ್ರಿ ಮಲಗಿದರೂ, ಆಯಾಸವೆಂಬುದು ನನಗೆ ಗೊತ್ತೇ ಇಲ್ಲ. ಮನೆಯ ಜಗುಲಿಯ ಪಕ್ಕದ ಕಲ್ಲಿನ ಬಂಡೆಯೇ ನನ್ನ ಶಯನಾಗೃಹ. ಮನೆಯ ಹಿಂಬಾಗಿಲಿನ ಒಳಗೆ ನುಗ್ಗಿ, ಹಿತ್ತಲಿನ ಪಕ್ಕದಲ್ಲಿರುವ ದನದ ಕೊಟ್ಟಿಗೆಯೇ ನನ್ನ ಅರಮನೆ; ಹಸುಗಳನ್ನು ಮೇಯಿಸಲು ಕರೆದುಕೊಂಡು ಹೋಗುವ ದೂರದ ಭೈರವನ ಬೆಟ್ಟವೇ ನನ್ನ ಕಾರ್ಯಸ್ಥಾನ; ನನ್ನಂತೆಯೇ ಹಸು ದನ-ಕರುಗಳನ್ನು ಮೇಯಿಸಲು ಬಿಟ್ಟು ನನ್ನೊಡನೆ ಈಜಾಡುತ್ತಲೋ,ಮರಕೋತಿ ಆಡುತ್ತಲೋ,ನನ್ನವರೆಂಬ ಭಾವ ಮೂಡಿಸುತ್ತಿರುವ ನನ್ನ ಗೆಳೆಯರಾದ ತಿಮ್ಮ ಮತ್ತು ಸಾಣ್ಯ ಇವರೇ ನನ್ನ

ಆಸ್ಥಾನದ ಮಂತ್ರಿ-ಮಾಗಧರು. ಮರಕೋತಿ ಆಡಿ ಈಜಾಡಿ ಆಯಾಸವಾಗಿರುತ್ತದೋ ಅಥವಾ ನಿದ್ರಾ ದೇವಿಗೆ ನನ್ನೊಡನೆ ವಿಶೇಷ ಕರುಣೆಯೋ ನಾ ಕಾಣೆ,ಬಂಡೆಯ ಮೇಲೆ ಮೈಯಿಟ್ಟು ಮಲಗಿದ ಕೆಲವೇ ಕ್ಷಣ - ಆ ತಾಯಿ ನಿದ್ರಾದೇವಿ ತನ್ನ ಮಡಲಿಗೆ ಸೇರಿಸಿಕೊಂಡು, ತನ್ನ ಹಿತವಾದ ಸ್ಪರ್ಶದಿಂದ ನನ್ನನ್ನು ಆವರಿಸಿಬಿಡುತ್ತಾಳೆ. ಸೂರ್ಯನ ರಶ್ಮಿಯನ್ನು ಕಂಡೊಡನೇ ಖುಷಿಯಿಂದ ಕೊ-ಕ್ಕೋ ಎಂದು ನಲಿದಾಡುವ ಕೋಳಿಯ ದನಿಗಷ್ಟೇ ನಿದ್ರಾದೇವಿ ಸೋಲುವುದು. ಅಲ್ಲಿಯವರೆಗೂ ಬೇರಾವ ಶಕ್ತಿಗೂ-ಬೇರಾವ ವ್ಯಕ್ತಿಗೂ ಆಕೆ ಸೋಲುವುದಿಲ್ಲ. ಅದರಲ್ಲೂ ಉಷಃಕಾಲದ ತಂಗಾಳಿ, ಕೋಳಿ-ಕೋಗಿಲೆ-ಅಂಬಾಗಳ ಹಾಡು, ಆ ಹಾಡಿಗೆ ಮೈ ಮರತು ನೃತ್ಯ ಮಾಡುವ ಚಿಗುರೆಲೆಗಳು, ಆ ಚಿಗುರೆಲೆಗಳ ನಡುವಿನಿಂದ ಸುಂಯ್ ಎಂದು ಮೂಡಿ ದಣಿವಾರಿಸುವ ಆ ತಂಗಾಳಿ, ಶಾನುಭೋಗರ ಮಾವಿನ ತೋಪಿನಿಂದ ಕದ್ದು-ಮುಚ್ಚಿ ಹೊರಬರುತ್ತಿರುವ ಆ ಮಾವಿನ ಸುವಾಸನೆ, ಇದರೆಲ್ಲದರ ಜೊತೆಗೆ ಮಧುರ ಅನುಭವವೀಯುವ ಆ ಮುಂಜಾನೆಯ ಸವಿಗನಸುಗಳು -ಇವೆಲ್ಲಾ ಒಟ್ಟಾಗಿ ಸೇರಿ ಇನ್ನೂ ಕೆಲ ಹೊತ್ತು ಕಣ್ಮುಚ್ಚಿ ನಮ್ಮನ್ನು ಅನುಭವಿಸು ಎನ್ನುತ್ತಾ ಬಲವಂತವಾಗಿ ನನ್ನನ್ನು ಮಲಗಿಸುತ್ತಿವೆ. ನನ್ನಂತಹ ಬಡಪಾಯಿ ಭಾವಜೀವಿಯ ಕ್ಯಲಿ ನಿಸರ್ಗಮಾತೆಯನ್ನು ಸೋಲಿಸಲಾದಿತೇ? ಇಲ್ಲವೆಂಬತೆ ಮತ್ತೆ ಕಣ್ಮುಚ್ಚಿ ನಿದ್ರಾದೇವಿಯ ಮಡಿಲಿಗೆ ಜಾರಿದೆ.

"ಏಳ್ಲಾ ಮ್ಯಾಕೆ! ಅವಾಗ್ಲಿಂದ ಬೊಡ್ಕೊಂತಾನೇ ಇದೀನಿ. ಕ್ವಾಣ ಬಿದ್ದಂಗೆ ಬಿದ್ದವ್ನೇ, ಸೋಂಬೇರಿ ಮುಂಡೇದೇ! ಆ ಮಹಾತಾಯಿ ನಿಮ್ಮಮ್ಮ ಅದ್ಯಾವ ಗಳಿಗೇಲಿ ನಿನ್ನ ಹೆತ್ಳೋ! ಅವಳ ಮನೆ ಕಾಯ್ವಾಗ! ಈ ಸೋಂಬೇರಿನ ನನ್ನ ಕೈಗೆ ಕೊಟ್ಟು ಜ್ವಾಪಾನ ಮಾಡು ಅಂತ ಹೊಂಟೋಗ್ಬುಟ್ಳು. ಈ ಗ್ರಾಚಾರ ನಂಗೆ ಅಂಟ್ಕೊಂತು.ಬಿಟ್ಟಿ ಮೂರೊತ್ತು ಕೂಳು ತಿನ್ಕೊಂಡು ಮೈ ಬೆಳೆಸ್ಕೊಂಡು ಬಿದ್ಕಂಡವ್ನೇ ಏಳ್ಲಾ ಸೋಮಾರಿ ಮುಂಡೇದೇ!"

ನಾನು ನಿದ್ದೆ ಹೋಗಿದ್ದೇನೋ - ಇಲ್ಲ ಎಚ್ಚರವಾಗಿದ್ದೆನೋ; ನಿದ್ರೆಯಲ್ಲೇ ಎಚ್ಚರದಿಂದದ್ದೇನೋ ಗೊತ್ತಿಲ್ಲ. ನನಗೆ ಗೊತ್ತಿಲ್ಲದೆ ಕಣ್ಣೀರು ಹನಿಯಲಾರಂಭಿಸಿತು. ಹೌದು. ನಾನು ಮಲಗಿದ್ದು ನಿಜ; ಎಚ್ಚರವಾಗಿದ್ದೂ ನಿಜ; ಅದು ನನ್ನ ತಪ್ಪು. ಅದಕ್ಕೆ ನಮ್ಮ ಅಮ್ಮನಿಗೆ ಯಾಕೆ ಬೈಬೇಕೂ? ಯಾಕೆ, ಏನು, ಸರಿ, ತಪ್ಪುಗಳ ಬಗ್ಗೆ ತಲೆಗೊಡದೆ, ಮೇಲೆದ್ದು ಕುಳಿತೆ. "ಕರಾಗ್ರೇ ವಸತೇ ಲಕ್ಷ್ಮೀ" ಚಿಕ್ಕಂದಿನಲ್ಲೆಲ್ಲೋ ಅಮ್ಮ ಹೇಳಿಕೊಟ್ಟಿದ್ದ ಶ್ಲೋಕ ತನ್ನಿಂತಾನೆ ಬಾಯಿಂದ ಹೊರಟಿತ್ತು. ಅಂಗೈಯಲ್ಲಿ ಲಕ್ಷ್ಮಿ ಸರಸ್ವತಿ ಇದ್ದಾರಂತೆ! ನಿಜವೇ ಆದರೆ ನನ್ನ

ಮೇಲೇಕೆ ಲಕ್ಷ್ಮಿಗಿಷ್ಟು ದ್ವೇಷ? ಎಂದು ಯೋಚಿಸುತ್ತಾ ಅದೇ ಕೈಯಿಂದ ಕಣ್ಣೀರನ್ನು ಒರೆಸಿಕೊಂಡು ಮೇಲೆದ್ದು ಸುತ್ತಲೂ ಒಮ್ಮೆ ನೋಡಿದೆ. ಹೌದು; ಚಿಕ್ಕಮ್ಮ ಹೇಳಿದ ಸೂರ್ಯ ಆಗಲೇ ನೆತ್ತಿಯ ಮೇಲೆ ಬಂದಾಗಿತ್ತು. ಆದರೆ ಇಲ್ಲಲ್ಲ, ಫ್ರಾನ್ಸ್, ಅಮೇರಿಕಾ ಅಥವಾ ದೂರದ ಬೇರೆ ಯಾವುದೋ ದೇಶದಲ್ಲಿ. ನಮ್ಮ ದೇಶದಲ್ಲಿ ಸುಡು ಬಿಸಿಲಿದ್ದಾಗ ಇನ್ನಾವುದೋ ದೇಶದಲ್ಲಿ ಸಾಯಂಕಾಲವ0ತೆ; ಯೋಚಿಸುತ್ತಾ ಮೇಲೆದ್ದೆ. ಆದರೆ ಸೂರ್ಯ ಮೂಡಲು ಇನ್ನೂ ಒಂದರ್ಧ ಗಂಟೆಯಾದ್ರೂ ಇದೆ ಎಂಬುದ0ತೂ ಸತ್ಯ. ಸುಲಭದ ಭಾಷೆಯಲ್ಲಿ ಹೇಳುವುದಾದರೆ ಬೆಳಗಿನ ಜಾವದ ನಾಲ್ಕುವರೆ - ನಾಲ್ಕುಮುಕ್ಕಾಲು ನನ್ನ ಚಿಕ್ಕಮ್ಮನ ಬಾಷೆಯಲ್ಲಿ ಸೂರ್ಯ ನೆತ್ತಿಗೆ ಬಂದಿದ್ದ ಎಂದಾಗಿತ್ತು. ಬಂಡೆಯಿ0ದ ಮೇಲೆದ್ದು, ಕಣ್ಣುಜ್ಜಿಕೊಂಡು, ಮನೆ ಒಳಗಿಂದ ದಾಟಿ, ಹಿತ್ತಲ ಕಡೆಯಿದ್ದ ದನದ ಕೊಟ್ಟಿಗೆ ಕಡೆ ನಡೆದೆ. ನನ್ನನ್ನು ಎಬ್ಬಿಸುವುದೇ ತನ್ನ ಪವಿತ್ರ ಕರ್ತವ್ಯವೆಂದು ತಿಳಿದು, ಕಾಯಾ- ವಾಚಾ- ಮನಸಾ ಆ ಕಾರ್ಯವನ್ನು ಮಾಡಿ, ಅದೇನೋ ಸಾಧಿಸಿದ ಸಂತೃಪ್ತಿಯಿ0ದ ಚಿಕ್ಕಮ್ಮ ತನ್ನ ಚಾಪೆ ಮೇಲೆ ಅದಾಗಲೇ ಗೊರಕೆ ಹೊಡೆಯುತ್ತಿದ್ದಳು. ಹಿತ್ತಲಿನ ಪಕ್ಕ ಇದ್ದ ತೊಟ್ಟಿಯ ತಣ್ಣೀರಿನ ಸ್ಪರ್ಶ ಆಗಿದ್ದೇ ತಡ, ನಿದ್ರಾದೇವಿಗೆ ಅದೇನು ಕೋಪ ಬಂತೋ - ದೂರ ನಡೆದೇ ಬಿಟ್ಟಳು. ಬೆರಳಿನ ತುಂಬಾ ಇದ್ದಿಲನ್ನು ಅದ್ದಿಕೊಂಡು, ಶುಭ್ರವಾಗಿ ಹುಲ್ಲುಜ್ಜಿ, ತೆರೆಯಲೋ, ಬೇಡವೋ ಎಂದು ಯೋಚನೆ ಮಾಡುತ್ತಿದ್ದ ಕಣ್ಣುಗಳ ಮೇಲೆ ನೀರನ್ನು ಚುಮುಕಿಸಿದೆ. ತೊಟ್ಟಿಯ ನೀರಿಂದ ಕೈಕಾಲು ಮುಖ ತೊಳೆದುಕೊಂಡು ಸುತ್ತಲೂ ಒಮ್ಮೆ ಕಣ್ಣಾಡಿಸಿದೆ. ತೊಟ್ಟಿ ಪಕ್ಕ ಇದ್ದ ಗೂಡಲ್ಲಿ ಅದೆಂತದೋ ಕೋಲ್ಗೇಟ್ ಪೇಸ್ಟ್ ಅಂತೆ - ಅದ್ರಲ್ಲಿ ಹಲ್ಲುಜ್ಜಿದ್ದರೆ ಹಲ್ಲು ಫಳ ಫಳ ಹೊಳೆಯುತ್ತದಂತೆ. ಸ್ವಲ್ಪ ಪೇಸ್ಟ್ ಹಾಕಿ ಹಲ್ಲುಜ್ಜಿಬಿಡೋಣವೆಂದು ತೀರ್ಮಾನಿಸಿದೆ. ಚಿಕ್ಕಮ್ಮ ನೋಡಿದರೆ ಬೈದಾರೆಂಬುದನ್ನು ನೆನದು ಬೇಡವೆಂಬತೆ ಪಂಚೆ ಒಂದರಲ್ಲಿ ಕೈ-ಕಾಲು ಮುಖ ಒರೆಸಿಕೊಂಡು, ತೊಟ್ಟಿ ಪಕ್ಕ ಇದ್ದ ಬೇಲಿಯ ಕಾಂಪೌ0ಡ್ ಅನ್ನು ದಾಟಿಕೊಂಡು ಕೊಟ್ಟಿಗೆಗೆ ಬಂದೆ.

*****

ನಮ್ಮೂರು ಚಂದಾಪುರ. ಹೆಸರಿಗೆ ತಕ್ಕ ಹಾಗೆ ಚಂದಾಪುರ. ಬಯಲು ಸೀಮೆಯ ನಮ್ಮೂರಿನ ಆಕಡೆ ಮಧುಗಿರಿ ಬೆಟ್ಟವಾದರೆ, ಈ ಕಡೆ ಪಾವಗಡ ಬೆಟ್ಟ. ಇಡೀ ಪ್ರದೇಶವೇ ಬೆಟ್ಟಗುಡ್ಡಗಳಿಂದ ತುಂಬಿದೆ. ನಮ್ಮೂರಲ್ಲಿ ಇದ್ದಿದ್ದೇ ಹತ್ತಿಪ್ಪತ್ತು ಮನೆಗಳು. ಮನೆಗಳಿಗಿಂತ ಬೆಟ್ಟಗಳೇ ಜಾಸ್ತಿ ಇರೋ ಊರು ನಮ್ಮದೆಂದರೂ ತಪ್ಪಾಗಲಾರದು. ಒಂದು ಕಡೆ ಭೀಮನಬೆಟ್ಟ - ಪಾಂಡವರು ಒಮ್ಮೆ ವನವಾಸಕ್ಕೆ ಬಂದಾಗ ಭೀಮ ಈ ಬೆಟ್ಟದ ಮೇಲೆ ಕುಳಿತಿದ್ದನಂತೆ. ಅಂದಿನಿ0ದ ಅದು

ಬೀಮನಬೆಟ್ಟವೆಂದೇ ಪ್ರಸಿದ್ಧಿ; ಇನ್ನೊಂದು ಕಡೆ ರಾಮ-ಲಕ್ಷಣ ಗುಡ್ಡ. ಅದರಿಂದಾಚೆಗೆ ಸ್ವಲ್ಪ ಮುಂದೆ ಹೋಗಿ ಬಲಕ್ಕೆ ತಿರುಗಿದರೆ ಹನುಮ ಗುಡ್ಡ. ರಾಮ ಲಕ್ಷಣರ ಗುಡ್ಡದ ಪಕ್ಕ ಇರುವ ಬಂಡೆ - ಸೀತೆ ಬೆಟ್ಟವೆಂದೇ ಪ್ರಚಲಿತ. ಇದಲ್ಲದೇ ಕ್ಯಾತೇ ದೇವರ ಬೆಟ್ಟ, ಗೌಡ್ರಬೆಟ್ಟ, ಕಾರ್ತ -ವೀರ್ಯಾರ್ಜುನ ಬೆಟ್ಟ, ನವಗ್ರಹ ಗುಡ್ಡ, ಬೆಳ್ಳಿ ಪಲ್ಲಕ್ಕಿ ಪಟೇಲರ ಬೆಟ್ಟ ಹೀಗೆ ಇನ್ನೂ ಎಷ್ಟೋ. ಬೆಟ್ಟದ ಮೇಲಿಂದ ನೋಡಿದರೆ ಅಲ್ಲಲ್ಲಿ ಕೆಂಪು ಕೆಂಪಾಗಿ ಕಾಣುತ್ತಿದ್ದುದೆಲ್ಲಾ ನಮ್ಮ ಮನೆಗಳು. ಮಲೆನಾಡು ಅಲ್ಲದಿದ್ದರೂ ಸಹ ಮಳೆ ರಾಯನಿಗೆ ನಮ್ಮ ಊರಿನ ಮೇಲೆ ಪ್ರೀತಿ ತುಸು ಹೆಚ್ಚೇ - ಜೋರಾಗಿ ಅಲ್ಲದಿದ್ದರೂ ಸಣ್ಣ ಸಣ್ಣ ಹನಿಗಳ ರೂಪದಲ್ಲಾದರೂ ವರ್ಷವೊಂದರಲ್ಲಿ ಒಂದೆರಡು ತಿಂಗಳು ಹಗಲು ರಾತ್ರಿ ಸುರಿಯುತ್ತಿದ್ದ ಜಡಿಮಳೆಗೆ ಪುರ್ಣವಿರೋಧ ಒಡ್ಡುವಷ್ಟು ಶಕ್ತಿಯಿಲ್ಲದಿದ್ದರೂ, ತಕ್ಕಮಟ್ಟಿಗೆ ಅವನನ್ನು ಎದುರಿಸುವ ಧೈರ್ಯ ನಮ್ಮೂರಿನ ಮನೆಯ ಮೇಲಿನ ಕೆಂಪು ಹೆಂಚುಗಳಿಗಿದ್ದವು. ಆದರೂ ಒಮ್ಮೊಮ್ಮೆ ಮಳೆ-ಗಾಳಿರಾಯರ ಮೇಲೆ ಪ್ರತಾಪ ತೋರಿಸಲು ಹೋಗಿ, ಸೋತು ಎಲ್ಲೋ ದೂರ ಒಂದೆರೆಡು ಹೆಂಚುಗಳು ಹಾರಿ ಹೋಗುತ್ತಿದ್ದುದ್ದೂ ಉಂಟು. ಹೆಂಚುಗಳು ಶರಣಾದರೇನಂತೆ; ಮನೆಯ ಮೂಲೆಯಲ್ಲಿದ್ದ ತೆಂಗಿನ ಗರಿಗಳು, ಗೋಣಿ ಹಾಗೂ ಪಾಸ್ಟಿಕ್ ಚೀಲಗಳು ಮನೆ ಸೋರದಂತೆ ತಮ್ಮ ಅಳಿಲು ಸೇವೆಯನ್ನು ಸಲ್ಲಿಸುತ್ತಿದ್ದವು. ಬೆಟ್ಟ ಗುಡ್ಡವಿದ್ದಮೇಲೆ ನದಿಗಳಿಗೆ ಬರವೇ? ಬೀಮನ ಬೆಟ್ಟದ ಮೇಲಿನ ಯಾವುದೋ ಮೂಲೆಯಲ್ಲಿ ಹುಟ್ಟುತ್ತಿದ್ದ ಹಳ್ಳ, ಬೇರೆ ಬೇರೆ ಸಣ್ಣ ಸಣ್ಣ ನೀರಿನ ಒರತೆ ಗಳನ್ನೆಲ್ಲ ಸೇರಿಸಿ,ನದಿಯಾಗಿ ಹರಿದು ಬೆಟ್ಟದಿಂದ ಬಲಗಡೆ ಸಾಗಿ, ಊರಿನ ಪಕ್ಕದಲ್ಲೆಲ್ಲೋ ಇದ್ದ ವಾಸಂತಿ ನದಿಗೆ ಬೆರೆತು ಮತ್ತೆ ಊರಿನ ಬಲಗಡೆಗೆ ಹಾದು ದ್ಯಾವ್ರ ಬೆಟ್ಟದೆಡೆಗೆ ಸಾಗುತ್ತಿತ್ತು. ಒಮ್ಮೊಮ್ಮೆ ಮಳೆರಾಯನ ಆರ್ಭಟ ಜೋರಾದಾಗ, ವಾಸಂತಿನದಿ ಉಕ್ಕಿ ನಮ್ಮ ಊರೆಲ್ಲ ಮುಳುಗುತ್ತದೇನೋ ಎಂಬ ಭಯವಾಗುವಂತೆ ಹರಿಯುತ್ತಿದ್ದಳು. ಆದರೂ ಭೈರವನ ಬೆಟ್ಟದ ಮೇಲಿರುವ ಕಾಲ ಭೈರವ ಎಷ್ಟೇ ಆಗಲಿ ನಮ್ಮ ಊರಿನ ದೇವರಲ್ಲವೇ? ದೇವ ಗಂಗಯೇ ಆ ಭೈರವನಿಗೆ ಸೋತು ಶರಣಾಗಿರುವಾಗ, ಅವನ ಮುಂದೆ ವಾಸಂತಿಯ ಆಟ ನಡೆಯುವುದೇ? ವಾಸಂತಿ ನಮ್ಮ ಊರಿನ ಕಡೆ ಹರಿಯದಂತೆ ಆ ಭೈರವ ನಮ್ಮನ್ನು ರಕ್ಷಿಸುತ್ತಿದ್ದ. ನನ್ನ ಅಜ್ಜಿ ಹೇಳುತ್ತಿದ್ದುದು ನಿಜವೋ ಕಟ್ಟು ಕಥೆಯೋ ವಿಮರ್ಶೆ ಮಾಡುವ ವಯಸ್ಸು ನನ್ನದಲ್ಲವಲ್ಲ? ಈಗ ಇರುವ ನಮ್ಮ ಊರು ಒಂದು ಕಾಡಾಗಿತ್ತಂತೆ. ಆ ಕಾಡಿನಲ್ಲಿ ಚಂದ್ರಾನ0ದ ಸ್ವಾಮಿ ಎಂಬ ಮಹಾನ್ ತಪಸ್ವಿ ಇದ್ದರಂತೆ. ಭೈರವ ಬೆಟ್ಟದ ಮೇಲಿನ ಭೈರವನ ಸೇವೆಗೆ ಜೀವನ ಮುಡಿಪಾಗಿಟ್ಟಿದ್ದ ಆ ಸಾಧು, ಪ್ರತೀ ದಿನ ಸೂರ್ಯೋದಯಕ್ಕೆ

ಎದ್ದು, ಕಾಲ್ನಡಿಗೆಯಲ್ಲೇ ಭೈರವ ಬೆಟ್ಟವನ್ನೇರಿ, ಭೈರವನ ಪೂಜೆ ಮಾಡಿ ಧ್ಯಾನ ಮಾಡುತ್ತಿದ್ದರಂತೆ. ಒಂಟಿ ಕಾಲಲ್ಲಿ ನಿಂತು, ಬಿಸಿಲು-ಗುಡುಗು-ಸಿಡಿಲೆನ್ನದೆ ತಪಸ್ಸನ್ನಾಚರಿಸುತ್ತಿದ್ದರಂತೆ. ದೂರದ ಭಟ್ರಹಳ್ಳಿಯಲ್ಲಿ ಒಮ್ಮೆ ಅದೆಂತದೋ ಪ್ಲೇಗಮ್ಮ ಅಂತೆ - ಅದು ಬಂದು ಇಡೀ ಭಟ್ರಹಳ್ಳಿಯನ್ನೇ ಆಪೋಶನ ತೆಗೆದುಕೊಂಡುಬಿಡ್ತ0ತೆ. ಅಲ್ಲಿ ಬದುಕುಳಿದ ಜನ ಇಲ್ಲಿಗೆ ಬಂದು ಗುಡಿಸಲು ಕಟ್ಟಿಕೊಂಡು ವಾಸ ಮಾಡಲಾರಂಬಿಸಿದರ0ತೆ. ಆ ಸಾಧು, ಭೈರವನ ಪೂಜೆ ಮಾಡುವಾಗ ಈ ಜನರು ಸಹ ಹೋಗಿ ಪೂಜೆ ಮಾಡುತ್ತಿದ್ದರಂತೆ. ಹೀಗಿದ್ದಾಗ, ಮಳೆಗಾಲದಲ್ಲೊಮ್ಮೆ ಮಳೆರಾಯನ ಆರ್ಭಟ ಹೆಚ್ಚಾಗಿ, ವಾಸಂತಿ ಹುಚ್ಚಾಗಿ ಎಲ್ಲೆಂದರಲ್ಲಿ ಹರಿಯಲಾರಂಭಿಸಿದಳ0ತೆ. ಬೈರವನ ಬೆಟ್ಟಕ್ಕೆ ಪೂಜೆಗೆಂದು ಹೋಗುತ್ತಿದ್ದ ಆ ಸಾಧುವನ್ನು ಕೊಚ್ಚಿಕೊಂಡು ಹೋಗಿ - ಅದನ್ನು ಕಂಡ ಭೈರವನು, ಕೋಪದಿಂದ ವಾಸಂತಿಗೆ ಶಾಪಕೊಟ್ಟನಂತೆ. ತನ್ನ ತಪ್ಪಿನ ಅರಿವಾಗಿ ವಾಸಂತಿ ಬೈರವನ ಮುಂದೆ ಕಣ್ಣೀರಿಡಲು, ಪ್ರಸನ್ನನಾದ ಭೈರವನು ಮತ್ತೆಂದೂ ಈ ಊರಿನ ಕಡೆ ಹರಿಯದಂತೆ ಅಪ್ಪಣೆ ಮಾಡಿದನಂತೆ. ಅಂದಿನಿ0ದ ವಾಸಂತಿ ನಮ್ಮೂರಿನ ಕಡೆ ಹರಿಯುವುದಿಲ್ಲವಂತೆ. ಅಜ್ಜಿ ಹೇಳುತ್ತಿದ್ದ ಈ ರೀತಿಯ ಕಥೆಗಳು ಅದೆಷ್ಟೋ? ಒಮ್ಮೆ ಇತಿಹಾಸವಾದರೆ, ಮತ್ತೊಮ್ಮೆ ತತ್ವ; ಮಗದೊಮ್ಮೆ ರಾಮಯಣ -ಮಹಾಭಾರತ; ಮಾರನೆ ದಿನ ತೆನಾಲಿ ರಾಮನ ಕಥೆಯಾದರೆ ಮುಂದಿನ ವಾರ ಪಂಚತ0ತ್ರ. ಹೀಗೆ ಅದೆಷ್ಟು ಕಥೆಗಳನ್ನು ತನ್ನ ನೆನಪಿನಾಳದಲ್ಲಿ ಹಿಡಿದಿಟ್ಟಿದ್ದಳೋ? ಕಥೆ ಕೇಳುತ್ತಾ, ಅಜ್ಜಿಯ ತೊಡೆ ಮೇಲೆ ಮಲಗಿದರೆ - ಮೈ ಮೇಲೆ ಪ್ರಜ್ಞೆ ಇರದಷ್ಟು ನಿದ್ದೆ ಕ್ಷಣದಲ್ಲೇ ಬಂದುಬಿಡುತ್ತಿತ್ತು.

*****

ಕೈ ಕಾಲು ಮುಖ ತೊಳೆದುಕೊಂಡು ಕೊಟ್ಟಿಗೆಗೆ ಬಂದೊಡನೇ ನನ್ನ ಕಾರ್ಯದಲ್ಲಿ ತಲ್ಲೀನನಾದೆ. ಗೊಬ್ಬರ ಬಾಚಿ, ಪಕ್ಕದ ತಿಪ್ಪೆಗೆ ಹಾಕಿ, ಕೊಟ್ಟಿಗೆಯನ್ನು ಸ್ವಚ್ಛ ಮಾಡಿ, ಕಾಮಧೇನುವಿನ ಕಡೆಗೆ ನೋಡಿದೆ. ಏನೋ ತೃಪ್ತ ಭಾವ. ಈ ಜಗತ್ತಿನ ಅದ್ಭುತ ಸೃಷ್ಠಿ ಕಾಮಧೇನು. ತಲೆಯಿಂದ ಕಾಲವರೆಗೂ ನಿಸ್ವಾರ್ಥ ಭಾವ ತುಂಬಿರುವ ಜಗತ್ತಿನ ಏಕೈಕ ಪ್ರಾಣಿ ಇಂದೊ0ದೇ ಏನೋ? ಮನುಷ್ಯನ ಹಿಂಸೆಯನ್ನು ಸಹಿಸಿಕೊಂಡರೂ, ಅವನ ಸೇವೆಯೊಂದೇ ನನ್ನ ಪರಮಗುರಿ ಎಂಬ ಮನೋತ್ಕರ್ಷ! ಅದೇ ಮನುಷ್ಯ? ಸ್ವಾರ್ಥ - ಜಂಬ - ಅಹಂ ಗಳೇ ತುಂಬಿರುವ ಮೂಳೆ ಮಾಂಸದ ತಡಿಕೆ. ನಾವು ಆ ಗೋಮಾತೆಗೆ ಮಾಡುವ ಸೇವೆಯಾದರೂ ಎಂತದು? ಯಾವುದೇ ಒಂದು ಹೊರೆ ಒಣಹುಲ್ಲು ; ಮನೆಯಲ್ಲಿ ಅಳಿದುಳಿದ ಮುಸುರೆಯಿಂದ ಬೆರೆತ ಕಲಗಚ್ಚು. ಅದೇ ನಾವು ಆ ಗೋಮಾತೆಯಿಂದ ಬಯಸುವ ಪ್ರತಿಫಲ - ಹಾಲು, ಮೊಸರು, ತುಪ್ಪ; ಹೊಲದಲ್ಲಿ

ದುಡಿತ ಬೇರೆ. ಎಷ್ಟೇ ನೋವುಂಡರೂ ಸಹ ಮನುಜನ ಮೇಲೆ ಆ ಗೋಮಾತೆಗೆ ಕೋಪವಿಲ್ಲ; ಮತ್ಸರವಿಲ್ಲ. ನಾಲಿಗೆಯಿಂದ ಕಾಮಧೇನು ನನ್ನ ಕಾಲನ್ನು ನೆಕ್ಕುವಾಗ ನನ್ನ ಬಳಿ ಉಳಿಯುವ ಪ್ರಶ್ನೆಯೊಂದೇ - ಅವಳ ಋಣವನ್ನೆಂತು ತೀರಿಸಲಿ? ರೋಮರೋಮದಲ್ಲೂ, ದೇಹದ ಕಣಕಣದಲ್ಲೂ ಸ್ವಾರ್ಥಸಾಧನೆಯೇ ತುಂಬಿರುವ ಹೇ ಮನುಜನೇ - ನಿನಗೆ ಧಿಕ್ಕಾರವಿರಲಿ.

ತೆಂಗಿನಗರಿಯ ಪೊರಕೆಯಲ್ಲಿ ಕೊಟ್ಟಿಗೆಯನ್ನೊಮ್ಮೆ ಗುಡಿಸಿ, ಶುಭ್ರಮಾಡಿ, ತೊಟ್ಟಿಯ ನೀರಿಗೆ ಕಲಗಚ್ಚನ್ನು ಬೆರಿಸಿ, ಕುಡಿಯಲು ಇಟ್ಟು ಹಾಲನ್ನು ಕರೆದು ಮನೆ ಒಳಗೆ ಬಂದೆ. ಅದೇ ತಾನೇ ಕರೆದ ಹಾಲಿನ ಮೇಲಿನ ನೊರೆಯನ್ನು ನೋಡಲು ನನಗೆ ಏನೋ ಒಂಥರ ಪುಳಕ. ಮತ್ತೇ ಕೊಟ್ಟಿಗೆಗೆ ಬಂದು ಕರುವಿಗೆ ಕಟ್ಟಿದ ಹಗ್ಗವನ್ನು ಬಿಚ್ಚಿ, ತಾಯಿ ಕಾಮಧೇನು ಬಳಿಗೆ ಬಿಟ್ಟೆ. ಬಿಟ್ಟೊಡನೇ ತಾಯಿ ಬಳಿಗೆ ಓಡಿ ತಾಯಿ ಗೋಮಾತೆಯ ಕೆಚ್ಚಲಿಗೆ ಬಾಯಿ ಹಾಕಿ ಹಾಲು ಕುಡಿಯುವಾಗ,ಆ ತಾಯಿ ಗೋಮಾತೆಯು ಕರುವನ್ನು ತನ್ನ ನಾಲಿಗೆಯಿಂದ ನೆಕ್ಕುತ್ತಿದ್ದರೆ ನೋಡುತ್ತಿದ್ದ ನನ್ನಲ್ಲೇನ್ನೋ ತವಕ. ಹೌದಲ್ಲವೇ ಆ ತಾಯಿ ಕಾಮದೇನುವನ್ನು ಬಿಟ್ಟರೆ ಸ್ವಾರ್ಥದ ಗಂಧಗಾಳಿಯೇ ಗೊತ್ತಿಲ್ಲದ ಜೀವವಲ್ಲವೇ ಮಾತೃ ಹೃದಯ? ನನಗಾಗಿ ನನ್ನ ಅಮ್ಮ ಪಟ್ಟ ಕಷ್ಟವೆಷ್ಟು?ನನ್ನನ್ನು ಹೊತ್ತು ತಿರುಗಿದ ದೂರವೆಷ್ಟು? ಅದೆಂತದೋ ವಾಸಿಯಾಗದ ಕಾಯಿಲೆ ಬಂದಿದ್ದಾಗ ನನ್ನನ್ನು ಹೆಗಲ ಮೇಲೆ ಹೊತ್ತುಕೊಂಡು ದೂರದ ರಂಗಾಪುರಕ್ಕೆ ಹೋಗಿ ವೈದ್ಯ ಮಾಡಿಸಿದಳಲ್ಲವೇ? ಅದೇ ನನ್ನ ಅಮ್ಮ ಬದುಕಿದ್ದರೆ ನನಗೆ ಇಂದು ಇಂತಹ ಸ್ಥಿತಿ ಬರುತ್ತಿತ್ತೇ? ಅದೇಕೋ ಗೊತ್ತಿಲ್ಲ ಆಗಲೇ ಸೋತು ಸುಣ್ಣವಾಗಿದ್ದ ನನ್ನ ಕಣ್ಣುಗಳಿಂದ ಇನ್ನೂ ಎರಡು ಹನಿಗಳು ಉದುರಿದವು. ಹಾಲು ಕುಡಿದಾದ ಮೇಲೆ ಕರುವನ್ನು ಮತ್ತೆ ಅದರ ಜಾಗಕ್ಕೆ ಕಟ್ಟಿ, ಇನ್ನೊಮ್ಮೆ ಕೊಟ್ಟಿಗೆಯನ್ನು ಸ್ವಚ್ಛ ಮಾಡಿ ಬಂದೆ. ಸರಿ ಸುಮಾರು ಒಂದುವರೆ ಬಿಂದಿಗೆಯಷ್ಟು ಹಾಲು. ಮೊನ್ನೆ ತಾನೆ ಕೊಂಡಿದ್ದ ಹಾಲಿನ ದೊಡ್ಡ ಕ್ಯಾನೊಂದಕ್ಕೆ ಸುರಿದುಕೊಂಡು ಹಾಲಿನ ಡೈರಿ ಕಡೆ ಹೊರಟೆ.

“ಲೋ ಮುಂಡೇದೆ! ಇನ್ನೂ ಒಂದು ಚೊಂಬು ನೀರು ಹಾಕ್ಲಾ! ಹಂಗೇ ಗಟ್ಟಿ ಹಾಲು ತಕಂಡೋಗ್ಬಾಡ”- ಚಿಕ್ಕಮ್ಮ ನಿದ್ದೆ ಕಣ್ಣಲ್ಲೇ ಮಾತಾಡಿದ್ಲೋ ಅಥವಾ ದಿನಾ ಹಾಲು ತಗೊಂಡು ಹೋಗುವಾಗ ಚಿಕ್ಕಮ್ಮ ಹೇಳ್ತಿದ್ದ ಆ ಮಾತು ಅದಾಗದೇ ನೆನಪಿಗೆ ಬಂತೋ ಗೊತ್ತಿಲ್ಲ. ಸರಿ ನನ್ ಗಂಟು ಏನ್ ಹೋಗ್ಬೇಕು ಎಂಬ0ತೆ ಇನ್ನೂ ಮೂರು ಚೊಂಬು ನೀರನ್ನು ಹಾಲಿಗೆ ಬೆರಿಸಿ ಸೈಕಲ್ ಮೇಲಿನ ಕ್ಯಾರಿಯರ್ ಹಗ್ಗಕ್ಕೆ ಕ್ಯಾನನ್ನು ಬಿಗಿದು ಡೈರಿ ಕಡೆ ಹೊರಟೆ.

ಡೈರಿಗೆ ಹಾಲನ್ನು ಹಾಕಿ ಹೊರಬರುತ್ತಿದ್ದಾಗ ಹುಸೇನ್ ಸಾಬ್ರು "ಲೇ ಬಸ್ಯಾ ಹಾಲಿಂದು ಬಟವಾಡೆ ದುಡ್ಡು ಬಂದ್ಯೆತೆ; ಬೈಗಿಂದಿಕೆ ಈ ಕಡೆ ಬಂದು ಇಸ್ಕೋಂಡೋಗಾಕೆ ಏಳು ನಿಮ್ಮ ಅವ್ವಂಗೆ ಅಂದ್ರು. ಅವ್ರು ನನ್ನ ಅವ್ವ ಅಲ್ಲ - ಚಿಕ್ಕಮ್ಮ ಎಂದು ಮನಸಲ್ಲೇ ನೆನದು ಸೈಕಲ್ ಏರಿದೆ. ಹುಸೇನ್ ಸಾಬರು ನಮ್ಮ ಊರಿನಲ್ಲಿ ಒಳ್ಳೇ ಕುಳ. ನಮ್ಮೂರಿನ ಹಾಲಿನ ಡೈರಿ, ಸೀಮೆಎಣ್ಣೆ, ರೇಶನ್ ಅಂಗಡಿ, ಪಕ್ಕದ ಊರಿನ ದೊಡ್ಡ ಮಾರ್ಕೆಟ್, ರಾಗಿಮಿಲ್ ಅಲ್ಲಿ ಒಂದು ಕೋಳಿ ಅಂಗಡಿ ಇಂತಹ ವ್ಯಾಪಾರಗಳು ಇನ್ನೆಷ್ಟೋ? ಎಲೆಕ್ಷನ್ ಟೈಮಲ್ಲಿ ನಮ್ಮೂರಿಗೆ ಬರುವ ಎಮ್ಮೆಲ್ಲೆಗಳು ಆಗಾಗ ಹುಸ್ಸೇನ್ ಸಾಬ್ ರ ಮನೆಗೆ ಹೋಗ್ತಾರಂತೆ. ಹುಸೇನ್ ಸಾಬ್ರಿಗೂ ಎಮ್ಮೆಲ್ಲೆಗೂ ಅದೇನು ಸಂಬ0ಧನೋ ಗೊತ್ತಿಲ್ಲ. ಆದರೆ ಅವ್ರು ಹುಸೇನ್ ಸಾಬ್ರಿಗೆ - ವಾಸಂತಿಗೂ ನಮ್ಮೂರಿಗೂ ಮಧ್ಯೆ ಇರುವ ಸೇತುವೆ ಕಟ್ಟುವ ಕಾಂಟ್ರಾಕ್ಟ್ ಕೊಟ್ಟದ್ದಾರಂತೆ. ಅದೆಲ್ಲಾ ಸರಿ ಇವ್ರಾಕೆ ನಮ್ಮವ್ವ ಅಂತ ಹೇಳ್ತಾರೆ? ನಮ್ಮವ್ವ ಸತ್ತು ಹೋಗಿ ಹತ್ತು ವರ್ಷ ಆಗ್ಲಿಲ್ಲೇ? ನಮ್ಮಪ್ಪ ಅವಾಗ ಮಗೀನ ನೋಡ್ಕಾಳಾಕೆ ಯಾರು ಇಲ್ಲ ಅಂತ ಹೇಳಿ ಅಲ್ವೇ ಈವಮ್ಮುನ್ನ ಲಗ್ನ ಆಗಿದ್ದು? ಈವಮ್ಮ ನನ್ನ ಚಿಕ್ಕಮ್ಮ ತಾನೆ? ಇದೆಲ್ಲಾ ಹುಸೇನ್ ಸಾಬ್ಗೆ ಗೊತ್ತಿಲ್ವೇ? ಮತ್ಯಾಕೆ ಚಿಕ್ಕಮ್ಮ ಅನ್ಬಾರ್ದು? ಇಷ್ಟಕ್ಕೂ ಬಟವಾಡೆ ದುಡ್ಡು ನನ್ನ ಕೈಗೆ ಯಾಕೆ ಕೊಡಲ್ಲ? ನನ್ ಮೇಲೆ ನಂಬಿಕೆಯಿಲ್ಲವೇ? ಹೌದು ನಂಬಿಕೆ ಇಲ್ಲ - ಹುಸೇನ್ ಸಾಬ್ರಿಗಲ್ಲ; ನನ್ನ ಚಿಕ್ಕಮ್ಮನಿಗೆ ನನ್ ಮೇಲೆ ನಂಬಿಕೆಯಿಲ್ಲ. ನನ್ ಕೈಗೆ ನಾಲ್ಕು ಕಾಸು ಸಿಕ್ಕು, ನಾನು ಊರು ಬಿಟ್ಟು ಪಟ್ಟಣಕ್ಕೆ ಹೋಗ್ಬಿಟ್ರೆ - ಪಾಪ! ದನ-ಕರುನ ನೋಡ್ಕೋಳೇಕೆ ಯಾರು ಸಿಗ್ತಾರೆ? ಅದ್ಕೇ ನನ್ ಕೈಗೆ ಕವಡೆ ಕಾಸೂ ಕೂಡ ಸಿಗದಂತೆ ಜೋಪಾನ ಮಾಡವ್ಳೆ. ಆದ್ರೂ ಬಿಡಲ್ಲ. ಒಂದಲ್ಲ ಒಂದು ದಿನ ಈ ಊರನ್ನು ಬಿಟ್ಟು ಓಡಿ ಹೋಗ್ತೀನಿ. ಪಟ್ಟಣಕ್ಕೆ ಹೋಗಿ ಸೇರ್ಕೋತೀನೀ. ನಮ್ಮೂರಿನ ಶೆಟ್ರು, ಪಟೇಲರು ಆಗಾಗ ಪಟ್ಟಣಕ್ಕೆ ಹೋಗಿ ಬರ್ತಾ ಇರ್ತಾರೆ. ನಮ್ಮೂರಿಗಿಂತ ತುಂಬಾ ದೊಡ್ಡದಂತೆ. ಎಷ್ಟು ಜನ ಹೋದ್ರೂ ಅಲ್ಲಿ ಕೆಲಸ ಸಿಗುತ್ತಂತೆ. ದೊಡ್ಡ ದೊಡ್ಡ ಐದು-ಆರು ಅಂತಸ್ತಿನ ಮನೆಗಳು; ಮನೆಗೊಂದು ಕಾರು - ಟಿ.ವಿ ಇರುತ್ತಂತೆ. ಹೌದು! ನಾನೂ ಹೋಗ್ತೀನಿ! ಇವತ್ತಲ್ಲಾ ನಾಳೆ ಪಟ್ಣಕ್ಕೆ ಹೋಗ್ತೀನಿ! ಹೆಂಗಿದ್ರೂ ನಂಗೆ ಪೋಲೀಸ್ ಆಗ್ಬೇಕು ಮಿಲಿಟರಿ ಸೇರಬೇಕು ಅಂತಾ ಆಸೆ. ಪಟ್ಟಣಕ್ಕೆ ಹೋದ್ರೆ ಮಿಲಿಟರಿ ಸೇರಬಹುದು. ಇವತ್ತಲ್ಲಾ ನಾಳೆ ಪಟ್ಟಣಕ್ಕೆ ಹೋಗ್ತೀನಿ ಎಂದು ಯೋಚನೆಯಲ್ಲೇ ಸೈಕಲನ್ನು ಜಗಲಿ ಪಕ್ಕದ ಮರದ ಕಂಬಕ್ಕೆ ಒರಗಿಸಿದೆ,ರಾತ್ರಿದೋ, ನಿನ್ನೆ ಬೆಳಿಗ್ಗೇದೋ ಗೊತ್ತಿಲ್ಲ; ನನಗಾಗಿ ಕಾದಿದ್ದ ಒಂದು ಮುದ್ದೆ ಜಡಿದು, ಹಸುಗಳನ್ನು ಹೊಡೆದುಕೊಡು ಮೇಯಿಸಲು ಹೊರಟೆ.

*****

ಬರುವ ಶ್ರೀರಾಮನವಮಿ ಹಬ್ಬದ ದಿನಕ್ಕೆ ನಾನು ಹುಟ್ಟಿ ಇಪ್ಪತ್ತುವರ್ಷ. ಇದೇ ಚಂದಾಪರದ ಮನೆಯಲ್ಲೇ ಅಲ್ಲವೇ ನಾನು ಹುಟ್ಟಿದ್ದು? ನನ್ನ ತಂದೆ ಬಂಗಾರಯ್ಯನವರು ಆ ಕಾಲಕ್ಕೇ ಊರಿನ ಸಂಗೀತ ಸಾಮ್ರಾಟ್. ಸುತ್ತ ಮೂವತ್ತನಾಲ್ಕು ಊರಲ್ಲಿ ಎಲ್ಲೇ ಯಾವುದೇ ನಾಟಕವಾಗಲಿ, ನನ್ನ ತಂದೆಯೇ ಅವರ ಮೇಷ್ಟ್ರು. ಹಾಗಂತ ನನ್ನ ತಂದೆಯವರೇನೂ ದೊಡ್ಡ ಪದವಿ ಪಡೆದವರಲ್ಲ. ಅವರ ವಿದ್ಯಾಭ್ಯಾಸವೆಲ್ಲ ನಮ್ಮೂರ ಪ್ರೈಮರಿ ಸ್ಕೂಲಲ್ಲೇ. ಓದಿದ್ದು ನಾಲ್ಕನೇ ತರಗತಿಯಾದರೂ ಸಹ ಅವರದು ಅಸಾಮಾನ್ಯ ಪ್ರತಿಭೆ - ನನ್ನ ತಾತ ಭುಜಂಗಯ್ಯನವರ ಬಳುವಳಿ. ತಾತ ಭುಜಂಗಯ್ಯನವರ0ತೂ ಯಾರೂ ಏರಲಾರದಷ್ಟು ಎತ್ತರ. ಅವರ ಸಂಗೀತ ಸಾಧನೆಯು ಗೌರಿ ಶಂಕರ ಶಿಖರಕ್ಕಿಂತ ಮಿಗಿಲು. ಬಹುಶ ಅವರ ರಕ್ತದಿಂದಲೇ ಬಂದಿದ್ದಿರಬಹುದು ನಮ್ಮ ತಂದೆಗೂ ಸಹ ಸಂಗೀತ ನಾಟಕ ಕಲೆಗಳ ಮೇಲಿನ ಅಪರಿಮಿತ ಒಲವು. ಕೇವಲ ಸಣ್ಣ ಸಣ್ಣ ಸಂಗೀತ ಕಚೇರಿಗಳಿಂದ ಪ್ರಾರಂಭಿಸಿದ ನಾಟಕ ಗಾಯನಗಳ ಸ್ವರ ಅವರನ್ನು ಯಾರೂ ಊಹಿಸದಷ್ಟು ಎತ್ತರಕ್ಕೆ ಕರೆದೊಯ್ದಿತ್ತು. ಸ-ರಿ-ಗ-ಮ-ಪ-ದ-ನಿ-ಗಳ ಸಪ್ತ ಸ್ವರಗಳ ಮಂತ್ರ ಎಂತಹವರನ್ನೂ ಮಂತ್ರ ಮುಗ್ಧಗೋಳಿಸುತ್ತಿತ್ತು. ಸಂಗೀತದ ಏರಿಳಿತಗಳು. ಮಂದ್ರ ರಾಗ-ಗಳ ಜೊತೆಗೆ ಅವರಿಗಿದ್ದ ಅಪರಿಮಿತ ದೈವಭಕ್ತಿ. ನಮ್ಮೂರಿನ ಶಿವರಾತ್ರಿಯ ಭೈರವ ಜಾತ್ರೆಗೆ ನನ್ನ ತಂದೆಯವರೇ ಅಲ್ಲವೇ ಗಾನ ಕೋಗಿಲೆ? ನನ್ನ ತಂದೆಯವರ ದನಿ ಕೇಳಿದರೇನೇ ಆ ಭೈರವನು ರಥದ ಮೇಲೆ ಕುಳಿತುಕೊಳ್ಳುತ್ತಿದ್ದುದ್ದು ಎಂಬ ಕಥೆಯನ್ನು ಸಹ ನಾನು ಕೇಳಿದ್ದುಂಟು.

ತ0ದೆಯವರ0ತೆಯೇ ನನ್ನ ತಾಯಿ ಕೂಡ ಅಪರಿಮಿತ ದೈವ ಭಕ್ತೆ. ಸರಸ್ವತಿ - ಹೆಸರಿಗೆ ತಕ್ಕ ಹಾಗೆ ಸರಸ್ವತಿಯೇ. ತಾಳ್ಮೆಯ ವಿಷಯ ಬಂದಾಗ ಆ ಸರಸ್ವತಿಗಿಂತ ನನ್ನ ತಾಯಿಯೇ ಒಂದು ಕೈ ಹೆಚ್ಚು. ಬೆಳಿಗ್ಗೆ ಎದ್ದು ಮನೆಗುಡಿಸಿ ಸಾರಿಸುವುದರಿಂದ ಹಿಡಿದು, ಅಡಿಗೆ ಮಾಡಿ, ಊಟ ಬಡಿಸಿ, ಪಾತ್ರೆತೊಳೆದು, ಬಟ್ಟೆ-ಬರೆ ಒಗೆದು ಇನ್ನೂ ಅದೆಷ್ಟೋ ಕೆಲಸಗಳು - ಪಾದರಸದಂತೆ ಮಾಡುತ್ತಿದ್ದಳು; ಆದರೂ ಅವಳ ಮುಖದ ಮೇಲೆ ಆಯಾಸ - ಬೇಸರವೆಂಬ ಪದಗಳನ್ನೇ ನಾನೆಂದೂ ಕಂಡಿಲ್ಲ. ನನ್ನ ತಂದೆ-ತಾಯಿಯವರ ಮದುವೆಯಾದ ಆರುವರೆ ವರ್ಷಕ್ಕಂತೆ ನಾನು ಹುಟ್ಟಿದ್ದು. ಅಮ್ಮನೇ ನನಗೊಮ್ಮೆ ಹೇಳಿದ್ದಳು. ನಾನು ಹುಟ್ಟಿದ ದಿನವಂತೂ ಮನೆ ತುಂಬಾ ಸಡಗರ. ನಮಗೆ ಇಲ್ಲವೇನೋ, ನಮ್ಮ ವಂಶದ ಕಥೆಯಿಷ್ಟೇ ಎಂದು ಬೇಜಾರಾಗಿದ್ದ ನನ್ನ ತಂದೆಯವರಿಗ0ತೂ ಇನ್ನೂ ಸಂತಸ. ನಾಳೆ ನಾನು ಸತ್ತಾಗ ನನ್ನ ಕಾರ್ಯ ಮಾಡಲು, ನಮ್ಮ ವಂಶ

ಬೆಳಗಲು ಮಗ ಹುಟ್ಟಿದ - ಎಂಬ ಕಾರಣವೊಂದೇ ಸಾಕಾಗಿತ್ತು. ಊರಿನ ಮಾರಮ್ಮ ದೇವಸ್ಥಾನದ ಹಿಂದಿನ ಬಯಲಲ್ಲಿ ಊರಿನವರೆಲ್ಲಾ ತಿಂದು0ಡು ಹೋಗುವಷ್ಟು ಅಡಿಗೆ ಅಂತೆ. ಅಂತಹ ಶ್ರೀಮಂತರಲ್ಲದಿದ್ದರೂ ಬಡವರಂತೂ ಅಲ್ಲ. ಸುಮಾರು ನಾಲ್ಕೆಕರೆ ಜಮೀನು - ನಮ್ಮ ಮನೆಗಾಗುವಷ್ಟು ಭತ್ತ - ರಾಗಿ ಬೆಳೆಯುತ್ತಿತ್ತು. ಮನೆಯಲ್ಲಿದ್ದ ಹಸುವಿನ ಹಾಲು ಮನೆಮಂದಿಗೆ ಸಾಕಾಗಿ ಒಮ್ಮೊಮ್ಮೆ ಪಕ್ಕದ ಮನೆಯವರಿಗೂ ಕೊಡುತ್ತಿದ್ದುಂಟು. ಹಸುವಿನ ಹಾಲು ಪರಮಾತ್ಮನ ಅಮೃತಕ್ಕೆ ಸಮ. ಕಾಮಧೇನು ಭಗವಂತನ ಕೃಪೆಯಿಂದ ಹುಟ್ಟಿದ ಪ್ರಾಣಿ. ನಮ್ಮನ್ನು ಕಾಪಾಡಲೆಂದೇ ಬಂದ ದೇವತೆ. ಹಾಲು ತುಪ್ಪ, ಮೊಸರು ಕೊಟ್ಟದಲ್ಲದೇ ಹೊಲದಲ್ಲೂ ದುಡಿದು ನಮ್ಮ ಪೊರೆವ ತಾಯಿ. ಹಾಗಾಗಿ ಹಾಲನ್ನು ಕೊಳ್ಳುವ-ಮಾರುವ ಸಂಪ್ರದಾಯ ನನ್ನ ತಂದೆಗೆ ಆಗದು. ಗೋಮಾತೆಯ ಹಾಲು ದೈವ ಪ್ರಸಾದ; ಕಾಮಧೇನು ನಮಗೆ ನೀಡುವ ಭಿಕ್ಷೆ. ನಾವೇ ಭಿಕ್ಷೆ ಬೇಡಿ ಪಡೆದಿರುವಾಗ ಅದನ್ನು ಹಣಕ್ಕೆ ಮಾರುವುದೆಂದರೆ ದೈವದ್ರೋಹ. ಹಾಗಾಗಿ ಹಾಲು - ಮೊಸರು -ತುಪ್ಪಕ್ಕೇನೂ ನಮ್ಮ ಮನೆಯಲ್ಲಿ ಕೊರತೆ ಇರಲಿಲ್ಲ. ಇನ್ನು ನಮ್ಮ ತಂದೆ -ಸುತ್ತ ಮೂವತ್ತುನಾಲ್ಕು ಊರಿನ ನಾಟಕದ ಮೇಷ್ಟ್ರು. ಅಷ್ಟೋ-ಇಷ್ಟೋ ಪುಡಿಗಾಸನ್ನು ಸಹ ನಾಟಕ ಹೇಳಿ ಸಂಪಾದಿಸುತ್ತಿದ್ದುದು0ಟು. ಹಾಗಾಗಿ ಇದ್ದುದರಲ್ಲೇ ಸ್ವಲ್ಪ ಹೆಚ್ಚಾಗೇ ಅಡಿಗೆ ಮಾಡಿಸಿದ್ದರು. ನಾನು ಹುಟ್ಟಿದ್ದರಿಂದ ನಮ್ಮ ತಂದೆ ಮೈಲಿಗೆಯಲ್ಲಿದ್ದ ಕಾರಣ ಊರಿನ ಪಟೇಲರಿಗೇ ಅಡಿಗೆಯ ಉಸ್ತುವಾರಿಯನ್ನು ವಹಿಸಿದರಂತೆ. ಪಟೇಲರು ಸಹ ದುಂದುವೆಚ್ಚ ಮಾಡದೇ, ಇದ್ದುರಲ್ಲೇ ರುಚಿ-ಶುಚಿಯಾದ ಅಡಿಗೆ ತಯಾರಿಸಿ, ಊರೆಲ್ಲ ಮುಂದಿನ ಮೂರು ದಿನ ಒಲೆ ಹಚ್ಚದಂತೆ ಮಾರಮ್ಮನ ಗುಡಿಯ ಬಯಲಿಗೆ ಬಂದು ಊಟ ಮಾಡುವಂತೆ ಡಂಗುರ ಹೊಡೆಸಿದ್ದರಂತೆ. ನನ್ನ ವಿದ್ಯಾಭ್ಯಾಸ ಮುಗಿದಿದೆಲ್ಲಾ ನಮ್ಮ ಮನೆಯಲ್ಲಿಯೇ. ಆ ತಾಯಿ ಸರಸ್ವತಿಯೇ ಮನೆಯಲ್ಲಿರುವಾಗ ಶಾಲೆಗೆ ಹೋಗುವುದಾದರು ಏಕೆ? ಸಂಗೀತ-ಸಾಹಿತ್ಯದ ಕಣಜವೇ ಮನೆಯ ಯಜಮಾನನಾಗಿರುವಾಗ ಅದಕ್ಕೂ ಮಿಗಿಲಾದ ಮೇಷ್ಟ್ರು ಇನ್ನಾವ ಶಾಲೆಯಲ್ಲಿ ತಾನೇ ಸಿಕ್ಕಾರು? ಚಿಕ್ಕಂದಿನಿದಲೂ ನನ್ನ ತಾಯಿ ನನಗೆ ವಿದ್ಯೆಯ ಮಹತ್ವವನ್ನು ತಿಳಿಯಗೊಳಿಸಿದಳು. ವಾರ -ತಿಥಿ-ನಕ್ಷತ್ರಗಳು, ಪಂಚತ0ತ್ರ, ರಾಮಯಣ ಕಥೆಗಳು, ಚಾಂಮುಡೇಶ್ವರಿ, ಪಾರ್ವತಿ ಮೊದಲಾದ ಹಾಡುಗಳು.... ನಾನು ಹುಡುಗನಾಗಿದ್ದರೂ ಸಹ ನನಗೆ ಹೂ ಕಟ್ಟುವುದು, ಅಡಿಗೆ ಮಾಡುವುದು, ರಂಗೋಲಿ ಹಾಕುವುದನ್ನು ಹೇಳಿಕೂಡುವುದನ್ನು ಮರೆಯಲಿಲ್ಲ. ಇನ್ನು ಆಗಾಗ್ಗೆ ಸುತ್ತ ಮುವತ್ತನಾಲ್ಕು ಹಳ್ಳಿಗಳ ನಾಟಕದ ಮೇಷ್ಟ್ರರಿಂದ ನನಗೆ ಸಂಗೀತದ

ಅಭ್ಯಾಸವೂ ಆಗುತ್ತಿತ್ತು. ಅವರು ಹೇಳುತ್ತಿದ್ದ ಸ-ರಿ-ಗ-ಮ-ಗಳು, ಉಚ್ಚ-ಮಧ್ಯಮ ರಾಗಗಳು, ಶಂಕರಾಭರಣ0ನಿ0ದ ರಿಷಭವಿಲಾಸವರೆಗಿನ ರಾಗಗಳು, ತಾಳದ ಭಾವಗಳು... ಅಮ್ಮ ಹೇಳಿ ಕೊಡುತಿದ್ದ ಕಥೆಗಳು - ಹಾಡುಗಳಷ್ಟು ನನಗೆ ತಂದೆಯ ಸಂಗೀತ ರಚಿಸುತ್ತಿದ್ದಿಲ್ಲವಾದರೂ ಸಹ ಏನೋ ಒಂದು ರೀತಿಯ ಅನುಭೂತಿ ದೊರೆಯುತ್ತಿತ್ತು. ನನಗೆ ಗೊತ್ತಿಲ್ಲದಂತೆಯೇ ಯಾವುದೋ ಸಂಗೀತದ ಒಂದ0ಶ ನನ್ನಲ್ಲಿ ಪರಕಾಯ ಪ್ರವೇಶ ಮಾಡಿದ್ದಿತು. ನಮ್ಮೂರಿನ ಪ್ರೈಮರಿ ಶಾಲೆಯ ಒಂದನೇ ತರಗತಿಗೆ ನಾನು ಸೇರಿದಾಗ ನನಗೆ ಐದುವರೆ ವರ್ಷವಾಗಿತ್ತು.

ಅದಾದ ಒಂದೂವರೆ ವರ್ಷಕ್ಕೇ, ನನ್ನ ಗುರು-ಸ್ಫೂರ್ತಿ-ಜೀವ ಎಲ್ಲವೂ ಆಗಿದ್ದ ನನ್ನ ತಾಯಿಯ ಸಾವಿನ ಸುದ್ದಿ ಎರಡನೇ ತರಗತಿಯಲ್ಲಿ ಓದುತ್ತಿದ್ದ ನನಗೆ ಬರಸಿಡಿಲಿನಂತೆರಗಿತ್ತು.

* * * * *

ಗಡದ್ದಾಗಿ ಒಂದು ರಾಗಿ ಮುದ್ದೆ ನುಂಗಿ, ಹಸುಗಳನ್ನು ಮೇಯಿಸಿ, ಭೈರವನ ಬೆಟ್ಟದ ಕಡೆ ನಡೆದೆ. ನಮ್ಮೂರಿನ ಪ್ರೈಮರಿ ಸ್ಕೂಲಿನ ಗೇಟಿನ ಓಳಹೊಕ್ಕು, ಕಾಂಪೌ0ಡೇ ಅಲ್ಲದ ಆದರೂ ಕಾಂಪೋ೦ಡ್ ಎಂದು ಕರೆಯಲ್ಪಡುವ ಅರ್ಧಂಬ0ರ್ಧ ಕಟ್ಟಿದ ಗೋಡೆಯಿಂದ ಆಚೆ ಬಂದರೆ ಅನತಿ ದೂರದಲ್ಲೇ ಭೀಮನಬೆಟ್ಟ. ಅದಕ್ಕೆ ವಿರುದ್ಧ ದಿಕ್ಕಿನಲ್ಲಿ ಕಾಣವ ಕಪ್ಪು ಬಂಡೆಯೇ ಹನುಮಗುಡ್ಡ. ಪಕ್ಕದ ರಾಮ-ಲಕ್ಷ್ಮಣ ಗುಡ್ಡ, ಸೀತಾ ಬೆಟ್ಟವನ್ನು ದಾಟಿ, ಮುಂದೆ ಹೋದರೆ ಭೈರವ ಬೆಟ್ಟ. ಒಮ್ಮೆ ರಾಮ-ಸೀತೆ- ಲಕ್ಷ್ಮಣರು ವನವಾಸ ಮಾಡುತ್ತಿದ್ದಾಗ, ಆಯಾಸ ಪರಿಹಾರಕ್ಕಾಗಿ ಈ ಗುಡ್ಡದ ಮೇಲೆ ಕುಳಿತಿದ್ದರಿಂದ ಆ ಗುಡ್ಡಕ್ಕೆ ರಾಮ-ಲಕ್ಷ್ಮಣ-ಸೀತಾ ಬೆಟ್ಟಗಳೆಂದು ಕರೆಯುವುದಾಗಿ ಅಮ್ಮ ಹೇಳಿದ ನೆನಪು. ಒಮ್ಮೆ ಭೀಮನಿಗೂ ವಾನರದೂತ ಹನುಮನಿಗೂ ಭಯಾನಕ ಯುದ್ಧವಾಗಲು - ಆಕಡೆ ಭೀಮ, ಈಕಡೆ ಹನುಮ ಇಬ್ಬರೂ ಬೆಟ್ಟ-ಬಂಡೆ-ಗುಡ್ಡಗಳಿ0ದ ಕಾಳಗ ಮಾಡುತ್ತಿದ್ದಾಗ, ಭೀಮ ಎಸೆದ ಬಂಡೆಗಳೆಲ್ಲ ಸೇರಿ ಭೀಮನ ಬೆಟ್ಟವಾಯಿತೆಂದೂ, ಹನುಮ ಎಸೆದ ಬಂಡೆಗಳೆಲ್ಲ ಸೇರಿ ಹನುಮಗುಡ್ಡವಾಯ್ತೆಂದೂ ಪ್ರತೀತಿ. ಲಕ್ಷ್ಮಣ ಗುಡ್ಡದ ಪಕ್ಕ ಇರುವ ಕಾಡಿನ ಕಾಲ್ದಾರಿಯಿಂದ ಮುಂದೆ ಬಂದು ಎಡಗಡೆ ತಿರುಗಿ ಮುನ್ನಡೆದರೆ ಅನತಿ ದೂರದಲ್ಲಿ ಕಾಣುವುದೇ ಭೈರವಬೆಟ್ಟ. ಭೈರವಬೆಟ್ಟಕ್ಕೆ ಬಂದೊಡನೇ ಹಸುಗಳನ್ನು ಮೇಯಲು ಬಿಟ್ಟು, ಸತ್ತಲೂ ಒಮ್ಮೆ ನೋಡಿದೆ. ನನ್ನ ಆಸ್ಥಾನದ ವಂಧಿ -ಮಾಗಧರಾದ ತಿಮ್ಮ ಮತ್ತು ಸಾಣ್ಯ ಇನ್ನೂ ಬಂದಿರಲಿಲ್ಲ. ಸರಿ. ಹತ್ತಿರ ಇದ್ದ ಹೊಂಡದಲ್ಲಿ ಕೈಕಾಲು ತೊಳೆದುಕೊಂಡು, ಅಲ್ಲೇ ಪಕ್ಕದಲ್ಲಿದ್ದ ಯಾವುದೋ ಹಸಿರು-ಹಳದಿ ಮಿಶ್ರಿತ ಕಾಡು ಹೂ ಒಂದನ್ನು ತೆಗೆದುಕೊಂಡು

ಹೋಗಿ, ಭೈರವನ ಗುಡಿ ಒಳಹೊಕ್ಕೆ. ತಂದಿದ್ದ ಹೂವನ್ನು ಭೈರವನ ಬಾಗಿಲಿನ ಹೊಸ್ತಿಲ ಮೇಲಿಟ್ಟು, ಒಂದು ಸಾಷ್ಟಾಂಗ ಬಿದ್ದೆ. ನನಗೆ ಗೊತ್ತಿಲ್ಲದೆ ಅಮ್ಮ ಹೇಳಿದ್ದ ಹಾಡು -ಹಾಡುತ್ತಾ ಕುಳಿತೆ.

ಶಿವ ಶಿವ ಸಾಂಬಸದಾಶಿವ
ಊರನು ಕಾಯುವ ಭೈರವನೇ
ನಮ್ಮಯ ಪಾಪವ ಮನ್ನಿಸಲೆಂದು
ಕೈಯನು ಮುಗಿದು ಬೇಡುತಿಹೆ..
ಆ.................ಆ.................

ಅಷ್ಟೊತ್ತಿಗಾಗಲೇ ಸಾಣ್ಯ ತನ್ನ ಹಸುಗಳೂಡನೆ ಬಂದಿದ್ದ.

"ಲೇ ಬಸ್ಯಾ, ಏನ್ಲಾ ಮಾಡ್ತಿದ್ದೀ?"

“ಏನೂ ಇಲ್ಲ ಕಣ್ಲಾ ಇಗೋ ಬತ್ತಾ ಇವ್ನಿ” ಎಂದು ಹೂರ ಬಂದೆ.

"ತಿಮ್ಮ ಬಂದಿಲ್ವೇನ್ಲಾ?" ಎಂದೆ. ಇಲ್ಲಾ ಕಣ್ಲಾ. ತಿಮ್ಮನ ಮಗೀಗೆ ಮೈಯಾಗಿ ಉಸಾರಿಲ್ವಂತೆ. ಮೊನ್ನೆ ಔಷದಿ ಮಾಡ್ಯಾಕೆ ನಮ್ಮನೆಗೆ ಬಂದಿದ್ರು. ನಮ್ಮಪ್ಪನೇ ಮೂರು ದಿನಕ್ಕೇ ಆಗೋ ಅಷ್ಟು ಔಷದಿ ಕೊಟ್ಟವ್ರೇ. ಅವ್ನು ಮಗೀನ ನೋಡ್ಕಂಡು ಮನೇಲೇ ಂವ್ನೆ ಅಂದ. "ಸರಿ ಆಯ್ತು ಬುಡು..ನಡಿ ಓಗಾಣ" ಎಂದು ದೊಡ್ಡಗುಂಡಿ ಕಡೆ ಈಜಾಡಲು ಹೊರಟೆವು.

ನಾನು, ತಿಮ್ಮ, ಸಾಣ್ಯ - ಮೂವರೂ ಒಳ್ಳೆ ಸ್ನೇಹಿತರು. ಹತ್ತು ವರ್ಷಕ್ಕಿಂತ ಮಿಗಿಲಾದ ಸ್ನೇಹ. ಪ್ರತಿದಿನ ನಾವು ಮೂವರೂ ಭೈರವನ ಬೆಟ್ಟಕ್ಕೆ ದನ ಮೇಯಿಸಲಲೆಂದು ಬೆಳಗ್ಗೆ ಬಂದರೆ ಸಂಜೆ ಮನೆ ಸೇರುವ ತನಕ ಬಿಟ್ಟಿರಲಾರೆವು. ದನಗಳನ್ನು ಮೇಯಲುಬಿಟ್ಟು ನಾವು ಸುತ್ತಾಡುತ್ತಿದ್ದ ಜಾಗ ಒಂದೆರಡಲ್ಲ - ಸುತ್ತಮುತ್ತ ಇದ್ದ ಬೆಟ್ಟಗುಡ್ಡಗಳು, ಮಾವಿನತೋಪುಗಳನ್ನೆಲ್ಲಾ ಸುತ್ತಾಡಿ, ದೊಡ್ಡಗುಂಡಿಯಲ್ಲಿ ಈಜಾಡಿ, ಭೈರವನ ಗುಡಿಯಲ್ಲಿ ಸ್ವಲ್ಪ ಹೊತ್ತು ಮಲಗಿ ಸಂಜೆಗೇ ಮನೆಗೆ ಹಿಂದಿರುಗುತ್ತಿದ್ದುದ್ದು. ಚೌಕಾಬಾರ, ಮರಕೋತಿ, ಕಬ್ಬಡ್ಡಿ, ಚಿಣ್ಣಿದಾಂಡು..ಹೀಗೆ ನಾವು ಆಡುತ್ತಿದ್ದ ಆಟಗಳು ಹಲವಾರು. ಸಾಣ್ಯನ ಜೊತೆ ಸೇರ್ಬೇಡ್ವೋ! ಅವ್ನು ಕೀಳುಜಾತಿಯವ್ನು ಅಂತ ಚಿಕ್ಕಮ್ಮ ಆಗಾಗ ಬೈಯುತ್ತಿದ್ದುದು ಕೂಡ ಉಂಟು.ಆದರೆ ಸ್ನೇಹಕ್ಕೂ ಜಾತಿಯೇ? ಇಲ್ಲ. ಸಾಣ್ಯನನ್ನು ಯಾವುದೇ ಜಾತಿಯ ನೆಪವೊಡ್ಡಿ ದೂರ ಇಡಲು ನನ್ನ ಸಂಸ್ಕಾರ ಒಪ್ಪಲಿಲ್ಲ. ಸಾಣ್ಯ ನನಗಿಂತ ವಯಸ್ಸಿನಲ್ಲಿ ನಾಲ್ಕೈದು ವರ್ಷ ಚಿಕ್ಕವನು. ಆಗ ತಾನೇ ಮೀಸೆ ಮೂಡುತ್ತಿತ್ತು. ಆಗಾಗ ನಾನು ತಿಮ್ಮ ಸೇರಿ ಅವನನ್ನು ರೇಗಿಸುತ್ತಿದ್ದದ್ದೂ ಉಂಟು. ವಯಸ್ಸಿನಲ್ಲಿ ನಾಲ್ಕೈದು ವರ್ಷ ಚಿಕ್ಕವನಾದರೂ ಒಳ್ಳೆ ಧಡೂತಿ ದೇಹದಿಂದಾಗಿ

ನಮ್ಮಿಬ್ಬರಿಗಿಂತ ಸಾಣ್ಯನೇ ವಯಸ್ಸಿನಲ್ಲಿ ದೊಡ್ಡವನಾಗಿ ಕಾಣುತ್ತಿದ್ದ. ಮರಕೋತಿಯಲ್ಲಂತೂ ಸಾಣ್ಯನನ್ನು ಸೋಲಿಸಲು ಸಾಧ್ಯವೇ ಇಲ್ಲದಾಗಿತ್ತು. ಅವನ ಧಡೂತಿ ದೇಹವನ್ನು ನೋಡಿದವರಾರೂ ಅವನು ಮರವನ್ನು ಹತ್ತಬಹುದೆಂದು ಊಹಿಸಲಾರರು. ಆದರೂ ಮರ ಏರುವುದರಲ್ಲಿ ಅವನದು ಮಿಂಚಿನವೇಗ. ಅಷ್ಟೇ ಅಲ್ಲ, ಕಾಡಿನ ಎಲ್ಲಾ ಮರಗಳ ಬಗ್ಗೆ ಅವನಿಗೆ ಚೆನ್ನಾಗಿ ಗೊತ್ತು. ಅವರ ಅಪ್ಪ ಹಾವಿನ ಕಡಿತಕ್ಕೆ ಔಷಧಿ ಮಾಡಿಸುವ ವಿಷಯ ಸುತ್ತ ಹತ್ತೂರಲ್ಲಿ ಎಲ್ಲರಿಗೂ ಗೊತ್ತು. ಯಾವುದೇ ಊರಲ್ಲಿ ಯಾರೇ ಹಾವಿನ ಕಡಿತಕ್ಕೊಳಗಾಗಲಿ, ಹಗಲು- ರಾತ್ರಿ, ಬಿಸಿಲು- ಮಳೆಯನ್ನದೆ ಹೊರಟು ನಿಲ್ಲುತ್ತಿದ್ದರು. ಆಗಾಗ್ಗೆ ಸಾಣ್ಯನೂ ಅವರ ತಂದೆ ಜೊತೆ ಹೋಗುತ್ತಿದ್ದುದುಂಟು. ದಾರಿಯಲ್ಲಿ ಹೋಗುವಾಗ ಅವರ ತಂದೆ ಸಾಣ್ಯನಿಗೆ ಗಿಡ-ಮರಗಳ ಬಗ್ಗೆ ಹೇಳುತ್ತಿದ್ದರಂತೆ. ಯಾವ ಮರದ ಔಷದಿ ಯಾವ ಕಾಯಿಲೆಗೆ? ಯಾವ ಜಾತಿಯ ಮರದಲ್ಲಿ ಯಾವ ಗುಣವಿದೆ? ಅಂತ ಹೇಳುತ್ತಿದ್ದರಂತೆ. ಒಮ್ಮೊಮ್ಮೆ ಸಾಣ್ಯನೇ ಹೋಗಿ, ಯಾವುದೋ ಮರ ಹತ್ತಿ ಔಷಧಿ ತಯಾರಿಸುತ್ತಿದ್ದುದೂ ಉಂಟು. ತಂದೆಯ ಕೈಗುಣ ಮಗನಿಗೆ ಇನ್ನೂ ಬಂದಿಲ್ಲವಾದರೂ, ತಕ್ಕ ಮಟ್ಟಿಗೆ ಔಷದಿ ಮಾಡುತ್ತಿದ್ದ. ಆದರೆ ಸಾಣ್ಯ ನಮಗೆ ಆ ಔಷಧಿ ಗಿಡ- ಮರಗಳನ್ನು ತೋರಿಸುತ್ತಿರಲಿಲ್ಲ. ನಮ್ಮನ್ನು ದೂರದಲ್ಲೆಲ್ಲೋ ನಿಲ್ಲಿಸಿ, ತಾನೊಬ್ಬನೇ ಹೋಗಿ ಸೊಪ್ಪನ್ನು ಹೊತ್ತು ಬರುತ್ತಿದ್ದ. ಬೇರೆಯವರಿಗೆ ನೋಡಿಸಿದರೆ ಔಷಧಿ ಕೆಲಸ ಮಾಡದೆಂದು ಊರೆಲ್ಲಾ ಮಾತಾಡುತ್ತಿದ್ದರಿಂದ ನಾವೂ ಕದ್ದು ಮುಚ್ಚಿ ನೋಡುವ ಸಾಹಸ ಮಾಡುತ್ತಿರಲಿಲ್ಲ.

ತಿಮ್ಮ ವಯಸ್ಸಿನಲ್ಲಿ ನನಗಿಂತ ಒಂದೆರೆಡು ವರ್ಷ ದೊಡ್ಡವನಿರಬಹುದು. ಚರ್ಮದ ಬಣ್ಣ ನೋಡಲು ಬಿಳಿಯಲ್ಲವಾದರೂ ನನ್ನಷ್ಟು ಕಪ್ಪಿಲ್ಲ. ಆಕರ್ಷಕ ಮೈಕಟ್ಟು. ತಿಮ್ಮನಿಗೆ ಮದುವೆ ಆಗಿ ಈಗಾಗಲೇ ಐದಾರು ವರ್ಷ ಆಗಿರಬಹುದು. ಸುಂದರ ಸಂಸಾರ - ಮುದ್ದಾದ ಮಗು. ನಾನೂ ಆಗಾಗ ತಿಮ್ಮನ ಮನೆಗೆ ಹೋಗುತ್ತಿದ್ದುದುಂಟು. ಪುಟ್ಟ ಮಗು ಜೊತೆ ಆಡವಾಡುತ್ತಾ ಸಮಯ ಕಳೆಯುತ್ತಿದ್ದೆ. ಆದರೆ ಜಾತಿ ವಿಚಾರವಾಗಿ ಸಾಣ್ಯನನ್ನು ಅವರ ಮನೆ ಒಳಗೆ ಬಿಟ್ಟು ಕೊಳ್ಳದೆ ಇರುತ್ತಿದ್ದರಿಂದ ಸಾಣ್ಯನನ್ನು ಬಿಟ್ಟು ಅವರ ಮನೆಗೆ ಹೋಗಲು ನನಗೂ ಮನಸ್ಸಾಗುತ್ತಿರಲ್ಲಿಲ್ಲ. ಸಾಣ್ಯ ಮರಕೋತಿಯಲ್ಲಿ ರಾಜನಾದರೆ, ತಿಮ್ಮ ಈಜಾಡುವುದರಲ್ಲಿ ಮಹರಾಜ. ನಿಜ ಹೇಳಬೇಕಂದರೆ ಒಂದರ್ಥದಲ್ಲಿ ನನಗೆ ಮತ್ತು ಸಾಣ್ಯನಿಗೆ ಈಜಾಡಲು ಹೇಳಿಕೊಟ್ಟಿದ್ದೇ ತಿಮ್ಮ. ಈಜು ಬಾರದ ನಮ್ಮನ್ನು ದೊಡ್ಡಗುಂಡಿಗೆ ತಳ್ಳಿಬಿಡುತ್ತಿದ್ದ. ನೀರಲ್ಲಿ ಒದ್ದಾಡುತ್ತಿದ್ದ ನಮ್ಮನ್ನು ಮುಳುಗಿಸುತ್ತಿದ್ದ.

ಈ ತಿಮ್ಮನ ಉಪಟಳ ತಾಳಲಾರದೇ ಕೈ ಕಾಲುಗಳು ತನ್ನಿಂತಾನೇ ಈಜಾಡುವುದನ್ನು ಅಭ್ಯಾಸ ಮಾಡಿದ್ದವು. ಇತ್ತೀಚೆಗೆ ಈಜಾಡುವುದರಲ್ಲಿ ನಾನು ತಿಮ್ಮನನ್ನೇ ಮೀರಿಸುವಷ್ಟು ಪರಿಣಿತನಾಗಿದ್ದೆ. ಅಷ್ಟೇ ಏಕೆ? ನಾವು ಈಜಾಡುತ್ತಿದಾಗ ಆಗಾಗ ತಿಮ್ಮನನ್ನು ನಾನು ಸೋಲಿಸುತ್ತಿದ್ದುದೂ ಉಂಟು. ತಿಮ್ಮ ಕೇವಲ ವಯಸ್ಸಿನಲ್ಲಿ ಹಿರಿಯನಷ್ಟೇ ಅಲ್ಲ - ನಮಗಿಂತ ಹತ್ತು ಪಟ್ಟು ಹೆಚ್ಚು ವ್ಯವಹಾರಸ್ಥ - ಅನುಭವಸ್ಥ ಕೂಡ. ಅವರಪ್ಪನ ಅಂಗಡಿಯಲ್ಲಿ ಕೆಲಸ ಮಾಡುತ್ತಿದ್ದುದ್ದಕ್ಕೋ ಅಥವಾ ಮದುವೆ - ಸಂಸಾರದಿ0ದ ಉಂಟಾದ ಅನುಭವವೋ ಕಾಣೆ. ಆದರೆ ನಾ ತಿಳಿದ ಮಟ್ಟಿಗೆ ಇದು ಸಂಸಾರದಿ0ದ ಬಂದ ಅನುಭವವಂತೂ ಅಲ್ಲ. ಏಕೆಂದರೆ ಮೊನ್ನೆ ಮೊನ್ನೆ ತಾನೇ ಅವನ ಮದುವೇ ಆಗಿದ್ದು - ಕೇವಲ ನಾಲ್ಕೈದು ವರ್ಷದ ಹಿಂದೆ. ಆದರೆ ತಿಮ್ಮನನ್ನು ನಾನು ಚಿಕ್ಕಂದಿನಿ0ದಲೂ ಬಲ್ಲೆ. ಪ್ರಂಚ0ಡ ಬುದ್ಧಿವಂತ; ಕರಾರುವಕ್ ಲೆಕ್ಕ; ಸರಿ -ತಪ್ಪು ಹೆಚ್ಚು-ಕಡಿಮೆ ತೂಗಿ ನೋಡುವ ಕಡಕ್ ಅಳತೆ. ಬೇಕಾದಾಗ ಮಾತ್ರ ಮಾತು - ಅದೂ ಅಗತ್ಯಕ್ಕಿಂತ ತುಸು ಕಡಿಮೆಯೇ. ಆದರೂ ತನ್ನ ನಿರ್ಧಾರವೇ ಸರಿ ಎಂದು ಸಮರ್ಥಿಸಿಕೊಳ್ಳವಂತಹ ವ್ಯವಹಾರಗುಣ. ಅಷ್ಟೇಕೆ? ಎಷ್ಟೋ ಸಾರಿ ಮಾವಿನ ತೋಪಿನಿಂದ ಹಣ್ಣನ್ನು ಕದ್ದಾಗಲೋ, ತೆಂಗಿನ ಮರದಿಂದ ಎಳನೀರು ಕದ್ದು ಕುಡಿದಾಗಲೋ ಕ್ಷಣಾರ್ಧದಲ್ಲೇ ನಮ್ಮನ್ನು ಪಾರಾಗುವಂತೆ ಮಾಡುತ್ತಿದ್ದನಲ್ಲವೇ? ಸರಿ - ತಿಮ್ಮ ಇರದಿದ್ದರೇನಂತೆ? ನಾವಿಬ್ಬರೇ ಈಜಾಡುವಾ ಎಂದು ನಿರ್ಧರಿಸಿ ನಾನು ಮತ್ತು ಸಾಣ್ಯ ಇಬ್ಬರೇ ದೊಡ್ಡ ಹೊಂಡದ ಕಡೆ ನಡೆದೆವು.

ಆಗಿನ್ನೂ ನನಗೆ ಸರಿಸುಮಾರು ಏಳುವರ್ಷ. ಓದುತ್ತಿದ್ದುದು ಎರಡನೇ ಕ್ಲಾಸಾದರೂ, ಇಡೀ ಸ್ಕೂಲಿಗೇ ಪಾಠ ಹೇಳುವಂತಹ ವಿದ್ಯೆ ಇತ್ತು. ನಮ್ಮೂರಿನ ಸ್ಕೂಲಿನ ಪಾಠಗಳೆ0ದರೆ ಈಗಿನ ಇಂಗ್ಲೀಷ್ ಸ್ಕೂಲುಗಳ ಪುಸ್ತಕದ ಬದನೇಕಾಯಿಗಳಲ್ಲ. ಒಂದನೇ ಕ್ಲಾಸಿಗೆ ಅಕ್ಷರಗಳಾದರೆ ಎರಡನೇ ಕ್ಲಾಸು - ಕಾಗುಣಿತ; ಮೂರನೇ ಕ್ಲಾಸು ತಿಥಿ-ವಾರ-ನಕ್ಷತ್ರ, ಪ್ರಪಂಚದಲ್ಲಿರಬಹುದಾದ0ತಹ ದೇಶಗಳ ಹೆಸರು, ಭಾರತದ ರಾಜ್ಯಗಳ ಹೆಸರು ಇತ್ಯಾದಿ.... ನಾಲ್ಕನೇ ಕ್ಲಾಸು ಸ್ವಲ್ಪ ಕಷ್ಟದ ಗಣಿತ - ಕೂಡುವುದು. ಕಳೆಯುವುದು ಭಾಗಾಕಾರ ಇತ್ಯಾದಿ. ಇದೆಲ್ಲ ವಿದ್ಯೆಗಳ ಅರಿವೂ ನನಗೆ ಮನೆಯಲ್ಲೇ ಆಗಿದ್ದರಿಂದ ಆ ಕಾಲಕ್ಕೆ ನಮ್ಮೂರಿನ ಸ್ಕೂಲಿಗೆ ನಾನೇ ಮಾನೀಟರ್. ಯಾರಾದರೂ ತಿಥಿ-ವಾರ- ನಕ್ಷತ್ರಗಳನ್ನು ತಪ್ಪಿ ಹೇಳಿದರೂ ನಾನೇ ಸರಿಮಾಡುತ್ತಿದ್ದೆ. ಇಷ್ಟಕ್ಕೂ ಒಂದನೇ ಕ್ಲಾಸಿನಿಂದ ನಾಲ್ಕನೇ ಕ್ಲಾಸಿನವರೆಗೂ ಇದ್ದದ್ದು ಒಂದೇ ಕೊಠಡಿಯಲ್ಲಿ. ಮುತ್ತಣ್ಣ ಮೇಷ್ಟ್ರು ಒಬ್ರೇ ಇಡೀ ನಾಲ್ಲು ಕ್ಲಾಸಿಗೆ ಮೇಷ್ಟ್ರು. ಒಂದರಿ0ದ

ನಾಲ್ಕರವರೆಗೆ ಎಲ್ಲರಿಗೂ ಒಂದೇ ಪಾಠ. ಹಾಗಾಗಿ ನನ್ನ ಪ್ರತಾಪ ತುಸು ಹೆಚ್ಚಾಗಿಯೇ ತೋರುತ್ತಿದ್ದೆ. ಮೇಷ್ಟ್ರು ಇಲ್ಲದಿದ್ದಾಗ ಇಡೀ ಸ್ಕೂಲಿಗೆ ನಾನೇ ಕಾವಲು. ಗಲಾಟೆ ಮಾಡಿದವರ ಹೆಸರನ್ನು ಬೋರ್ಡ್ ಮೇಲೆ ಬರೆದಿಡುತ್ತಿದ್ದೆ. ಮೇಷ್ಟ್ರು ಬಂದ ಮೇಲೆ ಅವರಿಗೆಲ್ಲಾ ಬೆತ್ತದ ರುಚಿ ನೋಡಿಸುತ್ತಿದ್ದರು. ಹಾಗಾಗಿ ಬೋರ್ಡ್ ಮೇಲೆ ಹೆಸರು ಬರೆಯದಂತೆ ಆಗಾಗ ನನಗೆ ಶುಂಠಿ ಪೆಪ್ಪರ್ಮೆಂಟು, ಬೋಟಿ, ಸೀಬೆಕಾಯಿ ಉಡುಗೊರೆಗಳೂ ದೊರೆಯುತ್ತಿದ್ದುದುಂಟು. ಮೇಷ್ಟರಿಂದ ಬೆತ್ತದ ರುಚಿ ಕಂಡ ಕೆಲವರು ನಾವು ಗಲಾಟೆ ಮಾಡಿಲ್ಲ. ಆದರೂ ಹೆಸರು ಬರೆದು ಮೇಷ್ಟ್ರು ಕೈಲಿ ಹೊಡೆಸಿದ ಎಂದು ಅಮ್ಮನ ಬಳಿ ಚಾಡಿ ಹೇಳುತ್ತಿದ್ದುದೂ ಉಂಟು. ತಾಳ್ಮೆಯ ಪ್ರತೀಕವಲ್ಲವೇ ನನ್ನಮ್ಮ? ಚಾಡಿ ಹೇಳಲು ಬಂದವರನ್ನೂ ನನ್ನ ಜೊತೆ ಸೇರಿಸಿ, ಬುದ್ಧಿ ಹೇಳಿ ಜೊತೆಯಲ್ಲಿ ಆಟವಾಡಲು ಕಳಿಸುತ್ತಿದ್ದಳು. ಒಮ್ಮೊಮ್ಮೆ ನಮಗೆ ಕೈ ತುತ್ತು ಹಾಕಿ, ಕಥೆ ಹೇಳುತ್ತಾ ಸಮಾಧಾನ ಮಾಡಿಸುತ್ತಿದ್ದಳು.

ಯಾವುದೋ ಡ್ರಾಮಾ ಕಂಪನಿ ಜೊತೆಗೆ ಅಪ್ಪ ಹೈದ್ರಾಬಾದ್ ಹೋಗಿ ನಾಲ್ಕು ದಿನಗಳಾಗಿದ್ದವು. ಮನೆಯಲ್ಲಿ ನಾನು ಅಮ್ಮ ಇಬ್ಬರೇ. ಅಂದೇಕೋ ಅಮ್ಮ ತುಂಬಾ ಸುಸ್ತಾದಂತೆ ಇತ್ತು. ಯಾವತ್ತೂ ಬೇಸರ ಆಯಾಸವೆಂಬುದೇ ಕಾಣದ ಅಮ್ಮನ ದೇಹ ಸುಸ್ತಾದಂತೆ ಕಾಣುತ್ತಿತ್ತು. “ಮಗಾ ನಂಗೆ ಜ್ವರ ಬಂದೈತೆ, ನಾ ಇವತ್ತು ಉಣ್ಣಾಕಿಲ್ಲ, ಬಾ ನಿಂಗೆ ಕೈ ತುತ್ತು ಹಾಕ್ತೀನಿ”. ಎಂದು ಹೇಳಿ ಕೈ ತುತ್ತು ಹಾಕಿ, ಪಾತ್ರೆ ತೊಳೆದು, ನನ್ನನ್ನು ತಟ್ಟಿ ಮಲಗಿಸಿದ್ದಳು. ಬೆಳಗ್ಗೆ ಎದ್ದು ಮನೆ ಗುಡಿಸಿ, ಸಾರಿಸಿ ನನ್ನ ಎಬ್ಬಿಸಿದಳು. ನಾ ಎದ್ದು, ಮನೆ- ಮುಂದೆ ರಂಗೋಲಿ ಹಾಕಿ, ಹಸುವಿಗೆ ಮೇವು ಹಾಕಿ ಗೊಬ್ರ ಬಾಚಿ, ಹಾಲು ಕರೆದು ಬರುವಷ್ಟರಲ್ಲಿ ಈ ಕಡೆ ಬಿಸಿ ಬಿಸಿ ರೊಟ್ಟಿ ಮಾಡಿಟ್ಟು ನನಗಾಗಿ ಕಾದಿದ್ದಳು. ಒಂದರ್ಧ ರೊಟ್ಟಿ ತಿಂದು, ನೀರು ಕುಡಿದು, ಸ್ಲೇಟ್ ತಂಗೊ0ಡು ಬಳಪಕ್ಕಾಗಿ ಅಮ್ಮನ ಮುಖವೊಮ್ಮೆ ನೋಡಿದೆ,” ನಿನ್ನೆ ಕೊಟ್ಟಿದ್ ಬಳಪ ಅವಾಗ್ಲೇ ಮುಗ್ದೋಯ್ತಾ, ಇಲ್ಲಾ ತಿಂದಾಕ್ತಾ?”. ಎಂಬತ್ತಿತ್ತು ಅಮ್ಮನ ಕಣ್ಣುಗಳು. ಹಾಗೇ ನಿಂತಿದ್ದೆ. ನನ್ನ ಪರಿಸ್ಥಿತಿ ನೋಡಿ ಅಮ್ಮನಿಗೂ ನಗು ತಡೆಯೋಕಾಗಲಿಲ್ಲ. ಹೂಂ ತಗೋ ಎಂದು ಬಳಪವೊಂದನ್ನು ಮುರಿದು, ಅದರ ಚೂರೊಂದನ್ನ ನನಗೆ ಕೊಟ್ಟು ಉಳಿದ ಬಳಪವನ್ನು ನಾಳೆಗೆ ಎಂಬ0ತೆ ಗೂಡಲ್ಲಿ ಭದ್ರವಾಗಿಟ್ಟಳು. ನಾನು ಒಂದೇ ಉಸಿರಿಗೆ ಸ್ಕೂಲಿನ ಕಡೆ ಓಡಿದೆ.

ಅಂದು ಮುತ್ತಣ್ಣ ಮೇಷ್ಟ್ರು ಸೂರ್ಯ ಹಾಗು ಗ್ರಹಗಳ ಚಲನೆ ಬಗ್ಗೆ ಹೇಳುತ್ತಿದ್ದರು. ಸೂರ್ಯನ ಅಗಾಧ ಶಕ್ತಿ, ಗ್ರಹಗಳು ಸೂರ್ಯನ ಸುತ್ತ ಸುತ್ತುವ ರೀತಿ, ಹಗಲು- ರಾತ್ರಿಗಳಾಗುವ ಪರಿ ಇತ್ಯಾದಿ... ಮುತ್ತಣ್ಣ ಮೇಷ್ಟ್ರ ಪಾಠವೆಂದರೆ ಅದು ಪಾಠ ಅಲ್ಲ - ಅದೊಂದು ಕಥೆ. ಅವರು ವರ್ಣಿಸಿ ಹೇಳುತ್ತಿದ್ದ ರೀತಿ ಕಣ್ಣ

ಮುಂದೆಯೇ ನಡೆಯುತ್ತಿದೆ ಎಂಬ೦ತಿರುತ್ತಿತ್ತು. ಒಂದೊ೦ದು ಗ್ರಹಕ್ಕೂ ನಡುವೆ ಅದೆಷ್ಟೋ ಕೋಟಿ ಕೋಟಿ ಮೈಲಿಗಳಂತೆ. ನಮ್ಮೂರಿಂದ ನರಸಾಪುರಕ್ಕೆ ಒಂದೂವರೆ ಮೈಲಿ. ಕೋಟಿ ಮೈಲಿ ಎಂದರೆ? ಅಬ್ಬಬ್ಬಾ...ಅಷ್ಟು ದೂರಾನಾ? ಅಂದರೆ ಸೂರ್ಯನಿಂದ ಸೌರವ್ಯೂಹದ ಕಟ್ಟಕಡೆಯ ಗ್ರಹಕ್ಕಿರುವ ದೂರ ಎಷ್ಟು ಕೋಟಿ- ಕೋಟಿ ಮೈಲಿಗಳು?? ಹೀಗೆ ತಾನೇ ಪ್ರಶ್ನೆ ಕೇಳುತ್ತಾ ಅದಕ್ಕೆ ತಾನೇ ಉತ್ತರ ನೀಡುತ್ತಾ ವರ್ಣಿಸುತ್ತಿದ್ದರು.

ಅಷ್ಟರಲ್ಲಿ ನೇರವಾಗಿ ಸ್ಕೂಲಿನ ಬಳಿ ಬಂದ ಸಣ್ಣೇಗೌಡ್ರು ಮೇಷ್ಟ್ರ ಕಿವಿಯಲ್ಲಿ ಅದೇನೋ ಹೇಳಿ, ಬಂದ ದಾರಿಯಲ್ಲಿ ಬಂದಷ್ಟೇ ರಭಸದಿಂದ ಹಿಂತಿರುಗಿ ಹೋದರು. ಇದ್ದಕ್ಕಿದ್ದಂತೆ ಕನ್ನಡಕ ತೆಗೆದ ಮೇಷ್ಟ್ರು ನನ್ನೆಡೆಗೇ ನೋಡುತ್ತಾ "ಬಾ" ಎಂಬತೆ ಕೈ ಬೀಸಿದರು. ನಿನ್ನೆ ಸಣ್ಣೇ ಗೌಡ್ರ ನಾಯಿಗೆ ನಾನು ತಿಮ್ಮ ಸೇರಿ ಕಲ್ಲಲ್ಲಿ ಹೊಡೆದದ್ದು ಗೊತ್ತಾಗಿ, ಅವ್ರು ಮೇಷ್ಟ್ರಿಗೆ ಚಾಡಿ ಹೇಳಿದ್ದಾರೆ. ಹಾಗಾಗಿ ಮೇಷ್ಟ್ರು ಬೆತ್ತದ ರುಚಿ ನೋಡಿಸಲು ಕರೆಯುತ್ತಿದ್ದಾರೆ. ಏನು ಮಾಡುವುದು? ಪಾಪಿ ಮುಂಡೇ ಮಗ! ಸಣ್ಣೇಗೌಡ!! ಎಂದು ಶಪಿಸುತ್ತಾ ಕುಂತಲ್ಲೆ ಕುಂತಿದ್ದೆ. ಅದೇನಾಯ್ತೋ ಏನೋ? ಮೇಷ್ಟ್ರೇ ತಮ್ಮ ಕುರ್ಚಿಯಿಂದೆದ್ದು ನನ್ನೆಡೆಗೆ ಬರತೊಡಗಿದರು. ನನಗೆ ಏನೋ ಒಂಥರಾ ಭಯಾ! ಸಾ.. ಸಾ. ಅದು...ಅದು... ನಾನಲ್ಲ... ತಿಮ್ಮ.. ಎಂದು ಜೋರಾಗಿ ಅಳತೊಡಗಿದೆ. ಮೇಷ್ಟ್ರು ನನ್ನ ಬಳಿ ಬಂದೊಡನೇ ನನ್ನನ್ನೊಮ್ಮೆ ಬಿಗಿದಪ್ಪಿ ತಾನೂ ಅಳತೊಡಗಿದರು. ಒಂದೆರಡು ನಿಮಿಷ ಏನಾಯಿತೆಂದೇ ತಿಳಿಲಿಲ್ಲ. ಹುಡುಗರೆಲ್ಲ ಮೌನ. ಮೇಷ್ಟ್ರು ತನ್ನ ಕನ್ನಡಕವನ್ನು ಧರಿಸಿ, ಇವತ್ತು ಎಲ್ಲೂ ಮನೆಗೆ ಹೋಗ್ರಿ ಎಂದು ಹೇಳಿ ಸ್ಕೂಲಿಗೆ ರಜಾಕೊಟ್ಟು, ನನ್ನ ಕೈ ಹಿಡಿದು ಕೊಂಡು ನಮ್ಮ ಮನೆ ಕಡೆ ನಡೆದರು. ಸ್ಕೂಲಿನ ಕಾಂಪೌ೦ಡ್ ದಾರಿ, ಹಿತ್ತಿಲ ಬಾಗಿಲ ಬಳಿ ಬಂದೆವು. ಅಷ್ಟೊತ್ತಿಗಾಗಲೇ ನನ್ನ ಮುಂದೆ ಊರಿನ ಗೌಡ್ರು, ಪಟೇಲ್ರು ಹಾಗೂ ಕೆಲವು ಹೆಂಗಸರು ಜಮಾಯಿಸಿದ್ದರು. ಇವರೆಲ್ಲ ಯಾಕೆ ಇಲ್ಲಿ ಬಂದವ್ರೇ? ಎಂಬ೦ತೆ ಸುತ್ತಾ ನೋಡುತ್ತಿದ್ದ ನನ್ನನ್ನು ಮೇಷ್ಟ್ರು - "ಹಿತ್ತಿಲ ಬಾಗ್ಲು ಬೇಡ ಮುಂಧ್ಗಡೆ ಬಾಗ್ಲಾಗಿಂದ ವಾಗಾಣ" ಎಂದು ಮನೆ ಸುತ್ತಿ ಹಾಕಿಸಿಕೊಂಡು ಮನೆ ಮುಂದಿನ ಬಾಗಿಲ ಬಳಿ ಕರ್ಕೊಂಡು ಬಂದರು. ಅಲ್ಲೇ ಪಕ್ಕದಲ್ಲಿದ್ದ ತಿಮ್ಮ ಅವರ ಅಮ್ಮ ನನ್ನನ್ನ ನೋಡುತ್ತಲೇ ಓಡಿ ಬಂದು ನನ್ನನ್ನು ಅಪ್ಪಿ ಅಳತೊಡಗಿದರು. ಏನೂ ತಿಳಿಯದಂತೆ ಬಿಟ್ಟ ಕಣ್ಣು ಬಿಟ್ಟಂತೆ ನೋಡುತ್ತಿದ್ದ ನನ್ನ ತಲೆ ನೇವರಿಸಿ, ಮಾತಾಡಲೋ ಬೇಡವೋ ಎಂಬ೦ತೆ ಹೇಳಿದರು - " ನಿಮ್ಮಮ್ಮ ಸತ್ತೋಗಿಟ್ಟು ಕಣ್ ಮಗಾ". ಸತ್ತೋಗವ್ನೇ ಎಂದರೇನು ಎಂಬ೦ತೆ ಸುತ್ತ ನೋಡುತ್ತಿದ್ದ ನನಗೆ ಅರ್ಥವಾಗಿದ್ದಿಷ್ಟೇ. "ನಮ್ಮಮ್ಮ ಎಲ್ಲೋ ಒಂಟೋಗವ್ನೇ

ಮತ್ತೆ ಬರಾಕಿಲ್ಲ ನನಗೇ ತಿಳಿಯದೊತೆ ಜೋರಾಗಿ ಅಳತೊಡಗಿದೆ. ತಿಮ್ಮ ಅವರಮ್ಮ ನನ್ನ ಇನ್ನೂ ಜೋರಾಗಿ ತಬ್ಬಿಕೊಂಡು ಅಳತೊಡಗಿದರು. ಪಟೇಲರು ಮಾತ್ರ ಅದು ಮಾಡು - ಇದು ಮಾಡು; ಆ ಕಡೆಯಿಂದ ಬಾ; ಪುರೋಹಿತರಿಗೆ ಹೇಳಿ ಕಳ್ಳು... ಈ ರೀತಿ ಯಾರ್ಯಾರಿಗೋ ಏನೋನೋ ಹೇಳುತ್ತಿದ್ದರು.

* * * * *

"ಲೇ ಬಸ್ಯಾ! ಅಗೋ ನೋಡ್ಲಾ ತಿಮ್ಮ ಬತ್ತಾ ಅವ್ನೆ" ಮರದ ಮೇಲೆ ಕೂತಿದ್ದ ಸಾಣ್ಯ ಜೋರಾಗಿ ಕೂಗಿದ. ನನ್ನಲ್ಲಿ ಇದ್ದಕ್ಕಿದಂತೆ ಏನೋ ಒಂದು ರೀತಿಯ ಶಕ್ತಿ ಬಂದ0ತಾಯಿತು. ದನ ಮೇಯಿಸಲಿಕ್ಕೆ ದೂರದ ಭೈರವ ಬೆಟ್ಟಕ್ಕೇ ಯಾಕೆ ಹೋಗಬೇಕು? ಊರವರೆಲ್ಲ ಊರ ಪಕ್ಕದ ಬಯಲಲ್ಲೇ ಮೇಯಿಸುವಾಗ ನಾನೇಕೆ ದೂರದ ಭೈರವ ಬೆಟ್ಟಕ್ಕೇ ಹೋಗಬೇಕು? ಈವರೆಗೆ ನೂರಾರು ಬಾರಿ ಈ ಪ್ರಶ್ನೆ ನನ್ನ ಬಳಿ ಸುಳಿದಿದೆ. ಭೈರವ ಬೆಟ್ಟಕ್ಕೆ ಬಂದರಲ್ಲವೇ ನಾನು, ಸಾಣ್ಯ, ತಿಮ್ಮ ಮನಬಿಚ್ಚಿ ಮಾತಾಡಬಹುದು? ಅದರಲ್ಲೂ ದನ ಮೇಯಲು ಬಿಟ್ಟು, ನಾನು ಭೈರವನ ಗುಡಿಯಲ್ಲಿ ಹಾಡಲು ಕುಳಿತರೆ ತಿಮ್ಮ ಎಷ್ಟು ತನ್ಮಯನಾಗುತಿದ್ದ! ನನ್ನ ಅಪ್ಪ ಹಾಡುವಾಗಲ್ಲೆಲ್ಲ ತಿಮ್ಮನ ಅಪ್ಪನದೇ ತಾಳವಂತೆ. ಇಲ್ಲೂ ಅಷ್ಟೇ, ನಾನು ಹಾಡುವ ಹಾಡುಗಳನ್ನು ತಿಮ್ಮ ಕಣ್ಮುಚ್ಚಿ ಕೇಳುತ್ತಿದ್ದ. ನಿಜ ಹೇಳಬೇಕೆಂದರೆ, ನಾನೊಬ್ಬ ಸಂಗೀತಗಾರನೆ0ದಾದರೆ ತಿಮ್ಮನೇ ನನ್ನ ಮೊದಲ ಅಭಿಮಾನಿ.

"ಲೇ ಬಸ್ಯಾ! ಈ ಊರು ಬಿಟ್ಟು ಪಟ್ಣಕ್ಕೆ ಹೋಗ್ಲಾ! ನಿಂಗೆ ಒಳ್ಳೇ ರಾಗ ಐತೇ! ನಿಮ್ಮಪ್ಪನಂಗೆ ಒಳ್ಳೆ ಹೆಸರು ಮಾಡ್ಲಾ" ಎಂದು ಎಷ್ಟೋ ಬಾರಿ ತಿಮ್ಮ ಹೇಳಿದ್ದ. ಹೌದು! ನನಗೆ ಚಿಕ್ಕಮ್ಮ ಕೊಡುತ್ತಿದ್ದ ಉಪಟಳವನ್ನು ನೋಡಿ, ಎಷ್ಟೋ ಬಾರಿ ನನಗೂ ಹಾಗೆನ್ನಿಸಿದೆ. ಆದರೆ ತಿಮ್ಮನಂತಹ ಸ್ನೇಹಿತನನ್ನು ಬಿಟ್ಟು ನಾನಿರಬೇಕೆಂಬ ಯೋಚನೆ ಬರುತ್ತಲೇ ಆ ಆಸೆಗೆ ತಣ್ಣೀರೆರಚುತ್ತಿದ್ದೆ. ತಿಮ್ಮ ನನ್ನ ಗೆಳೆಯನಷ್ಟೇ ಅಲ್ಲ; ಅದಕಿಂತಲೂ ಹೆಚ್ಚು. ನನ್ನ ಪ್ರಾಣಕ್ಕಿಂತಲೂ ಹೆಚ್ಚು. ತಿಮ್ಮನಿಲ್ಲದೇ ಬೆಳಗ್ಗೆಯಿಂದ ಏನೋ ಒಂಥರಾ ಬೇಜಾರಲ್ಲಿದ್ದ ನನಗೆ, "ತಿಮ್ಮ ಬತ್ತಾ ಅವ್ನೆ" ಎಂಬ ಮಾತು ಉತ್ಸಾಹ ತುಂಬಿತ್ತು. "ಮಗೀಗೆ ಉಸಾರರ್ಲಿಲ್ಲ, ಈವಾಗ ಪರ್ವಾಗಿಲ್ಲ, ಮಗ ಮಲ್ಗೈತೆ. ಅದ್ಕೇ ಬಂದೆ; ನಡೀಲ ಈಜಾಡಕ್ಕೆ ಓಗಾಣ" ಎಂದ. ಸರಿ ಎಂಬ0ತೆ ನಾನು ಸಾಣ್ಯ ತಿಮ್ಮನನ್ನು ಹಿಂಬಾಲಿಸಿದೆವು. ದಾರಿ ಉದ್ದಕ್ಕೂ ಸಾಣ್ಯ ತಿಮ್ಮನ ಮಗುವಿಗೆ ಯಾವ ಂಷದ ನೀಡಬೇಕು? ಎಂಥ ಕಾಯಿಲೆ? ಅದರ ಸ್ವರೂಪವೇನು? ಇತ್ಯಾದಿ ತಿಳಿ ಹೇಳುತ್ತಿದ್ದ. ಅಲ್ಲದೇ ಮಧ್ಯೆ ತಾನೇ ಒಂದು ಮರವೇರಿ ಒಂದಷ್ಟು ಸೊಪ್ಪನ್ನೂ ಕಿತ್ತು ತಂದ. ನಮ್ಮ ಎದುರಿನಲ್ಲಿ ಸಾಣ್ಯ ಮರ ಹತ್ತಿ ಔಷಧಿ ತೆಗೆದದ್ದು ಅದೇ ಮೊದಲು. "ಲೇ ಸಾಣ್ಯ ಬೇರೇರ ಕಣ್

ಮುಂದೆ ಔಷಧಿ ತೆಗೆದ್ರೆ ಕೆಲ್ಸ ಮಾಡಲ್ಲ ಅಲ್ವಾ" ಎಂದು ಕೇಳಿದೆ. "ಏ ಹಂಗೇನಿಲ್ಲ ಬಿಡ್ಲಾ, ಇದೆಲ್ಲ ವ್ಯಾಪಾರದ ಗುಟ್ಟು; ನಿಂಗೆ ತಿಳ್ಯಾಕಿಲ್ಲ" ಎಂದವನೇ ತಿಮ್ಮನ ಮುಖ ನೋಡಿದ. ತಿಮ್ಮನೂ ನನ್ನನ್ನ ನೋಡಿ ನಗತೊಡಗಿದ. "ಏನಿಲ್ಲ ಕಣಾ. ಎಳೇ ಮಗ ಅಲ್ವಾ? ಎಳೇ ಮಗಿಗೆ ಔಷಧಿ ಕೆಲ್ಸ ಮಾಡ್ತದೆ. ದೊಡ್ಡವ್ರಿಗೆ ಮಾಡಕ್ಕಿಲ್ಲ". ಎಂದು ಹೇಳುತ್ತಾ ನನ್ನ ಮುಖ ನೋಡಿ ಮತ್ತೊಮ್ಮೆ ನಕ್ಕ.

ನಂಗ0ತೂ ಏನೂ ಅರ್ಥ ಆಗ್ಲಿಲ್ಲ. ತಿಮ್ಮನಷ್ಟು ವ್ಯವಹಾರ ಜ್ಞಾನ ನನಗಿಲ್ಲವಲ್ಲ? ನನಗಿಲ್ಲವೆಂದಲ್ಲ; ನನಗದು ಬೇಕಾಗಿಯೂ ಇರಲಿಲ್ಲ. ನಾನಾಯಿತು - ನನ್ನ ಕೆಲಸವಾಯಿತು. ಚಿಕ್ಕಮ್ಮ ಹಾಕುವ ಮುದ್ದೆ ಮೆದ್ದು, ಭೈರವನ ಬೆಟ್ಟಕ್ಕೆ ಬರುವುದು; ಸಂಜೆ ಮನೆಗೆ ಹೋಗಿ, ಏನೋ ಒಂದು ತಿಂದು ಮಲಗುವುದು - ಸದ್ಯಕ್ಕೆ ಇಷ್ಟೇ ನನ್ನ ಪ್ರಪಂಚ. ಭೈರವನ ಬೆಟ್ಟಕ್ಕೆ ಬಂದವನೇ ದನಗಳನ್ನು ಮೇಯಲು ಬಿಟ್ಟು ತಿಮ್ಮ ಸಾಣ್ಯ ಜೊತೆ ಹರಟೆ ಹೊಡೆದರಷ್ಟೇ ನನಗೆ ನೆಮ್ಮದಿ. ತಿಮ್ಮ ಹೇಳುವಂತೆ ನನಗೆ ಕೊಂಚ ಸಂಗೀತ ಒಲಿದಿರುವುದಂತೂ ದಿಟ. ಕೆಲವೊಮ್ಮೆ ಭೈರವನಿಗೆ ಅದೆಷ್ಟು ತಾಸು ನಿರಂತರ ಸಂಗೀತಾರಾಧನೆ ಮಾಡುತ್ತಿರುತ್ತೇನೋ?. ಸಾಣ್ಯ, ತಿಮ್ಮ ಗುಡಿ ಹೊರಗೆ ಕುಳಿತೋ ಅಥವಾ ಕಂಬವೊ0ದಕ್ಕೆ ಒರಗಿಯೇ ಕೇಳುತ್ತಿರುತ್ತಾರೆ. ಈ ಸಂಗೀತಾರಾಧನೆ ಕೆಲವೊಮ್ಮೆ ತಾಸುಗಟ್ಟಲೆ ನಡೆದುದುಂಟು. ಸಂಗೀತದ ಪರಿಪೂರ್ಣ ಏರಿಳಿತಗಳ ಅಭ್ಯಾಸ ನನಗಿಲ್ಲವಾದರೂ, ನನ್ನ ಹಿತವಾದ ಕಂಠ ಆಗಬಹುದಾದ ತಪ್ಪುಗಳನ್ನು ಮುಚ್ಚಿಬಿಡುತ್ತಿತ್ತು. ಸಂಗೀತ ಒಂದೇ ಅಲ್ಲದೇ ಕೆಲವೊಮ್ಮೆ ಅಮ್ಮ ಹೇಳಿಕೊಟ್ಟ ಭಕ್ತಿಗೀತೆಗಳು, ಹಾಡುಗಳು ಅಲ್ಲಲ್ಲಿ ನುಸುಳುತ್ತಿದ್ದವು. ಅಮ್ಮನ ನೆನಪು ಬಂದೊಡನೇ, ಕಂಠ ತನ್ನಿಂತಾನೇ ಬಿಗಿದುಬಿಡುತ್ತಿತ್ತು. ಸಂದರ್ಭವನ್ನರಿತ ತಿಮ್ಮ, ಮರಕೋತಿ ಆಡಲೋ, ಈಜಾಡಲೋ ಕರೆದೊಯ್ಯುತ್ತಿದ್ದ. ಈ ವಯಸಿನಲ್ಲಿ ಚಿಕ್ಕ ಹುಡುಗರಂತೆ ಮರಕೋತಿ ಆಡಲು ಒಮ್ಮೊಮ್ಮೆ ಮನಸ್ಸು ಹಿಂಜರಿದದ್ದೂ ಉಂಟು. ಹಾಗಾಗಿ ಮರಕೋತಿ ಬದಲು ಚೌಕಾಬಾರ ಆಡುತ್ತಲೋ ಅಥವಾ ಹರಟೆ ಹೊಡೆಯುತ್ತಲೋ ದಿನ ನೂಕಿ ಬಿಡುತ್ತಿದ್ದೆವು.

ನನಗೆ ಒಳ್ಳೆ ಕಂಠ ಇರುವುದರಿಂದಲೂ, ಚಿಕ್ಕಮ್ಮನ ಹಿಂಸೆ ತಿಳಿದಿದ್ದರಿಂದಲೂ, ದೂರದೂರಿಗೆ ಹೋಗುವಂತೆ ತಿಮ್ಮ ಆಗಾಗ್ಗೆ ಹೇಳುತ್ತಿದ್ದುದ್ದುಂಟು. ನನಗೂ ಒಮ್ಮೊಮ್ಮೆ ದೂರದೂರಿಗೆ ಹೋಗಿ, ಸಂಗೀತ ಸಾಧನೆ ಮಾಡಬೇಕೆಂಬ ಮನಸಾಗುತ್ತಿತ್ತು. ಆದರೆ ಎಲ್ಲಿಗೆ ಹೋಗುವುದು? ಅಲ್ಲಿ ಯಾರಿದ್ದಾರೆ? ಚಿಕ್ಕಮ್ಮ ಬೈತಾಳೋ ಹೊಡೀತಾಳೋ ಆದರೆ ಮನೆಗೆ ಹೋದೊಡನೇ ಊಟದ ಗತಿ ಕಾಣಿಸ್ತಾಳೆ. ರಾತ್ರಿ ನೆಮ್ಮದಿಯಾಗಿ ಆಕಾಶ

ನೋಡುತ್ತಾ ಮಲಗಿ ನಿದ್ದೆ ಹೋಗುತ್ತೇನೆ. ಅದೇ ಕಾಣದೂರಿನಲ್ಲಿ ಊಟಕ್ಕೇನು ಗತಿ? ಎಲ್ಲಿ ಅಂತ ಮಲಗಲಿ? ಎಂಬ ಯೋಚನೆ ಬಂದುಬಿಡುತ್ತಿತ್ತು. ಊಟಕ್ಕಿಲ್ಲದಿದ್ದರೇನಂತೆ? ಹುಟ್ಟಿಸಿದ ದೇವರಿಲ್ಲವೇ? ಹೇಗೋ ಹುಲ್ಲು ಮೇಯಿಸುತ್ತಾನೆ. ಇಲ್ಲಿ ನಾನು ಬದುಕುತ್ತಿರುವುದೂ ಒಂದು ಬದುಕೇ? ನನ್ನ ವಯಸ್ಸಿಗಾಗಲೇ ತಿಮ್ಮನ ಮದುವೆ ಆಗಿ ಎರಡು ವರ್ಷವಾಗಿತ್ತು. ಮದುವೆ ಇರಲಿ; ಕನಸು ಕಾಣಲು ಸಹ ಚಿಕ್ಕಮ್ಮನನ್ನು ಕೇಳಬೇಕಾದ ಪರಿಸ್ಥಿತಿ. ಇಷ್ಟಕ್ಕೂ ನನಗೇನು ವಿದ್ಯೆ ಯಿಲ್ಲವೇ? ಸಂಗೀತ ಸರಸ್ವತಿ ನನಗೆ ಒಲಿದಿದ್ದಾಳೆ. ನನ್ನ ಅಮ್ಮ ಬದುಕಿದ್ದಿದ್ದರೆ ಈ ಹೊತ್ತಿಗಾಗಲೇ ನನ್ನದು ಒಂದೋ- ಎರಡೋ ಸಂಗೀತ ಕಚೇರಿ ಗಳಾದರೂ ನಡೆದಿರುತ್ತಿತ್ತು. ಹೌದು! ಇಂದಲ್ಲ ನಾಳೆ ನಾನು ಪಟ್ಟಣಕ್ಕೆ ಹೋಗಲೇಬೇಕು; ದೊಡ್ಡ ಸಂಗೀತಗಾರನಾಗಬೇಕು; ಅಲ್ಲಲ್ಲ.. ಸಂಗೀತ ನನಗೆ ಬೇಕಿಲ್ಲ. ಸಂಗೀತ ಸರಸ್ವತಿಯ ಆರಾಧನೆ ಮಾಡಿ ನನ್ನ ತಂದೆ ಅನುಭವಿಸಿದ್ದು ಸಾಲದೇ? ಊರೂರು ತಿರುಗುತ್ತಿದ್ದಾರೆ. ಈಗ ಯಾವ ಊರಲ್ಲಿದ್ದಾರೋ ಗೊತ್ತಿಲ್ಲ. ಬದುಕಿದ್ದಾರೋ ಇಲ್ಲವೋ ಅದೂ ಗೊತ್ತಿಲ್ಲ. ಪೋಲೀಸ್ ಆಗಿಯೋ ಮಿಲಿಟರಿ ಸೇರಿಯೋ ಊರಿಗೆ ಬರಬೇಕು. ಹೌದು ಪೋಲೀಸರೇ ಹಾಗಂತೇ. ಯಾರನ್ನು ಬೇಕಾದರೂ ಹೊಡೆಯಬಹುದಂತೆ. ಪೋಲೀಸ್ ಆಗೀಯೋ, ಇಲ್ಲ ಮಿಲಟರಿ ಸೇರಿಯೋ ಊರಿಗೆ ಬಂದು ಚಿಕ್ಕಮ್ಮನ ಮೇಲೆ ಸೇಡು ತೀರಿಸಿಕೊಳ್ಳಬೇಕು ಎಂದೆನಿಸುತ್ತಿತ್ತು.

*****

ಇ0ದೇಕೋ ನನಗೆ ಸ್ವಲ್ಪ ಜಾಸ್ತಿ ಯೇ ಸುಸ್ತಾದಂತಿತ್ತು. ಹಾಗಾಗಿ ಸ್ವಲ್ಪ ಬೇಗನೇ ಮನೆಕಡೆ ಹೊರಡೋಣವೆಂದು ನಿರ್ಧರಿಸಿದೆ. ಈಜಾಡಲು ಸಹ ಮನಸ್ಸಾಗುತ್ತಿಲ್ಲ. ಏನೋ ಒಂದು ರೀತಿಯ ನಿರುತ್ಸಾಹ. ಸರಿ; ಬೇಗನೇ ಮನೆಗೆ ಹೋಗೋಣವೆಂದು ತಿಮ್ಮನ ಬಳಿ ಹೇಳಿದೆ. ಅವನೂ ಸರಿ ಎಂಬ0ತೆ ತಲೆ ಆಡಿಸಿದ. ದೊಡ್ಡ ಹೊಂಡದಿ0ದ ಹೊರಬಂದು, ದಡದ ಬಳಿ ಬಿಚ್ಚಿಟ್ಟಿದ ಬಟ್ಟೆಯನ್ನು ಧರಿಸಿ, ಭೈರವನ ಗುಡಿಯ ಮುಂದೆ ಬಂದೆವು. ಅದೇಕೋ ಏನೋ ಮೊದಲೇ ಸ್ಥಿಮಿತದಲ್ಲಿಲ್ಲದ ನನ್ನ ಮನಸ್ಸು ಇನ್ನೂ ಆತಂಕಗೊ0ಡಿತ್ತು. ಮುಂದೇನು ಮಾಡುವುದು ಎಂಬ0ತೆ ತಿಮ್ಮ ಹಾಗೂ ಸಾಣ್ಯನ ಮುಖವನ್ನು ನೋಡುತ್ತಾ ಅಳುತ್ತಾ ಕುಳಿತೆ. ನಡೆದದ್ದನ್ನು ಕಂಡು ತಿಮ್ಮ -ಸಾಣ್ಯರೂ ಮುಂದೇನು ಎಂದು ಆಲೋಚಿಸುತ್ತಿದ್ದಂತಿತ್ತು. ಕಣ್ಣು ಕತ್ತಲೆ ಬಂದು ಅಲ್ಲೇ ಇದ್ದ ಮರವೊಂದಕ್ಕೆ ಒರಗಿದೆ. ತಿಮ್ಮ-ಸಾಣ್ಯ ಇಬ್ಬರೂ ಬಂದು ನನ್ನನ್ನು ಸಮಾಧಾನ ಪಡಿಸುತ್ತಿದ್ದರು.

ನನ್ನ ಹೆತ್ತು -ಹೊತ್ತು ಸಾಕಿ ಸಲಹಿದ ತಾಯಿ, ನನ್ನ ಗುರು ಎಲ್ಲಕ್ಕೂ ಮಗಿಲಾದ ನನ್ನ ಬದುಕೇ ಆಗಿದ್ದ ತಾಯಿ ಇಲ್ಲ ಎಂಬ ಮಾತು ಜೀರ್ಣಿಸಿಕೊಳ್ಳಲೂ ಆಗುತ್ತಿಲ್ಲ. ಸಾವು ಎಂದರೇನು ಎಂಬ ವಿವೇಕವಿರುವಷ್ಟು ವಯಸ್ಸು ನನ್ನದಲ್ಲದಾದರೂ ಯಾಕೋ ಬಿಕ್ಕಿ-ಬಿಕ್ಕಿ ಅತ್ತಿ. ಕಣ್ಣು ಕತ್ತಲೆ ಕವಿಯುತ್ತಿತ್ತು. ಎಲ್ಲಾ ಮುಸುಕು ಮುಸುಕಾಗಿ ಕಾಣುತ್ತಿತ್ತು. ನನ್ನ ತಾಯಿ ಸತ್ತು ಹೋಗಿರುವುದಕ್ಕೂ, ಊರಿನ ಜನರಲ್ಲಾ ನಮ್ಮ ಮನೆಯ ಬಳಿ ಬಂದಿರುವುದಕ್ಕೂ ಏನು ಸಂಬ0ಧ? ಸತ್ತು ಹೋದವರು ದೇವರ ಬಳಿಗೆ ಹೋಗುತ್ತಾರೆಂತ ಅಮ್ಮನೇ ನನಗೆ ಒಮ್ಮೆ ಹೇಳಿದ್ದಳು. ಅಂದರೆ ಅವಳು ದೇವರ ಬಳಿಗೆ ಹೋಗಿದ್ದಾಳೆಯೇ? ಹಾಗಾದರೆ ತಿರುಗಿ ಮತ್ತೆ ಏಕೆ ಬರುವುದಿಲ್ಲ? ಅಮ್ಮನನ್ನು ಕಳಿಸಿಕೊಡು ಎಂದು ಭೈರವನನ್ನು ಕೇಳಿದರೆ ಕಳಿಸಿಕೊಟ್ಟಾನೇ? ಹೀಗೆ ನೂರಾರು ಪ್ರಶ್ನೆಗಳು ಆ ನನ್ನ ತಲೆಯಲ್ಲಿ ತೂರಿ ಬರುತ್ತಿದ್ದವು. ನನಗೊಂದೂ ಅರ್ಥವಾಗದೆ ಅಲ್ಲಿ ನಡೆಯುತ್ತಿರುವುದನ್ನು ನೋಡುತ್ತಾ ಕಂಬವೂ0ದಕ್ಕೆ ಒರಗಿ ನಿಂತಿದ್ದೆ. ಕಣ್ಣೀರು ಮಾತ್ರ ನಿರಂತರವಾಗಿ ಸುರಿಯುತ್ತಲೇ ಇತ್ತು.

"ಬಂಗಾರಯ್ಯನೋರು ಯಾವೂರಾಗೆ ಔರೇ ತಿಳೀಲಿಲ್ರಾ, ಡ್ರಾಮ ಕಂಪ್ನಿ ಜೊತೆ ಎಲ್ಗೋ ದೂರ ಒಗೋವ್ರಂತೆ ಯಾವೂರ್ಗೇ ಓಗೌರೋ, ಯಾವಾಗ ಬತ್ತಾರೋ ತಿಳೋಲ್ರೀ, ಡ್ರಾಮ ಆರ್ಟಿಸ್ಟ್ ಜಕ್ಕಪ್ಪ ಸಿಕ್ಕಿದ್ದ ಅವನ ಕೂಡೆ ಒಂದು ಮಾತು ಏಳಿ ಮಡಗಿನ್ರೀ, ಬೈಗೀಂದೀಕೆ ಏನಾರ ವಿಸ್ಯ ತಿಳೀಬೋದ್ರಿ ಪಟೇಲ್ರ" ಎಂದು ತಿಮ್ಮ ಅವರ ಅಪ್ಪ ಬಂದು ಪಟೇಲರ ಬಳಿ ಏನೋ ಹೇಳಿದರು. ಹಾಗಾದರೆ ಮುಂದೇನು ಎಂಬ0ತೆ ಗೌಡರು, ಪಟೇಲರು ಒಬ್ಬರನ್ನೊಬ್ಬರು ಮುಖ ನೋಡಿಕೊಂಡರು. ತಿಮ್ಮ ನೇರವಾಗಿ ಬಂದವನೇ ನನ್ನ ಪಕ್ಕ ಬಂದು ಕುಳಿತ. ನನ್ನ ತಲೆ ನೇವರಿಸುತ್ತಾ “ಏನೂ ಆಗಾಕಿಲ್ಲ ಸುಮ್ಕಿರ್ಲಾ, ನಾನಿವ್ನಿ, ಅಮ್ಮವ್ವ ಅವ್ರೆ”ಎಂದು ಸಮಾದಾನ ಹೇಳಿದ. ತಿಮ್ಮನನ್ನು ನೋಡುತ್ತಲೇ ಏನೋ ಒಂದ0ಶ ಸಮಾಧಾನವಾದಂತಾಗಿ ನನ್ನ ಹೃದಯ ಹಗುರಾಗಿತ್ತು ಅಳು ಹಾಗೂ ಕಣ್ಣೀರಿಗೂ ಒಂದೆರೆಡು ನಿಮಿಷ ವಿಶ್ರಾಂತಿ ದೊರಕಿತ್ತು.

ಸರಿ ಆಯಮ್ಮನ ಒಸಿ ಈ ಕಡೆ ಮಲಗಿಸ್ರಲಾ ಈ ಚಾಪೆ ಮ್ಯಾಗೆ" ಎಂದು ಪಟೇಲರು ಯಾರಿಗೋ ಹೇಳಿದ್ದು ಕೇಳಿಸಿತು. ಅಮ್ಮನ ದೇಹವನ್ನು ಒಂದಿಬ್ಬರು ಹಿಡಿದು ಆಕಡೆ-ಈ ಕಡೆ ತಿರುಗಿಸಿ ಚಾಪೆ ಮೇಲೆ ತಂದು ಮಲಗಿಸಿದರು. ಅದೇ ತಾನೇ ಎತ್ತಿನಗಾಡಿಯಿಂದ ಬಂದಿಳಿದಿದ್ದ ಪುರೋಹಿತರೊಬ್ಬರು ಅದೇನೇನೋ ಮಂತ್ರ ಹೇಳಿ ಏನೇನೋ ಶಾಸ್ತ್ರ ಮಾಡಿಸುತ್ತಿದ್ದರು. ಏನಾಗಲಿದೆ ಎಂದು ನನಗೇನೂ ತಿಳಿಯುತ್ತಿರಲಿಲ್ಲವಾದರೂ ಪುರೋಹಿತರು ಹೇಳುತ್ತಿದ್ದಂತೆ ಚಾಚು

ತಪ್ಪದೇ ನನ್ನ ಕೈಗಳು ಮಾಡುತ್ತಿದ್ದವು. ಮುಂದೆ ನಡೆದದ್ದು ಒಂದೂ ತಿಳಿಯದಂತೆ ನನ್ನ ಕಣ್ಣುಗಳು ಕಪ್ಪಿಟ್ಟಿದ್ದವು. ಇದಾದ ಕೆಲವೇ ಹೊತ್ತಿನಲ್ಲಿ ನನಗೇ ಅರಿವಿಲ್ಲದಂತೆ ನನ್ನ ಕೈಗಳಿಂದ ನನ್ನ ತಾಯಿಯ ಚಿತೆಗೆ ಅಗ್ನಿ ಸ್ಪರ್ಶ ಮಾಡಿದ್ದೆ. ಧಗ-ಧಗನೆ ಉರಿಯುತ್ತಿದ್ದ ಚಿತೆಯನ್ನು ನೋಡುತ್ತಲೋ ಅಥವಾ ಊಟತಿಂಡಿಯಿಲ್ಲದೆ ಸುಸ್ತಾಗಿದ್ದರಿಂದಲೋ ಕಣ್ಣು ಮಂಜಾದ೦ತಾಗಿ ಅಲ್ಲೇ ಕುಸಿದಿದ್ದೆ. ಮತ್ತೆ ನನಗೆ ಜ್ಞಾನ ಬಂದಿದ್ದು ಯಾವಾಗಲೋ ತಿಳಿದಿರಲಿಲ್ಲ. ತಿಮ್ಮ ನನ್ನ ಪಕ್ಕ ಕುಳಿತಿದ್ದ. ತಿಮ್ಮನ ಅಮ್ಮ ನನಗೆ ಬೀಸಣಿಗೆಯಿಂದ ಗಾಳಿ ಬೀಸುತ್ತಿದ್ದಳು. ನನಗೇ ಗೊತ್ತಿಲ್ಲದಂತೆ ನನ್ನ ಮುಂದಿನ ಜೀವನ ತಿಮ್ಮನ ಮನೆಗೇ ಸ್ಥಳಾಂತರಗೊ೦ಡಿದ್ದ೦ತೂ ಸತ್ಯ.

*****

ಅಯ್ಯೊ ನಿನ್ನ? ಇಸ್ಟು ದೊಡ್ಡ ಗಂಡ್ಸಾಗಿ ಆವಮ್ಮನಿಗೆ ಎದುರ್ತೀಯಲ್ಲಲ್ಲೇ ನಿನ್ನಾ. ನಡಿಲಾ ಓಗಾಣ ಮನ್ಗೆ. ಆವಮ್ಮ ಏನಾರ ಮಾತಾಡ್ಲಿ ನೋಡ್ತೀನಿ..ಏನಂದ್ಕ೦ಡವ್ಳ೦ತೇ ನಿನ್ನಾ? ನೀನೇನು ಅವ್ರ ಮನೆ ಜೀತದವ್ನಲ್ಲ; ಮನೀ ಮಗ. ನಡೀಲಾ ಓಗಾಣ ನಾನು ಬತ್ತೀನಿ ನಿನ್ ಜೊತೆ. ಆವಮ್ಮುಂಗೆ ಇವತ್ತು ಗ್ರಾಚಾರ ಬಿಡುಸ್ತೀನಿ" ಎಂದು ಸಾಣ್ಯ ಏನೇನೋ ಬಡಬಡಿಸುತ್ತಿದ್ದ. ಹೌದು! ಸಾಣ್ಯ ಹೇಳೋದೂ ತಪ್ಪಿಲ್ಲ. ನಾನ್ಯಾಕೆ ನನ್ನ ಚಿಕ್ಕಮ್ಮಂಗೆ ಹೆದರಬೇಕು? ಅದೂ ನಮ್ಮ ಮನೆಯಲ್ಲಿ. ನಾನು ಹುಟ್ಟಿ ಬೆಳದ ಮನೆಯಲ್ಲವೇ ಇದು? ಮನೆಗೆ ಒಬ್ಬನೇ ಮಗನೆಂದರೆ ಮನೆಯ ಯಜಮಾನನಂತಲ್ಲವೇ? ಎಲ್ಲಿಂದಲೋ ಬಂದ ಚಿಕ್ಕಮ್ಮನಿಗೆ ನನ್ನ ಮೇಲೆ ಏನಿದೆ ಅಧಿಕಾರ? ಈ ಮನೆ-ದನ- ಆಸ್ತಿ–ಜಮೀನು ಎಲ್ಲಾ ನಮ್ ತಂದೆ ತಾತಂದಿರದಾಗಿರುವಾಗ ನಾನೇಕೆ ಜೀತದಾಳಿನಂತೆ ಹೆದರುತ್ತಿದ್ದೇನೆ? ಎಂದು ಸಾಣ್ಯ ಹೇಳಿದ್ದೇ ಸರಿ ಎಂಬ೦ತೆ ತಿಮ್ಮನ ಕಡೆಗೊಮ್ಮೆ ನೋಡಿದೆ.

"ಲೇ ಸಾಣ್ಯ ಸುಮ್ಕಿರ್ಲಾ. ಮೂರ್ ತಿಂಗಳಿಗ್ ಉಟ್ಗೋನು ಆಡಿದಂಗೆ ಆಡ್ಬೇಡ. ಒಸಿ ಯೋಚ್ನೆ ಮಾಡ್ಲ; ಇವ್ನೇನು ಜೀತದವನಲ್ಲ. ಆದ್ರೂನೂ ಆವಮ್ಮ ಇವರಪ್ಪಂಗೆ ಹೆಂಡ್ತಿ ಅಲ್ವೇಲ್ಲಾ? ಅಂದ್ರೆ ಇವ್ನು ಅವ್ರಿಗೆ ಮಗ ಆಯ್ತಾನೆ. ಮಗ ಎಲ್ಲಾರ ಓಗಿ ಅಮ್ಮನ ಮೇಲೆ ಜಗ್ಳ ಮಾಡಕಾಯ್ತುದಾ? ಇವ್ರಪ್ಪನೇ ಆಯಮ್ಮನ ಬಾಯ್ಗೆ ಎದುರ್ಕೋಂಡು ಡ್ರಾಮ ಕಂಪ್ನಿ ನೆಪದಲ್ಲಿ ಮನೀಗೆ ಬರ್ದೆ ಅಲ್ಲಿ-ಇಲ್ಲಿ ಸುತ್ತಾಡ್ಕಂವ್ನೆ. ಅಂತಾದ್ರಾಗೆ ಇವ್ನೇನ್ ಮಾಡಕಾಯ್ತದೆ? ಇಷ್ಟಕ್ಕೂ ಇದು ನಮ್ಮ ಮನೆ - ಸಂಸಾರದ ಇಸ್ಯ. ಕೇಳಾಕೆ ನೀನ್ಯಾರು ಅಂತ ಆವಮ್ಮ ಕೇಳಿದ್ರೆ ಏನ್ಲಾ ಮಾಡ್ತಿ? ಗೌಡ್ರುನ ಕರ್ಸಿ, ನನ್ ಮಗನ ತಲೆ ಕೆಡ್ಸುತಾ ಅವ್ನೆ ಅಂತ ಏಳಿ ನಿನ್ನೇ

ಊರಿಂದ ಒರೀಕಾಕ್ತಾಳೆ ಅಂತ ಜಗಳಗಂಟಿ ಆಯಮ್ಮ. ಒಸಿ ತಡ್ಕಾ. ಮುಂದಕೆ ಏನ್ ಮಾಡ್ಬೇಕು ಯೋಚ್ನೆ ಮಾಡ್ತಾ ಇವ್ನೀ. ಸಮಾದಾನ ಮಾಡ್ಕಾ ಎಂಬ0ತೆ ನನ್ನ, ತಿಮ್ಮ ಮುಖವನ್ನೊಮ್ಮೆ ನೋಡಿದ. ನನಗೂ ಏಕೋ ತಿಮ್ಮ ಹೇಳಿದ್ದು ಸರಿ ಅನ್ನಿಸಿತು. ಮೊದಲೇ ಹೇಳಿದ ಹಾಗೆ, ತಿಮ್ಮ ಪಕ್ಕಾ ವ್ಯವಹಾರಸ್ಥ. ಅವನ ಯೋಚನಾ ಧಾಟಿಯೇ ಬೇರೆ. ನಮ್ಮಗಳ ರೀತಿ ಸಾಧಾರಣವಾಗಿ ಯೋಚನೆ ಮಾಡುವ ಮನುಷ್ಯನಲ್ಲ. ಮುಂದೇನು ಮಾಡುವುದು ಎಂಬ0ತೆ ತಿಮ್ಮನ ಮುಖವನೇ ನೋಡುತ್ತಿದ್ದೆ ತಿಮ್ಮ ಮುಂದುವರೆಸಿದ. "ಆಯಮ್ಮ ಮೊದ್ಲೇ ಶೂರ್ಪನಖಿ ಆಡ್ದಂಗೆ ಆಡ್ತಳೆ. ಅಂತಾದ್ರಲ್ಲಿ ಗೌರ ಕಳ್ದುಹೋಗವ್ಳೆ ಅಂದ್ರೆ ಸುಮ್ಕಿರ್ತಳಾ? ಇವ್ರ ಹಸುಗಳಲ್ಲೆಲ್ಲ ಆಯಮ್ಮಂಗೆ ಆ ಅಸಾ ಅಂದ್ರೆ ಬಾಳಾಇಷ್ಟ. ಅಷ್ಟು ಹಾಲು ಕೂಡ ಇವ್ರ ದನಗಳ ಮಂದೇಲಿ ಯಾರೂ ಕೊಡಾಕಿಲ್ಲ. ಅಂಥಾ ಅಸಾ ಕಾಣಾಕಿಲ್ಲ ಅಂದ್ರೆ ಅಷ್ಟೇ. ಊರು-ಕೇರಿ ಒಂದು ಮಾಡಾಕ್ತಳೆ. ಬಸ್ಯಾನ ಗ್ರಾಚಾರ ಬಿಡುಸ್ತಾಳೆ. ಬಸ್ಯಾ ಒಂದು ಮಾತು ಹೇಳ್ತೀನಿ ಕೇಳ್ಕಾ. ನಾನೂ ಅವತ್ತಿಂದ ಪಟ್ಣಕ್ಕೆ ಹೋಗ್ಲಾ; ಯಾವ್ದೋ ಒಂದು ಕೆಲ್ಸ ಮಾಡು ಹೊಟ್ಟೆ ತುಂಬ್ತದೆ. ಹುಟ್ಸಿದ್ ದ್ಯಾವ್ರು ಎಲ್ಲೋ ಒಂದ್ ಕಡೆ ಹುಲ್ಲು ಕಾಣಿಸ್ತಾನೆ. ನೀನು ತುಂಬಾ ದೊಡ್ಡ ಮನ್ಸ ಆಗ್ತೀಗಾ ಅಂತಾ ಎಷ್ಟೋ ಕಿತ ಏಳಿವ್ನಿ ಆಲ್ವಾ?. ನನ್ ಮಾತ್ ಕೇಳು. ಪಟ್ಣಕ್ಕೆ ಹೋಗ್ಲಾ. ನೀನಾದ್ರೂ ಹೇಳ್ಲಾ ಸಾಣ್ಯಾ" ಎಂದ. ಸಾಣ್ಯ ಕೂಡ ತಿಮ್ಮ ಹೇಳಿದ್ದೇ ಸರಿ ಎಂಬ0ತೆ ತಲೆಯಾಡಿಸಿದ. ನನಗೂ ಆ ಒಂದು ಕ್ಷಣ ತಿಮ್ಮ ನನಗೆ ಭಗವದ್ಗೀತೆ ಉಪದೇಶಿಸಿದ ಶ್ರೀ ಕೃಷ್ಣನಂತೆ ಕಂಡಿದ್ದ. ತಕಾಳ್ಲ ಖರ್ಚಿಗೆ ಇಟ್ಕಾ ಎಂಬ0ತೆ ಜೇಬಿಂದ ಒಂದಷ್ಟು ಹಣವನ್ನು ನನಗೆ ಕೊಟ್ಟ. ಇನ್ನ ಈ ಊರಿನ ಋಣ ತೀರಿ ಹೋಯಿತು. ಬೆಟ್ಟದ ಮೇಲಿನ ಭೈರವನಿಗೆ ಅಲ್ಲಿಂದ್ಲೇ ಒಂದು ಅಡ್ಬಿದ್ದು ಅಲ್ಲಿಂದ ಹೊರಟೆ.

* * * * *

ಯಾಕೋ ಏನೋ ಎಲ್ಲರ ಸಾಂತ್ವನದ ಮಾತುಗಳು, ನನ್ನ ಬಗ್ಗೆ ಅವರು ತೋರಿಸುತ್ತಿರುವ ಅನುಕಂಪ, ಕನಿಕರದಂತೆ ಭಾಸವಾಗುತ್ತಿತ್ತು. ಕೇವಲ ನಾಲ್ಕು ಮಾತು ಸಾಂತ್ವನ ಹೇಳಿ ಹಿಂತಿರುಗಿ ಹೋದರಾಯಿತು, ನಮ್ಮ ಕೆಲಸ, ಜವಾಬ್ದಾರಿ ಮುಗಿಯಿತೆಂದೇ ಭಾವಿಸಿದ್ದ ನೆಂಟರ ಮೇಲೆ ಏನೋ ಒಂಥರಾ ಜಿಗುಪ್ಸೆ ನನ್ನಲ್ಲಿ ಉಂಟಾಗಿತ್ತು. ವಯಸ್ಸು ಚಿಕ್ಕದಾದರೂ, ನಿಜವಾದ ಪ್ರೀತಿ ಮತ್ತು ಮತ್ತು ಕನಿಕರಗಳ ನಡುವಿನ ವ್ಯತ್ಯಾಸ ನನಗೆ ಅರಿವಾಗಿತ್ತು. ಅನಾಥ, ಅಯ್ಯೋ -ಪಾಪ. ಚಿಕ್ಕ ಹುಡುಗ.. ಇತ್ಯಾದಿ ಇತ್ಯಾದಗಳ ಕನಿಕರ ತೋರುವ ಜನರೆಂದರೆ ನನ್ನಲ್ಲಿ ಏನೇ ಒಂದು ತರಹದ ಅಸಹ್ಯ ಶುರುವಾಗಿತ್ತು. ತಿಮ್ಮ ನನಗೆ ವಿಶೇಷವಾಗಿ, ಒಬ್ಬ ಸೋದರನಾಗಿ, ಒಬ್ಬ ಗೆಳಯನಾಗಿ ಕಂಡಿದ್ದೇ ಆಗ. ಅವನ

ಹೃದಯದಲ್ಲಿ ಎಳ್ಳಷ್ಟು ಕೂಡಾ ಸ್ವಾರ್ಥವಿರಲಿಲ್ಲ. ಕನಿಕರ ತೋರುವ ಜನರಿಂದ ಹೊರಬಂದು ನನ್ನದೇ ಆದ ವ್ಯಕ್ತಿತ್ವವನ್ನು ರೂಪಿಸಿಕೊಳ್ಳಲು ಮಾಡಿದ ಪ್ರೇರಕ ಶಕ್ತಿ - ಅವನಾಡುವ ಮಾತುಗಳು ಏನೋ ವಿಶೇಷದಂತೆ ಕಂಡವು. ಮರಕೋತಿ- ಈಜಾಡುವುದರಲ್ಲಿ ನನಗೆ ಗುರುವಾಗಿದ್ದ. ಹೀಗಾಗಿ ತಿಮ್ಮ ನನಗೆ ಒಬ್ಬ ಅಣ್ಣನಾಗಿ, ಗೆಳೆಯನಾಗಿ, ಗುರುವಾಗಿ ಹಿತೈಷಿಯಾಗಿದ್ದ ಅವನ ನಿಜವಾದ ಪ್ರೀತಿ ನನಗೆ ದಕ್ಕದೆ ಹೋಗಿದ್ದರೆ, ಬಹುಷಃ ಅಮ್ಮನ ನೆನಪಲ್ಲಿ ನಾನು ಹುಚ್ಚನಾಗಿಬಿಡುತ್ತಿದ್ದೆನೇನೋ! ನೆಂಟರನ್ನು ದೇವರೇ ನಿರ್ಧರಿಸಿಬಿಡುತ್ತಾನೆ. ಆದರೆ ಸ್ನೇಹಿತರನ್ನು ನಿರ್ಧರಿಸುವ ಆಯ್ಕೆ ನಮಗೆ ಬಿಟ್ಟಿದ್ದಾನೆ. ಇಲ್ಲವಾದಲ್ಲಿ ತಿಮ್ಮ ನನಗೆ ಸಿಗುತ್ತಿರಲಿಲ್ಲವೇನೋ!

ತಿಮ್ಮನ ಅಮ್ಮ ಸಹ ಇದ್ದುದ್ದರಲ್ಲೇ ರುಚಿಯಾದ ಅಡಿಗೆ ಮಾಡಿ ಪ್ರೀತಿಯಿಂದ ಕೈ ತುತ್ತು ಹಾಕುತ್ತಿದ್ದಳು. ತಿಮ್ಮನಿಗೂ ನನಗೂ ವ್ಯತ್ಯಾಸ ಮಾಡಿದ್ದನ್ನೇ ನಾಕಾಣೆ. ಸಮಾಧಾನ ಮಾಡಿ, ಕಥೆ ಹೇಳಿ ಮಲಗಿಸುತ್ತಿದ್ದಳು. ಬೆಳಗ್ಗೆ ಎದ್ದೊಡನೇ ಮತ್ತದೇ ಪ್ರೀತಿ. ಅಮ್ಮ ದೇವರ ಬಳಿ ಹೋಗಿದ್ದಾಳಂತೆ. ನಾನು ಮಾಡುತ್ತಿರುವ ಕಾರ್ಯಗಳಂದ ಅವಳಿಗೆ ಅಲ್ಲಿ ಖುಷಿಯಾಗುತ್ತಂತೆ. ಸ್ವರ್ಗ - ನರಕಗಳೆಂಬುದಿದೆಯ0ತೆ. ಹೀಗೆ ದಿನಾ ಹತ್ತು ಹಲವು ಕಥೆ ಹೇಳಿ ನನ್ನನ್ನೂ, ತಿಮ್ಮನನ್ನೂ ತನ್ನೆರಡು ತೊಡೆಗಳ ಮೇಲೆ ಮಲಗಿಸುತ್ತಿದ್ದಳು. ಹೊಸದಾಗಿ ಬಂದ ಒಂದೆರಡು ದಿನ ತಿಮ್ಮನ ಮನೆಯಲ್ಲಿ ಮುಜುಗರವಾಗಿತ್ತಾದರೂ, ನಂತರ ಅಭ್ಯಾಸವಾಗಿಬಿಟ್ಟಿತ್ತು. ನನ್ನ ಮನೆಯಷ್ಟೇ ಸ್ವಾತಂತ್ರ್ಯ ನನಗೆ ತಿಮ್ಮನ ಮನೆಯಲ್ಲಿ ಲಭಿಸಿತ್ತು.

ಅಮ್ಮ ಸತ್ತು ಹದಿನೈದು ದಿನವಾಗಿತ್ತೋ, ಇಪ್ಪತ್ತು ದಿನವಾಗಿತ್ತೋ, ಅಂತೂ ಕಡೆಗೂ ಅಪ್ಪ ಊರಿಗೆ ಬಂದರು. ಗೌಡರ ಮುಖಾಂತರ ನಡೆದ ವಿಷಯವೆಲ್ಲಾ ತಿಳಿದು, ನನ್ನ ತಬ್ಬಿಕೊಂಡು ಬಿಕ್ಕಿ-ಬಿಕ್ಕಿ ಅತ್ತಿದ್ದರು. ನನ್ನ ಅಪ್ಪ ಇಷ್ಟೊಂದು ಭಾವಪರವಶರಾದದ್ದನ್ನು ನಾನೆಂದೂ ಕಾಣೆ. ಉಕ್ಕಿಗಿಂತ ಕಠಿಣವಾಗಿದ್ದ ಮನುಷ್ಯ ಹತ್ತಿಗಿಂತ ಮೃದುವಾಗಿದ್ದ. ಗೌಡರು ಪಟೇಲರು ಬಂದು, ಏನು ಹೇಳಬೇಕೆಂದು ತಿಳಿಯದೆ ಮೂಕರಾಗಿದ್ದರು. ಕಡೆಗೂ ಪಟೇಲರೇ ಬಾಯಿತೆರದು " ಮೇಷ್ಟ್ರೇ, ನಮ್ಮಂತ ಹತ್ತಾರು ಜನಕ್ಕೆ ಬುದ್ಧಿ ಹೇಳ್ಬೇಕಾದ ನೀವೇ ಹಿಂಗೆ ಅಳ್ತಾ ಇದ್ರೆ ಹೆಂಗೆ? ಊರೂರಾಗೆ ನಾಟ್ಕ ಮಾಡ್ಸಿ, ಭಗವದ್ಗೀತೆ ಹೇಳ್ತೀರಿ. ನೀವೇ ಹಿಂಗೆ ಬೇಜಾರಾದ್ರೆ ಹೆಂಗೆ ಮೇಷ್ಟ್ರೇ? ಏನೋ ಆದದ್ದು ಆಗೋಯ್ತು. ಆ ದ್ಯಾವ್ರುಗೆ ಕೂಡ ಒಳ್ಳೆ ಅವ್ರೇ ಬೇಕು ಅಂತ ಕಾಣ್ತದೆ. ಅದ್ಕೇ ನಮ್ಮಂತ ಪಾಪಿಗಳ್ನ ಕರ್ಕೋ ಅಂದ್ರೂ ಕರ್ಕೋಳಲ್ಲಾ. ಆವಮ್ಮ ಏನು ಪುಣ್ಯ ಮಾಡಿದ್ರೋ ಗೌರಮ್ಮನ ತರ, ಸಿವನ ಹತ್ರ

ಸೇರ್ಕೋಂಡ್ಲು. ನಮ್ ಕೈಯಾಗೆ ಏನೈತೆ ಮೇಷ್ಟ್ರೇ, ಎಲ್ಲಾ ಅವನ ಆಟ. ನಿಮ್ ಮಗ ಎಂಗೆ ಆಗವ್ನೆ ನೋಡ್ರಿ. ಏಳ್ರಲಾ, ಅವ್ನಿಗೆ ನೀವೇ ಧೈರ್ಯ ಹೇಳ್ರಿ, ಸಮಾಧಾನ ಮಾಡ್ರಿ" ಎಂದು ನನ್ನ ಅಪ್ಪನ ಕೈ ಹಿಡಿದು ಎಬ್ಬಿಸಿದ್ರು. ಪಂಚೆ ಅಂಚಿ0ದ ಕಣ್ಣೀರನ್ನೊಮ್ಮೆ ಒರೆಸಿಕೊಂಡು ನನ್ನನ್ನು ಎಳೆ ಮಗುವಂತೆ ಎತ್ತಿಕೊಂಡು ನನ್ನ ಮನೆಗೆ ಬಂದರು.

ಅ0ದು ರಾತ್ರಿಯೆಲ್ಲ ನನ್ನ ಅಪ್ಪ ನಿದ್ದೆ ಹೋದಂತೆ ಕಾಣುತ್ತಿರಲಿಲ್ಲ. ಅವಳು ಸತ್ತಿದ್ದು, ನಾನು ಅವಳ ಚಿತೆಗೆ ಬೆಂಕಿ ಇಟ್ಟಿದ್ದು, ತಿಥಿ-ಕಾರ್ಯಗಳನ್ನು ಮಾಡಿದ್ದು ಎಲ್ಲವನ್ನೂ ಪ್ರಶ್ನೆ ಮೇಲೆ ಪ್ರಶ್ನೆ ಕೇಳಿ ನನ್ನಿಂದ ಉತ್ತರ ತಿಳಿದುಕೊಂಡಿದ್ದರು. ನಾನು ತಿಮ್ಮನ ಮನೆಯಲ್ಲೇ ಊಟ-ತಿಂಡಿ ಮಾಡುತ್ತಿದ್ದುದು ಸಹ ನನ್ನಿಂದ ಕೇಳಿ ತಿಳಿದುಕೊಂಡರು. ಇದರ ಮಧ್ಯೆ ನನ್ನರಿವಿಗೇ ಬಾರದಂತಹ ವಿಷಯವೊಂದು ನನ್ನ ತಂದೆಗೆ ಹೊಳೆದಿತ್ತು. ಅದೇನೆಂದರೆ ಅಮ್ಮ ಸತ್ತು ಸರಿಸುಮಾರು ಒಂದು ತಿಂಗಳಾದರೂ ನಾನು ಶಾಲೆಗೇ ಹೋಗಿರಲಿಲ್ಲ. ಊರಿಗೆಲ್ಲ ನಾಟ್ಕ ಹೇಳಿಕೊಡುವ ಮೇಷ್ಟ್ರು ಮಗ ಒಂದು ತಿಂಗಳಾದರೂ ಸ್ಕೂಲಿಗೇ ಹೋಗಿಲ್ಲವೆಂಬ ಸತ್ಯ ಗೊತ್ತಾದೊಡನೆ, ನಾಳೆಯಿಂದಲೇ ಸ್ಕೂಲಿಗೆ ಹೋಗುವ ಎಲ್ಲಾ ವ್ಯವಸ್ಥೆಯನ್ನೂ ಮಾಡಿದ್ದರು. ನನಗೂ ಸಹ ಸ್ಕೂಲು ಎಂಬ ವಿಷಯ ಮರತೇ ಹೋದಂತಿತ್ತು. ಮತ್ತೆ ಶಾಲೆ-ಸ್ನೇಹಿತರು-ಮೇಷ್ಟ್ರು-ಪಾಠ, ಹೀಗೆ ನನ್ನ ಜೀವನ ಸಹಜ ಸ್ಥಿತಿಗೆ ಮರಳಿತ್ತು. ಅಡಿಗೆ- ತಿಂಡಿ, ಮನೆ ಬಟ್ಟೆ ಪಾತ್ರೆ, ಹೀಗೆ ಅಮ್ಮ ಮಾಡುತ್ತಿದ್ದ ಎಲ್ಲ ಕೆಲಸವನ್ನು ನನ್ನ ಅಪ್ಪನೇ ಮಾಡುತ್ತಿದ್ದರು. ಇಷ್ಟಾದರೂ ಸಹ ಆಗಾಗ ಸಂಗೀತ, ನಾಟಕಗಳ ಅಭ್ಯಾಸ ಮಾತ್ರ ತಪ್ಪಿಸುತ್ತಿರಲಿಲ್ಲ.

ನನ್ನ ಅಪ್ಪ ನನಗೆ ಅಮ್ಮನಾಗಿ ಕಂಡಿದ್ದೇ ಆಗ. ನಾಟಕ, ಹಾಡು, ಸಂಗೀತ ಎಂದು ಊರೂರು ತಿರುಗುತ್ತಿದ್ದ ಅಪ್ಪನಿಗೂ ನನಗೂ ಅಂತಹ ಅನುಬಂಧವಿರಲಿಲ್ಲ. ಯಾವುದೋ ನಾಟಕದ ಕಂಪನಿ ಜೊತೆ ಹೊರಟು ನಿಂತರೆ ಮತ್ತೆ ಮನೆಗೆ ಮರಳುತ್ತಿದ್ದುದ್ದು ಇಪ್ಪತ್ತೋ, ಮುವತ್ತೋ ದಿನಗಳ ಬಳಿಕ. ಆಗೆಲ್ಲಾ ಮನೆಯಲ್ಲಿ ನಾನು ಅಮ್ಮ ಇಬ್ಬರೇ. ಆದರೆ ಅಮ್ಮ ಸತ್ತುಹೋದಂದಿನಿ0ದ ಅಪ್ಪ ಮನೆಬಿಟ್ಟು ಎಲ್ಲೂ ಹೊರಗೆ ಹೋಗಿದ್ದೇ ಕಾಣೆ. ಅಮ್ಮ ಮಾಡುತ್ತಿದ್ದ ಎಲ್ಲಾ ಕೆಲಸಗಳೂ ಅಪ್ಪನೇ ಮಾಡುತ್ತಿದ್ದರು. ಅಮ್ಮನ ಕೈ ಅಡಿಗೆ ತಿಂದೇ ಬೆಳೆದಿದ್ದ ನನಗೆ ನನ್ನ ಅಪ್ಪನ ಕೈ ಅಡಿಗೆಯ ರುಚಿಯ ಪರಿವೆ ತಿಳಿದಿರಲಿಲ್ಲ. ನಿಜ ಹೇಳಬೇಕಂದರೆ ಅಡಿಗೆಯ ರುಚಿ ವಿಷಯಕ್ಕೆ ಬಂದಾಗ ಅಪ್ಪನ ಅಡಿಗೆಯೇ ಒಂದು ಕೈ ಮೇಲು. ಆದರೇ ತಾನೊಬ್ಬನೇ ಅಡಿಗೆ ಮಾಡುತ್ತಿದ್ದರು. ನಾನು ಪಡಸಾಲೆಯ ಮೂಲೆಯೊಂದರಲ್ಲಿ ಕುಳಿತು ಸಂಗೀತವೋ, ಓದುವುದೋ, ಯಾವುದರಲ್ಲೋ

ತಲ್ಲೀನನಾಗಿರುತ್ತಿದ್ದೆ. ಆದರೆ ಅಮ್ಮ ಹಾಗಲ್ಲ. ಅವಳು ಅಡಿಗೆ ಮಾಡುವಾಗಲೆಲ್ಲ ನಾನವಳ ಮುಂದೆಯೇ ಇರಬೇಕಿತ್ತು. ತರಕಾರಿ ಹೆಚ್ಚುವುದರಿಂದ ಹಿಡಿದು, ಪಾತ್ರೆ ಸೌಟು ತೊಳೆಯುವಂತಹ ಸಣ್ಣಪುಟ್ಟ ಕೆಲಸಗಳನ್ನು ಸಹ ನನ್ನಿಂದ ಮಾಡಿಸುತ್ತಿದ್ದಳು. ಅವಳು ಅಡಿಗೆ ಮಾಡುತ್ತಿದ್ದನ್ನು ನೋಡಿ ನನಗೂ ಸಹ ಅಡಿಗೆ ಮಾಡುವ, ಒಗ್ಗರಣೆ ಹಾಕುವ ಬಗ್ಗೆ ಸ್ವಲ್ಪ ತಿಳುವಳಿಕೆ ಬಂದಿತ್ತಾದರೂ ನಾನೊಬ್ಬನೇ ಅಡಿಗೆ ಮಾಡಬಲ್ಲನೆಂಬ ಧೈರ್ಯ ಮಾಡಿರಲಿಲ್ಲ. ಆದರೆ ಅಪ್ಪ ಅಡಿಗೆ ಮಾಡುವಾಗ, ಸುಮ್ಮನೆ ಒಂದು ಮೂಲೆಯಲ್ಲಿ ಓದುತ್ತಾ ಕುಳಿತುಕೊಳ್ಳುವುದು ನನಗೆ ಇಷ್ಟವಿರಲಿಲ್ಲ. ಹಾಗಾಗಿ ನಾನೇ ಬಂದು ಆಗಾಗ ಅಪ್ಪನ ಅಡಿಗೆ ಕೆಲಸಕ್ಕೆ ಸಹಾಯ ಮಾಡುತ್ತಿದ್ದೆ. ಮೊದಮೊದಲು ನನ್ನ ವಯಸ್ಸನ್ನು ನೋಡಿ, ಅಪ್ಪ ಅಡಿಗೆ ಮನೆಗೆ ಬರಬೇಡವೆಂದು ಹೇಳಿದ್ದುಂಟು. ಆದರೆ ಬರುಬರುತ್ತ ಅಪ್ಪ ಏನೂ ಮಾತನಾಡದೇ ನನ್ನ ಸಹಾಯಕ್ಕೆ ತಮ್ಮ ಆಕ್ಷೇಪಣೆ ಇಲ್ಲವೆಂಬ0ತೆ ಇದ್ದರು. ಅತಿ ಚಿಕ್ಕ ವಯಸ್ಸಿಗೆ ನಾನು ಅಡಿಗೆ, ಮನೆಕೆಲಸ, ಪಾತ್ರೆ ತೊಳೆಯುವುದು ಇದೆಲ್ಲದರ ಜೊತೆಗೆ ದನಕರು ಮೇಯಿಸುವುದು, ಕೊಟ್ಟಿಗೆಯ ಜವಾಬ್ದಾರಿಯನ್ನೆಲ್ಲ ನಿಭಾಯಿಸಬಲ್ಲನಾಗಿದ್ದೆ.

*****

ತಿಮ್ಮ -ಸಾಣ್ಯರನ್ನೊಮ್ಮೆ ಆಲಂಗಿಸಿಕೊ0ಡು, ನಾನು ಭೀಮನ ಬೆಟ್ಟದ ಇನ್ನೊಂದು ತುದಿಯೆಡೆಗೆ ನಡೆಯುತ್ತಿದ್ದೆ. ಭೀಮನ ಬೆಟ್ಟ ಹೆಸರಿಗೆ ತಕ್ಕ ಹಾಗೆಯೇ ಬಹಳ ಕಡಿದು. ಕೆಲ ದಿನಗಳ ಹಿಂದೊಮ್ಮೆ ನಾನು ತಿಮ್ಮ, ಸಾಣ್ಯ ಭೀಮನ ಬೆಟ್ಟವನ್ನು ಏರಿ ಇಳಿಯಬೇಕೆಂದು ಪಣತೊಟ್ಟು, ಅರ್ಧದಾರಿಯೂ ಏರಲಾರದೆ ಹಿಂದಿರುಗಿದ್ದವೆಲ್ಲ? ಆದರೆ ಇಂದು ನಿರಾಯಾಸವಾಗಿ ಭೀಮನ ಬೆಟ್ಟವನ್ನು ಏರುತ್ತಿರುವ ಸಾಹಸ-ದ್ಯೆರ್ಯ ಎಲ್ಲಿಂದ ಬಂತು? ಊಟ ಮಾಡಿಲ್ಲ. ಸುಸ್ತು, ಆಯಾಸ. ಆದರೂ ಛಲಬಿಡದೆ ವಿಕ್ರಮನಂತೆ ಕಡಿದಾದ ಬಂಡೆಯನ್ನು ಏರಿ ಹೊರಟಿದ್ದೇನೆ. ಹಾವು- ಚೇಳುಗಳ ಭಯವಾಗಲೀ, ಹಗಲು-ರಾತ್ರಿ, ಕಳ್ಳ- ಕಾಕರ ಇರುವಾಗಲೀ ನನ್ನ ಅರಿವಿಗೆ ಬರುತ್ತಿಲ್ಲ. ನನ್ನ ಗುರಿ ಗಮನವೆಲ್ಲಾ ಭೀಮನಬೆಟ್ಟದ ತುದಿಯ ಆಕಡೆ ಇರುವ ಬ್ಯಾಡರ ಪಾಳ್ಯದ ರೈಲು ನಿಲ್ದಾಣದತ್ತಲೇ ನೆಟ್ಟಿತ್ತು. ಜೀವನದಲ್ಲಿ ಒಮ್ಮೆಯಾದರೂ ರೈಲನ್ನು ಹತ್ತಿರದಿಂದ ನೋಡಬೇಕೆಂಬ ಬಯಕೆ ಹೆಬ್ಬಂಡೆಯ0ತೆ ನನ್ನ ಮುಂದೆ ನಿಂತಿತ್ತು. ಆದರೆ ಆ ರೈಲನ್ನು ನೋಡುವುದಷ್ಟೇ ಅಲ್ಲ, ಅದರಲ್ಲಿ ಪ್ರಯಾಣ ಮಾಡುವ ಯೋಗ ಇಷ್ಟು ಬೇಗ ಲಭಿಸಬಹುದೆಂದು ಕನಸಲ್ಲೂ ಸಹ ಎಣಿಸಿರಲಿಲ್ಲ. ಬ್ಯಾಡರಪಾಳ್ಯದಿಂದ ರೈಲನ್ನು ಹತ್ತಿ ಪಟ್ಟಣಕ್ಕೆ ಹೋಗುವುದು, ಅಲ್ಲಿ ಯಾವುದಾದರೂ ಕೆಲಸ ಮಾಡಿ, ಸಂಪಾದನೆ ಮಾಡಿಕೊಂಡು, ನನ್ನ ಊರಿಗೆ ಬರುವುದು ಸದ್ಯಕ್ಕೆ ಇದಿಷ್ಟೇ ನನ್ನ ಕಣ್ಣ ಮುಂದೆ

ಕಾಣುತ್ತಿದ್ದ ಚಿತ್ರಣ. ಆ ಮಹದಾಸೆಯಿಂದಲೇ ಭೀಮನಬೆಟ್ಟ ಹತ್ತಿ, ಇನ್ನೊಂದು ತುದಿಯಲ್ಲಿರುವ ಬ್ಯಾಡರಪಾಳ್ಯಕ್ಕೆ ಹೋಗುವ ಧೈರ್ಯ ಮಾಡಿದ್ದು. ಪಟ್ಟಣಕ್ಕೆ ಹೋಗಬೇಕಂಬ ಹೆಬ್ಬಯಕೆಯ ಮುಂದೆ ಬೀಮನ ಬೆಟ್ಟ ಹತ್ತುವ ಸಾಹಸವೂ ಸಹ ನನಗೆ ಲೆಕ್ಕವಿಲ್ಲ. ಮನುಷ್ಯನ ಹೆಬ್ಬಯಕೆ, ಅತೀವ ಆಸಕ್ತಿ, ಮಾಡಬಲ್ಲನೆಂಬ ಛಲ - ಇವು ಮೂರಿದ್ದರೆ ಏನನ್ನೂ ಸಾಧಿಸಬಹುದು. ಅಮ್ಮನೇ ಒಮ್ಮೆ ಧ್ರುವನ ಕಥೆ ಹೇಳಿದ್ದಳಲ್ಲವೇ? ಆ ಮಹದಾಸೆಯೇ ಇಂದು ಛಲವಾಗಿ ಮಾರ್ಪಟ್ಟು ನನ್ನ ಪ್ರೇರಿಪಿಸಿಲ್ಲವೇ? ಭೀಮನಬೆಟ್ಟದಂತಹ ಬೆಟ್ಟವನ್ನೇ ನಿರಾಯಾಸವಾಗಿ ಹತ್ತಬಲ್ಲೆನೆಂದರೆ, ಪ್ರಪಂಚದ ಯಾವುದೇ ಶಕ್ತಿಯನ್ನು ಸಹ ಎದುರಿಸಬಲ್ಲನೆಂಬ ನಂಬಿಕೆ ನನ್ನಲ್ಲಿ ಉಂಟಾಗಿತ್ತು. ಅಂತೂ ಇಂತೂ ಬ್ಯಾಡರಪಾಳ್ಯದ ರೈಲು ನಿಲ್ದಾಣವನ್ನು ನೋಡಿ ನನಗಾದ ಆನಂದ ಅಷ್ಟಿಷ್ಟಲ್ಲ. ಜೋರಾಗಿ ಕೇಕೆ ಹಾಕಿ, ಕುಣಿಯಬೇಕೆನ್ನುವಷ್ಟು ಸಂತೋಷವಾಗುತ್ತಿದೆ. ಹಸಿವು - ಬಾಯಾರಿಕೆಗಳ ಪರಿವೆಯಿಲ್ಲದೆ ಬೀಮನಬೆಟ್ಟವೇರಿ ಬಂದಿದ್ದ ನನಗೆ ಇದ್ದಕ್ಕಿದ್ದಂತೆ ದಣಿವಾಗತೊಡಗಿತು. ಹಸಿವು -ಬಾಯಾರಿಕೆಗಳಿಂದ ಅಲ್ಲೇ ಪಕ್ಕದಲ್ಲಿದ್ದ ಬಂಡೆಯೊ0ದರ ಮೇಲೆ ಮಲಗಿದೆ.

“ ಏ ಹುಡ್ಗಾ ಯಾರ್ಲಾ ನೀನು? ಇಲ್ಯಾಕೆ ಮಲಗಿದೀಯಾ? ಯಾರೋ ಜೋರಾದ ಧ್ವನಿಯಲ್ಲಿ ಕೇಳಿದಂತಾಯ್ತು. ಮಂಪರಿನಲ್ಲಿದ ಕಣ್ಣಳು ಬಲವಂತದಿ0ದ ತೆರೆದುಕೊಳ್ಳುವ ಪ್ರಯತ್ನ ಮಾಡುತ್ತಿದ್ದವು. ಆದರೆ ಭೀಮನ ಬೆಟ್ಟವನ್ನೇರಿಬಂದಿದ್ದ ಆಯಾಸ, ಹಸಿವು - ಬಾಯಾರಿಕೆಗಳಿಂದ ಉಂಟಾದ ದಣಿವು ತೆರೆದುಕೊಳ್ಳುತ್ತಿದ್ದ ಕಣ್ಣುಗಳನ್ನು ಬಲವಂತವಾಗಿ ಮುಚ್ಚಿಸುವ ಪ್ರಯತ್ನ ಮಾಡುತ್ತಿದ್ದವು. “ ಏ ಹುಡ್ಗಾ ನಿನ್ನೇ ಕೇಳ್ತಾ ಇರೋದು” ಎಂಬ ದನಿಗೆ ಉತ್ತರವಾಗಿ ಕಣ್ಣುಗಳನೊಮ್ಮೆ ತೆರೆದು ಸುತ್ತಲ್ಲೂ ನೋಡಿದೆ ಸುತ್ತಲೂ ಗಾಡಾಂಧಕಾರ, ಕತ್ತಲು, ಮಿಣ ಮಿಣನೆ ಮಿಂಚುತ್ತ, ಆಗಸವನ್ನೆಲ್ಲ ಅಲಂಕಾರ ಮಾಡಿದಂತೆ ಕಾಣುತ್ತಿದ್ದ ನಕ್ಷತ್ರಗಳು. ನಾನೆಂದೂ ಕತ್ತಲಿನ ರಾತ್ರಿಯಲ್ಲಿ ಮನೆಯಿಂದ ಹೊರಗೆ ಬಂದದ್ದೇ ಇಲ್ಲ. ಆ ಕತ್ತಲನ್ನು ನೋಡಿ ಒಂದು ಕ್ಷಣ ಭಯವಾಯ್ತು. ಆದರೂ ಧೈರ್ಯ ಮಾಡಿ, ಎದ್ದು ಕುಳಿತೆ. ಎದುರಿಗೆ ನಿಂತಿದ್ದ ವ್ಯಕ್ತಿ ನನ್ನನ್ನೇ ನೋಡುತ್ತಿದ್ದ. ಹೇ ಹುಡ್ಗಾ ನಿನ್ನೇ ಕೇಳ್ತಾ ಇರೋದು, ಎಲ್ಲಿಗೆ ಹೋಗ್ಬೇಕು? ಇಲ್ಯಾಕೆ ನಿದ್ದೆ ಮಾಡ್ತ ಇದೀಯಾ? ಎಂದು ಮತ್ತೆ ಕೇಳಿದ.

"ಪಟ್ನಕ್ಕೆ ಓಗೋಕೆ ರೈಲು ಯವಾಗ ಬತ್ತದೇ?" ಎಂದೆ.

"ಏನ್ಲಾ?" ಎಂಬ0ತೆ ಮತ್ತೊಮ್ಮೆ ಕೇಳಿದ ಏನೂ ಅರ್ಥವಾಗದಂತೆ. ಯಾರ್ಯಾರಿಗೋ ಹೆದರ್ಲಿಲ್ಲ, ಇವನಿಗೇನು ಹೆದ್ರೋದು ಎಂಬ0ತೆ "ನಾನು

ಪಟ್ನಕ್ಕೆ ಓಗ್ಬೇಕು ಪೋಲಿಸ್ ಆಗ್ಬೇಕು ಮಿಲ್ಟ್ರಿ ಸೇರ್ಬೇಕು" ಅಂದೆ. ಏನಾಯ್ತೋ ಗೊತ್ತಿಲ್ಲ ಗೊಳ್ಳನೆ ನಕ್ಕ. ಸ್ವಲ್ಪ ಹೊತ್ತು ನಗುತ್ತಲೇ ಇದ್ದ. ನಾನು ಅವನ ಮುಖವನ್ನೇ ನೋಡ ಹತ್ತಿದೆ. ಪಟ್ನಕ್ಕೆ ಓಗ್ಬೇಕು ಅಂತಿದ್ದ0ಗೇ ಇಂಗೆ ನಗ್ತಾ ಅವ್ನಲ್ಲ? ಇಲ್ಲಿಗೆ ಪಟ್ನಕ್ಕೆ ಓಗೋ ರೈಲು ಬರಲ್ವಾ ಎಂಗೇ? ನಾನೇ ಏನಾದ್ರೂ ಬೇರೆ ಕಡೆ ಬಂದಿವ್ನಾ? ಎಂಬ ಸಂಶಯ ಶುರುವಾಯ್ತು. ಹೇಗೋ ನಗು ನಿಲ್ಲಿಸಿ ನನ್ನ ಕಡೆ ನೋಡಿ, "ಓಹೋ ಇದು ಆ ಥರಾ ಕೇಸಾ? ಇವತ್ತು ಪಟ್ನಕ್ಕೆ ಓಗಿ ಕೆಲ್ಸ ಸಿಗ್ದೆ ಉಪಾಸ ಬಿದ್ದು ಮೂರೇ ದಿನಕ್ಕೆ ವಾಪಸ್ ಬಂದಿರೋ ನಿನ್ನಂತೋರ್ನ ಬಾಳ ಜನಾನ ನೋಡಿವ್ನಿ. ಓಗೋಗು ಮನೇಗೋಗಿ ಮುದ್ದೆ ಉಂಡು ಮನೀಕ" ಎಂದ. "ಇಲ್ಲಾ ನಾನು ಓಗೇ ಓಗ್ತೀನಿ. ಸಂಪಾದ್ನೆ ಮಾಡೇ ಮಾಡ್ತೀನಿ" ಎಂಬ0ತೆ ಧೈರ್ಯವಾಗಿ ಹೇಳಿದೆ. ನನ್ನ ದಿಟ್ಟತನವನ್ನು ನೋಡಿ ಅವನ ನಗು ನಿಂತೇ ಹೋಯ್ತು. ರಾತ್ರಿ ಮೂರು ಘಂಟೆಗೆ ಬತ್ತಾದೆ ಬಾಂಬೆಗೆ ಓಯ್ತದೆ. ನಾಲ್ಕು ದಿನ ಬೇಕು ಬಾಂಬೆ ಮುಟ್ಟಾಕೆ. ಊಟ- ತಿಂಡಿಗೇನು ಮಾಡೀ? ಎಂದು ಮುಖ ನೋಡಿದ. ಪಟ್ನಕ್ಕೆ ಹೋಗಬೇಕು ಎಂಬ ಆತುರದಲ್ಲಿ ಇದಾವುದೂ ನನಗೆ ಯೋಚನೆಗೇ ಬಂದಿರಲಿಲ್ಲ. ಕೈಯಲ್ಲಿದ ಪುಡಿಗಾಸನ್ನ ಒಮ್ಮೆ ನೋಡಿ, ಅವನತ್ತಲೇ ನೋಡುತ್ತಾ ಕುಳಿತೆ. "ಏ ಉಡ್ಗಾ ಅದ್ಯಾಕೆ ಅಂಗೆ ನೋಡ್ತೀ? ರೈಲಾಗೆ ಊಟ ತಿಂಡಿ ಸಿಕ್ತಾದೆ. ಅವಾಗವಾಗ ಮದ್ಯ ನಿಂತಾಗ ಸೌತೆಕಾಯಿ ಕಡ್ಲೇಕಾಯಿ ಸಿಕ್ತದೆ. ಏನೂ ಯೋಚ್ನೆ ಮಾಡ್ಬೇಡ. ಹುಷಾರಾಗಿರು. ನಿನ್ನ ನಂಬ್ಸಿ ಕಳ್ತನಾ ಮಾಡೋರೂ ಇರ್ತಾರೆ. ಯಾರೇ ಏನೇ ಕೊಟ್ರು ತಿನ್ಬೇಡ. ದುಡ್ಡು ಓದ್ರೂ ಪರ್ವಾಕಿಲ್ಲ - ಕೊಂಡ್ಕೊ0ಡೇ ತಿನ್ನು. ತಿಳಿತಾ? ನಿನ್ನ ನೋಡಿದ್ರೆ ಬೋ ಏಟು ತಿಂದಾವ್ನ0ಗೆ ಕಾಣಿಸ್ತೀಯ. ತಕಾ.. ಇಟ್ಕಾ.ಊಟ ತಿಂಡಿಗಾತದೆ. ನಂಗು ತಾನೇ ಯಾರವ್ರೇ? ಹಂಡ್ರೇ? ಮಕ್ಳೇ? ತಕಾ ಮಗಾ ಇಟ್ಕಾ" ಎಂಬ0ತೆ ತನ್ನ ಜೇಬಿನಲ್ಲಿದ್ದ ಪುಡಿಗಾಸನ್ನೊಂದಷ್ಟು ಬೇಡವೆಂದರೂ ಕೇಳದೆ ಬಲವಂತದಿ0ದ ನನ್ನ ಕಿಸಿಗೆ ತುಂಬಿದ. ಚಿಕ್ಕಮ್ಮಂಗೆ ಎದರ್ಕೊಂಡು ಮನೆ ಬಿಟ್ಟು ಬಂದಿವ್ನೀ. ಯಾರೋ ಗೊತ್ತು- ಗುರಿಯಿಲ್ದೋರು ಸಹಾಯ ಮಾಡ್ತರ್ವೇ. ಸಿವಾ. ಏನಪ್ಪಾ ನಿನ್ನಾಟ? ಎಂದುಕೊ0ಡೆ ರೈಲಿಗಾಗಿ ಕಾಯುತ್ತಲೇ ಅಲ್ಲೇ ಇದ್ದ ಬೆಂಚೊ0ದರ ಮೇಲೆ ಕುಳಿತೆ.

ಭೀಮನ ಬೆಟ್ಟವೇರಿ ಬಂದ ಆಯಾಸವೇನು ಕಡಿಮೆಯೇ? ಒಂದೆಡೆ ಕಣ್ಣು ತೂಗಹತ್ತಿತ್ತು. ಆದರೂ ಬಲವಂತದಿ0ದಾರೂ ಸರಿ ನಿದ್ದೆ ಹೋಗಬಾರದೆಂದು ನಿರ್ಧರಿಸಿ ಆಗಿತ್ತು. ನಾನು ನಿದ್ದೆ ಹೋದಾಗ, ಒಂದು ವೇಳೆ ರೈಲು ಹೊರಟು ಹೋದ್ರೆ ಮತ್ತೆ ಬಾಂಬೆ ಪಟ್ನಕ್ಕೆ ಹೋಗೋ ರೈಲು ಯಾವಾಗ ಬರುತ್ತೋ? ಎಂಬ

ಯೋಚನೆ ಬೇರೆ. ರಾತ್ರಿ ಮೂರಕ್ಕೆ ರೈಲು ಬರುತ್ತದಂತೆ. ಹಾಗಾದ್ರೆ ಇವಾಗ ಎಷ್ಟು ಗಂಟೆ? ಇನ್ನೂ ಎಷ್ಟು ಹೊತ್ತು ಕಾಯ್ಬೇಕು? ರೈಲು ಆ ಕಡೆಯಿಂದ ಬರುತ್ತೋ ಇಲ್ಲ ಈ ಕಡೆಯಿಂದಲೋ? ರೈಲನ್ನು ನೋಡಬೇಕು ಎಂದು ತಹತಹಿಸುತ್ತಿದ್ದ ನಾನು ಇಂದು ಅದೇ ರೈಲಲ್ಲಿ ನಾಲ್ಕು ದಿನ! ಆಹಾ... ನಾನೇ ಅದೃಷ್ಟವಂತ! ನನ್ನ ಒಳ್ಳೆಯ ದಿನಗಳು ಶುರುವಾದವು - ಹೀಗೇ ನೂರಾರು ಯೋಚನೆಗಳೊಡನೆ ಎದ್ದೇ ಇದ್ದೆ. ಕಡೆಗೂ ಸ್ವಲ್ಪ ಹೊತ್ತಾದ ಬಳಿಕ ದೂರದಲ್ಲೆಲ್ಲೋ ಕೂ... ಎಂಬ ಶಬ್ದ ಕೇಳಿಸಿತು. ಶಬ್ದ ಬಂದೊಡನೆ ಅತ್ತ ತಿರುಗಿದೆ. ದೂರದಿಂದ ರೈಲೊಂದು ನಾನಿದ್ದೆಡೆಗೇ ಬರುತ್ತಿತ್ತು.ಅಬ್ಬಾ! ಏನು ಉದ್ದ! ಏಂತಹ ವೇಗ! ಏನು ಗಾಂಭೀರ್ಯ! ಸಾವಿರಾರು ಜನರನ್ನು ದಿನಾ ತನ್ನೊಳಗೆ ಹೊತ್ತು ದೇಶದ ಈ ಮೂಲೆಯಿಂದ ಆ ಮೂಲೆಗೆ ವೇಗವಾಗಿ ಚಲಿಸುವ ಸಾಮರ್ಥ್ಯ! ಸಿಂಹದ0ತ ವೇಗ! ಅದೇ ಕೆಲ ನಿಮಿಷ ಗಳಲ್ಲೇ ಆಮೆಗಿಂತಲೂ ಮಂದ ನಡಿಗೆ! ಕಂಬಿಯ ಮೇಲೆ ಅದು ಇದುವರೆಗೂ ಚಲಿಸಿದ ದೂರವೆಷ್ಟೋ? ಮಲಗಿರುವವರು, ಕಳಿತಿರುವವರು, ನಿಂತಿರುವವರ0ತೂ ಎಣಿಸಲಸದಳ. ಇಷ್ಟೊಂದು ಜನರನ್ನು ಹೊತ್ತು ತಿರುಗುವ ಈ ರೈಲಿಗೆ ಅಷ್ಟು ಶಕ್ತಿ ಬಂದಿದ್ದಾದರೂ ಎಲ್ಲಿಂದ?

ಕೂ.. ಎಂಬ ಶಬ್ಧ.... ಎಷ್ಟು ವೇಗದಲ್ಲಿ ಓಡುತ್ತಿರಬಹುದು? ನನ್ನ ಸುತ್ತಲಿನ ಗಿಡ -ಮರ -ಬಳ್ಳಿ - ಬೆಟ್ಟಗುಡ್ಡಗಳು ಸರಸರನೆ ಹಿಂದೆ ಹೋಗುತ್ತಿದೆಯಲ್ಲ? ಅಲ್ಲಲ್ಲ.. ಅವನೆಲ್ಲ ಹಿಂದಿಕ್ಕಿ ಈ ರೈಲೇ ಮುಂದೆ ಹೋಗುತ್ತಿದೆ; ಅಲ್ಲ ಓಡುತ್ತಿದೆ. ಹೌದು. ಇಷ್ಟೊಂದು ಜನ ಹೋಗುತ್ತಿರುವುದಾದರೂ ಎಲ್ಲಿಗೆ? ಏತಕ್ಕೆ? ಇವರೆಲ್ಲ ಪಟ್ಟಣಕ್ಕೆ ಹೋಗುವವರೋ ಇಲ್ಲ ಬೇರೆ ಊರಿನವರೋ? ಇಂದು ಮಾತ್ರ ರೈಲಿನ ತುಂಬ ಜನ ತುಂಬಿದ್ದಾರೆಯೋ? ಇಲ್ಲ ಈ ರೈಲು ದಿನಾ ತುಂಬಿರುತ್ತದೋ? ಹಾಗಾದರೆ ದಿನಾ ಇಷ್ಟು ಜನ ಎಲ್ಲಿಗಾಗಿ ಏತಕ್ಕಾಗಿ ಹೋದಾರು? ಕೆಲಸ- ಕಾರ್ಯಕ್ಕಾಗಿಯೇ? ಅಲ್ಲ.. ಸಂಸಾರ ಸಮೇತ ಹೋಗುತ್ತಿದ್ದಾರೆಂದರೆ ಮದುವೆ- ಮುಂಜಿಗಿರಬಹುದೋ? ಅಂದಹಾಗೆ ಈಗ ಸಮಯ ಎಷ್ಟು? ಎಷ್ಟು ಹೊತ್ತಿಗೆ ನಾನು ಪಟ್ಟಣ ಮುಟ್ಟೇನು? ಹಾಗಾದರೆ ಪಟ್ಟಣ ಅಷ್ಟು ದೂರವೇ? ಹೀಗೇ ನೂರಾರು ಯೋಚನೆಗಳಿಂದ ನನ್ನ ಮನಸ್ಸು ಅತ್ತಲಿಂದಿತ್ತ ಆಡುತ್ತಿತ್ತು. ನಿದ್ದೆ ಮಾಡುವುದು ದಿನಾ ಇದ್ದದ್ದೇ. ರೈಲಿನ ಪ್ರಯಾಣವನ್ನು ಅನುಭವಿಸುವ ಎಂದು ಹೇಗೋ ಕಷ್ಟಪಟ್ಟು ಕೊನೆಗೂ ರೈಲಿನ ಬಾಗಿಲಿನ ಬಳಿ ಬಂದು ಮೆಟ್ಟಿಲು ಮೇಲೆ ಕಾಲು ಇಟ್ಟು ಕುಳಿತೆ. ರಾತ್ರಿಯೆಲ್ಲ ರೈಲುಗಾಡಿ ಚಲಿಸುತ್ತಲೇ ಇತ್ತು. ಜೀವನದಲ್ಲಿ ಮೊದಲ ಬಾರಿಗೆ ಏನೋ ಒಂಥರಾ ಖುಷಿ, ರೋಮಾಂಚನಗಳಿ0ದ ಕೂಡಿದ್ದ ನನ್ನ ಮನಸ್ಸು ಉತ್ತೇಜನಗೊಂಡಿತ್ತು. ಆಹ್ಲಾದವೆಂಬುದು ಆಯಾಸವನ್ನು ಮರೆ

ಮಾಡಿತ್ತು. ಅಕ್ಕ ಪಕ್ಕದ ಗಿಡ ಮರಗಳು; ಎಲ್ಲೋ ದೂರದಲ್ಲಿ ರಂಗೋಲಿ ಹಾಕಿದಂತೆ ಕಾಣುವ ರಸ್ತೆಗಳು; ಭತ್ತ ಕಬ್ಬಿನ ತೋಟಗಳು; ಬೆಟ್ಟ ಸೇತುವೆ ಮೇಲೆ ರೈಲು ಹಾದು ಹೋಗುವಾಗ ಸಿಗುತ್ತಿದ್ದ ಆ ನೋಟ! ವ್ಹಾಹ್! ವರ್ಣಿಸಲು ಅಸಾಧ್ಯ. ಇಂತಹ ಖುಷಿಯನ್ನು ಅನುಭವಿಸಿ ಎಷ್ಟು ದಿನಗಳಾಗಿದ್ದವೋ? ಅಮ್ಮ ಬದುಕಿದ್ದಾಗಲ್ಲವೇ ನಾನು ನಕ್ಕಿದ್ದು? ಆಮೇಲೆ ನಗುವಿಗೇಕೋ ನನ್ನ ಮೇಲೆ ಕೋಪ ಬಂದ0ತಿತ್ತು. ಇಷ್ಟು ವರ್ಷ ನನ್ನ ಹತ್ತಿರವೂ ಸುಳಿದಿರಲಿಲ್ಲ. ಅಮ್ಮನ ನೆನಪು ಬಂದೊಡನೆ ನನಗೆ ಗೊತ್ತಿಲ್ಲದೇ ಕಣ್ಣಿನಿಂದ ನಾಲ್ಕು ಹನಿ ನೀರು ಇಣುಕಿ, ನನ್ನ ಕೆನ್ನಗೆ ಮುತ್ತಿಟ್ಟಿತು. ಕೈಗಳಿಂದ ಕಣ್ಣೀರನ್ನು ಒರೆಸಿ, ಮುಖ ತೊಳೆದು ಮತ್ತೆ ಬಂದು ನನ್ನ ಜಾಗದಲ್ಲಿ ಕುಳಿತೆ.

ಹಾಳಾದ ನಿದ್ದೆ! ಬೇಕೆಂದಾಗ ಹತ್ತಿರವೂ ಸುಳಿಯಲ್ಲ ಬೇಡವೆಂದಾಗ ಬರುತ್ತೆ ಎಂದು ನಿದ್ದೆ ಮಾಡಲು ಪ್ರಯತ್ನಿಸಿದೆ. ಉಹೂಂ ಬರಲಿಲ್ಲ. ಈಗ್ಗೆ ಸ್ವಲ್ಪ ಹೊತ್ತಿಗೆ ಮುಂಚೆ ಇದೇ ನಿದ್ದೆ ರೈಲು ನಿಲ್ದಾಣದಲ್ಲಿ ಬಂದಿರಲಿಲ್ಲವೇ? ಈಗ ರೈಲು ಬಂದಾತು. ಅದ್ರಲ್ಲಿ ಕುಂತಾತು. ಇವಾಗ್ಯಾಕೆ ಬರಾಕಿಲ್ಲ? ಎಂದು ನಿದ್ರೆಯನ್ನು ಶಪಿಸುತ್ತಲೇ ಕುಳಿತೆ. ಜೀವನದಲ್ಲೇ ಮೊದಲ ಬಾರಿಯಲ್ಲವೇ ನನ್ನ ಈ ರೈಲು ಪ್ರಯಾಣ? ಅದೂ ಊರು – ಕೇರಿ ಎಲ್ಲ ಬಿಟ್ಟು ಗೊತ್ತು ಗುರಿಯಿಲ್ಲದ ಊರಿಗೆ. ನಿದ್ದೆ ತಾನೇ ಹೇಗೆ ಬಂದೀತು ಎಂದು ಚಲಿಸುವ ರೈಲಿನ ಕಿಟಕಿಯಿಂದ ಹೊರ ನೋಡುತ್ತಾ ಕುಳಿತೆ. ಎಷ್ಟೊಂದು ಗಿಡ- ಮರ ಬೆಟ್ಟ ಗುಡ್ಡ ಕಣಿವೆಗಳು; ಎಷ್ಟೊಂದು ನೀರಿನ ಒರತೆಗಳು; ಹಳ್ಳವೋ, ಕೊಳ್ಳವೋ, ಕೆರೆಯೋ ನದಿಯೋ ತಿಳಿಯಲೊಲ್ಲದು. ಅದರ ಮೇಲೊಂದು ಸೇತುವೆ ಕಟ್ಟಿ, ಸೇತುವೆಯ ಮೇಲೆ ರೈಲನ್ನು ಓಡಿಸುತ್ತಿದ್ದಾರೆ. ನಮ್ಮೂರಿಂದ ಪಟ್ನಕ್ಕೆ ಎಷ್ಟು ದೂರವಿರಬಹುದು? ಇಂತಹ ಎಷ್ಟು ನದಿಗಳು, ಕೆರೆಗಳ ಮೇಲೆ ರಾಜನಂತೆ ಕುಳಿತು, ಈಜಾಡದೇ ನದಿಗಳನ್ನು ದಾಟಬಹುದು? ಈಗ್ಗೆ ಸ್ವಲ್ಪ ಹೊತ್ತಿಗೆ ಮುಂಚೆ ನೋಡಿದ ನದಿಯಂತೂ... ಅಬ್ಬಾ! ಏನದರ ವಿಸ್ತಾರ! ಕಣ್ಣು ನೋಡಿದಷ್ಟೂ ದೂರ ನೀರು. ಊರಿನ ನದಿಯ ಮೂಲೆಯೊಂದರಲ್ಲಿ ಈಜಾಡಿ, ಈಜಾಡುವುದರಲ್ಲಿ ನಾನೇ ಪರಾಕ್ರಮಿ ಎಂತಹ ನದಿಯನ್ನಾದರೂ ಈಜಿ ದಡ ಸೇರಬಲ್ಲೆ ಎಂಬ0ತ ಅಹಂ ಅನ್ನು ನೆನೆದು ನನಗೇ ಒಮ್ಮೆ ನಾಚಿಕೆಯಾಯಿತು. ಎಷ್ಟೊಂದು ಊರುಗಳು! ಒಂದೊ0ದು ಊರಿನಲ್ಲೂ ನೂರಾರು ಜನರು! ಆ ನೂರಾರು ಜನರೂ ಎಷ್ಟು ನೆಮ್ಮದಿಯಿಂದ್ದಾರೆ. ಊಟಮಾಡಿಸಲು ಅಮ್ಮ; ಕೇಳಿದ್ದನ್ನು ತಂದುಕೊಡುವ ಅಪ್ಪ; ಕಥೆ ಹೇಳಿ ಮಲಗಿಸಲು ಅಜ್ಜ ಅಜ್ಜಿಯರು; ಮನೆಗೆ ಆಗಾಗ ಭೇಟಿ ಕೊಡುವ ಚಿಕ್ಕಪ್ಪ ದೊಡ್ಡಪ್ಪ ಅತ್ತೆ- ಮಾವಂದಿರು. ಅವರಿಗೆಲ್ಲ ಅಷ್ಟು ನೆಮ್ಮದಿಯ ಜೀವನ ಕರುಣಿಸಿದ

ಆ ದೇವರು ನನಗೇಕೆ ಇಷ್ಟು ಕಷ್ಟ ಕೊಟ್ಟ ಎಂದು ಯೋಚಿಸುತ್ತಲೇ ರೈಲಿನ ಕಿಟಕಿಯ ಸರಳುಗಳ ಮೇಲೆ ತಲೆಯನ್ನಾನಿಸಿ ಮಲಗಿದ್ದೆ. ನನ್ನ ಈ ಪರಿಸ್ಥಿತಿ ನೋಡಿ ಆ ದೇವರಿಗೂ ಸಹ ಬೇಜಾರಾದೀತೋ ಏನೋ. ಆದರೂ ಅವನಾಡಿಸುವ ಬೊಂಬೆಗಳಲ್ಲವೇ ನಾವು? ನನ್ನ ಮುಂದೆ ಒಂದು ಅದ್ಭುತ ವೈಭವಯುತ ಜೀವನ ಇರಬಹುದೆಂದು ನನಗೆ ತಾನೇ ಹೇಗೆ ಗೊತ್ತಾದೀತು? ಹಿತವಾದ ತಂಗಾಳಿಗೆ ಮನಸೋತ ನನ್ನ ಕಣ್ಣಗಳು ಹಾಗೇ ನಿದ್ರೆ ಹೋಗತೊಡಗಿದವು. ರೈಲುಗಾಡಿ ಚಲಿಸುತ್ತಲೇ ಇತ್ತು.

*****

ಬೆಳಗಾಗೆದ್ದು ಕಣ್ತೆರೆದು ಕುಳಿತಲ್ಲಿಂದಲೇ ಒಮ್ಮೆ ಸುತ್ತಲೂ ನೋಡಿದೆ. ದೂರದಲ್ಲಿ ಕಾಣುತ್ತಿದ್ದ ಬೆಟ್ಟ- ಗುಡ್ಡಗಳು, ಮರಗಿಡಗಳು ನಿದಾನವಾಗಿ ಹಿಂದೆ ಹಿಂದೆ ಸರಿಯುತ್ತಿವೆ, ಅಲ್ಲಲ್ಲ, ರೈಲು ಗಾಡಿ ಮುಂದೆ ಚಲಿಸುತ್ತಿದೆ. ಲೇ ಬಸ್ಯಾ, ಏಳ್ಲಾ ಮ್ಯಾಗೆ ಅನ್ನುವ ಸುಪ್ರಭಾತ ಕೇಳದೆಯೇ ಮುಂಜಾನೆ ಎದ್ದಿದ್ದ ನೆನಪೇ ಇಲ್ಲ. ಈಗ ಯಾರೂ ಇಲ್ಲ ನನ್ನ ಬೈಯೋಕೆ ಎಂದು ನೆನಪಿಸಿಕೊಂಡೆ. ನಾನು ಕುಳಿತಿದ್ದ ಜಾಗದ ಪಕ್ಕದಲೇ ನಲ್ಲಿ ಒಂದಿತ್ತು. ಅರೆರೆ! ಇದೇನು ರೈಲಿನ ಒಳಗೆ ನಲ್ಲಿ ಇದೆಯಲ್ಲ? ಇದನ್ನು ಬಳಸಬಹುದೇ ಎಂದು ಅಳುಕುತ್ತಲೇ ಹತ್ತಿರಹೋದೆ. – ಇಡೀ ರೈಲೇ ಗಾಢ ನಿದ್ದೆಯಲ್ಲಿದ್ದಂತಿತ್ತು. ನನ್ನ ಬಯ್ಯುವವರು ತಾನೇ ಯಾರಿದ್ದಾರು ಎಂದುಕೊಳ್ಳುತ್ತಲೇ ಹೋಗಿ ಮುಖ ತೊಳೆದುಕೊಂಡೆ. ತಣ್ಣನೆಯ ನೀರು ಸೋಕಿದೊಡನೆ ಆಯಾಸವೆಲ್ಲಾ ಒಮ್ಮೆಲೇ ಪರಿಹಾರವಾದಂತಿತ್ತು. ಮುಖ ತೊಳೆದು, ಅಂಗಿಯಲ್ಲಿ ಒಮ್ಮೆ ಮುಖವನ್ನು ಒರೆಸಿಕೊಂಡು ಮತ್ತೆ ಬಂದು ನನ್ನ ಜಾಗದಲ್ಲಿ ಕುಂತೆ. ರೈಲು ಚಲಿಸುತ್ತಲೇ ಇತ್ತು. ನಿಧಾನವಾಗಿ ಒಬ್ಬೊಬ್ಬರೇ ಎದ್ದು ಮುಖ ತೊಳೆದು ಬರಲು ಶುರುವಾಯ್ತು. ಜನರ ಒಡಾಟ ನೋಡಿ ರೈಲಲ್ಲೇ ಶೌಚಾಲಯವಿದೆಯೆಂದು ಅರ್ಥವಾಯ್ತು. ನಾನೂ ಒಮ್ಮೆ ಹೋಗಿ ನನ್ನ ನಿತ್ಯ ಕರ್ಮಗಳನ್ನು ಮುಗಿಸಿಕೊಂಡು ಮತ್ತೆ ಬಂದು ನನ್ನ ಜಾಗದಲ್ಲಿ ಕೂತೆ.

"ಇನ್ನೂ ಎಷ್ಟು ದೂರ ಐತ್ರೀ ಪಟ್ನ"? ನನ್ನ ಪಕ್ಕ ಕೂತಿದ್ದವನನ್ನು ಕೇಳಿದೆ. ಅವನಿಗೆ ನಾ ಕೇಳಿದ್ದು ಅರ್ಥವಾಯಿತೋ ಇಲ್ವೋ ನನ್ನ ಮುಖವನ್ನೊಮ್ಮೆ ನೋಡಿ "ಕ್ಯಾ" ಎಂದು ಉತ್ತರ ಕೊಟ್ಟ. ಅರ್ಥವಾಗದವನಂತೆ ಮತ್ತೆ ಕಿಟಕಿಯ ಹೊರಗೆ ನೋಡುತ್ತಾ ಕುಳಿತೆ. ಅಷ್ಟರಲ್ಲೇ ರೈಲು ನಿಂತ0ತೆನಿಸಿತು. ಹೌದು, ಬರುಬರುತ್ತಾ ರೈಲಿನ ವೇಗ ಕಡಿಮೆಯಾಗ ಹತ್ತಿತ್ತು. ಅಲ್ಲಲ್ಲ... ರೈಲು ನಿಂತೇ ಬಿಟ್ಟಿತು. ಯಾವುದೋ ನಿಲ್ದಾಣವೊಂದರಲ್ಲಿ ಜನರೆಲ್ಲಾ ತಮ್ಮ ಸರಂಜಾಮುಗಳೊಡನೆ ಇಳಿಯಹತ್ತಿದ್ದರು; ಮತ್ತಷ್ಟು ಜನ ಹತ್ತುತ್ತಿದ್ದರು. ಅಷ್ಟರಲ್ಲೇ ಇಡ್ಲಿ, ಇಡ್ಲಿ, ಕಾಫೀ,

ಚಾಯ್ ಎಂದು ಕೂಗುತ್ತಾ ಒಬ್ಬ ಒಳಬಂದ. ಸರಿ ಜೇಬಲ್ಲಷ್ಟು ಪುಡಿಗಾಸಿತ್ತಲ್ಲ? ಒಂದಷ್ಟು ಕಾಸನ್ನು ಕೊಟ್ಟು ಇಡ್ಲಿ, ಚಟ್ನಿ ತಿನ್ನುತ್ತಾ ಕುಳಿತೆ. ಅಮ್ಮ ಬದುಕಿದ್ದಾಗಲೇ ಕಡೆಯ ಬಾರಿ ಇಡ್ಲಿ ತಿಂದಿದ್ದಲ್ಲವೇ? ಮತ್ತೇನನ್ನಿಸಿತೋ ತಿಳಿಯೇ. ಮತ್ತೇ ಇನ್ನೆರಡು ಇಡ್ಲಿ ತಿಂದು ನೀರು ಕುಡಿದು ನನ್ನ ಜಾಗದಲ್ಲಿ ಬಂದು ಕೂತೆ.

ಟಿಕೇಟ್, ಟಿಕೇಟ್... ಟಿಕೇಟ್ ಪ್ಲೀಸ್ ಮೇಡಮ್, ಟಿಕೇಟ್ ಪ್ಲೀಸ್ ಸರ್ ಎಂದು ಕೂಗುತ್ತಾ ಒಳಬಂದ ವ್ಯಕ್ತಿಯೊಬ್ಬ ಬಂದು ಕೇಳಿದ - ಟಿಕೇಟ್ ಪ್ಲೀಸ್. ಓಹೋ ಟಕೀಟು ತಗೋಳ್ದೆ ಇರೋರ್ನ ಹಿಡ್ಯಾಕೆ ಬಂದಿರಬಹುದು ಎಂದುಕೊ0ಡು ಗರಬಡಿದವನಂತೆ ಕುಳಿತಿದ್ದೆ. ಇನ್ನೂ ಹತ್ತಿರ ಬಂದು ನನ್ನ ನ್ನೊಮ್ಮೆ ಅಲ್ಲಾಡಿಸಿದ. ಟಿಕೇಟ್ ಪ್ಲೀಸ್ ಅಂದ. ಅದೂ....ಅದೂ....ಅದೂ.... ಟಿಕೇಟ್ ಇಲ್ಲ.... ಮಾತು ಹೊರಟಿತೋ ಇಲ್ಲವೋ ಎಂಬತ್ತಿತ್ತು ನನ್ನ ಧ್ವನಿ. "ಕ್ಯಾ? ಟಿಕೇಟ್ ಇಲ್ಲಾ? ಬಾ.ಬಾ ಸುವ್ವರ್ ಕೇ ಬಚ್ಚೇ. ಆಜ್ ಕಲ್ ನಿಮ್ದು ಜಾಸ್ತಿ ಆಗ್ಬುಡ್ತು. ರೈಲನ್ನು ಅಪ್ಪಂದು ಮನೆ ಅನ್ಕೋಂಡಿದೀರಾ? ಬಾ ನೆಕ್ಸ್ಟ್ ಸ್ಟೇಶನ್ ಮೇ ಪೋಲೀಸ್ ಗೆ ಹಿಡ್ದು ಕೋಡ್ತೀನಿ. ಅವಾಗ ಗೊತ್ತಾಗತ್ತೆ ನಿಮ್ಮಂತೋರ್ಗೆ ಎಂಬ0ತೆ ಜೋರು ಧ್ವನಿಯಲ್ಲಿ ಗದರಿದ. ಅಲ್ಲೀವರೆಗೂ ನನ್ನಲ್ಲಿದ್ದ ಧೈರ್ಯವೆಲ್ಲಾ ಮುಗಿದು ಹೋಗಿ ಪೊಲೀಸ್ ಎಂದ ಕೂಡಲೇ ಕಣ್ಣಿಂದ ನೀರು ಸುರಿಯಲಾರಂಭಿಸಿತು. ಏನು ಮಾಡುವುದು ತಿಳಿಯದಂತಾಯ್ತು. ಅದೇನಾಯ್ತೋ ಗೊತ್ತಿಲ್ಲ ಕುಳಿತಲ್ಲಿಂದೆದ್ದು ನೇರ ಹೋಗಿ ಅವನ ಕಾಲ್ಗಳನ್ನು ಹಿಡಿದು ಕೂತೆ. "ತಪ್ಪಾಯ್ತ್ರೀ ಯಪ್ಪಾ. ಪೋಲಿಸ್ಗೆ ಹಿಡ್ದು ಕೊಡ್ಬೇಡ್ರೀ. ಇಲ್ಲೇ ಎಲ್ಲಾದ್ರೂ ನಿಲ್ಸಿಬಿಡಿ, ಇಳಿದು ಬಿಡ್ತೀನಿ. ಅವ್ವನ ಹಿಂಸೆ ತಾಳಕ್ಕಾಗ್ದೆ ಬಂದಿವಿನ್ರೀ. ಪಟ್ನಕ್ಕೆ ಹೋಗಿ ಪೋಲಿಸ್ ಆಗ್ಬೇಕು, ಮಿಲ್ಟ್ರೀ ಸೇರ್ಬೇಕು ಅಂತ ಆಸೆ ಕಣ್ರೀ. ತಿಮ್ಮ ಕೂಡ ಅಂಗೇ ಹೇಳ್ದರೀ - ಪಟ್ಣದಾಗೆ ಓದ್ರೆ ಮಿಲ್ಟ್ರೀ ಸೆರ್ಬೋದು ಅಂತಾ. ಅದ್ಕೇ ಬಂದೇರಿ. ತೆಪ್ಪಾತ್ರೀ, ಪೋಲಿಸ್ ಗೆ ಮಾತ್ರ ಕೊಡ್ಬೇಡ್ರೀ" ಎಂದು ಅವನ ಕಾಲು ಹಿಡಿದು ಜೋರಾಗಿ ಅಳಲು ಪ್ರಾರಂಭಿಸಿದೆ. ನನ್ನ ಪರಿಸ್ಥಿತಿ ನೆನೆದ ಅವನಿಗೆ ಏನನ್ನಿಸಿತೋ ಏನೋ, ಹುಲಿಯಂತಿದ್ದವ ಮೊಲದಂತಾದ. "ಓಕೆ ಇಟ್ಸ್ ಓಕೆ ಗೆಟಪ್; ಡೋಂಟ್ ಕ್ರೈ" ಎಂದು ಹೇಳಿ ಅವನ ಬಳಿಯಿದ್ದ ಬ್ಯಾಗಿಗೆ ಕೈ ಹಾಕಿ ಎಂತದೋ ಚೀಟಿಯೊಂದನ್ನು ನನಗೆ ಕೊಟ್ಟು ಪಟ್ನಾ ಇಲ್ಲ, ಈ ರೈಲು ಪಾಟ್ನಗೆ ನಯೀ ಜಾತಾ; ಬೊಂಬಾಯಿಗೆ ಹೋಗುತ್ತೆ. ಲೇಲೋ ಟಕೇಟ್. ಅಗರ್ ಕೋಯೀ ಪೂಛಾ ತೋ ಟಕೇಟ್ ನೋಡ್ಸು ಅಂದು ಮುಂದೆ ಹೋದ. ನನ್ನ ಬಾಷೆ ಪೂರ್ತಿಯಾಗಿ ಅವನಿಗೆ ಅರ್ಥವಾಗದಿದ್ದರೂ, ಭಾವ ಅರ್ಥವಾಗಿತ್ತು. ಟಕೇಟನ್ನು ಜೇಬಿನಲ್ಲಿಟ್ಟುಕೊಂಡು, ಅಂಗಿಯಿ0ದ ಕಣ್ಣು ಒರೆಸಿಕೊಂಡು ಮತ್ತೇ ಬಂದು ನನ್ನ ಜಾಗದಲ್ಲಿ ಕುಳಿತೆ. ಇಷ್ಟೂ

ಹೊತ್ತು ನಡೆಯುತ್ತಿದ್ದನ್ನೆಲ್ಲ ಯಾವುದೋ ನಾಟಕವೆಂಬತೆ ನನ್ನತ್ತಲೇ ನೋಡುತ್ತಿದ್ದ ರೈಲಿನಲ್ಲಿದ್ದ ಎಲ್ಲರೂ, ಎಲ್ಲ ಮುಗಿಯಿತೆಂಬ0ತೆ ತಮ್ಮ ತಮ್ಮ ಜಾಗದಲ್ಲಿ ಕುಳಿತರು. ಜೇಬಿನಲ್ಲಿ ಟಿಕೇಟ್ ಹಾಗೂ ಸ್ವಲ್ಪ ಪುಡಿಗಾಸು ಇನ್ನು ನಾನು ಪಟ್ನಕ್ಕೆ... ಅಲ್ಲಲ್ಲ... ಬೊಂಬಾಯಿಗೆ ಹೋಗುವುದು ತಪ್ಪಿಸಲು ಯಾರಿಂದಲೂ ಸಾಧ್ಯವಿಲ್ಲವೆಂಬ ಧೈರ್ಯವುಂಟಾಗಿತ್ತು. ರೈಲು ಇನ್ನೂ ತನ್ನ ವೇಗವನ್ನು ಹೆಚ್ಚಿಸಿಕೊಂಡು ಓಡಲು ಪ್ರಾರಂಭಿಸಿತು. ಅಂತೂ ಇಂತೂ ಮೂರು ದಿನವೋ ನಾಲ್ಕೂ ದಿನವೋ ಗೊತ್ತಿಲ್ಲ, ರೈಲು ಬೊಂಬಾಯಿ ಸೇರಿತು. ನನಗಂತೂ ರೈಲಿನ ಜೀವನ ಸಾಕನ್ನುವಷ್ಟರಮಟ್ಟಿಗೆ ಸಮಾಧಾನವಾಗಿತ್ತು. ರೈಲಿನಲ್ಲೇ ಮಲ ಮೂತ್ರ, ನಿದ್ದೆ ಇವುಗಳಿಂದ ಹೊರ ಬಂದರೆ ಯಾವುದೋ ಪ್ರಪಂಚಕ್ಕೆ ಬಂದ0ತಿತ್ತು.

* * * * *

2

ರೈಲು ಬೊಂಬಾಯಿ ರೈಲು ನಿಲ್ದಾಣದಲ್ಲಿ ನಿಂತೊಡನೆ ಸಾವಿರಾರು ಜನರು ರೈಲಿನ ಒಳಗೂ -ಹೊರಗೂ ಹೋಗುತ್ತಿದ್ದುದ್ದು, ಸಾಮಾನು ಸರಂಜಾಮು ಇಳಿಸುತ್ತಿದ್ದದ್ದು ಕಂಡು ನಾನು ಇಳಿದೆ. ರೈಲಿನಿಂದ ಇಳಿದು ನಾನು ನಿಂತೆಡೆಯಿ0ದಲೇ ಒಮ್ಮೆ ಸುತ್ತಲೂ ನೋಡಿದೆ. ಈ ಗಜಿಬಿಜಿ ಪ್ರಪಂಚದಲ್ಲಿ ನಾಳೆ ನನ್ನ ಜೀವನ ಪಯಣ ಏನೋ? ಹೇಗೋ? ಇಷ್ಟಕ್ಕೂ ಈಗ ಹೋಗುವುದಾದರೂ ಎಲ್ಲಿಗೆ? ಎಂದು ಯೋಚಿಸುತ್ತಾ ಹೆಜ್ಜೆ ಹಾಕುತ್ತಿದ್ದೆ. ದೊಡ್ಡ ಗಾಜಿನ ಬಾಗಿಲಿನಿಂದ ಜನ ಒಳ ಬರುವುದು - ಹೊರಗೆ ಹೋಗುತ್ತಿರುವುದನ್ನು ಕಂಡು ಇದೇ ಹೊರ ಹೋಗುವ ದಾರಿಯಿರಬಹುದೆಂದು ಊಹಿಸಿ ಹೊರ ಬಂದೆ. ಹೊರ ಬಂದೊಡನೆ ಅಲ್ಲಿನ ಪ್ರಪಂಚವೇ ನನಗೆ ವಿಚಿತ್ರವಾಗಿ ಕಂಡಿತು. ಸಾವಿರಾರು ಜನರು, ಅವರನ್ನು ಹಿಂಬಾಲಿಸುತ್ತಿದ್ದ ಟ್ಯಾಕ್ಸಿ, ಜಟಕಾಬಂಡಿ, ರಿಕ್ಷಾ ಡ್ರೈವರುಗಳು. ತಲೆ ಎತ್ತಿದಷ್ಟೂ ಕಾಣುವಷ್ಟು ಬೆಳೆದಿರುವ ದೊಡ್ಡ ಕಟ್ಟಡಗಳು. ಎಂತೆ0ತಹದೋ ತಿಂಡಿ ಊಟಗಳನ್ನು ರಾಶಿ ಮಾಡಿಟ್ಟುಕೊಂಡಿದ್ದ ಹೋಟೆಲ್ಗಳು. ಇಷ್ಟು ದೊಡ್ಡ ನಗರಿಯಲ್ಲಿ ನನ್ನವರು ಯಾರೂ ಇಲ್ಲವೆಂಬ ಗೊತ್ತು-ಗುರಿಯಿಲ್ಲದ ಅನಾಥ ನಾನು. ಬೊಂಬಾಯಿಗೆ ಸೇರಿದ್ದಾಯಿತು. ಮುಂದೆ ಹೋಗುವುದಾದರೂ ಎಲ್ಲಿಗೆ? ಇಷ್ಟು ದೊಡ್ಡ ಊರಲ್ಲಿ ನನಗೆ ಕೆಲಸ ಸಿಕ್ಕೀತೆ? ಒಂದು ವೇಳೆ ಸಿಗದಿದ್ದರೆ ನನ್ನ ಹೊಟ್ಟೆಯ ಗತಿ? ಚಿಕ್ಕಮ್ಮ ಬಯ್ಯುತ್ತಿದ್ದಳಾದಳಾದರೂ, ಎಂದೂ ಸಹ ಊಟ-ತಿಂಡಿ ಇಲ್ಲದೆ ದಿನ ಕಳೆದಿಲ್ಲ. ಈಗ ಮುಂದೇನು? ಯಾಕೋ ಏನೋ ಎಂದೂ ನನ್ನಲ್ಲಿರದಿದ್ದ ವಿಶ್ವಾಸ ಮೊದಲ ಬಾರಿ ಮೂಡಿತ್ತು. “ಹುಟ್ಟಿಸಿದವ ಹುಲ್ಲು ಮೇಯ್ಸುವ” ಅಂತ ಅಮ್ಮನೇ ಹೇಳುತ್ತಿರಲಿಲ್ಲವೇ? ಆದದ್ದಾಗಲಿ,ದೇವರಿದ್ದಾನೆ ಎಂಬ ನಂಬಿಕೆಯೊಡನೆ ಮುಂದೆ ಹಜ್ಜೆ ಹಾಕಿದೆ. ನಡೆದಷ್ಟೂ ತೀರದಂತಹ ಊರು. ಊರೋ ಪಟ್ಟಣವೋ ನಗರವೋ ಗೊತ್ತಿಲ್ಲ. ಎಲ್ಲಿ ಯಾವ ಕಡೆಗೆ ನಡೆಯುತ್ತಿದ್ದೇನೆಂಬ ಅರಿವೆ ಇಲ್ಲ. ಸುತ್ತ ಮುತ್ತ ಎತ್ತಲೂ ಜನ. ಗಜಿಬಿಜಿ ಪ್ರಪಂಚ.

ನೆತ್ತಿ ಸುಡುತ್ತಿದ್ದ ಬಿಸಿಲು. ಎಮ್ಮೆ ಮೇಯಿಸಲಿಕ್ಕೆ ಹೋದಾಗಲೂ ಯಾವುದೋ ಮರದ ಅಡಿಯಲ್ಲಿ ಮಲಗುತ್ತಿದ್ದುದುಂಟು. ಇಲ್ಲಿ ಇಷ್ಟು ಉರಿ ಬಿಸಿಲು. ಅಬ್ಬಾಬ್ಬಾ! ಬಾಯಾರಿಕೆಯಾಗಿ ಸುತ್ತಲೂ ಒಮ್ಮೆ ನೋಡಿದೆ. ಈ ಬೊಂಬಾಯಿ ನಗರದಲ್ಲಿ ಕೆರೆ ನದಿಗಳಿದ್ದಾವೇ? ಅಲ್ಲೇ ಪಕ್ಕದಲ್ಲಿದ್ದ ಟೀ ಅಂಗಡಿಯೊ0ದಕ್ಕೆ ಹೋಗಿ ನೀರು ಕುಡಿಯುತ್ತಾ ಕುಳಿತೆ. ಬಂದವ ಆ ಹೋಟಲ್ ನ ಮಾಣಿ ಇರಬೇಕು. ಕ್ಯಾ ಚಾಯಿಯೇ? ಎನ್ನುತಾ ನನ್ನೆಡೆ ನೋಡಿದ. ಭಾಷೆ ಅರ್ಥವಾಗದಿದ್ದರೇನು? ಒಂದು ಬಿಸ್ಕೇಟ್ ಪ್ಯಾಕೆಟ್ ಒಂದು ಟೀ ಅಂದೆ ನನ್ನ ಬಾಷೆಯಲ್ಲೇ. ಬಿಸ್ಕೇಟ್ ತಿಂದು, ಟೀ ಮುಗಿಸಿ ಅವನಿಗೆ ಹಣ ಕೊಟ್ಟು ಜೇಬಿನೆಡೆಗೊಮ್ಮೆ ನೋಡಿದೆ. ಅಷ್ಟೋ-ಇಷ್ಟೋ ಚಿಲ್ಲರೆ ಇನ್ನೂ ಮಿಕ್ಕಿತ್ತು. ಇನ್ನೂ ಒಂದೆರಡು ದಿನದ ಮಟ್ಟಿಗೆ ಹೊಟ್ಟಗೇನು ಭಯವಿಲ್ಲವಾದರೂ ಮಲಗುವುದು ಏಲ್ಲಿ ಹೇಗೆ ಎಂಬ ಚಿಂತೆ ಕಾಡುತ್ತಿತ್ತು. ಆದದ್ದಾಗಲಿ ದೇವರಿಲ್ಲವೇ ಎಂದು ಮುಂದೆ ಹೆಜ್ಜೆ ಹಾಕಿದೆ. ಕಣ್ಣಿಗೆ ಕಂಡ ರಸ್ತೆ – ರಸ್ತೆ, ಗಲ್ಲಿ- ಗಲ್ಲಿ ಅಲೆದೂ ನೋಡಿದರೂ ಒಂದು ಕೆಲಸ ಸಿಗುವ ಸೂಚನೆಯೂ ಇಲ್ಲ. ಅಥವಾ ಅವರಿಗೆ ಅರ್ಥವಾಗುವ ಹಾಗೆ ನನ್ನ ಪರಿಸ್ಥಿತಿ ವಿವರಿಸುವಂತೆಯೂ ಇಲ್ಲ. ಅವರ ಮರಾಠಿ ನನಗೆ ಬರಲೊಲ್ಲದು; ನನ್ನ ಕನ್ನಡ ಅವರಿಗೆ ತಿಳಿಯಲೊಲ್ಲದು. ಕೈಯಲ್ಲಿ ಹೇಗೂ ಇನ್ನೂ ಸ್ವಲ್ಪ ದುಡ್ಡಿದೆ ನೋಡೋಣವೆಂದು ನಿರ್ಧರಿಸಿದೆ. ಸಂಜೆಯಾಗಿ –ರಾತ್ರಿಯಾಗುತ್ತಿದ್ದಂತೆ ಏನೋ ಒಂದು ಥರಾ ಭಯ ಶುರುವಾಗುತ್ತಿತ್ತು. ದುಡ್ಡು ಕೊಟ್ಟೋ, ಭಕ್ಷೆ ಬೇಡಿಯೋ ಹೊಟ್ಟೆಗೆ ಚಿಂತೆಯಿಲ್ಲ, ಆದರೆ ಮಲಗುವುದೆಲ್ಲಿ? ಯೋಚಿಸುತ್ತಲೇ ನಡೆಯುತ್ತಿದ್ದೆ. ರಾತ್ರಿಯಾಗುತ್ತಿದ್ದಂತೆ ಬೊಂಬಾಯಿಯ ರೂಪವೇ ಬದಲಾದಂತಿತ್ತು. ಎಲ್ಲೆಲ್ಲೂ ದೀಪಗಳು. ರಾತ್ರಿಯಾದರೂ ನಿಲ್ಲದ ಅತ್ತಿಂದಿತ್ತ ಓಡಾಡುತ್ತಿರುವ ಕಾರು -ಸ್ಕೂಟರುಗಳು. ಅಲ್ಲಲ್ಲಿ ಕೇಳಿಸುತ್ತಿದ್ದ ಪೋಲಿಸ್ ಜೀಪಿನ ಶಬ್ದಗಳು. ರಸ್ತೇ ಬದಿಯಲ್ಲೇ ಕಂಬಳಿ ಹೊದ್ದು ಮಲಗಿದ್ದ ರಿಕ್ಷಾ-ಟಾಂಗಾ ಓಡಿಸುವವರು. ಹೋಟೆಲ್ ಮಾಣಿಯರು. ಈ ಊರಿನಲ್ಲಿ ಅಪ್ಪ -ಅಮ್ಮ ಯಾರೂ ಇಲ್ಲದೆ ಇರೋನು ನಾನೊಬ್ಬನೇ ಅಲ್ಲ ಎಂದು ಅರಿವಾದೊಡನೆ ಏನೋ ಒಂಥರಾ ಸಮದಾನವಾಯಿತು. ಅಲ್ಲೇ ಇದ್ದ ಅಂಗಡಿಯೊ0ದರ ಮುಂದೆ ಕಾಲು ಚಾಚಿ ಮಲಗಿದೆ.

* * * * *

ಬೊಂಬಾಯಿಗೆ ಬಂದು ಅದಾಗಲೇ ಮೂರು ದಿನವಾಯ್ತು. ಕೈಲಿ ಇದ್ದ ಬಿಡಿಗಾಸೆಲ್ಲ ಊಟ-ತಿಂಡಿಗೇ ಮುಗಿದುಹೋಗಿತ್ತು. ಈಗ ಊಟಕ್ಕೂ ಗತಿಯಿಲ್ಲ. ನಿನ್ನೆ ಮಧ್ಯಾಹ್ನವಲ್ಲವೇ ಎರಡು ಚಪಾತಿ ತಿಂದದ್ದು? ಈಗ ಹೊಟ್ಟಗೇನು ಮಾಡೋದು? ಹೊಟ್ಟೆ ಹಸಿದು ಬಾಯಾರಿಕೆಗಳಿಂದ ಪ್ರಾಣ ಹೋಗುವಂತ ಅನುಭವ. ಹೊರಗೆ ಎಲ್ಲಾದರೂ ಹೋಗೋಣವೆಂದರೂ ಸುಡುಬಿಸಿಲು. ನೆಟ್ಟಗೆ

ನಿಲ್ಲಲೂ ಮೈಯಲ್ಲಿ ತ್ರಾಣವಿಲ್ಲ. ಭಿಕ್ಷೆ ಬೇಡೋಣವೇ? ಛೇ! ಅಮ್ಮ ಮೇಲಿಂದ ನನ್ನ ನೋಡುತ್ತಿದ್ದಾಳಲ್ಲವೇ? ನಾನೇನಾದರೂ ಭಿಕ್ಷೆ ಎತ್ತಿದ್ದು ಅವಳು ಕಂಡರೆ ಎಷ್ಟು ನೋವು ಪಟ್ಟಾಳು? ಅವಳ ಅಳುವಿಗಿಂತ ನನ್ನ ಹಸಿವು ದೊಡ್ಡದಲ್ಲ. ಆದದ್ದಾಗಲಿ ಎಂದು ಮೈಯಲ್ಲಿದ್ದ ಶಕ್ತಿಯನ್ನೆಲ್ಲಾ ಒಟ್ಟು ಗೂಡಿಸಿ ನಡೆದೆ. ಉಹೂಂ! ಆಗಲಿಲ್ಲ; ಇನ್ನೊಂದು ಹೆಜ್ಜೆಯನ್ನೂ ಎತ್ತಿ ಇಡಲು ನನ್ನಿಂದಾಗದು. ಇದ್ದಕ್ಕಿದ್ದಂತೆ ಅಮ್ಮನ ನೆನಪು ಬಂತು, ಮನತುಂಬಿ ಅತ್ತೆ, ಅಳುತ್ತಲೇ ಇದ್ದೆ. ಹಸಿವು ಹೆಚ್ಚಾದಷ್ಟೂ ಅಮ್ಮನ ಮೇಲಿನ ಪ್ರೀತಿ, ಅವಳ ನೆನಪು ಹೆಚ್ಚಾಗುತ್ತಿತ್ತು. ಚಿಕ್ಕಮ್ಮನ ಮೇಲಿನ ದ್ವೇಷ ಕೂಡಾ. ಅಳುತ್ತಾ ಅಲ್ಲೇ ಇದ್ದ ಕಂಬವೊ0ದನ್ನು ಒರಗಿ ಕುಳಿತೆ. ವಾಂತಿಯಾದ0ತೆಯೋ ತಲೆಸುತ್ತಿದಂತೆಯೋ ಅನುಭವವಾಗುತ್ತಿತ್ತು. ಮೇಲೆ ಉರಿಯುತ್ತಿರುವ ಸೂರ್ಯ ನನ್ನ ಬಾಯಾರಿಕೆಯನ್ನು ಇನ್ನೂ ಹೆಚ್ಚಿಸುತ್ತಿದ್ದ. ಒಂದು ಹನಿ ನೀರು ಕಂಡರೂ ಸಾಕೆಂದು ಕಾದು ಕುಳಿತ ಒಣ ನಾಲಿಗೆ; ಎಂಜಲನ್ನಾದರೂ ನುಂಗೋಣವೆ0ದರೆ ಅದೂ ಬರಲೊಲ್ಲದು. ತಲೆ ತಿರುಗುತ್ತಲೇ ಇತ್ತು. ನಿನ್ನೆವರೆಗೂ ಧೈರ್ಯದಿಂದ ಬೀದಿಬೀದಿ ಸುತ್ತಿದ್ದ ದೇಹ ಇನ್ನು ನನ್ನಿಂದಾಗದೆ0ದು ಸೋಲೊಪ್ಪಿಕೊಂಡಿತ್ತು. ಎಷ್ಟೋ ಹೊತ್ತು ಅದೇ ಕಂಬವನ್ನು ಒರಗಿಯೇ ಕುಳಿತಿದ್ದೆ. ರಸ್ತೆಯಲ್ಲಿ ಅತ್ತಿಂದಿತ್ತ ಓಡಾಡುತ್ತಿದ್ದ ಕೆಲವರು ನನ್ನೆಡೆ ನೋಡಿಯೂ ನೋಡದಂತೆ ಹೋಗುತ್ತಿದ್ದರು. ಅಯ್ಯೋ! ಈಜನರಿಗೆ ಕರುಣೆಯೇ ಇಲ್ಲವೇ? ಇಲ್ಲ ನನ್ನಂತ ನೂರಾರು ಜನರನ್ನು ಪ್ರತಿದಿನ ನೋಡಿ ನೋಡಿ ಬೇಜಾರೇ? ತಿಳಿಯದು. ಪ್ರಜ್ಞೆ ತಪ್ಪಿ ಬಿದ್ದೆ.

ಎಷ್ಟೋ ಹೊತ್ತಾದ ಬಳಿಕ ಪ್ರಜ್ಞೆ ಬಂದಿತ್ತು. ಕಣ್ಣು ತೆರೆದು ಸುತ್ತಲೂ ನೋಡಿದೆ. ನಾನೆಲ್ಲಿದ್ದೇನೆ ಎಂದೂ ತಿಳಿಯಲಿಲ್ಲ. ಮತ್ತೆ ಅತ್ತಿತ್ತ ನೋಡಿದೆ. ಏನೋ ಒಂಥರಾ ಅಸಹ್ಯ ವಾಸನೆ. ವಾಂತಿಯಾಗುವ0ತಾಯ್ತು. ಸಾವರಿಸಿಕೊಂಡು ಸುತ್ತಲೂ ಒಮ್ಮೆ ನೋಡಿದೆ. ಹೌದು ಯಾವುದೋ ಹೆಂಡದ ಅಂಗಡಿಯ0ತಿತ್ತು ಅದು. ಸಾವರಿಸಿಕೊಂಡು, ಕಣ್ತೆರೆದು ಸುತ್ತಲೂ ಮತ್ತೊಮ್ಮೆ ನೋಡುತ್ತಾ ಎದ್ದು ಕುಳಿತೆ. ನಾನು ಎದ್ದು ಕುಳಿತೊಡನೆ ನನ್ನಷ್ಟೇ ವಯಸ್ಸಿನ ಮತ್ತೊಬ್ಬ ಹುಡುಗ ನನ್ನೆದುರು ಬಂದು ಕುಳಿತ. ತನ್ನ ಕಣ್ಣ ಭಾಷೆಯಲ್ಲೇ ಭಯಪಡಬೇಡವೆಂಬ0ತೆ ಹೇಳಿದ. ಕುಡಿಯಲು ನೀರು ತುಂಬಿದ ಲೋಟವನ್ನು ತಂದಿಟ್ಟ. ನಾನಿರುವುದೆಲ್ಲಿ? ಇಲ್ಲಿಗೇಕೆ ಬಂದೆ? ಇವರೆಲ್ಲಾ ಯಾರು? ಇದು ನಿಜವಾಗಿಯೂ ಹೆಂಡದ ಅಂಗಡಿಯೇ. ಇದು ನೀರೊ ಅಥವಾ ಹೆಂಡವೋ? ಕುಡಿಯಲೋ ಬಿಡಲೋ ಎಂಬ ಯೋಚನೆ ತಲೆಯಲ್ಲಿ ಸುಳಿಯಹತ್ತಿತ್ತು. ಇದಾವುದರ ಪರಿವೆಯಿಲ್ಲದ ಕೈಗಳು ಆ ಲೋಟವನ್ನೆತ್ತಿ ಅದಾಗಲೇ ನೀರು ಕುಡಿದಾಗಿತ್ತು. ಸ್ವಲ್ಪ ಜೀವ ಬಂದ0ತಾಗಿತ್ತು.

ಅಷ್ಟಕ್ಕೇ ಬಿಡದೆ ಅವ ಎರಡು ಚಪಾತಿಯನ್ನು ತಂದು ನನ್ನ ಮುಂದಿಟ್ಟ. ಹಸಿವೆಯಿಂದ ಸುಸ್ತಾಗಿದ್ದ ನನಗೆ ಅಂದು ಆ ಚಪಾತಿ ಅಮೃತದಂತಿತ್ತು. ಚಪಾತಿ ತಿಂದು ಮುಗಿಸಿದೊಡನೆ ಏನೋ ಹೊಸ ಚೈತನ್ಯ ಬಂದ0ತಿತ್ತು. ಎದ್ದು ನಿಂತು ಸುತ್ತಲೂ ನೋಡುತ್ತಾ ನಾಲ್ಕು ಹೆಜ್ಜೆ ಹಾಕಿ ನಡೆದು ನೋಡುತ್ತಿದ್ದಂತೆ ಅರ್ಥವಾಗತೊಡಗಿತು - ಅದು ಖಂಡಿತ ಹೆಂಡದ ಅಂಗಡಿಯೇ. ನಮ್ಮೂರಿನ ಪುಟ್ಟಕ್ಕನ ಹೆಂಡದ ಅಂಗಡಿಯ0ತದೇ. ಆದರೆ ಇಷ್ಟು ದೊಡ್ಡ ಹೆಂಡದ ಅಂಗಡಿ, ಇಷ್ಟು ಜನ ಇರಬಹುದೆಂದು ಊಹೆಯೂ ನನಗೆಂದೂ ಇದ್ದಿರಲ್ಲಿಲ್ಲ. ಕೆಕ್ಕರಿಸಿಕೊಂಡು ನನ್ನನ್ನೇ ನೋಡುತ್ತಿದ್ದ ಅವ ಹೇಳಿದ “ ಅರೇ ಕ್ಯಾ ದೇಖ್ ರಹೋ ಹೋ. ಅಂದರ್ ಚಲ್" ಎಂದು ನನ್ನ ಕೈ ಹಿಡಿದು ಒಳಗೆ ಎಳೆದು ಕೊಂಡು ಹೋದವನೇ "ಸಾಬ್! ಸಾಬ್! ಏ ಜಿಂದಾ ಹೈ" ಅಂದ. ಅಲ್ಲೇ ಕೂತಿದ್ದ ಧಡೂತಿ ದೇಹದ ವ್ಯಕ್ತಿಯೊಬ್ಬ ನನ್ನೆಡೆಗೆ ಬಂದು "ಕೌನ್ ಹೌ ತುಮ್" ಎಂದು ಕೇಳಿದ. ಆ ಒಂದು ಕ್ಷಣ ಏನು ಹೇಳಬೇಕೋ ತಿಳಿಯಲಿಲ್ಲ. ಅವರಿಬ್ಬರೆಡೆಗೂ ಮತ್ತೆ ನೋಡಿದೆ. ಅವ ಮತ್ತೆ ಕೇಳಿದ “ ಕೌನ್ ಹೋ ತುಮ್! ಹಿಂದೀ ನಹೀ ಆಯೇಗಾ”? ಅಂದ. ಊಹೂಂ. ನನ್ನಿಂದ ಉತ್ತರವಿಲ್ಲ. ಆ ಕ್ಷಣ ಏನು ಹೇಳಬೇಕೋ ತಿಳೀಲಿಲ್ಲ. ಜೋರಾಗಿ ಅಳು ಬಂತು. ಅಳುತ್ತಲೇ ಹೇಳಿದೆ “ ನಂಗೆ ನಿಮ್ ಭಾಷೆ ತಿಳ್ಯಾಕಿಲ್ರಿ. ಕನ್ನಡ ಮಾತ್ರ ಗೊತ್ತೈತ್ರೀ. ಬೇರೇನೂ ಗೊತ್ತಿಲ್ರಿ ಅಂತ ಅಳಲು ಆರಂಭಿಸಿದೆ. ನನ್ನ ಮಾತು ಅವನಿಗೆ ಅರ್ಥವಾಯ್ತೋ ಇಲ್ವೋ ಆದರೆ ಕನ್ನಡ ಅನ್ನೋ ಪದ ಮಾತ್ರ ಅರ್ಥವಾದಂತಿತ್ತು. ಓ ಕನ್ನಡ್ ವಾಲ ಕ್ಯಾ ಎಂದವನೇ ಒಳಗೆ ಹೋಗಿ ಇನ್ನೊಬ್ಬನೊಡನೆ ಬಂದ. ಆ ಇನ್ನೊಬ್ಬ ಬಂದವನೇ ನನ್ನೆಡೆಗೆ ಬಂದು “ಕನ್ನಡ ಬತ್ತೈತಾ” ಅಂದ. ಅಬ್ಬಾ! ಅದುವರೆಗೂ ಹುದುಗಿ ಹೋಗಿದ್ದ ಜೀವ ಮತ್ತ ಬಂದ0ತಾಯ್ತು. "ಹೂನ್ರೀ ಬತ್ತೈತೆ. ನಮ್ದು ಚಂದಾಪುರ. ನಮ್ ಚಿಕ್ಕಮ್ಮ ಯವಾಗ್ಲೂ ಬೈತಾ ಇದ್ದು, ಒಡೀತಾ ಇದ್ಲು. ಹಂಗಾಗಿ ಊರು ಬಿಟ್ಟು ಬಂದ್ಬಿಟ್ಟೆ ರೀ" ಅಂತ ಒಂದೇ ಉಸರಿಗೆ ಇದ್ದ ಬದ್ದದ್ದನ್ನೆಲ್ಲ ಒದರಿದೆ. ನಾ ಹೇಳಿದ್ದನೆಲ್ಲಾ ಅವ ಧಡೂತಿ ಮನುಷ್ಯನಿಗೆ ಹಿಂದಿಯಲ್ಲಿ ವಿವರಿಸಿದ. ಅವರಿಬ್ಬರೂ ಸ್ವಲ್ಪ ಹೊತ್ತು ಅದೇನೋ ಮಾತಾಡುತ್ತಿದ್ದರು. ಆಮೇಲೆ ಆ ಧಡೂತಿ ಮನುಷ್ಯ ಅಲ್ಲಿಂದ ಹೊರಟು ಹೋದ. ಇವ ನನ್ನೆಡೆ ತಿರುಗಿ ಅವ್ರು "ಇಲ್ಲಿ ಕೆಲ್ಸ ಮಾಡ್ತಾನ ಕೇಳು ಸೇರಿಸ್ಕೋ" ಅಂದ್ರು. ಊಟ-ತಿಂಡಿ, ಮಲ್ಗೋಕೆ ಜಾಗಾ ಎಲ್ಲಾ ಕೊಡ್ತಾರೆ. ಸ್ವಲ್ಪ ಕಾಸೂ ಕೊಡ್ತಾರೆ ಬತ್ತೀಯಾ" ಅಂದ. ಯಾಕೋ ಒಂದು ಕ್ಷಣ ಬೇಜಾರಾಯ್ತು. ಹೆಂಡದ ಅಂಗಡೀಲಿ ಕೆಲಸ ಮಾಡುದ್ರೆ ಅವ್ವ ಏನಂದುಕೊಳಲ್ಲ ಅನ್ನಿಸ್ತು. ಕೆಲಸ ಮಾಡ್ದೆ ಅಂದ್ರೆ ಏನು? ನಾನೇನು ಹೆಂಡ ಕುಡಿಯಲ್ವಲ್ಲ? ಕೆಲಸ ತಾನೇ? ಯಾವ್ ಕೆಲಸ

ಆದ್ರೂ ಅಸಯ್ಯ ಪಟ್ಕೋಬಾರ್ದು ಅಂತ ಅಪ್ಪ ಹೇಳಿದ್ರಲ್ವಾ ಅವತ್ತು. ಇದೂ ಇಲ್ಲಾಂದ್ರೆ ಹೊಟ್ಟೆಗೇನು ಗತಿ ಎಂಬ ಯೋಚನೆ ಹತ್ತಿತ್ತು. ಅರೆ ಬರೆ ಮನಸ್ಸಿಂದಲೇ 'ಹೂಂ' ಎಂದು ತಲೆ ಆಡಿಸಿದೆ. ಎಷ್ಟೋ ಜನರ ಮನೆಗಳನ್ನು ಹಾಳು ಮಾಡುತ್ತೆ ಅಂತ ಹೇಳೋ ಹೆಂಡದ ಅಂಗಡಿ ನನಗೆ ಅದೃಷ್ಟದ ಬಾಗಿಲು ತೆರೆಯುತ್ತದೆಂದು ನನಗೆ ತಾನೆ ಹೇಗೆ ಗೊತ್ತಿತ್ತು?

* * * * *

ಬಾಂಬೆ ನಗರದಲ್ಲಿ ನನ್ನ ಹೊಸ ಜೀವನ ಶುರುವಾಯ್ತು. ಬರೀ ಜೀವನವಷ್ಟೇ ಅಲ್ಲ, ಜೀವನ ಶೈಲಿಯೂ ಬದಲಾಗ್ತಾ ಬಂತು. ಸೀನ ನನ್ನ ಜೊತೆ ಕೆಲಸ ಮಾಡುವ ಒಬ್ಬ ಹುಡುಗನಾಗಿ ಇರಲಿಲ್ಲ. ನನ್ನ ಗುರು, ಬಂಧು, ಸ್ನೇಹಿತ ಎಲ್ಲವೂ ಆಗಿ ಹೋಗಿದ್ದ. ಹಳ್ಳಿ ಜೀವನಕ್ಕೂ ಪಟ್ಟಣ ಜೀವನಕ್ಕೂ, ಹೆಂಡದ0ಗಡಿಗೂ ವೈನ್ ಷಾಪಿಗೂ, ನಮ್ಮೂರಿಗೂ ಬಾಂಬೆಗೂ ಇರುವ ವ್ಯತ್ಯಾಸ, ಅಲ್ಲಿನ ಜನರ ಭಾಷೆ, ಹಾವ - ಭಾವ ಎಲ್ಲವನ್ನೂ ಹೇಳಿಕೊಟ್ಟಿದ್ದ. ಆಗಾಗ ಹಿಂದಿಯನ್ನು ಕಲಿಸುತ್ತಿದ್ದ. ಯಜಮಾನರ ಹತ್ತಿರ ಮಾತಾಡಿ, ಎರಡು ಜೊತೆ ಪ್ಯಾಂಟು - ಶರ್ಟುಗಳನ್ನ ಕೊಡಿಸಿಕೊಟ್ಟ. ಪ್ಯಾಂಟ್ - ಶರ್ಟನಲ್ಲಿ ನಾನೇ ನಂಬದಷ್ಟು ಸುಂದರವಾಗಿದ್ದೆ ನಾನು. ಗಿರಾಕಿಗಳ ಹತ್ತಿರ ಮಾತನಾಡುವ ವಿಧಾನ, ಆರ್ಡರ್ ತೆಗೆದುಕೊಳ್ಳುವ, ಸಪ್ಲೈ ಮಾಡುವ, ಬಿಲ್ ಗೀಚುವ, ಮೋಸ ಮಾಡುವ ಎಲ್ಲ ಮುವತ್ಮೂರು ವಿದ್ಯೆಗಳೂ ಗೊತ್ತು ಅವನಿಗೆ. ಅದನ್ನೆಲ್ಲಾ ನನಗೆ ಧಾರೆ ಎರೆದ. ಆದರೂ ನನಗೆ ಇನ್ನೂ ಸ್ವಲ್ಪ ಅನುಭವ ಬರುವವರೆಗೂ ನನ್ನನ್ನು ಗಿರಾಕಿಗಳ ಮುಂದೆ ಕಳಿಸದಂತೆ ಹೇಳಿದ್ದರಂತೆ ಯಜಮಾನರು. ಹೀಗಾಗಿ ನನ್ನ ಕೆಲಸವೇನಿದ್ದರೂ, ಲೋಟ ತೊಳೆಯುವ, ಅಡಿಗೆ ಮನೆಯಲ್ಲಿ ಫ್ರೈಡ್ ರೈಸ್ ಮಾಡುವ ಅಥವಾ ಬಾಟೆಲ್ಗಳನ್ನು ಜೋಡಿಸುವುದೇ ಆಗಿತ್ತು. ಹೊಟ್ಟೆ ತುಂಬಾ ಊಟಕ್ಕೇನೂ ಮೋಸವಿಲ್ಲ. ರಾತ್ರಿ ಎರಡವರೆಗೆ ಎದ್ದಿದ್ದು, ಕೆಲಸ ಮುಗಿಸಿ, ಎಲ್ಲರೂ ಒಟ್ಟಿಗೆ ಮಲಗುತ್ತಿದ್ದೆವು. ಕೆಲವೇ ದಿನಗಳಲ್ಲಿ ನನ್ನ ಉತ್ಸಾಹ ಕಂಡ ಯಜಮಾನರು ಕಸ್ಟಮರ್ ಹತ್ತಿರ ಆರ್ಡರ್ ತೆಗೆದುಕೊಳ್ಳುವ, ಸಪ್ಲೈ ಮಾಡುವ ಕೆಲಸವನ್ನು ವಹಿಸಿದರು.

ಸೀನನ ನಜವಾದ ಹೆಸರು ಶ್ರೀನಿವಾಸ ಅಂತೆ. ಮಂಡ್ಯದ ಹತ್ತಿರ ಎಂಥದೋ ಹಳ್ಳಿ. ಚಿಕ್ಕ ವಯಸ್ಸಿನಲ್ಲೇ ನನ್ನಂತೆ ಅಪ್ಪ -ಅಮ್ಮನನ್ನು ಕಳೆದುಕೊಂಡಿದ್ದ ಅವನನ್ನು ಅವರ ಸೋದರ ಮಾವನ ಮಗನಂತೆ ಬಾಂಬೆಗೆ ಕರೆಸಿಕೊಂಡಿದ್ದು. ಅವರ ಸೋದರ ಮಾವನದು ಸ್ವಂತ ಪಾನ್ ಬೀಡಾ ಅಂಗಡಿ ಇತ್ತಂತೆ ಬಾಂಬೇಲಿ. ಹಾಗಾಗಿ ಇವನನ್ನು ಕರೆಸಿಕೊಂಡು, ತನಗೆ ಪರಿಚಯವಿದ್ದ ವೈನ್ ಶಾಪ್ ಓನರ್ ಜೊತೆ ಮಾತಾಡಿ ಕೆಲಸಕ್ಕೆ ಸೇರಿಸಿದ್ದನಂತೆ. ಸೀನ ತನ್ನ ಚುರುಕು ಕೆಲಸದಿಂದ ಆರೇ ತಿಂಗಳಲ್ಲಿ ಸಪ್ಲೈಯರ್ ಆಗಿದ್ದನಂತೆ. ಕೈ ತುಂಬಾ ಸಂಬಳ

ಹಾಗೂ ಸಾಕೆನ್ನುವಷ್ಟು ಟಿಪ್ಸ್ ಬೇರೆ. ಯಾವಾಗಲೂ ನಗು ನಗುತ್ತಾ ಕೆಲಸ ಮಾಡುತ್ತಿದ್ದರಿಂದಲೋ ಏನೋ, ಎಲ್ಲರಿಗೂ ಇವನ ಮೇಲೆ ಪ್ರೀತಿ. ಕೆಲವು ರೆಗ್ಯುಲರ್ ಕಸ್ಟಮರ್ ಗಳಿಗಂತೂ ಇವನೇ ಇರಬೇಕು. ಯಜಮಾನರೂ ಅಷ್ಟೇ, ಪ್ರೀತಿಯಿಂದ ಬೇಟಾ ಬೇಟಾ ಅಂತಲೇ ಕರೆಯುತ್ತಿದ್ದರು. ವಯಸ್ಸಿನಲ್ಲಿ ನನಗಿಂತ ಹತ್ತೋ ಹನ್ನೆರಡೋ ವರ್ಷ ದೊಡ್ಡವನಿದ್ದರೂ, ನನ್ನ ಬಾಲ್ಯ ಗೆಳೆಯ ತಿಮ್ಮನ ನೆನಪನ್ನು ಬರಿಸುತ್ತಿದ್ದ. ಒಂದು ಲೆಕ್ಕದಲ್ಲಿ ತಿಮ್ಮನ ಜಾಗವನ್ನು ತುಂಬಿದ ಆತ್ಮೀಯ ಗೆಳಯನಾಗಿ ಹೋಗಿದ್ದ. ಸೀನನ ಸಹವಾಸದಿಂದ ನನ್ನ ಜೀವನ ಅಕ್ಷರಶಃ ಬದಲಾಗಹತ್ತಿತ್ತು ನಾನೀಗ ಒಬ್ಬ ಸಾಮಾನ್ಯ ಹಳ್ಳಿ ಹುಡುಗನ ರೀತಿ ಇರಲಿಲ್ಲ. ನನ್ನ ಭಾಷೆ - ವೇಷ ಭೂಷಣಗಳಲ್ಲಿ ನನಗೇ ತಿಳಿಯದಂತೆ ಬದಲಾವಣೆಯಾಗಿತ್ತು. ಪ್ಲೀಸ್, ಸಾರಿ, ಥ್ಯಾಂಕ್ಸ್ ಗಳೇ ಮುಂತಾದ ಇಂಗ್ಲೀಷ್ ಪದಗಳು ನನ್ನ ಮಾತುಗಳಲ್ಲಿ ಆಗಾಗ ಅಲ್ಲಲ್ಲಿ ಹಾದು ಹೋಗುತ್ತಿದ್ದವು. ನನ್ನ ಜೊತೆಯಲ್ಲಿ ಕೆಲಸಮಾಡುವವರ ಹತ್ತಿರ ಕೂಡ ಸ್ನೇಹ ಮೂಡಿತ್ತು. ಅವರಿಗೂ ಕೂಡ ನಾನು ಒಬ್ಬ ಒಳ್ಳೆ ಮನಸ್ಸಿನ ಸ್ನೇಹಿತನಾಗಿಹೋಗಿದ್ದೆ. ನನ್ನ ಮೇಲೆ ಇದ್ದ ವಿಶ್ವಾಸವೋ, ನಂಬಿಕೆಯೋ ತಿಳಿಯದು; ನನ್ನ ಬಳಿ ಅವರ ವೈಯುಕ್ತಿಕ ತಾಪತ್ರಯಗಳೆನೆಲ್ಲ ಹಂಚಿಕೊಳ್ಳುತ್ತಿದ್ದರು. ಒಬ್ಬರ ವಿಷಯ ಇನ್ನೊಬ್ಬರ ಬಳಿ ನಾನು ಹೇಳಲಾರೆ ಎಂಬ ನನ್ನ ಮೇಲಿದ್ದ ಅವರ ನಂಬಿಕೆಯನ್ನೂ ನಾನೆಂದೂ ಸುಳ್ಳುಮಾಡಲಿಲ್ಲ. ನಾನೆಂದೂ ನನ್ನ ಕಷ್ಟ-ಸುಖಗಳನ್ನು ಯಾರೊಂದಿಗೂ ಹಂಚಿಕೊಳ್ಳುತ್ತಿರಲಿಲ್ಲ. ಸಾಧ್ಯವಾದರೆ ಒಬ್ಬರ ಕಷ್ಟದಲ್ಲಿ ಭಾಗಿಯಾಗಬೇಕೇ ಹೊರತು, ನಮ್ಮ ದುಃಖವನ್ನು ಇನ್ನೊಬ್ಬರ ಬಳಿ ತೋಡಿಕೊಂಡು, ಅವರ ಮೂಡ್ ಹಾಳುಮಾಡಲು ನನಗಿಷ್ಟವಿಲ್ಲ. ನಮ್ಮ ವೈನ್ ಸ್ಟೋರ್ ಗೆ ಬರುವ ಕೆಲವು ರೆಗ್ಯುಲರ್ ಕಸ್ಟಮರ್ ಗಳಿಗೂ ನಾನು ಆಪ್ತನಾಗಿ ಹೋಗಿದ್ದೆ. ಶೇಟ್ ಜೀ, ವಿಕ್ರಂಭಾಯಿ, ಬಷೀರ್ ಭಾಯ್, ಕಪೂರ್ ಜೀ, ಮುಂತಾದವರಿಗ0ತೂ ನಾನೆಂದರೆ ಅಷ್ಟಿಷ್ಟ. ನನ್ನ ಹರುಕುಮುರುಕು ಹಿಂದಿಯಲ್ಲೇ ನಾನು ಉತ್ತರ ನೀಡುತ್ತಿದ್ದುದ್ದನ್ನು ಕಂಡು ಎಲ್ಲರೂ ನಗುತ್ತಿದ್ದರಾದರೂ, ಬಷೀರ್ ಭಾಯ್ ಮಾತ್ರ ಅವರನ್ನು ಬೈದು ಸುಮ್ಮನಾಗಿಸುತ್ತಿದ್ದರು. ಬಷೀರ್ ಭಾಯ್ ಹೈದರಾಬಾದಿನವರಂತೆ. ಬಾಂಬೆಗೆ ಬಂದು ಮುವತ್ತು ವರ್ಷವಾಯ್ತಂತೆ. ಸೆಂಟ್ರಲ್ ಮಾರ್ಕೆಟ್ ಹತ್ತಿರ ಒಂದು ದೊಡ್ಡ ಸ್ವಂತ ಅಂಗಡಿ. ಪ್ರತಿದಿನ ರಾತ್ರಿ ಎಂಟೂ ಎಂಟೂವರೆಗೆ ವೈನ್ ಸ್ಟೋರ್ಗೆ ಹಾಜರು. ಸಾಬ್ ಜೀ, ವಿಕ್ರಂಬಾಯಿ, ಕಪೂರ್ ಜೀ ಅವರೆಲ್ಲ ಬರುತ್ತಿದ್ದುದ್ದು ಒಂಭತ್ತು ಗಂಟೆ ಆದ ಮೇಲೆಯೇ. ಆ ಸಮಯದಲ್ಲಿ ಬಷೀರ್ ಭಾಯ್ ಮನಬಿಚ್ಚಿ ನನ್ನೊಡನೆ ಹರಟುತ್ತಿದ್ದರು. ತುಂಬಾ

ಕಷ್ಟದಿಂದ ಬಂದವನೆಂದು ಅವರಿಗೆ ಗೊತ್ತಿತ್ತಾದರೂ, ನನ್ನ ಬಗ್ಗೆ ಹೆಚ್ಚಿಗೇನೂ ಕೇಳುತ್ತಿರಲಿಲ್ಲ. ನಾನೂ ಹೇಳುತ್ತಿರಲ್ಲಿಲ್ಲ. ಬಷೀರ್ ಭಾಯನ್ನು ನಾನು ಇನ್ನಷ್ಟು ಪ್ರೀತಿಸುತ್ತಿದ್ದದ್ದಕ್ಕೆ ಕಾರಣ - ಅವರು ಕೊಡುತ್ತಿದ್ದ ಟಿಪ್ಸ್. ಹೌದು ಬಷೀರ್ ಭಾಯ್ ತಿಂಗಳಿಗೆ ನನಗೆ ಕೊಡುತ್ತಿದ್ದ ಟಿಪ್ಸೇ ನನ್ನ ಒಂದು ವಾರದ ಸಂಬಳದಷ್ಟಾಗುತ್ತಿತ್ತು. ಒಟ್ಟಿನಲ್ಲಿ ನನ್ನ ಹೊಟ್ಟೆ - ಬಟ್ಟೆಗೆ ಸಧ್ಯಕ್ಕೆ ಯೋಚನೆ ಇಲ್ಲದಾಯಿತು. ಊರಲ್ಲಿ ಹಸ ಮೇಯಿಸಿಕೊಂಡಿದ್ದ ಬಸ್ಯಾ, ಬೊಂಬಾಯಿಯ ನಗರ ಜೀವನಕ್ಕೆ ಒಗ್ಗಿ ಹೋಗಿದ್ದ. ತುತ್ತು ಅನ್ನಕ್ಕೂ ಬಾಯ್ತುಂಬ ಬಯ್ಯುತ್ತಿದ್ದ ಚಿಕ್ಕಮ್ಮನೆಲ್ಲಿ? ಅಚ್ಚಾ ಸೆ ಖಾವೋ ಬೇಟಾ ಎಂದು ತಿನಿಸುತ್ತಿದ್ದ ನಮ್ಮ ವೈನ್ ಸ್ಟೋರ್ ಯಜಮಾನರೆಲ್ಲಿ? ಹೊಟ್ಟೆ ತುಂಬಿ ಸಾಕೆನಿಸುವಷ್ಟು ಊಟ, ನವೆ ಆದರೆ ತುರಿಸಿಕೊಳ್ಳಲೂ ಸಮಯವಿಲ್ಲದಷ್ಟೂ ಕೆಲಸ, ಕೈತುಂಬಾ ಸಂಬಳ, ಆತ್ಮೀಯ ಗೆಳಯ ಸೀನ - ಎಲ್ಲವೂ ಸೇರಿ ನನ್ನಲ್ಲಿ ಹೊಸ ಹುಮ್ಮಸ್ಸು, ಚೈತನ್ಯಗಳನ್ನು ಹುಟ್ಟಿಹಾಕಿತ್ತು. ಆದರೂ ಒಮ್ಮೊಮ್ಮೆ ನಮ್ಮೂರಿನ ನೆನಪು ಬಂದು ಬಿಕ್ಕಿ ಬಿಕ್ಕಿ ಅಳುತ್ತಿದ್ದೆ. ಆಗೆಲ್ಲ ನನಗೆ ಸಮಾಧಾನ ಮಾಡುತ್ತಿದ್ದವ ಸೀನ. ಅದೇನೋ ಅವನು ಮಾತಾಡಿದರೆ ಸಾಕು ಹೊಸ ಚೈತನ್ಯ ನನ್ನಲ್ಲಿ ಚಿಮ್ಮುತ್ತಿತ್ತು. ಒಟ್ಟಿನಲ್ಲಿ ಬಾಂಬೆ ನನಗೆ ಬೇಕಾದ್ದನ್ನೆಲ್ಲ ಕೊಟ್ಟಿತ್ತು. ನನಗೆ ಇಷ್ಟವಾದ ಈಜೊಂದನ್ನು ಬಿಟ್ಟು. ಬಂದ ಹೊಸತರಲ್ಲಿ ವೈನ್ ಸ್ಟೋರ್ ನ ವಾಸನೆಯಿಂದ ಬೇಜಾರಾಗುತ್ತಿದ್ದರೂ, ಬರುಬರುತ್ತ ಅದು ನನಗೆ ಅಭ್ಯಾಸವಾಗಿ ಹೋಗಿತ್ತು ಈ ಅಂಗಡಿ, ಕಸ್ಟಮರ್, ಬಿಲ್ ಎಲ್ಲವನ್ನೂ ಮರೆತು ಮನದಣಿಯೆ ಈಜಾಡಬೇಕೆಂದು ಅನ್ನಿಸಹತ್ತಿತ್ತು. ಒಮ್ಮೆ ಹೀಗೇ ಮಾತಾಡುತ್ತಿದ್ದಾಗ, ಸೀನನ ಬಳಿ ನನಗೆ ಈಜಾಡಬೇಕೆಂಬ ಮನಸ್ಸಾಗುತ್ತಿದೆ. ಇಲ್ಲಿ ಬಾವಿ ಇಲ್ಲಾ ಕೆರೆ ಇದೆಯಾ ಎಂದಾಗ ಬಿದ್ದು ಬಿದ್ದು ನಕ್ಕಿದ್ದ. ಅಯ್ಯೋ ಬುದ್ದೂ...ಈ ದೊಡ್ಡ ಸಿಟೀಲಿ ಕೆರೆ ಬಾವಿ ಎಲ್ಲಿಂದ ಬರ್ಬೇಕು? ಯೋಚ್ನೆ ಮಾಡ್ಬೇಡ. ಸ್ವಿಮಿಂಗ್ ಪೂಲ್ ಗೆ ಕರ್ಕೊಂಡು ಹೋಗ್ತೀನಿ ನಾಡಿದ್ದು ಮಧ್ಯಾನ ಎಂದ. ಆಹಾ! ನನಗಾದ ಆನಂದ ಅಷ್ಟಿಷ್ಟಲ್ಲ. ಸ್ವರ್ಗಕ್ಕೆ ಮೂರೇ ಗೇಣು! ಆ ನಾಡಿದ್ದು ಬೇಗ ಬರ್ಲಪ್ಪಾ ಸಿವನೇ! ಎಂದು ಕಾಯುತ್ತಿದ್ದೆ. ಆ ನಾಡಿದ್ದು ನನ್ನ ಮುಂದಿನ ಜೀವನವನ್ನೇ ಬದಲಾಯಿಸುತ್ತದೆ ಎಂದು ನನಗೆ ತಾನೇ ಹೇಗೆ ತಿಳಿದಿತ್ತು?

* * * * *

ಬೆಳಿಗ್ಗೆ ಎದ್ದು, ಕೆಲಸಗಳನ್ನೆಲ್ಲ ಮುಗಿಸಿ, ಒಂಚೂರು ಬ್ರೆಡ್, ಬಿಸ್ಕೆಟ್ ಜೊತೆ ಬಿಸಿ ಟೀ ಕುಡಿದು ಕುಳಿತೆ. ಮನಸೆಲ್ಲಾ ಸೀನ ಕರೆದುಕೊಂಡು ಹೋಗಲಿರುವ ಸ್ವಿಮ್ಮಿಂಗ್ ಪೂಲ್ ಮೇಲೆಯೇ ಇತ್ತು. ಹೊಸ ಬಗೆಯ ಟೀ ಶರ್ಟ್ ಹಾಗು ಅದೇನೋ ರೀತಿಯ ಚಡ್ಡಿ ಧರಿಸಿ ಬಂದ ಸೀನನ ಮುಖ ಕಂಡಾಗ ಆದ ಸಂತೋಷ

ಅಷ್ಟಿಷ್ಟಲ್ಲ. ಅಲ್ಲೇ ಹತ್ತರದಲ್ಲಿದ್ದ ಟಾಂಗಾ ಗಾಡಿಯನ್ನೇರಿ ಸ್ವಿಮಿಂಗ್ ಪೂಲ್ ಕಡೆ ಹೊರಟಿತು ನಮ್ಮ ಸವಾರಿ. ಟಾಂಗಾವಾಲಾ ಕೇಳಿದ್ದಕ್ಕಿಂತ ಐವತ್ತು ಪೈಸೆ ಹೆಚ್ಚಿಗೇ ಹಣ ಕೊಟ್ಟೆ. ಸ್ವಿಮ್ಮಿಂಗ್ ಪೂಲ್ ಒಳಗೆ ಹೋಗಲು ಸಹ ದುಡ್ಡು ಕೊಡಬೇಕು ಎಂದು ಕೇಳಿದೊಡನೆ ಸ್ವಲ್ಪ ಬೇಜಾರಾಯಿತು. ಆ ಬೇಜಾರಗೂ ಒಂದು ಕಾರಣವಿದೆ. ಇವತ್ತು ಒಮ್ಮೆ ಸೀನ ನನಗೆ ಸ್ವಿಮ್ಮಿಂಗ್ ಪೂಲ್ ತೋರಿಸಲಿ. ಅದೆಷ್ಟೇ ದೂರ ಇದ್ದರೂ ಸಹ, ನಡೆದಾದರೂ ಸರಿ, ದಿನಾ ಬಂದು ಈಜಾಡಿಕೊಂಡು ಹೋಗಬಹುದು ಅಂದ್ಕೊ೦ಡಿದ್ದೆ ಆದ್ರೆ ಈಗ ನೋಡಿದ್ರೆ, ಇದರ ಒಳಗೆ ಹೋಗಾಕೂ ಕಾಸು ಕೊಡ್ಬೇಕಂತೇ. ದಿನಾ ಎಲ್ಲಿಂದ ತರ್ಲೀ ದುಡ್ಡುನ್ನ ಅಂತ ಸ್ವಲ್ಪ ಬೇಜಾರಾಯ್ತು. ಆಮೇಲಿಂದು ಆಮೇಲೆ ನೋಡ್ಕಂಡರೆ ಆಯ್ತು. ಇವಾಗ ಬಂದಿರೋದರ ಬಗ್ಗೆ ಈಗ ಯೋಚನೆ ಮಾಡೋಣ ಅಂದ್ಕೊ೦ಡು ಒಳಗೆ ಹೋಗಿ ಸ್ವಿಮ್ಮಿಂಗ್ ಡ್ರೆಸ್ ಹಾಕಿಕೊಂಡು ಬಂದೆ. ಏನೋ ಒಂಥರಾ ಮುಜುಗರ. ನಾಚಿಕೆ. ಹುಡುಗೀರು ಹುಡುಗರು ಎಲ್ಲಾ ಮೈಮೇಲೆ ಅರ್ಧಂಬರ್ಧ ಬಟ್ಟೆ ಹಾಕ್ಕೊಂಡು ಈಜಾಡೋದು ನೋಡ್ತಿದ್ರೆ ಏನೋ ಒಂಥರಾ ನಾಚಿಕೆ. ನನ್ನ ಪರಿಸ್ಥಿತಿ ಕಂಡು ಸೀನನಿಗೆ ನಗೂ ತಡೆಯಲಾಗಲಿಲ್ಲ, ಯಾಕೋ ಬಸಾ ಏನಾಯ್ತು? ಅನ್ನುವ ರೀತಿ ಪ್ರಶ್ನಾರ್ಥಕ ಚಿಹ್ನೆಯ ಮೂಲದಿಂದ ನನ್ನ ನೋಡಿದ. ನನಗ್ಯಾಕೋ ನಾಚಿಕೆ ಆಗ್ತಾ ಇದೆ ಅಂತ ಹೇಳಿದ್ದು ಕಂಡು, ಜೋರಾಗಿ ನಗಲಾರಂಭಿಸಿದ. ಬಾಂಬೆಗೆ ಬಂದ್ಮೇಲೆ ನಾಚ್ಕೆ ಗೀಚ್ಕೆ ಎಲ್ಲಾ ಬಿಟ್ಟಾಕ್ಬೇಕು. ಅಲ್ಲಾ ಕಣ್ಲಾ ಹುಡ್ಗೀರೇ ಹಿಂಗೆ ಬಟ್ಟೆ ಹಾಕ್ಕೊಂಡು ಬರ್ತಾವ್ರೆ ನೀನ್ ನಾಚ್ಕೋತೀಯಪ್ಪಾ ಅಂದ. ಅದೂ ನಿಜವೇ, ಎಷ್ಟೋ ಜನ... ಬಾಂಬೆ ನಗರವೇ ಹಾಗೆ. ತನ್ನ ಪಾಡಿಗೆ ತಾನೇ ಚಲಿಸುತ್ತಾನೆ ಇರುತ್ತೆ. ಬೇರೆಯವರ ಬಗ್ಗೆ ಯೋಚನೆ ಮಾಡೋ ಅಷ್ಟು ವ್ಯವದಾನ, ತಾಳ್ಮೆ, ಸಮಯ ಈ ಊರಲ್ಲಿ ಯಾರಿಗೂ ಇಲ್ಲ. ನನ್ನದೇ ಹಾಸಿ ಹೊದೆಯೋ ಅಷ್ಟಿರಬೇಕಾದರೆ, ನಾನ್ಯಾಕೆ ಬೇರೆಯವರ ಬಗ್ಗೆ ಯೋಚನೆ ಮಾಡ್ಲಿ? ಯಾರು ಏನಾದ್ರೂ ಅಂದ್ಕೋಳ್ಳಿ. ಇದೇ ನನ್ನ ಜೀವನ. ಇಷ್ಟಕ್ಕೂ ನಾನೇನು ಯಾರಿಗೂ ಮೋಸ ಮಾಡ್ತಿಲ್ಲ ಅಂದ್ರೆ ಬೇರೆಯವರನ್ನು ಕಂಡು ನಾಚಿಕೊಳ್ಳೋ ಅಂತಾದ್ದೇನಿದೆ? ಅಂತ ಯೋಚನೆ ಮಾಡಿದವ್ನೇ ಜೈ ಭಜರಂಗ ಬಲಿ ಅಂತ ಹೇಳಿ ನೀರಲ್ಲಿ ಧುಮುಕಿದೆ. ಆ ಒಂದು ಕ್ಷಣ ನನ್ನೂರು, ತಿಮ್ಮ, ಸಾಣ್ಯ, ಚಿಕ್ಕಮ್ಮ ಎಲ್ಲಾ ನೆನಪಿಗೆ ಬಂತು. ನನ್ನ ಕಣ್ಣಿಂದ ಜಾರಿದ ಎರಡು ಹನಿ ಕಣ್ಣೀರು ಆ ಸ್ವಿಮ್ಮಿಂಗ್ ಪೂಲಿನ ನೀರಿನೊಡನೆ ಬೆರೆತು ಹೋದದ್ದು ಅಲ್ಯಾರ ಕಣ್ಣಿಗೂ ಬೀಳಲೇ ಇಲ್ಲ.

ಸ್ವಿಮ್ಮಿಂಗ್ ಪೂಲಿನ ಆ ಕಡೆ ತುದಿಯಲ್ಲಿದ್ದ ಎರಡು ಕಣ್ಣುಗಳು ನನ್ನನ್ನೇ ನೋಡುತ್ತಿದ್ದುದ್ದು ನನಗೆ ಗೊತ್ತಾಗಲೇ ಇಲ್ಲ.

* * * * *

ಗೌಡ್ರ ಮನೆ ಮುಂದೆ ಜನಜಂಗುಳಿಯೇ ನೆರೆದಿತ್ತು. ಅಲ್ಲಿ ನೆರೆದಿದ್ದವರಿಗೆಲ್ಲ ಮನದಲ್ಲಿ ಮೂಡಿದ್ದು, ಒಂದೇ ಪ್ರಶ್ನೆ - ಬಸ್ಯಾ ಏನಾದ? ಒಂದು ದಿನವೂ ಮನೆಗೆ ಹಿಂತಿರುಗಿ ಬರದಿದ್ದ ಘಟನೆಯೇ ಇಲ್ಲ. ಆದರೆ ಒಂದಲ್ಲ ಎರಡಲ್ಲ. ಮೂರು ದಿನ ಕಳೆದರೂ ಬಸ್ಯಾನ ಸುದ್ದಿಯೇ ಇಲ್ಲ. ಬಸ್ಯಾ ಏನಾದ? ಮೊದಲ ದಿನ ಬಸ್ಯಾ ಬರದಿದ್ದಾಗ ಅವರ ಚಿಕ್ಕಮ್ಮ ಅಷ್ಟೇನೂ ತಲೆಕೆಡಿಸಿಕೊಂಡಿರಲಿಲ್ಲ. ಗೌರಿಯೊಬ್ಬಳನ್ನು ಬಿಟ್ಟು, ಬೇರೆಲ್ಲಾ ದನಕರುಗಳು ಕೊಟ್ಟಿಗೆಗೆ ಬಂದಾಗಿತ್ತು. ಗೌರಿ ಎಲ್ಲೋ ತಪ್ಪಿಸಿಕೊಂಡಿರಬೇಕು. ಅದನ್ನು ಹುಡುಕಿಕೊಂಡು ಹೋಗಿರಬಹುದು. ರಾತ್ರಿ ಅಲ್ಲೇ ಎಲ್ಲೋ ಮಲಗಿದ್ದು, ಬೆಳಗ್ಗೆ ಬರಬಹುದೆಂದು ಸುಮ್ಮನಾಗಿದ್ದಳು. ಆದರೆ ಮರುದಿನ ಆದರೂ ಪತ್ತೆ ಇಲ್ಲ. ಹಾಳಾದವ್ನು ಹೋದ್ರೆ ಹೋಗ್ಲಿ. ಗೌರಿ ಏನಾದ್ಲು? ಮನೇಲಿರೋ ಹಸುಗಳ ಪೈಕಿ ಜಾಸ್ತಿ ಹಾಲು ಕೊಡೋದೇ ಗೌರಿ. ಅಂತಾದ್ರಲ್ಲಿ ಗೌರಿ ಇಲ್ಲವಾದರೆ ಹೇಗೆ? ಹೋದ ವರ್ಷ ದನದ ಜಾತ್ರೆಲಿ ಗೌರಿಗೆ ಒಳ್ಳೆ ರೇಟ್ ಬಂದಿತ್ತು. ಕೊಟ್ಟು ಬಿಡೋಣ ಅಂದ್ರೆ ಇವರೇ ಕೇಳಿಲ್ಲ. ಗೋಮಾತೆ, ಕಾಮಧೇನು ಅಂತ ಮಾರುದ್ದ ಭಾಷಣ ಬಿಗಿದಿದ್ರು. ಅದು ದೇವರಂತೆ. ನಾವು ಬದುಕ್ತಾ ಇರೋದೆ ಆ ಗೋಮಾತೆಯ ಋಣದಲ್ಲಂತೆ. ಹಂಗಾಗಿ ದೇವ್ರನ್ನ ಹಣಕ್ಕೆ ಮಾರಬಾರದಂತೆ. ಹೀಗೇ ಏನೇನೋ ಮಾತಾಡಿ, ಮಾತಲ್ಲೇ ನನ್ನ ಮರುಳು ಮಾಡಿದ್ದರಲ್ಲವೇ? ಅವರಿಗೇನು ಬಣ್ಣ ಬಣ್ಣದ ಮಾತಾಡಿ ಆರಾಮಾಗಿ ಅದ್ಯಾವುದೋ ನಾಟಕದ ಕಂಪನಿ ಜೊತೆ ಸೇರಿ ಊರೂರು ಸುತ್ತುತ್ತಾ ಇದಾರೆ. ಮನೆ ಕೆಲಸ ಎಲ್ಲಾ ಮಾಡ್ಕೊಂಡು ಸಾಯೋಳು ನಾನ್ ತಾನೇ? ಇವರಪ್ಪನ ಮನೆ ಗಂಟೇನಾದ್ರು ಹೋಗ್ಬೇಕೇ? ಕೇಳಿದ್ರೆ ಸಾಕು. ಬಸ್ಯಾ ಮನೆ – ದನ – ಕರ ನೋಡ್ಕೋಂತವ್ನಲ್ಲಾ? ಇನ್ನೇನ್ ಮಿಗ್ಲೈತೇ ನಿನ್ಗೆ ಕೆಲ್ಸ? ಒಂದೊತ್ತು ಮುದ್ದೆ ಬೇಯ್ಸಕೋದಷ್ಟೇ ತಾನೇ ಅಂತಾರೆ. ಎಷ್ಟೇ ಆಗ್ಲಿ ಅಪ್ಪನ ಮಗನೇ ತಾನೇ? ಅದ್ರಂಗೇನೇ ಇದೂ ಸೋಂಬೇರಿ ಮುಂಡೇದೆಯ. ಅಪ್ಪ ಬೇರೆ ಊರು ಸುತ್ತುತ್ತೈತೆ ಮಗ ಊರಲ್ಲೇ ಬೀದ್ಬೀದಿ ಸುತ್ತುತ್ತೈತೆ. ಒಂದ್ ಕೆಲ್ಸನೂ ನೆಟ್ಟಗೆ ಮಾಡಾಕಿಲ್ಲ. ಆ ತಿಮ್ಮ, ಸಾಣ್ಯಾನ ಜೊತೆ ಸುತ್ತೋದೇ ಆಗೋಯ್ತು. ದಿವ್ಸಾ ಎಲ್ಲಾ ನಾಯಿ ತರ ಸುತ್ತೋದು, ಮನೆಗೆ ಬಂದು ಹಂದಿ ತಿಂದ0ಗ್ ತಿಂದು ಬಿದ್ಕಳಾದು ಇಷ್ಟೇ ಆಗಾಯ್ತು, ಎಷ್ಟು ಉಗುದ್ರೂ, ಮಾನ ಮರ್ಯಾದೆ ಅನ್ನೋದೇ ಇಲ್ಲ ಮುಂಡೇದುಕ್ಕೆ. ಇವ್ರನ್ಗೆ ಉಗ್ದು ಏನ್ ಪ್ರಯೋಜ್ನ? ಊರೂರು ಸುತ್ತುತಾ ಬಿದ್ದಿಲ್ವೇ ಅವ್ರು? ಅವ್ರು ಬರ್ಲಿ ಮನೇಗೆ ಅವ್ರು ಸರಿಯಾಗಿದ್ರೆ ನನಗ್ಯಾಕೆ ಈ ಬಾಳು? ಲಗ್ನ ಆಗಿ ಇಷ್ಟು ದಿನಾ ಆಯ್ತು ಒಂದ್ ಕಿತಾನಾದ್ರೂ ನನ್ ಕಷ್ಟ - ಸುಖ ವಿಚಾರ್ಸವ್ನ? ಕೇಳುದ್ರೆ ನಾನು ಬಾಯಿ ಬಡುಕಿ ಅಂತೆ, ನನ್ ಜೊತೆ ಬಾಳ್ಮೆ ಮಾಡಕಾಗಲ್ವಂತೆ,

ನಾನು ಅವ್ರನ್ನ ಮಾತಲ್ಲೇ ಉರ್ದು ಮುಕ್ತೀನಂತೆ, ಹಂಗಾಗೇ ಅವ್ರು ಊರೂರು ಸುತ್ತತ್ತಾ ಇದಾರಂತೆ ಏನೇನೋ ಹೇಳ್ತಾರೆ. ಅದಿರ್ಲಿ, ಈ ಹಾಳಾದವ್ನ್ ಎಲ್ಹೋದ? ಅಹಾ! ನಮ್ಮಮ್ಮ... ತಾಯಿ... ಅದೇನಂತೆ ಮಗ ಅಂತ ಹೆತ್ತಿಟ್ಟ್ಯೇ? ಈ ದರಿದ್ರಾನ ನಗ್ಗೇ ಬಿಟ್ಟುಟ್ಟು ಹೋಗ್ಬಿಟ್ಟ್ಯಲ್ಲೇ! ನಿನ್ ಬಾಯ್ಗಿಷ್ಟು ಮಣ್ಣಾಕ! ಸುಕ್ನಾತಿ ಹೆಂಗ್ಸು! ಗಂಡ ಎಂಡ್ರು ಮಗಾ ಎಲ್ರೂ ಕಳ್ ನನ್ ಮಕ್ಳೇ! ಆ...ಕಳ್ ನನ್ ಮಕ್ಳು ಅಂತಿದ್ದ0ಗೇ ಗೆಪ್ತಿಗೆ ಬಂತು ಗೌರಿ ಎಲ್ಲೂ ಕಳೆದು ಓಗಿಲ್ಲ. ಬಸ್ಯಾನೇ ಅದುನ್ನ ಕುದ್ಬುಟ್ಟವ್ನೇ! ಕದ್ದು ಯಾರ್ಗೋ ಮಾರ್ಬುಟ್ಟವ್ನೆ! ಹಂಗಾರೆ ಯಾರಿಗೆ ಮಾರವ್ನೇ?ಎಷ್ಟಕ್ಕೆ ಮಾರವ್ನೇ? ಅದೆಲ್ಲಾ ಬಸ್ಯಾಗೆ ಗೊತ್ತಾಗಕಿಲ್ಲ. ಈ ತಿಮ್ಮನೇ ಏಳ್ಕೊಟ್ಟಿಟ್ಟವ್ನೆ! ಕಳ್ ನನ್ ಮಗಾ ತಿಮ್ಮ. ಒಂದ್ ಸೇರು ಕಳ್ಳೇಬೀಜ ಅಂತ ಕಾಸ್ ಕೊಟ್ರೆ ಮೋಸ ಮಾಡಿ ಮುಕ್ಕಾಲ್ ಸೇರ್ ಕೊಡೋನಲ್ವೇ ಅವ್ನು? ಅವ್ರಪ್ಪನೂ ಇವ್ನು ಸೇರಿ, ಎಷ್ಟ್ ಜನರ ಮೇಲೆ ಕೈ ಇಟ್ಟಿಲ್ಲ? ಥೂ. ಬರೀ ಮೋಸ ಮಾಡ್ಕಂಡ್ ಯಾಪಾರ ಮಾಡ್ಕೊಂಡೇ ಜೀವ್ನ ಮಾಡ್ತಾರೆ. ಸ್ವಲ್ಪಾನೂ ಮರ್ವಾದೆನೇ ಇಲ್ಲ. ಅಪ್ಪಾ ಮಗಾ ಇಂಗೆ ಮೋಸ ಮಾಡಾಕೇ ಮತ್ತೆ, ಆ ಮಗಿಗೆ ದಿವ್ಸಕ್ಕೆ ಒಂದದ್ ಕಾಯ್ಲೆ ಅಂತ ಬಿದ್ಕಾಳಾದು. ಥೂ ಇವರದೂ ಒಂದು ಜನ್ಮನ? ಇರ್ಲಿ ಇವತ್ತು ಎರಡ್ರಲ್ಲಿ ಒಂದ ತೀರ್ಮಾನ ಆಗೇ ಓಗ್ಲಿ, ತಿಮ್ಮನ ಬಾಯಿಂದ ನಿಜ ಕಕ್ಕುಸ್ಲೇಬೇಕು. ಅಂತ ನಿರ್ಧರಿಸಿದವಳೇ ನೇರವಾಗಿ ಗೌಡ್ರ ಮನೆ ಬಾಗಿಲು ತಟ್ಟಿದ್ದಳು. ಬಸ್ಯಾ ಕಾಣ್ತಾ ಇಲ್ಲ ಅಂತ ಕೇಳಿ ಗೌಡ್ರಿಗೂ ಒಂದು ಕ್ಷಣ ಏನೂ ತೋಚದಂತಾಯ್ತು. ಯಾವುದಕ್ಕೂ ನಾಳೆ ಪಂಚಾಯ್ತಿಲಿ ವಿಚಾರ ಮಾಡುವಾ ಅಂತ ಡಂಗುರ ಹೊಡ್ಸಿ ಪಂಚಾಯ್ತಿ ಸೇರ್ಸಿದ್ರು. ಪಂಚಾಯ್ತಿ ಕರೆದವ್ರೇ ಅಂದೊಡನೇ ಸಾಣ್ಯಾಗೆ ಎಲ್ಲಿಲ್ಲದ ಭಯ. ಅಯ್ಯೋ ಈಯಮ್ಮ ನೋಡುದ್ರೆ ಮೊದ್ಲೇ ಜಗಳಗಂಟಿ. ಒಂದೊಕ್ಕೆರಡು ಸೇರ್ಸಿ ನಮ್ಗೆ ಏನ್ ಮಾಡ್ತಾಳೋ ಅಂತ ಭಯಗೊಂಡು ತಿಮ್ಮನ ಮನೆ ಕಡೆ ಓಡಿದ. ತಿಮ್ಮ ಇದನ್ನೆಲ್ಲಾ ಮೊದಲೇ ಯೋಚಿಸಿದ್ದ. ಬಸ್ಯಾ ಊರು ಬಿಟ್ಟು ಹೋದ್ರೆ ಏನಾಗಬಹುದು? ಪಂಚಾಯ್ತಿಲಿ ಏನೇನ್ ಕೇಳ್ತಾರೆ ಅಂತ ಮೊದಲೇ ನಿರ್ಧರಿಸಿದ್ದ. ಓಡಿ ಬಂದ ಸಾಣ್ಯಾನ ಕಂಡು "ಏನಾಯ್ತಲೇ ಇಂಗೆ ಓಡಿ ಬರ್ತಿದೀಯ"? ಅಂತ ಕೇಳಿದ. "ಅದೇ ಕಲಾ. ನಾವು ಇಬ್ರೂ ಸೇರ್ಕಂಡು ಬಸ್ಯಾಗೆ ಕಿವಿ ಊದಿ, ಗೌರಿನ ಕಳ್ತನ ಮಾಡಿದೀವಂತೆ. ಆಮೇಲೆ ಆ ದುಡ್ನಾಸೆಗೆ ನಾವೇ ಬಸ್ಯಾನ್ನ ಸಾಯುಸ್ಬಿಟ್ಟಿದೀವಿ ಅಂತ ಅವ್ರ್ ಚಿಕ್ಕಮ್ಮ ಪಂಚಾಯ್ತಿ ಕರ್ಸವ್ಳೆ. ನಾಳೆ ಏನಾಯ್ತದೋ ಏನೋ? ಊರು ಬಿಟ್ಟು ಹೋಗು ಅಂತ ನಾವೇನೇ ಬಸ್ಯಾಂಗೆ ಏಳ್ಬುಟ್ಟಿ ಆಮೇಲೆ ಇಂಗಾಯ್ತದೆ ಅಂತೆ ಯೋಚ್ನೆನೇ ಮಾಡಿರ್ಲಿಲ್ಲ ಇವಾಗ ಏನ್ ಮಾಡದಾ" ಅಂದ.

ತಿಮ್ಮ ನಗುತ್ತಾ ಹೇಳಿದ "ಲೇ ಸಾಣ್ಯಾ, ಇದೆಲ್ಲ ನಾನ್ ಮೊದ್ಲೇ ಯೋಚ್ನೆ ಮಾಡಿದ್ದೆ, ಹಿಂಗೇ ಆಗ್ತೈತೆ ಅಂತ ಗೊತ್ತಿತ್ತು. ನೀನೇನ್ ಯೋಚ್ನೆ ಮಾಡ್ಬೇಡ ಬಸ್ಯಾ ಎಲ್ಲವ್ನೋ ಗೊತ್ತಿಲ್ಲ ಅಂತೇಳು. ಮಿಕ್ಕಿದ್ದೆಲ್ಲ ನಾನ್ ನೋಡ್ಕತೀನಿ" ಅಂತ ಹೇಳಿ ಸಾಣ್ಯಾನ ಕಿವಿಯಲ್ಲಿ ಇನ್ನೂ ಏನೋ ಹೇಳಿದ. ಸಾಣ್ಯಾನ ಮುಖದಲ್ಲಿ ಒಮ್ಮೆಲೇ ಮಂದಹಾಸ ಮೂಡಿತು. "ಸರಿ ಕಣ್ಣಾ ನೀ ಹೇಳ್ದ ಹಂಗೇ ಆಗ್ಲಿ ಅಂದ0ಗೆ ಮಗಾ ಎಂಗೈತೆ"? "ಇವಾಗ ಪರ್ವಾಗಿಲ್ಲ. ಕಣ್ಣಾ, ಜ್ವರ ಕಮ್ಮಿ ಆಗೈತೆ". "ನಿನ್ನೆ ಕೊಟ್ಟಿದ ಕಷಾಯನ ಅಸುವಿನ ತುಪ್ಪಾಗೆ ಬೆರ್ಸಿ, ಇನ್ನೂ ಬಂದ್ ವಾರ್ ಕುಡ್ಸು ಸರಿ ಓಯ್ತದೆ, ನಾನ್ ಬತ್ತೀನಿ" ಅಂತ ಹೊರಟ. ನಾಳೆ ಪಂಚಾಯ್ತಿಯೇ ನಡೆಯಬಹುದಾದ ಪ್ರಸಂಗವನ್ನು ನೆನೆದು, ತಿಮ್ಮ ನಗುತ್ತಾ ಮನೆ ಒಳಗೆ ಹೋದ.

*****

3

ಜೈ ಭಜರಂಗಬಲಿ ಎಂದು ನೀರಲ್ಲಿ ಬಿದ್ದವನೇ ನನ್ನನ್ನೇ ನಾನು ಮರೆತು ಹೋಗಿದ್ದೆ. ಊರಿನ ದೊಡ್ಡ ಕೆರೆಯಲ್ಲಿ ಈಜುತ್ತಿದ್ದ ನನಗೆ ಈ ನಾಲ್ಕು ಗೋಡೆಯ ನಡುವೆ ಇರೋ ಸ್ವಿಮ್ಮಿಂಗ್ ಪೂಲ್ ಅಷ್ಟಾಗಿ ಹಿಡಿಸಲಿಲ್ಲವಾದರೂ, ಕುರುಡರ ಸಾಮ್ರಾಜ್ಯದಲ್ಲಿ ಒಂಟಿಕಣ್ಣವನೇ ರಾಜ ಎಂಬ0ತಾಗಿತ್ತು ನನ್ನ ಪರಿಸ್ಥಿತಿ. ಇಷ್ಟು ದಿನ ಇದೂ ಇರಲಿಲ್ಲ. ಈಗ ಈಜಾಡಲು ಇಷ್ಟು ಮಾತ್ರ ಸಿಕ್ಕಿದೆಯಲ್ವಾ? ಅಷ್ಟು ಸಾಕು ಎಂದು ಸಮಾಧಾನ ತಂದುಕೊ0ಡೆ. ಇಷ್ಟು ದಿನದ ನನ್ನ ಆಸೆಯೆಲ್ಲಾ ಈಡೇರಿತಲ್ಲಾ ಎಂಬ ಖುಷಿಯೇ ತುಂಬಿತ್ತು.

ಈಜಿದೆ, ಈಜಿದೆ, ಈಜಿದೆ. ನನ್ನ ದೇಹದ ಶಕ್ತಿಯೆಲ್ಲಾ ವ್ಯಯವಾಗಿ ನಿತ್ರಾಣ ಹೊಂದಿ ಮೇಲೇಳಲೂ ಸಾಧ್ಯವಾಗದಷ್ಟು ಹೊತ್ತು ಈಜಾಡಬೇಕೆನ್ನಿಸುತ್ತಿದೆ. ಸ್ವಿಮ್ಮಿಂಗ್ ಪೂಲಿನ ಆ ಕಡೆಯ ತುದಿಯಿಂದ ಈ ಕಡೆಯ ತುದಿಗೆ ಒಂದು ಸುತ್ತು ಬರುವಷ್ಟರಲ್ಲೇ ಸುಸ್ತಾಗಿ ನಿಲ್ಲುತ್ತಿದ್ದವರೆಷ್ಟೋ ಜನ. ಕೆಲವರಂತೂ ಎರಡು ಮೂರು ಸುತ್ತು ಈಜಾಡುವಂತಹವರೂ ಇದ್ದರು. ಇನ್ನೂ ಒಂದಷ್ಟು ಜನ ಅದೇನೋ ಸ್ವಿಮ್ಮಿಂಗ್ ಕಾಂಪಿಟೇಶನ್ ಅಂತೆ ಅದರಲ್ಲಿ ಭಾಗವಹಿಸಲೆಂದೇ ಬಂದಿದ್ದರು. ಅವರಂತೂ ನಾಲ್ಕು ಐದು ಸುತ್ತು ಈಜಾಡುತ್ತಿದ್ದರು. ಆದರೆ ಅವರೆಲ್ಲ ಯಾವುದೋ ಉದ್ದೇಶಕ್ಕಾಗಿ ಈಜಾಡುತ್ತಿರುವವರು. ನಾನಾದರೋ ನನ್ನ ಮನಸ್ಸಿನ ಸಮಾಧಾನಕ್ಕಾಗಿ. ನಾನು ಇಷ್ಟು ದಿನ ಕಳೆದುಕೊಂಡಿದ್ದ ನನ್ನ ಹಳೆಯ ದಿನಗಳ ನೆನಪಿಗಾಗಿ. ನನ್ನ ಮನದಾಳದ ನೋವನ್ನು ಮರೆಯಲಿಕ್ಕಾಗಿ ಈಜಾಡ್ತ ಇದ್ದೇನೆ. ಹಾಗಾಗಿ ನನಗೆ ಸುಸ್ತಾಗುವ ಪ್ರಮೇಯವೇ ಇಲ್ಲ. ನೋಡ ನೋಡುತ್ತಿದ್ದಂತೆ ಆರು ಸುತ್ತುಗಳನ್ನು ಮುಗಿಸಿ, ಏಳನೇ ಸುತ್ತು ಈಜಾಡತೊಡಗಿದ್ದೆ. ಜೈ ಭಜರಂಗಬಲಿ ಎಂದು ನೀರೊಳಗೆ ಒಳ್ಳೆ ಹಳ್ಳಿ ಗಮಾರನಂತೆ ಬಿದ್ದಾಗ, ಅದನ್ನು ನೋಡಿ ನನ್ನೆಡೆಗೆ ನಕ್ಕಿದ್ದವರೆಲ್ಲ ಈಗ ನನ್ನನ್ನೇ ನೋಡುತ್ತಿದ್ದಾರೆ. ಅವರ ಕಣ್ಣಲ್ಲಿ ನಾನೀಗ ಯಾವುದೋ ರಾಕ್ಷಸನಂತೆಯೋ,

ಬೇರೆ ಗ್ರಹದಿಂದ ಇಳಿದು ಬಂದ ಅನ್ಯಜೀವಿಯಂತೆಯೇ ಕಾಣಿಸಿದ್ದರೂ ಆಶ್ಚರ್ಯವಿಲ್ಲ. ಏಳು, ಎಂಟನೇ ಸುತ್ತು ಈಜಾಡುವಷ್ಟರಲ್ಲೇ ಇಡೀ ಸ್ವಿಮ್ಮಿಂಗ್ ಪೂಲ್ ನಲ್ಲಿ ನಾನೊಬ್ಬನೇ ಇದ್ದದ್ದು. ಇದುವರೆಗೂ ಈಜಾಡುತ್ತಿದ್ದವರೆಲ್ಲ ಆಚೆ ಹೋಗಿ, ನನ್ನತ್ತಲೇ ನೋಡುತ್ತಿದ್ದಾರೆ. ಅವರು ಎಂದೂ ಕಾಣದೇ ಇದ್ದ ಆಶ್ಚರ್ಯ ಅವರ ಮುಖದಲ್ಲಿ ಎದ್ದು ಕಾಣುತ್ತಿತ್ತು. ಕೆಲವೇ ಕ್ಷಣಗಳ ಹಿಂದೆ ಅವರ ನಗುವಿಗೆ ಕಾರಣವಾಗಿದ್ದ ನಾನು ಈಗ ಅವರ ಕಣ್ಣುಗಳ ಮುಂದೆ ಒಬ್ಬ ಹೀರೋ ಆಗಿದ್ದೆ. ಇವನ್ಯಾರೋ? ಎಲ್ಲಿ ಈಜಕಾಡಲು ಕಲಿತಿದ್ದೋ? ಇವನ ಕೋಚ್ ಯಾರೋ? ಯಾವ ಕಾಂಪಿಟೇಶನ್ಗೆ ಸಿದ್ಧನಾಗುತ್ತಿದ್ದಾನೊ? ಬಹುಶ: ಒಲಿಂಪಿಕ್ಸ್ಗಾಗಿಯೇ ಇರಬೇಕು. ಹೀಗೆ ನಾನಾ ರೀತಿಯ ಯೋಚನೆಗಳು ಅಲ್ಲಿದ್ದವರ ತಲೆಯಲ್ಲಿ ಹಾದು ಹೋಗುತ್ತಿದ್ದವು. ಆದರೆ ನನಗಂತೂ ಇದ್ಯಾವುದರ ಪರಿವೆಯೂ ಇರಲಿಲ್ಲ. ನಾನಾಯಿತು ನನ್ನ ಈಜಾಟವಾಯ್ತು ಎಂಬ0ತೆ ನನ್ನದೇ ಲೋಕದಲ್ಲಿ ಮುಳುಗಿ ಹೋಗಿದ್ದೆ.

ಆ ಎರಡು ಕಣ್ಣುಗಳು ನನ್ನೆಡೆಗೇ ನೋಡುತ್ತಿದ್ದುದ್ದನ್ನು ನಾನು ಗಮನಿಸಲೇ ಇರಲಿಲ್ಲ.

* * * * *

"ಸದ್ದು! ಯಾರೂ ಮಾತಾಡ್ಬೇಡಿ. ಒಂದೈದ್ ನಿಮಷ ಸುಮ್ನೆ ಕೂತ್ಕಳ್ರಿ" ಊರ ಗೌಡರ ಆ ಗಡುಸು ಕಂಠದ ಶಬ್ಧ ಕೇಳಿದ್ದೇ ತಡ, ಗುಜುಗುಜು ಎನ್ನುತ್ತಿದ್ದವರೆಲ್ಲ ಸುಮ್ಮನಾದರು. ಇಡೀ ಪಂಚಾಯ್ತಿ ಕಟ್ಟೆಯ ಸುತ್ತಮುತ್ತ ಸೂಜಿ ಕೆಳಗೆ ಬಿದ್ದರೂ ಕೇಳುವಷ್ಟು ನಿಷ್ಯಬ್ಧ. ಇಡೀ ಊರೇ ಪಂಚಾಯ್ತಿ ಕಟ್ಟೆ ಬಳಿಗೆ ಶಿಫ್ಟ್ ಆದಂತಿತ್ತು. "ನನ್ನ ಹಾಳು ಮಾಡಬಿಟ್ರಲ್ಲ ದೇವ್ರೇ, ಅವ್ನ ಮನೆ ಹಾಳಾಗೋಗ! ಅವ್ನ್ ಚಾಪೆ ಸುತ್ಕೊಂಡೋಗ! ಅವ್ನಿಗೆ ಬರ್ಬಾರುದ್ ಬರ! ಏನು ಗೊತ್ತಿಲ್ದರೋ ನನ್ ಕಂದ0ಗೆ ಕಿವಿ ಊದಿ ಕಳ್ತಾನೆ ಮಾಡುಸ್ಬಿಟ್ರಲ್ಲೋ ದೇವ್ರೇ" ಎಂಬ ಆ ಹೆಂಗಸಿನ ಜೊತೆಗೆ ಸ್ಪರ್ಧೆ ಮಾಡಲು ನಾನು ಕೂಡ ಅಶಕ್ತನೆಂಬ0ತೆ ಗಾಳಿ ಕೂಡ ಸೋಲೊಪ್ಪಿಕೊಂಡ0ತಿತ್ತು. ಗಾಳಿ ಸಂಚಾರ ಮಾತ್ರ ಅಲ್ಲ, ಪರಪರನೆಂದು ಸದ್ದು ಮಾಡುವ ಗಿಡಮರಗಳ ಎಲೆಗಳು ಕೂಡ ಆ ಹೆಂಗಸಿನ ಗಂಟಲಿನ ಮುಂದೆ ಸೋತು ಹೋಗಿದ್ದವು.

"ಅವ್ವಾ ಪಾರವ್ವ! ಒಂದ್ ಕಿತಾ ಅಳೋದ್ ನಿಲ್ಸಿ ಅದೇನಾಗದಂತೆ ಏಳು" ಎಂದು ಗೌಡ್ರು ಅಣತಿಯಿತ್ತರು. ಅಳುವನ್ನು ಹೇಗೋ ಒತ್ತರಿಸಿಕೊಂಡು ಪಾರವ್ವ ಹೇಳಿದಳು - "ಏನಂತ ಏಳೋದೂ ಗೌಡ್ರೆ, ಈ ಮನೆಹಾಳ ತಿಮ್ಮನೂ ಸಾಣ್ಯಾನೂ ಸೇರಿ ನಮ್ಮನೆನ ಹಾಳು ಮಾಡ್ಬಿಟ್ರು! ನಮ್ಮ ಮನೇನ ಮುಳುಗಿಸ್ಬಿಟ್ರು ಈ ಮನೆ ಹಾಳು ಮುಂಡೇವು! ಅವ್ರ ಎಕ್ಕ್ಯುಟ್ಹೋಗ! ಅವ್ರಿಗೆ ಬರ್ಬಾರುದ್ದು ಬರ!"

"ಯಾಕಮ್ಮಾ ತಾಯಿ ಎಂಗೈತೆ ಮೈಗೆ? ನನ್ ಸುದ್ದಿಗೆ ಬಂದ್ರೆ ಅಷ್ಟೇಯಾ" ಎಂದು ತಿಮ್ಮನೂ ಜೋರು ಮಾಡಹತ್ತಿದ. "ಲೇ ತಿಮ್ಮಾ ವಸಿ ತಡ್ಕ. ನೀವ್ ನೀವೇ ಜಗಳ ಆಡದಾದ್ರೆ ಪಂಚಾಯ್ತಿ, ನಾವೆಲ್ಲ ಯಾಕ್ಲಾ? ವಸಿ ತಡ್ಕೋ" ಅಂದ್ರು ಗೌಡ್ರು. "ನೋಡ್ರಿ ಗೌಡ್ರೆ ಮತ್ತೆ ಅವಮ್ಮ ಏಳಾದು. ನಾವೇನೋ ಮಾಡ್ಬಿಟ್ಟಿದೀವಿ ಅನ್ನೋ ಅಂಗೆ ಆಡ್ತವ್ಳೇ" ಅಂದ ತಿಮ್ಮ. "ಹೌದು ಕಣಲಾ... ನೀನೇ ಎಲ್ಲಾ ಮಾಡಿದ್ದು, ನೀನೇ ಅವ್ನ ಕಿವಿ ಊದಿದ್ದು" ಎಂದು ಪಾರವ್ವ ಬಡಬಡಾಯಿಸ ಹತ್ತಿದಳು. "ನೀವಿಬ್ರೂ ವಸಿ ತಡ್ಕಳ್ರೀ. ನಂಗೆ ಕ್ವಾಪ ಬಂದ್ರೆ ಅಷ್ಟೇಯ. ನಾವಿರೋದೇ ಅದೇನಾಗಿದೆ ಅಂತ ಕೇಳಿ ಸರಿ ಮಾಡಕೇಯ, ನೀವೇ ನೀವೇ ಹಿಂಗೆ ಹಂದಿ ನಾಯಿ ತರ ಕಿತ್ತಾಡ್ತ ಇದ್ರೆ ನಮ್ಮನ್ಯಾಕೆ ಕರುಸ್ಬೇಕಿತ್ತು"? ಅಂತ ಗದರಿದರು ಗೌಡ್ರು. ಗೌಡ್ರು ಆ ಸದ್ದಿಗೆ ಇಬ್ಬರೂ ಸುಮ್ಮನಾದರು.

"ಏಳವ್ವಾ ಪಾರವ್ವ ಏನಾಯ್ತು ಅಂತ ಇವಾಗ ಪಂಚಾಯ್ತಿ ಕರ್ಸಿದೀಯೆ, ಅದೇನಂತ ವಸಿ ಬಿಡಿಸಿ ಹೇಳು" ಅಂದ್ರು ಗೌಡ್ರು. ಉಕ್ಕಿ ಬರುತ್ತಿದ್ದ ಅಳುವನ್ನು ತಡೆ ಹಿಡಿದು ಪಾರವ್ವ ಹೇಳಿದಳು - "ಏನು ಅಂತ ಏಳ್ಳಿ ಗೌಡ್ರೆ? ಮೂರು ದಿನದಿಂದ ನಮ್ ಬಸ್ಯಾ ಕಾಣವಲ್ತು. ನಮ್ ಗೌರ ಕೂಡ ಮೂರು ದಿನದಿಂದ ಕೊಟ್ಟಿಗೆಗೆ ಬಂದಿಲ್ಲ. ಈ ಮುಂಡೆ ಮಗ ತಿಮ್ಮ ಸಾಣ್ಯಾ ಇಬ್ರೂ ಸೇರ್ಕೊಂಡು ನಮ್ ಬಸ್ಯಾನಿಗೆ ತಲೆ ಕೆಡ್ಸಿ ಗೌರನ ಕಳ್ತನ ಮಾಡಿ, ಊರ್ಬಿಟ್ಟು ಓಡುಸ್ಬಿಟ್ರವ್ರಾ. ನನ್ ಕಷ್ಟ ಸುಕಾ ಕೇಳಾಕ ಅವ್ರೂ ಇಲ್ಲ, ನಾಟ್ಕ ಗೀಟ್ಕ ಅಂದ್ಕೊ0ಡು ಒಳ್ಳೆ ತಿರ್ಪೆ ಅವನ ಥರ ಊರೂರು ತಿರುಗ್ತಾ ಅವ್ರೆ. ಇವಾಗ ನಾನ್ ಏನ್ ಮಾಡ್ಲಿ? ಯಾರವ್ರೇ ನಂಗೆ ದಿಕ್ಕು"? ಅಂತ ಗೋಳೋ ಅಂತ ಅಳತೊಡಗಿದಳು. ತಿಮ್ಮನ ಕಡೆ ತಿರುಗಿ ಗೌಡ್ರು ಕೇಳಿದರು - "ಏನ್ಲಾ ತಿಮ್ಮ ನೀನೇನ್ಲಾ ಏಳ್ತಿ"? "ಅಯ್ಯೋ ಗೌಡ್ರೇ, ನಮ್ಗೇನು ಗೊತ್ತಿಲ್ರಾ. ನಮ್ಮ ಚಿಕ್ಕಮ್ಮ ಸ್ಯಾನೇ ಇಂಸೆ ಕೊಡ್ತಾವ್ಳೆ ಊರು ಬಿಟ್ ಓಗ್ಬುಡ್ತೀನಿ ಅಂತ ಅವ್ನೇ ನನ್ ತಾವ ಸಾಣ್ಯನ ತಾವ ಎಷ್ಟೋ ಕಿತ ಏಳ್ತಿದ್ದ. ನಾವೇ ಬೈದು ಬುದ್ಧಿ ಏಳಿ ಮನೇಗೆ ಕಳ್ಸದ್ವಿ. ಇವಾಗ ನೋಡುದ್ರೆ ಈವಮ್ಮ ಇಂಗೇಳ್ತಾ ಐತೆ. ಇಲ್ಲೇ ಎಲ್ಲೋ ಓಗಿರ್ತಾನೆ ಕ್ವಾಪ ಮಾಡ್ಕಂಡು. ಅವ್ನೇನು ಚಿಕ್ ಉಡ್ಗನೋ? ಒಂದೆರಡ ದಿನ ಬತ್ತಾನೆ ಬುಡಿ. ಆದ್ರೆ ಅವ ಎಲ್ಲೋಗವನೇ ಅಂತ ಸತ್ಕಾಗ್ಲೂ ನಮ್ಗೆ ಗೊತ್ತಿಲ್ಲಾ, ಬೇರೆಯವ್ರ ಮನೆ ಹಾಳ್ ಮಾಡೋ ಅಂತ ಬುದ್ಧಿ ನಂಗಿಲ್ಲ. ಇಷ್ಟಕ್ಕೂ ನಂದೇ ಆಸಿ ಒದ್ಕೋಳೋ ಅಷ್ಟ ತಾಪತ್ರಯ ಐತೆ. ಇವ್ರ್ ಮನೆ ಇಸ್ಯ ನನ್ಗ್ ಯಾಕೆ ಅಲ್ಲುವ್ರ? ಅಲ್ವೇನ್ ಲಾ ಸಾಣ್ಯ"? ಅಂತ ಸಾಣ್ಯನ ಮುಖ ನೋಡಿದ. ಸಾಣ್ಯನಿಗೆ ಮನಸ್ಸಿನ ಮೂಲೆಯಲ್ಲಿ ಎಲ್ಲೋ ಸ್ವಲ್ಪ ಭಯ ಹಾಗೇ ಇತ್ತು. ಅದನ್ನು ಅರ್ಥ ಮಾಡಿಕೊಂಡ ತಿಮ್ಮನೇ ಸಾಣ್ಯನಿಗೆ ಮಾತಾಡಕೆ ಅವಕಾಶ ಕೊಡದೆ

ತಾನೇ ಗೌದ್ರ ಕಡೆ ತಿರುಗಿ ಅದೂ ಇದು ಅಂತ ಮಾತಾಡಹತ್ತಿದ. ಆ ಒಂದು ಕ್ಷಣ ತಿಮ್ಮನ ಮಾತನ್ನು ಕೇಳಿದ ಗೌದ್ರಿಗೂ ಸಹ ತಿಮ್ಮ ಯಾವ ತಪ್ಪು ಕೂಡ ಮಾಡಿಲ್ಲ ಅನ್ನಿಸಿತು. "ನೋಡು ಪಾರವ್ವಾ! ತಿಮ್ಮ ಸಾಣ್ಯನ ನಾವೆಲ್ಲ ಚಿಕ್ ಉಡುಗ್ರಾಗಿಂದ ನೋಡ್ತಿದೀವಿ. ತುಂಬಾ ಒಳ್ಳೇ ಉಡುಗ್ರು. ಏನೋ ದನಾಕರಾ ಮೇಯ್ಸಕ್ಕೆ ಓಗುವಾಗ ಬಸ್ಯನ ಜತೆ ಓಗೋರು. ಉಡುಗ್ರು ಜೊತೆಗೆ ಈಜಾಡಕ್ಕೆ ಅಂತ ಓಗೋರು. ಅಷ್ಟೇ ಆಗ್ಲಿ ಮನೆ ಆಳ್ ಮಾಡೋ ಬುದ್ಧಿ ಈ ಇಬ್ರು ಉಡುಗುರ್ಗು ಇಲ್ಲ. ಎಲ್ಲೋ ಓಗಿರ್ತಾನೆ. ನಾಲಕ್ ದಿನ ಒಟ್ಟೆ ಬಟ್ಟೆ ಕಟ್ಟಿ ಕ್ವಾಪ ಕಮ್ಮಿ ಆದ್ಮೇಲೆ ಬತ್ತಾನೆ, ನೀನೇನ್ ಯಾಚ್ನೆ ಮಾಡಬೇಡ ನಾನೂ ಒಂದ್ ಕಿತ ಅವ್ರನ್ನ ಉಡುಕ್ಸೋ ಪ್ರಯತ್ನ ಮಾಡ್ತೀನಿ, ಅಂಗೇನೇ ನಿನ್ ಗಂಡ ಎಲ್ಲವ್ನೇ ಅಂತ ಉಡುಕ್ಸಿ ಒಂದ್ ನಾಲಕ್ ದಿನ ಮನೆ ಕಡೆ ಬರಾಕೆ ಏಳ್ತೀನಿ. ಅಲ್ಲೀಗಂಟ ನೀನ್ ಸೊಲ್ಪ ಸಮಾಧಾನವಾಗಿರು. ನಮ್ ಸಿದ್ದಂಗೆ ಏಳ್ತೀನಿ ನಿಮ್ಮ್ ದನಾ ಕರು ನೋಡ್ಕೋಳಾಕೆ. ಸಿದ್ಧಂಗೆ ಒಂದೆರೆಡೋ ಮೂರು ಸೇರೋ ರಾಗಿನೋ ಏನಾರು ಕೊಡು. ಅವ್ನ್ ನೋಡ್ಕತಾನೆ. ಲೇಯ್ ಸಿದ್ಧಾ ನಾಳೆಯಿಂದ ಇವ್ರ ದನಾ ಕರು ನೀನೇ ಮೇಯುಸ್ಲಾ" ಅಂತ ಸಿದ್ಧನಿಗೆ ಆಣತಿಯಿತ್ತು ತಿಮ್ಮ ಸಾಣ್ಯನ ಮುಖವನ್ನೊಮ್ಮೆ ದಿಟ್ಟಿಸಿ ನೋಡಿ ಅಲ್ಲಿಂದ ಎದ್ದರು. ಅಬ್ಬಾ ಸದ್ಯಾ ಬಚಾವಾದ್ವಿ ಎಂದು ತಿಮ್ಮ ಸಾಣ್ಯ ಒಂಥರಾ ಸಮಾಧಾನದ ನಿಟ್ಟುಸಿರು ಬಿಟ್ಟರು. ಗೌಡರಿಗ್ಯಾಕೋ ತಿಮ್ಮ ಸಾಣ್ಯನ ಮೇಲಿನ ಅನುಮಾನ ಮನಸ್ಸಿನಲ್ಲೇ ಹಾಗೇ ಇತ್ತು.

* * * * *

ಈಜಾಡಿ ಎಷ್ಟೋ ವರ್ಷಗಳಾಗಿತ್ತೇನೋ ಎಂಬ೦ತಿತ್ತು ನನ್ನ ಮನಸ್ಥಿತಿ. ಮನಸ್ಸಿಗೆ ತೃಪ್ತಿ ಆಗುವವರೆಗೂ ಈಜಾಡುತ್ತಲೇ ಇದ್ದೆ. ಅದೆಷ್ಟೋ ಗಂಟೆಗಳು ಸರಿದದ್ದೇ ನನಗೆ ತಿಳಿಯಲಿಲ್ಲ. ಮನಸ್ಸಿಗೆ ಸಮಾಧಾನವಾಗತೊಡಗುತ್ತಿದ್ದಂತೆಯೇ ದೇಹಕ್ಕೆ ಸುಸ್ತಾಗತೊಡಗಿತು. ಒಂದಲ್ಲ ಎರಡಲ್ಲ ಸುಮಾರು ಒಂಭತ್ತು ಸುತ್ತು ಸ್ವಿಮ್ಮಿಂಗ್ ಪೂಲಿನಲ್ಲಿ ಈಜಾಡಿದ್ದೆ. ಇದ್ಯಾವುದೋ ರಾಕ್ಷಸನ ವಂಶದ ಪಳಿಯುಳಿಕೆ ಎಂದು ಹೆದರಿ, ಬೇರೆಲ್ಲರೂ ಸ್ವಿಮ್ಮಿಂಗ್ ಪೂಲಿನಿಂದ ಆಚೆ ಹೋಗಿದ್ದರು. ಇಡೀ ಸ್ವಿಮ್ಮಿಂಗ್ ಪೂಲಿನ ತುಂಬಾ ನನ್ನದೇ ಆಳ್ವಿಕೆ. ನನ್ನ ಸಾಮರ್ಥ್ಯವನ್ನು ಕಂಡು ಸೀನ ಕೂಡ ಹೆದರಿದ್ದ. ಕಡೆಗೆ ಸುಸ್ತಾಗತೊಡಗಿದಾಗ ಈಜಾಡುವುದನ್ನು ನಿಲ್ಲಿಸಿ, ದಡದ ಮೇಲೆ ಬಂದು ಕುಳಿತೆ. ಖುಷಿ, ಆನಂದ, ಸಂತೋಷ, ಉದ್ವೇಗ ಮುಂತಾದ ನೂರು ಭಾವನೆಗಳು ಸಮ್ಮಿಲನಗೊಂಡು ನಾನು ಯಾವ ಭಾವನೆಯಲ್ಲಿದ್ದೇನೆ ಎಂದು ನನಗೇ ತಿಳಿಯದಾದ ಪರಿಸ್ಥಿತಿ. ಏನನ್ನೋ ಕಳೆದುಕೊಂಡಿದ್ದೇನೆ೦ಬ ತವಕ

ಒಂದೆಡೆಯಾದರೆ ಏನನ್ನೋ ಮತ್ತೆ ಪಡೆದೆ ಎಂಬ ಪುಳಕ ಒಂದೆಡೆ. ನೂರಾರು ಭಾವನೆಗಳ ಮಿಶ್ರಿತ ಭಾವ ಒಂದು ಕ್ಷಣವಾದರೆ, ಭಾವನಾರಹಿತ ಸ್ಥಿತಿ ಕೆಲ ಕ್ಷಣ. ಒಟ್ಟಿನಲ್ಲಿ ನಾನಾರೆಂದು ನನಗೇ ತಿಳಿಯದಾದಂತಹ ಅವಸ್ಥೆಯಲ್ಲಿ ನಾನಿದ್ದೆ. ನಾನು ನೀರಿನಿಂದ ಹೊರ ಬಂದಿದ್ದೇ ತಡ, ಒಬ್ಬೊಬ್ಬರಾಗಿ ನೀರಿನ ಒಳಗೆ ಇಳಿಯ ತೊಡಗಿದರು. ಅವರ ಕಣ್ಣುಗಳ ಮುಂದೆ ನಾನು ಯಾವುದೋ ಅದ್ಭುತ ಸಾಮರ್ಥ್ಯವಿರುವ ವಿಶೇಷ ವ್ಯಕ್ತಿಯಾಗಿ ಕಂಡಿದ್ದೆ.

"ಆಯ್ತಾ ಸಾರ್? ಈಗ ಸಮಾಧಾನನಾ"? ಎಂದು ಹತ್ತಿರ ಬಂದು ಸೀನ ಕೇಳಿದ. ಉಕ್ಕಿ ಬರುತ್ತಿರುವ ಆನಂದಕ್ಕೆ ಕಾರಣವೇ ಅವನಲ್ಲವೇ? ಸೀನನನ್ನು ಜೋರಾಗಿ ತಬ್ಬಿ ಕೃತಜ್ಞತೆಯನ್ನು ಸೂಚಿಸಿದೆ. ಅದನೂ ಸಹ ತುಂಬಾ ಸಂತೋಷಗೊ0ಡಿದ್ದ. ವ್ಹಾವ್ ವಾಟ್ ಎ ಸ್ಟೆಮೀನ? ಗ್ರೇಟ್ ಮ್ಯಾನ್! ಎಂದು ಓಡಿಬಂದು ಕೈಕುಲುಕಿದರು ಸುಮಾರು ಐವತ್ತು ವರ್ಷಗಳ ವ್ಯಕ್ತಿಯೊಬ್ಬರು. ಅವರು ಏನು ಹೇಳುತ್ತಿದ್ದಾರೆಂದು ಭಾಷೆ ಅರ್ಥವಾಗದಿದ್ದರೂ ಅವರ ಭಾವನೆಯನ್ನು ಅರ್ಥೈಸಿಕೊಳ್ಳಬಲ್ಲವನಾಗಿದ್ದೆ. "ಕಂಗ್ರಾಟ್ಸ್ ಗ್ರೇಟ್! ಯೂ ಆರ್ ಗ್ರೇಟ್! ವ್ಹಾಟ್ ಎ ವಂಡರ್"! ಹೀಗೆಯೇ ಎಷ್ಟೇ ಜನ ಬಂದು ನನ್ನ ಕೈಕುಲುಕಿ ಹೋಗುತ್ತಿದ್ದರು. ಚಿಕ್ಕಮ್ಮನ ಕಣ್ಣಲ್ಲಿ ಇಪ್ಪತ್ತಾಲ್ಕು ಗಂಟೆ ಈಜಾಡ್ಕೊಂಡು ಸೋಂಬೇರಿಯಾಗಿದ್ದ ನಾನು, ಈ ಜನಗಳ ಮುಂದೆ ಒಬ್ಬ ಅದ್ಭುತ ವ್ಯಕ್ತಿಯಾಗಿ ಕಂಡಿದ್ದೆ. ನನ್ನಲ್ಲಿ ಏನೋ ಪ್ರತಿಭೆಯಿದೆ. ಅದು ಇಂದಲ್ಲ ನಾಳೆ ಜಗತ್ತು ಗುರ್ತಿಸುತ್ತದೆ ಎಂಬ ಭಾವನೆಯೇ ನನ್ನನ್ನು ಇನ್ನಷ್ಟು ಉಲ್ಲನಸಿತನಾಗಿಸಿತ್ತು. ಅಲ್ಲಿದ್ದ ಕೋಚ್ ಒಬ್ಬರು ಬಂದು ಇಂಗ್ಲೀಷ್ ಬೆರೆತ ಹಿಂದಿಯಲ್ಲಿ ನನ್ನನ್ನು ಏನೇನೋ ಕೇಳುತ್ತಿದ್ದರು. ಅವರ ಪ್ರಶ್ನೆಗೆ ಸೀನನೇ ಹಿಂದಿಯಲ್ಲಿ ಏನೋ ಉತ್ತರಿಸುತ್ತಿದ್ದ. ಅವರೇನು ಮಾತಾಡಿಕೊಳ್ಳುತ್ತಿದ್ದಿರೋ ನನಗೆ ಅರ್ಥವಾಗಲಿಲ್ಲ. ಒಂದೈದು ನಿಮಿಷ ಕಳೆದು ಓಕೆ ಮ್ಯಾನ್ ಸೀಯೂ ಲೇಟರ್ ಎಂದು ಕೈ ಕುಲುಕಿ ಆ ಕೋಚ್ ಮಾಯವಾದರು. ಒಟ್ಟಿನಲ್ಲಿ ನನ್ನಿಂದಾಗಿ ಸೀನ ಆ ದಿನ ಕೆಲವರ ಮುಂದೆ ಹೀರೋ ಆಗಿದ್ದ. ಇಲ್ಲಿ ಇಷ್ಟೆಲ್ಲ ನಡೆಯುತ್ತಿದ್ದರೂ ನನ್ನ ಗಮನ ಮಾತ್ರ ಆ ಎರಡು ಕಣ್ಣುಗಳ ಮೇಲೆಯೇ ನೆಟ್ಟಿತ್ತು. ಆ ಕಣ್ಣುಗಳು ಸಹ ನನ್ನತ್ತಲೇ ನೋಡುತ್ತಿದ್ದವು. ಇದಾದ ಕೆಲವೇ ಕ್ಷಣಗಳಲ್ಲಿ ಸ್ವಿಮ್ಮಿಂಗ್ ಪೂಲಿನಿಂದ ಹೊರಟು ಜಟಕಾ ಬಂಡಿ ಒಂದನ್ನು ಹತ್ತಿ, ಬಾರ್ ಕಡೆ ಹೊರಟೆವು.

ನನ್ನನ್ನೇ ಗಮನಿಸುತ್ತಿದ್ದ ಆ ಎರಡು ಕಣ್ಣುಗಳು ನನ್ನ ಜೀವನವನ್ನೇ ಬದಲಾಯಿಸಬಲ್ಲ ಕಣ್ಣುಗಳು ಎಂದು ನನಗಾದರೂ ಹೇಗೆ ತಾನೇ ತಿಳಿಯಬೇಕು?

* * * * *

ಕೆಲ ದಿನಗಳಲ್ಲೇ ನನ್ನ ಚಿಕ್ಕಮ್ಮ ಸಹಜ ಸ್ಥಿತಿಗೆ ಮರಳಿದ್ದಳು. ಸಿದ್ದ ಕೂಡ ದಿನಾ ಬಂದು ಹಸುಗಳನ್ನು ಮೇಯಿಸುವುದು, ಚಿಕ್ಕಮ್ಮನ ಕಷ್ಟ ಸುಖಗಳಲ್ಲಿ ಜೊತೆಯಿರುವುದು ಮಾಡುತ್ತಿದ್ದ. ತಿಮ್ಮ ಸಾಣ್ಯ ಕೂಡ ಆಗಾಗ ಬಂದು ಚಿಕ್ಕಮ್ಮನ ಕ್ಷೇಮ ವಿಚಾರಿಸಿ ಹೋಗುತ್ತಿದ್ದರಂತೆ. ತಿಮ್ಮನ ಕಂಡರೆ ಉರಿದು ಬೀಳುತ್ತಿದ್ದ ಚಿಕ್ಕಮ್ಮ ಕೂಡ ಈಗ ತಿಮ್ಮನ ಮೇಲೆ ಕೋಪ ಮಾಡಿಕೊಳ್ಳುತ್ತಿರಲಿಲ್ಲ. ತಿಮ್ಮ ಎಷ್ಟೇ ಆಗಲೀ ವ್ಯವಹಾರಸ್ಥ. ಎಂಜಲು ಕೈಲಿ ಕಾಗೆಯನ್ನು ಕೂಡ ಓಡಿಸಿದ ತಿಮ್ಮ, ಆಗಾಗ ಅವರ ಅಂಗಡಿಯಿ0ದ ಮೆಣಸು, ಜೀರಿಗೆ, ಕಡ್ಲೆಎಣ್ಣೆ ತಂದುಕೊಡುತ್ತಿದ್ದನ0ತೆ. ನನ್ನ ಮೇಲೆ ತಿಮ್ಮನಿಗೆಷ್ಟು ಪ್ರೀತಿ ಎಂಬುದಕ್ಕೆ ಇದೇ ಸಾಕು. ಅಪ್ಪನನ್ನು ಹುಡುಕೋಕೆ ಗೌಡ್ರು ಕೂಡ ಯಾಕೋ ಒಂದಿಬ್ಬರಿಗೆ ಹೇಳಿದ್ದರಂತೆ ಇನ್ನೇನು ಇವತ್ತಲ್ಲ ನಾಳೆ ಅವರು ಅಪ್ಪನನ್ನು ಹುಡುಕಿಕೊಂಡು ಮನೆಗೆ ಬರುತ್ತಾರೆ ಎಂದು ಗೌಡ್ರು ವಿಶ್ವಾಸ ಕೊಟ್ಟಿದ್ದರಂತೆ. ಇನ್ನು ಸಾಣ್ಯ ಕೊಟ್ಟ ಂಷಧಿಯ ಪ್ರಭಾವ ತಿಮ್ಮನ ಮಗುವಿನ ಖಾಯಿಲೆ ಕೂಡ ಈಗ ನಿಯಂತ್ರಣಕ್ಕೆ ಬಂದಿತ್ತು. ಒಟ್ಟಿನಲ್ಲಿ ನಾನು ಮನೆ ಬಿಟ್ಟು ಬಂದಾಗಿನ ಪರಿಸ್ಥಿತಿ ಬರುಬರುತ್ತಾ ಸಹಜ ಸ್ಥಿತಿಯತ್ತ ಬರಹತ್ತಿತ್ತು. ತಿಮ್ಮ ಸಾಣ್ಯ ಮಾತ್ರ ನನ್ನ ನೆನೆದು ಆಗಾಗ ದೇವಸ್ಥಾನದಲ್ಲಿ ಪೂಜೆ ಮಾಡಿಸುತ್ತಿದ್ದರಂತೆ ಊರಿನಲ್ಲಿ ಯಾರಿಗೂ ಬೇಡವಾಗಿದ್ದ ನಾನು ಇಡೀ ದೇಶವೇ ನಿಬ್ಬೆರಗಾಗಿ ನೋಡುವಂತಹ ಮಹಾನ್ ವ್ಯಕ್ತಿಯಾಗುವ ಘಟನೆ ಇನ್ನೇನು ಕೆಲವೇ ದಿನಗಳಲ್ಲಿ ಘಟಿಸಬಹುದೆಂದು ಕೂಡ ಯಾರಿಗೂ ತಿಳಿದಿರಲಿಲ್ಲ.

* * * * *

ಮಾರನೇ ದಿನದಿಂದ ನನ್ನ ಮಾಮೂಲಿ ಜೀವನ ಮತ್ತೇ ಶುರುವಾಯ್ತು. ನಮ್ಮ ಬಾರಿನ ಕೆಲಸ ಕಾರ್ಯಗಳಲ್ಲೇ ಸಂಪೂರ್ಣ ತಲ್ಲೀನವಾಗಿ ಬಿಟ್ಟಿದ್ದೆ. ನಾನು ಗಂಟೆಗಟ್ಟಲೇ ಈಜಾಡಿದ ವಿಚಾರ ಹೇಗೋ ನಮ್ಮ ಬಾರಿನ ಮಾಲೀಕರ ಕಿವಿಗೂ ಬಿದ್ದಿತ್ತು. ಅಷ್ಟೇ ಅಲ್ಲ ನಮ್ಮ ಊರಿನ ರೆಗ್ಯುಲರ್ ಗ್ರಾಹಕರಾದ ಕಪೂರ್ ಜೀ ಯವರು ಕೂಡ "ಕ್ಯಾ ಬೇಟ? ಕೈಸೇ ಥಾ ಸ್ವಿಮ್ಮಿಂಗ್"? ಎಂದು ನನ್ನ ನೋಡಿ ಭುಜ ತಟ್ಟಿ ಪ್ರೀತಿಯಿಂದ ಒಮ್ಮೆ ನಕ್ಕಿದ್ದರು. ನನಗೆ ಇದನ್ನೆಲ್ಲ ಕಂಡು ಹೊಸ ರೀತಿಯ ಹುರುಪು ಹುಮ್ಮಸ್ಸು ತುಂಬಿತ್ತು. ಮುಂಚೆಗಿ0ತಲೂ ಇನ್ನೂ ವೇಗವಾಗಿ ಕೆಲಸ ಮಾಡಹತ್ತಿದೆ. ಸರಿಸುಮಾರು ಅರ್ಧಕ್ಕರ್ಧ ಗ್ರಾಹಕರನ್ನು ನಾನೊಬ್ಬನೇ ಸಂಭಾಳಿಸುವಷ್ಟು ಚೈತನ್ಯ ನನ್ನಲ್ಲಿ ಬಂದಿತ್ತು. ಯಜಮಾನರು ಸಹ ನನ್ನ ಕೆಲಸವನ್ನು ಕಂಡು ತುಂಬಾ ಖುಷಿಯಾದ್ರು. ಅದೂ ಅಲ್ಲದೆ ಕೆಲವು ಗ್ರಾಹಕರಂತೂ ನಮ್ಮ ಮಾಲೀಕರ ಬಳಿ ಹೋಗಿ ನನ್ನ ಕೆಲಸದ ಬಗ್ಗೆ ಮೆಚ್ಚುಗೆ ಸೂಚಿಸಿದ್ದರಂತೆ. ಇದನ್ನೆಲ್ಲ ಕಂಡು ನಮ್ಮ ಮಾಲೀಕರಿಗೆ ಏನನ್ನಿಸಿತೋ ಏನೋ

ಅಂದಿನಿಂದ ಇದ್ದಕ್ಕಿದ್ದಂತೆ ತಿಂಗಳಿಗೆ ಇನ್ನೂರೈವತ್ತು ರೂಪಾಯಿ ಜಾಸ್ತಿ ಸಂಬಳ ಕೊಡಲಾರಂಭಿಸಿದರು. ಅಷ್ಟೇ ಅಲ್ಲದೆ ಈಜಿನ ಬಗ್ಗೆ ನನಗಿರುವ ಒಲವನ್ನು ಕಂಡು ವಾರಕ್ಕೊಮ್ಮೆ ಪೂರ್ತಿ ದಿನ ರಜಾ ಕೊಡುವಂತೆ ವ್ಯವಸ್ಥೆ ಮಾಡಿದರು. ನನ್ನ ಆನಂದಕ್ಕೆ ಪಾರವಿಲ್ಲ. ಬಾರ್ ಎಂಬ ನಾಲ್ಕು ಗೋಡೆಗಳ ಮಧ್ಯೆಯೇ ಕಳೆದುಹೋಗಲಿದ್ದ ನನ್ನ ಜೀವನಕ್ಕೆ ಹೊಸ ಅರ್ಥ ಸಿಕ್ಕಂತಾಯಿತು. ವಾರಕ್ಕೊಂದು ದಿನ ಪೂರ್ತಿ ದಿನ ರಜ. ಮನಸೋ ಇಚ್ಛೆ ಈಜಾಡಬಹುದೆಂಬ ಕಾತರ ಒಂದೆಡೆ; ಇನ್ನೂರೈವತ್ತು ರೂಪಾಯಿ ಸಂಬಳ ಹೆಚ್ಚಾದ ಖುಷಿ ಒಂದೆಡೆ. ಇನ್ನು ಮುಂದೆ ಸ್ವಿಮ್ಮಿಂಗ್ ಪೂಲಿಗೆ ಹೋಗಲು ನನಗೆ ಒಟ್ಟಿಗೆ ಎರಡೆರಡು ಕಾರಣ ಸಿಕ್ಕಿತ್ತು. ಒಂದು ವಾರಕ್ಕೆ ಒಂದು ಪುರ್ತಿ ದಿನ ರಜ

ಮತ್ತೊಂದು ಕಾರಣ - ಮತ್ತೆ ನೋಡಬೇಕೆನ್ನಿಸುತ್ತಿರುವ ಆ ಎರಡು ಕಣ್ಣುಗಳು.

* * * * *

ದೂರದ ಬೆಟ್ಟಳ್ಳಿ ಹತ್ತಿರ ಯಾರೋ ನಮ್ಮಪ್ಪನ್ನ ನೋಡಿದರಂತೆ. ಹೋಗಿ ಅವರ ಹತ್ತಿರ ನಡೆದದ್ದೆಲ್ಲಾ ಹೇಳಿದರಂತೆ. ಡ್ರಾಮಾ ಕಂಪನಿಯೊಂದರ ಜೊತೆ ಬೆಟ್ಟಳ್ಳಿಗೆ ಬಂದಿದ್ದಾಗ ಇದನ್ನೆಲ್ಲಾ ಕೇಳಿದ ನನ್ನ ತಂದೆ ಅಂದಿನ ರಾತ್ರಿ ನಾಟಕ ಮುಗಿದಾದ ಕೂಡಲೇ ಒಂದೆರಡು ದಿನದ ಮಟ್ಟಿಗೆ ಊರಿಗೆ ಬರುವಂತೆ ಹೋಗಿ ಬರುವಂತೆ ಡ್ರಾಮ ಕಂಪನಿಯ ಮ್ಯಾನೇಜರ್ ಬಳಿ ಮಾತಾಡಿಯೂ ಆಯ್ತು. ಆಯ್ತು ಓಗ್ ಬನ್ನೀ. ನಮ್ ಇಡೀ ಕಂಪನೀಲಿ ಮನೆಗೆ ಹೋಗ್ದೆ ತುಂಬಾ ದಿನ ನಮ್ ಜೊತೆ ಇರೋರು ನೀವೊಬ್ರೇ. ಹೋಗಿ ಬನ್ನಿ. ನಿಮ್ ಮಗಾ ಖಂಡಿತ ಬತ್ತಾನೆ. ಎಲ್ಲಾ ಒಳ್ಳೆದಾಯ್ತದೆ. ನಮ್ಮಪ್ಪ ಶಿವ ನೋಡ್ಕಂತಾನೆ ಎಂದು ಹೇಳಿ ಇಷ್ಟು ದಿನ ಕಂಪನಿಯಲ್ಲಿ ಕೆಲಸ ಮಾಡಿದ್ದ ದಿನಗಳನ್ನೆಲ್ಲ ಲೆಕ್ಕ ಹಾಕಿ ಆರುನೂರು ರೂಪಾಯಿಗಳನ್ನು ನಮ್ಮಪ್ಪನ ಕೈಗೆ ಕೊಟ್ಟು ಕಳಿಸಿದರಂತೆ. ಕಡೆಗೂ ತುಂಬಾ ದಿನಗಳ ಬಳಿಕ ನಮ್ಮಪ್ಪ ನಮ್ಮೂರಿಗೆ ಬಂದಯ್ತು.

ಯಾವಾಗಲೂ ಸಿಡಿಮಿಡಿ ಅಂತಿದ್ದ ನನ್ನ ಚಿಕ್ಕಮ್ಮ ಇತ್ತೀಚೆಗೆ ಸ್ವಲ್ಪ ತಣ್ಣಗಾಗಿದ್ದಳು ಅಷ್ಟೇನು ಬೈಯುವುದಾಗಲೀ, ವ್ಯಂಗ್ಯದ ಮಾತಿಂದ ಚುಚ್ಚುವುದಾಗಲೀ ಮಾಡುತ್ತಿಲ್ಲವೆಂಬುದು ನನ್ನಪ್ಪನಿಗೆ ಸ್ವಲ್ಪ ಸಮಾಧಾನ ತಂದಿತ್ತು. ಆದರೂ ಆಗಾಗ್ಗೆ ನನ್ನ ಜೀವನ ನಿಮ್ಮಿಂದಾಗಿ ಹಾಳಾಗಿ ಹೋಯ್ತು ಅಂತ ನಮ್ಮಪ್ಪನ ಮುಂದೆ ಗೋಳಾಡುತ್ತಿದ್ದಳು. ಕಾಲಕ್ಕೆ ತಕ್ಕ ಹಾಗೆ ಮಾಗಿ ಪ್ರಬುದ್ಧರಾಗಿದ್ದ ನನ್ನ ತಂದೆ ಅಷ್ಟಾಗಿ ಚಿಕ್ಕಮ್ಮನ ಮಾತಿಗೆ ತಲೆ ಕೆಡಿಸಿಕೊಳ್ಳುತ್ತಿರಲಿಲ್ಲ.

ಹೀಗೇ ಇರಲು ಅಪ್ಪ ಒಂದು ದಿನ ಗೌಡ್ರ ಮನೆಗೆ ಭೇಟಿ ಇತ್ತರು. ಗೌಡ್ರು ಸಹ "ಐನೋರು ಬಂದವ್ರೇ, ವಸಿ ಮಜ್ಗೆ ತತ್ತಾ" ಎಂದು ತನ್ನ ಹೆಂಡಿಗೆ ಆಜ್ಞೆ

ಮಾಡಿ, ಹೀಗೇ ಮಾತಿಗೆ ಕುಳಿತರು. ಮೊದ ಮೊದಲು ನಾಟಕ ಕಂಪನಿ, ಕಂಪನಿ ಜೊತೆಗಿನ ಅನುಭವಗಳು, ವಿಚಿತ್ರ ಜನರ ಪರಿಚಯ, ಹಾಸ್ಯ ಹೀಗೆ ನಾಟಕ ಕಂಪನಿಯ ಸುತ್ತ ಸುತ್ತುತ್ತಿದ್ದ ಮಾತುಕತೆ ನನ್ನ ಬಗ್ಗೆಯೇ ಕೇಂದ್ರೀಕೃತವಾಗತೊಡಗಿತ್ತು. "ಬಸ್ಯಾ ತುಂಬಾ ಒಳ್ಳೆ ಮಗಾನೆ ಸ್ವಾಮೀ. ಒಂದ್ ಕಿತಾ ಇಂಗೇ ಮಾತಾಡ್ತಾ ದಬಾಯುಸ್ದಾಗ ತಿಮ್ಮನೇ ಎಲ್ಲಾ ಬಾಯ್ ಬಿಟ್ಟ. ಗೌರ ಕಳ್ಕೋಗ್ಬಟ್ಟಂತೆ. ಮನೇಗೆ ಓದ್ರೆ ನಿಮ್ ಎಂಡ್ರು ಎಲ್ಲಿ ಬಡೀತಾಳೋ ಅಂತ ಎದುರ್ಕೊಂಡು ಮಗಾ ಊರ್ ಬಿಟ್ಟು ಓಯ್ತಂತೆ. ನೀವೇನು ಯೇಚ್ನೆ ಮಾಡಬೇಡಿ. ಮಗಾ ಬಂದೇ ಬತ್ತಾನೆ. ಒಳ್ಳೆ ಉಡ್ಗಾ. ಯಾರ್ಗೂ ಕೇಡು ಬಯುಸ್ದೋನಲ್ಲ. ಏನೋ ಬಿಸಿ ರಕ್ತ. ಮನೆ ಬಿಟ್ಟು ಓಗ್ಬುಟ್ಟವ್ನೆ. ಇವತ್ತಲ್ಲಾ ನಾಳೆ ಬತ್ತಾನೆ ಯೋಚ್ನೆ ಮಾಡಬೇಡಿ" ಎಂದು ಗೌಡರು ಸಮಾಧಾನ ಮಾಡಿದರು. "ಅಂದ0ಗೆ ಅಯ್ನೋವ್ರೆ, ಇನ್ನೊಂದ್ ನಾಲಕ್ ದಿನ ಆಯ್ತಿದ್ದಂಗೇ ಮತ್ತೆ ನೀವು ನಿಮ್ಮ ಡ್ರಾಮಾ ಕಂಪನಿಗೆ ಓಗ್ಬುಟ್ರೆ ಏನ್ ಕತೆ? ಒಂದಷ್ಟ್ ದಿನ ಆದ್ಮೇಲೆ ಬಸ್ಯಾ ಬಂದ್ರೆ ಈವಮ್ಮ ಅವ್ನ ಉಳಬಾಳುಸ್ತಾಳಾ? ಇವಾಗ್ಲೇ ಅದುರ ಬಗ್ಗೆ ಯೋಚ್ನೆ ಮಾಡ್ಬಿಡ್ರೀ. ಮನೆ, ಇರೋ ನಾಲಕ್ ಅಂಗುಲ ಭೂಮಿಗೆ ಅವುಂದೇ ಯಜಮಾನಿಕೆ ಅಂತ ಮಾಡ್ಬಿಡ್ರಿ. ಅಮೇಕಿಂದ ಏನೂ ತಾಪತ್ರಯ ಅಗಕ್ಕಿಲ್ಲ ನೋಡ್ರಾ." ಎಂದು ಗೌಡರು ಹೇಳಿದರು. “ಏನೋ ಗೌಡ್ರೆ ನನ್ಗೆ ಇದೆಲ್ಲ ಏನೂ ತಿಳ್ಯಾಕಿಲ್ಲ. ನೀವು ತಿಳದಿರೋರು ನೀವೆಂಗೆ ಏಳುದ್ರೆ ಅಂಗೆ" ಅಂತ ಅಂದ್ರು ನನ್ನಪ್ಪ. ಸರಿ. ತಕ್ಷಣವೇ ಗೌಡ್ರು ಕಾರ್ಯ ಪ್ರವೃತ್ತರಾದರು. ಇರೋ ಮೂರಂಗಲ ಮನೆ, ಜಮೀನು, ದನ ಕರು ಎಲ್ಲಾ ಬಸ್ಯಾನ ಎಸುರ್ಗೆ ಮಾಡ್ಬಿಟ್ಟು ಬಸ್ಯಾ ಊರಿಗೆ ಹಿಂತಿರುಗಿ ಬರೋವರೆಗೂ ಇದನ್ನೆಲ್ಲಾ ಸಿದ್ಧನೇ ನೋಡಿಕೊಳ್ಳುವಂತೆ, ಪ್ರತಿಯಾಗಿ ಸಿದ್ಧನಿಗೆ ಒಂದಷ್ಟು ಕಾಸು – ಕಡಿ ಕೊಡುವಂತೆ ಮಾತಾಯಿತು. ಒಟ್ಟಿನಲ್ಲಿ ಗೌಡರ ಮುಂಜಾಗ್ರತೆ ಹಾಗು ವ್ಯವಹಾರಜ್ಞಾನ ಮತ್ತೆ ನಮ್ಮ ಚಿಕ್ಕಮ್ಮನ ಗೋಳಾಟಕ್ಕೆ ಕಾರಣವಾಯಿತು. “ನನ್ನ ತಿರ್ಪೆ ಅವುಳ್ನಾಗಿ ಮಾಡ್ಬಿಟ್ರೋ ದೇವ್ರೇ? ಅವ್ರ್ ಎಕ್ಕುಟ್ ಓಗಾ". ಒಂದಷ್ಟು ದಿನ ಸುಮ್ಮನಾಗಿದ್ದ ನಮ್ಮ ಚಿಕ್ಕಮ್ಮನ ಬಾಯಿ ಮತ್ತೆ ಶುರುವಾಯ್ತು. ಸೂಕ್ಷ್ಮ ಅರಿತ ಅಪ್ಪ ಸ್ವಲ್ಪ ದಿನದಲ್ಲೇ ಮತ್ತೆ ನಾಟಕದ ಕಂಪನಿ ಕಡೆ ಹೊರಟರು. ಹೊರಡುವುದಕ್ಕೆ ಮುಂಚೆ ಮತ್ತೊಮ್ಮೆ ಗೌಡರನ್ನು ಭೇಟಿಯಾಗಿ ಮನೆ ಜಮೀನಿನ ಕಡೆ ನಿಗಾ ಇಡಲು ಹೇಳಲು ಮರೆಯಲಿಲ್ಲ.

* * * * *

"ಹಾಯ್ ಹೌ ಆರ್ ಯು? ಐ ಯಾಮ್ ಶೆಫಾಲಿ" ಅಂದ ಆ ವ್ಯಕ್ತಿಯ ಕಡೆಗೊಮ್ಮೆ ತಿರುಗಿ ನೋಡಿದೆ. ಹೌದು. ಅದೇ ಕಣ್ಣಗಳು. ಸುಮಾರು ದಿನಗಳಿಂದ ಪ್ರತಿ ಬಾರಿ ಸ್ವಿಮ್ಮಿಂಗ್ ಪೂಲಿಗೆ ಬಂದಾಗ ಪ್ರತಿ ಬಾರಿಯೂ ನನ್ನ ಕಣ್ಣಳನ್ನೇ

ಬೇಟೆಯಾಡುತ್ತಿದ್ದ ಆ ಕಣ್ಣುಗಳನ್ನೇ ಇಂದು ಭೇಟಿಯಾಗುತ್ತಿದ್ದೇನೆ. ಯಾರಿವಳು? ಏನು ಹೇಳುತ್ತಿದ್ದಾಳೆ ಒಂದೂ ತಿಳಿಯದೆ ಚಡಪಡಿಸುತ್ತಿದ್ದೆ. ಉಮಾಳನ್ನು ಬಿಟ್ಟು ಬೇರೆ ಯಾವುದೇ ಹುಡುಗಿಯೊಬ್ಬಳನ್ನು ಮಾತನಾಡಿಸಿದ್ದು ನನಗೆ ನೆನಪೇ ಇಲ್ಲ. ಈಗ ಇವಳನ್ನು ಏನಂತ ಮಾತನಾಡಿಸಲಿ? ಎಂದು ಏನೋ ಒಂಥರಾ ನಡುಕ. ಮೈ ಎಲ್ಲಾ ಕಂಪಿಸಹತ್ತಿತ್ತು. ಅವಳ ಕಡೆಯೇ ನೆಟ್ಟಿದ್ದ ಕಣ್ಣುಗಳನ್ನು ಮೇಲಕ್ಕೆ ಹೊರಳಿಸಿ ಆಕಾಶದತ್ತ ನೆಟ್ಟೆ. ಆ ಒಂದು ಕ್ಷಣ ಅವಳಿಂದಾಗಲೀ, ನನ್ನಿಂದಾಗಲೀ ಏನೂ ಮಾತುಗಳೇ ಇಲ್ಲ. ಒಂದು ಕ್ಷಣದ ಮೌನವನ್ನು ಮುರಿದು ಅವಳೇ ಮುಂದುವರೆದಳು - "ಹಲೋ ಮ್ಯಾನ್ ತುಮ್ಸೆ ಹೀ ಬಾತ್ ಕರ್ ರಹೀ ಹೂ". ಅಷ್ಟರಲ್ಲೇ ಅಲ್ಲೆಲ್ಲೋ ಇದ್ದ ಸೀನ ಕೂಡ ಬಂದು ಸೇರಿದ. ನನಗೆ ಸ್ವಲ್ಪ ಧೈರ್ಯ ಬಂತು. "ಸಾರಿ ಜೀ. ಏ ಮದ್ರಾಸಿ ಹೈ. ಬೆಂಗಳೂರು ಸೆ ಆಯಾ ಹೈ. ಯೇ ಹಿಂದೀ ನಹೀ ಸಮಜ್ತಾ" ಅಂದ. ಅದಕ್ಕವಳು - "ಓ ಐಸೇ ಕ್ಯಾ? ಮುಜೆ ಕನ್ನಡ ಭೀ ಮಾಲೂಮ್ ಹೈ" ಅಂದವಳೇ ಮತ್ತೊಮ್ಮೆ ತನ್ನನ್ನು ಪರಿಚಯಿಸಿಕೊಂಡಳು. ಆಮೇಲೆ ಸುಮಾರು ಹತ್ತು ಹದಿನೈದು ನಿಮಿಷ ಸೀನ ಮತ್ತು ಅವಳು ಏನೇನೋ ಮಾತಾಡಿಕೊಳ್ಳುತ್ತಿದ್ದರು. ಮಾತುಕತೆ ನಡೆಯುತ್ತಿದ್ದುದ್ದು ಅವರ ನಡುವೆಯೇ ಆಗಿದ್ದರೂ, ಅದೆಲ್ಲಾ ನನ್ನ ಕುರಿತಾದದ್ದೇ ಎಂಬ ಸಾಮಾನ್ಯ ಅರಿವಂತೂ ನನಗಿತ್ತು. ಓಕೆ ಥ್ಯಾಂಕ್ಸ್ ಸೀಯು ಲೇಟರ್ ಟೇಕ್ ಕೇರ್ ಅಂದವಳು ಹತ್ತೇ ನಿಮಿಷದಲ್ಲಿ ತನ್ನ ಸ್ಕೂಟಿ ಏರಿ ಹೊರಟಳು. ಸರಿ. ನಡಿ, ಹೋಗೋಣ ಎಂದ ಸೀನ. ಯಾರವಳು? ಏನಂತೆ? ಎಂಬ0ತೆ ಏನೂ ಅರ್ಥವಾಗದಂತೆ ಅವನನನೊಮ್ಮೆ ನೋಡಿದೆ. ಎಲ್ಲಾ ಆಮೇಲೆ ಆರಾಮಾಗಿ ಹೇಳ್ತೀನಿ ಹೊರಡು ಮಾರಾಯ ಟೈಂ ಆಯ್ತು ಕೆಲ್ಸಕ್ಕೆ ಹೋಗ್ಬೇಕು ಅಂದ. ಸರಿ ಅಂದವನೇ ಅವನ ಜೊತೆ ಸ್ವಿಮ್ಮಿಂಗ್ ಪೂಲಿಂದ ಆಚೆ ಬಂದೆ. ಸಾಮಾನ್ಯವಾಗಿ ಬಾರಿನಿಂದ ಇಲ್ಲಿಗೆ ನಡೆದು ಬರುವುದೇ ರೂಢಿ. ಆದರೆ ಇಂದೇಕೋ ತುಂಬಾ ಸುಸ್ತಾಗಿತ್ತು. ಹತ್ತು ಸುತ್ತು ನಿರಂತರವಾಗಿ ಈಜಾಡಿದ್ದರಿಂದ ಮೈಗೆ ಆದ ಸುಸ್ತು ಆದಾಗಿರಲಿಲ್ಲ. ಪ್ರತಿ ವರ್ಷ ಇದೇ ದಿನದಲ್ಲಿಯೇ ನಮ್ಮಮ್ಮನ ತಿಥಿ ಕಾರ್ಯ ಮಾಡುತ್ತಿದ್ದುದ್ದು. ಈ ವರ್ಷ ಇಲ್ಲೆಲ್ಲೋ ಅನಾಥನ ಹಾಗೆ ಬದುಕುತ್ತಿದ್ದೇನೆ. ಯಾರನ್ನ ಕೇಳಲಿ? ಇಲ್ಲಿ ನಮ್ಮಮ್ಮನ ತಿಥಿ ಮಾಡುವುದಾದರೂ ಹೇಗೆ? ನನ್ನ ಭಾಷೆ ಕೂಡ ಯಾರಿಗೂ ಗೊತ್ತಿಲ್ಲ - ಹೀಗೆ ಯೋಚನೆ ಮಾಡುತ್ತಾ ಮಾಡುತ್ತಾ ಮನಸ್ಸಿಗಾಗಿದ್ದ ಸುಸ್ತು ಅದಾಗಿತ್ತು. ಈ ಯೋಚನೆಯಲ್ಲೇ ನನಗರಿವಿಲ್ಲದೆ ಅಂದು ಸ್ವಿಮ್ಮಿಂಗ್ ಪೂಲನ್ನು ಹತ್ತು ಸುತ್ತು ಈಜಾಡಿದ್ದೆ.

* * * * *

ಯಾಕೋ ನನ್ನ ಮೂಡ್ ಸರಿಯಿಲ್ಲವೆಂದು ತಿಳಿದು ಸೀನನೂ ಸಹ ನನ್ನ ಹೆಚ್ಚಾಗಿ ಮಾತಾಡಿಸಲಿಲ್ಲ. ಸ್ವಲ್ಪ ಹೊತ್ತು ನನ್ನಷ್ಟಕ್ಕೆ ನಾನೇ ಏಕಾಂತದಲ್ಲಿದ್ದೆ. ಒಂದರ್ಧ ಗಂಟೆ ಕಳೆದ ನಂತರ ಸೀನನೇ ಒಂದೆರಡು ರೊಟ್ಟಿ ದಾಲ್ ಅನ್ನ ಒಂದು ಪ್ಲೇಟಲ್ಲಿ ತೆಗೆದುಕೊಂಡು ಬಂದ. "ತಗೋ ಬಸ್ಯಾ. ಬೆಳಿಗ್ಗೆಯಿಂದ ಏನೂ ತಿಂದಿಲ್ಲ. ಅಷ್ಟು ಈಜಾಡಿದೀಯ ಬೇರೆ. ತುಂಬಾ ಸುಸ್ತಾಗಿದೀಯ. ತಗೋ ತಿನ್ನು" ಎಂದ. ನನಗೆ ಬೇಡವೆನ್ನುವಂತೆ ಹೇಳಿದೆ. "ಯಾಕ್ಲಾ? ಏನಾಯ್ತು ಏಳು" ಅಂದ. ಅದೇಕೋ ಒಮ್ಮೆಂದೊಮ್ಮೆ ನನಗೆ ಅಳು ತಡೆಯಲಾಗಲಿಲ್ಲ. ಜೋರಾಗಿ ಅತ್ತೆ. "ಲೇ ಬಸ್ಯಾ ಅಳಬೇಡ ಕಣ್ಲಾ ಏನಾಯ್ತು ಹೇಳು" ಅಂದ.

ಇವತ್ತು ನಮ್ಮಮ್ಮನ ತಿಥಿ. ವರ್ಷಾ ವರ್ಷಾ ಊರಲ್ಲಿ ಮಾಡ್ತಿದ್ದೆ. ಇವತ್ತು ಮಾಡಕಾಯ್ತಾ ಇಲ್ಲ ಅಂದೆ. ಇದನ್ನು ಕೇಳಿದೊಡನೆ "ಅಯ್ಯೋ ಇಷ್ಟೇನಾ? ನನಗೇಳೋದಲ್ವಾ ಮುಂಚೇನೇ? ಬಾಂಬೆಲಿ ದುಡ್ಡು ಕೊಟ್ಟರೆ ನಿಮ್ಮ ಅಮ್ಮಂದು ಏನು? ಬದ್ಕಿರೋ ನಿಂದೂ ನಂದೂ ಕೂಡಾ ತಿಥಿ ಮಾಡ್ತಾರೆ. ಇವಾಗೇನು? ತಿಥಿ ಮಾಡ್ಬೇಕು ಅಷ್ಟೇ ತಾನೇ? ಇದು ತಿನ್ನು. ಬಾ ನನ್ ಜೊತೆ" ಅಂದ. ಇದೇನಪ್ಪಾ ಇವನು? ತಿಥಿ ಮಾಡೋದೇನು ಚಿಕ್ಕ ಮಕ್ಕಳ ಗೋಲಿ ಆಟವಾ? ಅನ್ನಿಸಿತು. ಆದರೂ ಸೀನನ ಮೇಲೆ ನನಗೊಂದು ನಂಬಿಕೆ. ಸೀನ ಒಂಥರಾ ನಮ್ಮೂರ ತಿಮ್ಮ ಇದ್ದ ಹಾಗೆ. ಒಳ್ಳೆಯ ವ್ಯವಹಾರಸ್ಥ. ಅಲ್ಲದೇ ಬಾಂಬೆ ಬಗ್ಗೆ ಇವನಿಗೆ ಚೆನ್ನಾಗಿ ಗೊತ್ತು ಕೂಡ. ಏನೋ ವ್ಯವಸ್ಥೆ ಮಾಡ್ತಾನೆ. ನಾನೇ ಇವನಿಗೆ ಮುಂಚೇನೆ ಒಂದು ಮಾತು ಹೇಳ್ಬೇಕಿತ್ತು. ಅದ್ರೂನೂ ಅದೆಂಗೆ ವ್ಯವಸ್ಥೇ ಮಾಡ್ತಾನೇ"? ಹೀಗೆ ನೂರಾರು ಯೋಚನೆಗಳು ಮನದಲ್ಲಿ ಬರುತ್ತಲೇ ಇದ್ದವು. "ಲೇ. ತಿನ್ನು. ಬೇಗ ಹೋಗೋಣ" ಎಂದ. "ಅದೂ...ಅದೂ...ಅದೂ...ತಿಥಿ ಮಾಡೋಕೆ ಮುಂಚೆ ಏನೂ ತಿನ್ನಾರ್ದ. ಉಪಾಸ ಇರ್ಬೇಕು" ಅಂದೆ. "ಓ. ನೀನೇಳೊದು ಕೇಳುದ್ರೆ ಅಷ್ಟೇ. ಅಷ್ಟು ಈಜಾಡಿ, ಏನೂ ತಿಂದೀರ ಇದ್ರೆ ನಿನ್ ತಿಥಿ ಮಾಡ್ಬೇಕಾಗುತ್ತೆ. ಸರಿ ಬಾ ಹೋಗ್ಲಿ ಎಳ್ಳೀರಾದ್ರೂ ಕುಡಿ" ಅಂದ. "ಹೂಂ, ಎಳ್ಳೀರಿಗೆ ದೋಷ ಇಲ್ಲ" ಅಂದೆ. "ಏನೋಪಾ ಏನ್ ದೋಸೆನೋ ಏನ್ ತಿಥೀನೊ, ನನಗೆ ಇದೆಲ್ಲ ಗೊತ್ತಿಲ್ಲ. ಬಾ ಹೋಗಣ" ಅಂದವನೇ ತಂದಿದ್ದ ಪ್ಲೇಟನ್ನು ವಾಪಸ್ ಕಿಚನ್ನಲ್ಲಿ ಇಟ್ಟು, "ಇರು ಯಜಮಾನ್ರ ಹತ್ರ ಹೋಗಿ ಹೇಳಿ ಬತ್ತೀನಿ" ಅಂದವನೇ ಹೋಗಿ ಯಜಮಾನರ ಹತ್ತಿರ - "ನಾನು ಇವತ್ತು ಸ್ವಲ್ಪ ಆಚೆ ಓಗ್ತೀನಿ. ಸಂಜೆ ಬರ್ತೀನಿ. ರಾತ್ರಿ ಹತ್ತು ಗಂಟೆವರೆಗೂ ಎರಡು ಟೇಬಲ್ ಎಕ್ಸ್ಟ್ರಾ ಸಪ್ಲೈ ಮಾಡ್ತೀನಿ" ಅಂತ ಹೇಳಿ ಬಂದ. ನನಗೆ ಹೇಗಿದ್ದರೂ ಇವತ್ತು ರಜಾ ಆಗಿದ್ದರಿಂದ ನನಗೇನೂ ಯೋಚನೆ ಇರಲಿಲ್ಲ.

ನನಗೂ ತುಂಬಾ ಸುಸ್ತಾಗಿದ್ದರಿಂದಲೇ ಏನೋ, ಅಲ್ಲೇ ಪಕ್ಕದಲ್ಲಿದ್ದ ಒಂದು ಟಾಂಗಾ ಗಾಡಿ ಏರಿ ಕುಳಿತೆವು. ಸರಿಸುಮಾರು ನಾಲ್ಕು ಕಿಲೋಮೀಟರ್ ಪ್ರಯಾಣ ಮಾಡಿ ಯಾವುದೋ ಒಂದು ದೊಡ್ಡ ಅಂಗಡಿಯ ಮುಂದೆ ಬಂದೆವು. ಅಂಗಡಿಯ ಪಕ್ಕ ಒಂದು ಚಿಕ್ಕ ಗಲ್ಲಿ. ಆ ಗಲ್ಲಿಗೆ ಅಂಟಿಕೊಂಡಂತೆ ಮೋರಿ. ಆ ಮೋರಿಯನ್ನು ದಾಟಿ ಮುಂದೆ ಬಂದು ಅರ್ಧ ಕಟ್ಟಿದ ಅಲ್ಲಲ್ಲ... ಅರ್ಧ ಬಿದ್ದು ಹೋಗಿದ್ದ ಕಾಂಪೌಂಡ್ ದಾಟಿ ಒಳ ಬಂದೆವು. ಅಲ್ಲೇ ಒಂದು ಎಳನೀರನ್ನು ಕುಡಿದು, ಒಂದೆರಡು ಫರ್ಲಾಂಗ್ ಮುಂದೆ ನಡೆದೆವು. ನಾವೆಲ್ಲಿ ಹೋಗುತ್ತಿದ್ದೇವೆಂಬ ಅರಿವು ಕೂಡ ನನಗಿಲ್ಲ. ಇಡೀ ಪ್ರಯಾಣದ ಅವಧಿಯಲ್ಲಿ ನನ್ನ ಸೀನನ ನಡುವೆ ಯಾವುದೇ ಮಾತಿರಲಿಲ್ಲ. ಕಡೆಗೂ ಒಂದು ಚಿಕ್ಕ ದೇವಾಲಯದ ಮುಂದೆ ಬಂದೆವು. ಬಾ ಎಂಬಂತೆ ಒಳ ಕರೆದ. ಅಲ್ಲೇ ದೇವಸ್ಥಾನಕ್ಕೆ ಹೊಂದಿಕೊಂಡಂತೆ ಒಂದು ಚಿಕ್ಕ ಮನೆ - ಆ ದೇವಾಲಯದ ಅರ್ಚಕರದ್ದು. ಅವರ ಬಳಿ ಸೀನ ಏನೋ ಮಾತಾಡಿದ. ಅದಕ್ಕವರು ಏನೋ ಹೇಳಿದರು. ಅವರಿಬ್ಬರ ಮಾತಿನಲ್ಲಿ ನನಗೆ ಅರ್ಥವಾದದ್ದಿಷ್ಟು - ತಿಥಿ ಎನುವುದು ಈಗ ಓಲ್ಡ್ ಫ್ಯಾಶನ್. ಬಾಂಬೆಯ ಯಾಂತ್ರಿಕ ಜೀವನಕ್ಕೆ ಮಾರು ಹೋದವರಿಗೆ ತಿಥಿ ಮಾಡುವುದಲ್ಲ, ಅದರ ಬಗ್ಗೆ ಯೋಚಿಸಲೂ ಟೈಂ ಇಲ್ಲ. ಹಾಗಾಗಿ ಬ್ರಾಹ್ಮಣನೊಬ್ಬನಿಗೆ ಒಂದಷ್ಟು ದಕ್ಷಿಣೆ, ಊಟ, ಪಂಚೆ - ಶಲ್ಯ ದಾನವಾಗಿ ಕೊಟ್ಟು ಅಲ್ಲೇ ಪಕ್ಕದ ಖಾಲಿ ಜಾಗದಲ್ಲಿ ಸತ್ತವರ ಹೆಸರಲ್ಲಿ ಪಿಂಡದಾನ ಮಾಡುವುದು. ನನಗೇಕೋ ಇದು ಇಷ್ಟವಾಗದಿದ್ದರೂ, ಇಷ್ಟಾದರೂ ಮಾಡುವ ಅವಕಾಶ ಕೈಚೆಲ್ಲುವುದು ಯಾಕೆ ಅಂತಲೂ ಅನ್ನಿಸಿತು. ಸರಿ. ಆ ಅರ್ಚಕರು ಹೇಳಿದಂತೆ ಪಕ್ಕದ ಅಂಗಡಿಗೆ ಹೋಗಿ ಒಂದು ಬಿಳಿ ಪಂಚೆ, ಶಲ್ಯ, ಸೀರೆ, ಎಲೆ ಅಡಿಕೆ ಇತ್ಯಾದಿ ವಸ್ತುಗಳನ್ನು ತಂದದ್ದಾಯಿತು. ಪಕ್ಕದಲ್ಲೇ ಇದ್ದ ನಲ್ಲಿಯ ನೀರಲ್ಲಿ ಸ್ನಾನ ಮಾಡಿ, ಅರ್ಧಗಂಟೆಯಲ್ಲೇ ತಿಥಿಯ ವಿಧಿ ವಿಧಾನವೆಲ್ಲ ಮುಗಿಯಿತು. ಆ ಅರ್ಚಕರೂ ಸಹ ಆಂಧ್ರದ ಚಿತ್ತೂರಿನವರಂತೆ. ಹತ್ತು ವರ್ಷದ ಹಿಂದೆ ಬಾಂಬೆಗೆ ಉದ್ಯೋಗವನ್ನರಸಿ ಬಂದವರು. ತಕ್ಕಮಟ್ಟಿಗೆ ವೇದ ಕಲಿತಿದ್ದರಂತೆ. ಹೀಗೇ ಅದೃಷ್ಟವಶಾತ್, ಈ ದೇವಸ್ಥಾನದ ಅರ್ಚಕರ ಕೆಲಸ ಸಿಕ್ತಂತೆ. ಇವರೂ ಸಹ ಶ್ರದ್ಧಾ ಭಕ್ತಿಯಿಂದ ಪೂಜೆ ಮಾಡುತ್ತಿದ್ದರು - ತೆಲುಗು ಶೈಲಿಯಲ್ಲಿ. ಅಲ್ಲಿದ್ದ ತೆಲುಗು ಕನ್ನಡ ತಮಿಳು ಜನರಿಗೆ ಇವರು ಪೂಜೆ ಮಾಡುವ ವಿಧಾನ ಇಷ್ಟವಾಯ್ತು. ಬರುಬರುತ್ತಾ ದೇವಾಲಯದ ಭಕ್ತಾದಿಗಳ ಸಂಖ್ಯೆ ಜಾಸ್ತಿಯಾಗತೊಡಗಿತಂತೆ. ಜೊತೆಯಲ್ಲಿ ಆದಾಯವೂ ಸಹ. ದೇವಸ್ತಾನದ ಕಮಿಟಿಯವರೇ ಇವರಿಗೆ ಆ ದೇವಾಲಯದ ಪಕ್ಕ ಇದ್ದ ಸಣ್ಣ ಮನೆಯೊಂದನ್ನು ಬಾಡಿಗೆಗೆ ಕೊಡಿಸಿದ್ದರಂತೆ.

ಇವಿಷ್ಟು ವಿಷಯಗಳನ್ನು ನನಗೆ ಸೀನ ವಾಪಸ್ ಬರುವಾಗ ಹೇಳಿದ್ದ. ಆ ಶಾಸ್ತ್ರಿಗಳಿಗೆ ಮದುವೆ ಆಗಿತ್ತ? ಇಲ್ಲವಾ? ಬ್ರಹ್ಮಚಾರಿಯಾ? ಎಂಬ ವಿಷಯ ಅವನಿಗೂ ಅಷ್ಟಾಗಿ ಗೊತ್ತಿಲ್ಲ. ಒಟ್ಟಿನಲ್ಲಿ ಸೀನನ ಸಹಾಯದಿಂದ ಹೇಗೋ ಅಮ್ಮನ ತಿಥಿ ಅನ್ನುವ ಒಂದು ಕಾರ್ಯ ಮುಗಿಯಿತು. ಸಮಯ ಅದಾಗಲೇ ಮಧ್ಯಾಹ್ನ ಮೂರು ಮೂರುವರೆ. ನಡೆದೇ ವಾಪಸ್ಸು ಬಂದು ಮತ್ತೊಂದು ಎಳನೀರು ಕುಡಿದು, ಟಾಂಗಾ ಹತ್ತಿ ಬಾರ್ ಕಡೆ ಹೊರಟೆವು. ಮೈ ಮನಸ್ಸಿಗಾದ ಸುಸ್ತೆಲ್ಲಾ ಮಾಯವಾಗಿ ಹೊಸ ಉತ್ಸಾಹ ಮೂಡಿತ್ತು. ಅಮ್ಮನ ತಿಥಿಯನ್ನು ತಪ್ಪಿಸಲಿಲ್ಲವೆಂಬ ಸಮಾಧಾನ ಒಂದೆಡೆಯಾದರೆ, ಇನ್ನೊಂದೆಡೆ ಅಮ್ಮನ ನೆನಪು, ತಿಮ್ಮ ಸಾಣ್ಯ ಅಪ್ಪ ಎಲ್ಲರ ನೆನಪು ಮನಸ್ಸಿನಲ್ಲಿ ಮೂಡತೊಡಗಿತು. ಬಾರ್ ಹತ್ತಿರ ಬಂದು ಟಾಂಗಾ ಇಳಿದು ಒಳಗೆ ಹೋದೆವು. ಟಾಂಗಾದ ಖರ್ಚು, ಪಂಚೆ, ಶಲ್ಯ, ದಕ್ಷಿಣೆ ಎಲ್ಲಾ ಸೇರಿ ಸುಮಾರು ನೂರ ತೊಂಭತ್ತು ರುಪಾಯಿ ಖರ್ಚಾಗಿತ್ತು. ಅದೆಲ್ಲವನ್ನು ಸೀನನೇ ಕೊಟ್ಟಿದ್ದ. ಒಳಗೆ ಬಂದವನೇ ಸೀನ ತನ್ನ ಪಾಡಿಗೆ ತಾನು ಕೆಲಸಕ್ಕೆ ಹೊರಟ. ನಾನು ಅಲ್ಲೇ ರೂಮಿನ ಮೂಲೆಯೊಂದರಲ್ಲಿ ಕುಳಿತೆ. ಅಮ್ಮನ ನೆನಪು ಮತ್ತೆ ಮತ್ತೆ ಮೂಡಿ ಬರುತ್ತಲೇ ಇತ್ತು.

* * * * *

"ಮಾವ ಹೆಂಗಿದೀರ? ಏನಿಲ್ಲೀ? ನಮ್ಮೂರಲ್ಲೀ? ಚಿಕ್ಕತ್ತೆ ಹೆಂಗಿದಾರೆ? ಬಸ್ಯಾ ಚೆನ್ನಾಗಿದಾನಾ? ಬನ್ನೀ ಮನೆಗೆ ಹೋಗೋಣ. ನಮ್ಮೂರಲ್ಲಿ ಬಿಸಿಲು ಜಾಸ್ತಿ. ಮನೆಗೆ ಬನ್ನಿ. ಬಂದ್ ಲೋಟ ಐಸ್ ಕೋಲ್ಡ್ ಜ್ಯೂಸ್ ಕುಡೀರಿ. ತುಂಬಾ ಸುಸ್ತಾಗಿದೀರ ನಮ್ಮೂರ ಬಿಸಿಲಿಗೆ. ಬನ್ನಿ" ಅಂದವಳೇ ನಮ್ಮಪ್ಪನ ಉತ್ತರಕ್ಕೂ ಕಾಯದೆ ಮುಂದೆ ನಡೆದಳು. ಒಂದೆರಡು ಹೆಜ್ಜೆಹಾಕಿ ಹಿಂದೆ ತಿರುಗಿ ನೋಡಿದರೆ ನಮ್ಮಪ್ಪ ನಿಂತಲ್ಲೇ ನಿಂತಿದ್ದರು. "ಅಯ್ಯೋ ಯೋಚ್ನೆ ಏನೂ ಮಾಡ್ಬೇಡಿ. ಡೋಂಟ್ ವರಿ. ಅಮ್ಮ ಏನೂ ಅನ್ನಲ್ಲ. ಬನ್ನಿ" ಎಂದವಳೇ ಅಲ್ಲೇ ಇದ್ದ ರಿಕ್ಷಾ ಒಂದನ್ನು ಕರೆದಳು. "ರಿಕ್ಷಾ! ಬನ್ನಿ ಮಾವ ಕೂತೊಳ್ಳಿ" ಅಂದವಳೇ ತನ್ನ ಮಾವನನ್ನು ಆಟೋದಲ್ಲಿ ಕೂಡಿಸಿಕೊಂಡಳು. ಆಟೋ ರಿಕ್ಷಾ ಕೊಡಿಯಾಲ ಬೈಲು ಕಡೆಗೆ ಹೊರಟಿತು. ವಟ ವಟ ಅನ್ನದೇ ಒಂದು ನಿಮಿಷ ಸುಮ್ಮನೆ ಕೂತರೆ ಮೀನಾಕ್ಷಿಗೆ ತಿಂದ ಅನ್ನ ಅರಗೋದೇ ಇಲ್ಲ. ಅವಳು ಮನೇಲಿದ್ರೆ ಮನೆ ಒಳ್ಳೆ ಗುಬ್ಬಚ್ಚಿ ಗೂಡಿದ್ದಂತೆ. ಯಾವಾಗಲೂ ಗುಬ್ಬಚ್ಚಿ ತರ ಕಿಚ ಕಿಚ ಅಂತಾನೇ ಇರ್ತಾಳೆ. ನನಗಿಂತ ಎರಡುವರೆ ವರ್ಷ ಚಿಕ್ಕವಳಾದ್ರೂ ನನಗಿಂತ ಬುದ್ದಿವಂತೆ. ಧೈರ್ಯವಂತೆ ಕೂಡ. ಒಳಗೊಂದು ಹೊರಗೊಂದು ಮಾತಾಡೋ ಅಭ್ಯಾಸ ಅವಳಿಗಿಲ್ಲ. ಇದ್ದದ್ದು ಇದ್ದಂತೆ ಹೇಳಿ ಬಿಡುವ ಹುಡುಗಿ. ಬಾಯ್ ಬಿಟ್ಟು ಮಾತಾಡೋದೇ ಇಲ್ಲವಲ್ಲೋ ನೀನು. ಒಳ್ಳೆ ಹುಡ್ಗಿ ತರ ಸೈಲೈಂಟಾಗಿ ಇರ್ತೀಯ

- ಅಂತ ನನಗೆ ದಿನಾ ಸಹಸ್ರನಾಮ ಮಾಡ್ತಾ ಇದ್ರು. ಆದರೂ ನಾನು ಅಷ್ಟಾಗಿ ಯಾರ ಬಳಿಯೂ ಹೆಚ್ಚಾಗಿ ಮಾತಾಡುತ್ತಿರಲಿಲ್ಲ. ನನ್ನಮ್ಮ ಮತ್ತು ನನ್ನ ಇಬ್ಬರು ಗೆಳೆಯರ ವಿನ:. ನಾನು ನನ್ನ ಪಾಡಿಗೆ ಮೂಗನ ತರ ಇದ್ದರೂ ಸಹ ಅವಳೆಂದೂ ಅದಕ್ಕಾಗಿ ಬೇಜಾರಿಸಿಕೊಂಡಿಲ್ಲ. ಬದಲಾಗಿ ಅವಳೇ ಸದಾ ಪಟ ಪಟ ಅಂತ ಹರಳು ಹುರಿದ ಹಾಗೆ ಅದೂ ಇದೂ ಮಾತಾಡ್ತಾನೇ ಇದ್ದಳು. "ಮಾವ ಇದೇ ಮನೆ. ಒಳಗೆ ಬನ್ನಿ" ಎಂದವಳೇ ತನ್ನ ಕೈಲಿದ್ದ ಬೀಗದ ಕೈಯಿಂದ ಬೀಗ ತೆಗೆದು ಫ್ಯಾನ್ ಆನ್ ಮಾಡಿದಳು. ಹೊರಗಿನ ರೌರವ ಬಿಸಿಲಿಗೆ ಕಾದು ದೋಸೆ ಕಾವಲಿಯಂತಾಗಿದ್ದ ನನ್ನಪ್ಪನ ಮೈಗೆ ಆ ಫ್ಯಾನಿನ ಗಾಳಿ ತುಂಬಾ ಹಿತವಾಗಿತ್ತು. ಅಂಗಿ ಕಳಚಿ, ಅಲ್ಲೇ ಇದ್ದ ಗೂಟ ಒಂದಕ್ಕೆ ತಗುಲಿಸಿ, ಬಚ್ಚಲಿಗೆ ಹೋಗಿ, ಕೈ ಕಾಲು ಮುಖ ತೊಳೆದು ಬಂದೆವರೇ ಅಲ್ಲೇ ನೆಲದ ಮೇಲೆ ಕುಳಿತರು. "ಅಯ್ಯೋ ಮಾವ! ಇಲ್ಲಿ ಬನ್ನಿ ಸೋಫಾ ಮೇಲೆ ಕುಳಿತುಕೊಳ್ಳಿ". "ಬೇಡಮ್ಮ. ಹೊರಗಿನ ಬಿಸಿಲಿಗೆ ನೆಲಾನೇ ಸರಿ. ನೆಲ ತಣ್ಣಗಿದೆ" ಅಂದವರೇ ಅಲ್ಲೇ ನೆಲದ ಮೇಲೆ ಗೋಡೆಗೊರಗಿ ಕುಳಿತರು. "ತಗೋಳಿ ಮಾವ. ಇದು ರಸ್ನಾ ಅಂತ. ತಣ್ಣಗಿರುತ್ತೆ ಕುಡೀರಿ. ಸ್ವಲ್ಪ ರೆಸ್ಟ್ ತಗೋಳಿ. ಇನ್ನೇನು ಅಮ್ಮ ಬಂದ್ಬಿಡ್ತಾರೆ. ಇವಾಗ ಸಧ್ಯಕ್ಕೆ ಇನ್ನೂ ಬೇಕಾದ್ರೆ ಒಂದೆರಡು ಲೋಟ ರಸ್ನಾ ಕುಡೀರಿ. ನಮ್ಮೂರಲ್ಲಿ ಹ್ಯುಮಿಡಿಟಿ ಜಾಸ್ತಿ. ಚೆನ್ನಾಗಿ ನೀರು ಕುಡಿಲಿಲ್ಲ ಅಂದ್ರೆ ಡೀ ಹೈಡ್ರೇಷನ್ ಆಗೋಗುತ್ತೆ. ಒಂದರ್ಧ ಗಂಟೆ ಫ್ಯಾನ್ ಕೆಳಗೆ ರೆಸ್ಟ್ ತಗೋಳಿ. ಅಷ್ಟರೊಳಗೆ ಫಟಾಫಟ್ ಅನ್ನ ಮಾಡಿ ಬಿಡ್ತೀನಿ. ಬೆಳಿಗ್ಗೆ ಅಮ್ಮ ಮಾಡಿರೋ ಕೋಸು ಬಸ್ಸಾರಿದೆ. ಊಟಕ್ಕೆ ಬಡಿಸ್ತೀನಿ". "ಅ ಯ್ಯೋ ಊಟ ಎಲ್ಲ ಬೇಡ ಉಮಾ. ನಾನು ಸ್ವಲ್ಪ ಹೊತ್ತಿದ್ದು ಹೊರಡ್ತೀನಿ. ಪಾಪ ಇವಾಗ ಅಡಿಗೆ ಎಲ್ಲಿ ಯಾಕ್ ಮಾಡ್ತೀಯ?" "ಮಾವ ನಿಮಗೆ ನನ್ ಬುದ್ಧಿ ಗೊತ್ತು ತಾನೆ? ನೀವ್ ನಮ್ ಮನೆಗೆ ಬಂದು ಊಟ ಮಾಡ್ದೀರ ಹೋಗೋ ಚಾನ್ಸೇ ಇಲ್ಲ. ಅರಾಮಾಗಿ ರೆಸ್ಟ್ ತಗೋಳಿ. ಬೇಕಾದ್ರೆ ಟಿ.ವಿ. ಹಾಕ್ತೀನಿ. ನೋಡ್ತಾ ಇರಿ" ಅಂದವಳೇ ಟಿ.ವಿ. ಅನ್ ಮಾಡಿ ಅಡಿಗೆ ಮನೆಗೆ ಹೋದಳು. "ಸರಿ ಸೀನು ಅಡಿಗೆ ಮಾಡ್ತಾ ಇರಮ್ಮಾ ಒಂದ್ ಐದ್ ನಿಮಿಷ ಬಂದೆ" ಎಂದು ಅಪ್ಪ ಹೊರಡಲನುವಾದರು. "ಮಾವಾ ಊಟ ಮಾಡ್ದೆ ಹೋಗಲ್ಲ ತಾನೇ? ಅಷ್ಟೇ ಇನ್ನಾ... ನಾನು ನಿಮ್ಮ ಜೊತೆ ಮಾತಾಡಲ್ಲ". "ಅಯ್ಯೋ ಇಲ್ಲ ಉಮಾ. ಅದೂ ನೀನು ಆಟೋನ ಕರೆದು ಸೀದಾ ಮನೇಗೆ ಕರ್ಕೊಂಡು ಬಂದಲ್ವಾ? ಹೂ ಹಣ್ಣು ಏನು ತಗೊಳಿಲ್ಲ. ಹಾಗೇ ಹೊರಗೆ ಹೋಗಿ ಒಂದಷ್ಟು ಹೂ ಹಣ್ಣು ತರ್ತೀನಿ ಅದರಲ್ಲೂ ಕನಕಾಂಬರ ಅಂದ್ರೆ ನಿಮ್ಮಮ್ಮಗೆ ತುಂಬಾ ಇಷ್ಟ. ಹಂಗಾಗಿ. ಬಂದೆ ಇರು" ಅಂತ ಹೊರಟರು. "ಅಯ್ಯೋ ಮಾವ. ಅಷ್ಟೇನಾ? ಯಾವ ಹೂವು ಹಣ್ಣು ಕೂಡ ಬೇಡ. ಫ್ರಿಡ್ಜ್ ತುಂಬಾ

ಫ್ರೂಟ್ಸ್ ಇದೆ ನೋಡಿ" ಅಂತ ಫ್ರಿಡ್ಜ್ ಬಾಗಿಲು ತೆರೆದಳು. ಇವಳ ಮುಗ್ಧತೆಯನ್ನು ಕಂಡು ನಕ್ಕು ನಮ್ಮಪ್ಪ ಅಂದರು - "ಅಯ್ಯೋ. ಇಲ್ಲ ಉಮಾ. ನೀನು ಚಿಕ್ ಹುಡ್ಗಿ ನಿಂಗೆ ಇದೆಲ್ಲ ತಿಳ್ಯಾಕಿಲ್ಲ. ತಂಗಿ ಮನೆಗೆ, ಅದ್ರಲ್ಲೂ ಮಗು ಇರೋ ಮನೆಗೆ ಬರೀ ಕೈಲಿ ಹೋಗ್ಬಾರ್ದು. ಅದು ಶ್ರೇಯಸ್ಸಲ್ಲ. ಬರೀ ಕೈಲಿ ಹೋದ್ರೆ ಮನೆಗೆ ಶನಿ ಸುತ್ಕೋಳುತ್ತೆ ಅಂತಾರೆ. ಬರ್ತಿನಿ ಇರು. ನಿನ್ ಕೈಲಿ ಊಟ ಮಾಡ್ದೆ ಇವತ್ತು ನಾನು ಹೋಗಾದೆ ಇಲ್ಲ" ಅಂತ ಹೇಳಿ ಅಂಗಿಯನ್ನು ಏರಿಸಿ, ಚಪ್ಪಲಿ ಮೆಟ್ಟಿಕೊಂಡು ಹೊರಟರು.

ಹೊರಗೆ ಹೋಗಿದ್ದ ಅಪ್ಪ ಅರ್ಧ ಗಂಟೆಯಲ್ಲೇ ಬಂದರು - ಕೈಲಿ ಒಂದು ಚೀಲದ ಜೊತೆ. ಸೇಬು, ಕಿತ್ತಲೆ, ತಂಗಿಗೆ ಇಷ್ಟ ಅಂತ ಏಲಕ್ಕಿ ಬಾಳೆ ಹಣ್ಣು, ಒಂದು ಸೀರೆ, ರವಿಕೆ, ಪಂಚೆ ಶಲ್ಯ ಹಾಗೂ ಉಮಾಗೆ ಒಂದು ಕ್ರೀಮ್ ಬನ್ ಹಾಗು ಒಂದಷ್ಟು ಬಿಸ್ಕತ್ತು ಹಾಗೂ ಬೇಕರಿ ತಿಂಡಿಗಳು. ಕ್ರೀಂ ಬನ್ ಕಂಡೊಡನೇ ಉಮಾಗೆ ಅದ ಸಂತೋಷ ಬೆಟ್ಟದಷ್ಟು. ಬಹುಷ: ಒಂದೆರಡು ಹನಿ ಕಣ್ಣೀರು ಬಂದಿದ್ದೀತ್ತು. ಹೌದು. ಬೇಸಿಗೆ ರಜಕ್ಕೆ ಅಂತ ಉಮಾ ನಮ್ಮನೆಗೆ ಬಂದಾಗ ಅಪ್ಪ ಯಾವಾಗಾದ್ರು ಪೇಟೆ ಕಡೆ ಹೋದ್ರೆ ಕ್ರೀಮ ಬನ್ ಇಲ್ಲದೆ ಬಂದಿದ್ದೇ ಇಲ್ಲ. ಪೇಟೆಯ ಬೇಕರಿ ಅಂಗಡಿಯೊ0ದರಲ್ಲಿ ಮಾತ್ರ ಸಿಗುತ್ತಿತ್ತು. ನನಗೆ ಕ್ರೀಂ ಬನ್ ಅಷ್ಟಾಗಿ ಇಷ್ಟವಾಗುತ್ತಿರಲಿಲ್ಲವಾದರೂ, ಉಮಾ ಬಲವಂತಕ್ಕೆ ಒಂದು ಪುರ್ತಿ ಕ್ರೀಂ ಬನ್ ತಿಂತಿದ್ದೆ. ಅವಳಿಗೋ ತಿಂಡಿ, ಊಟ, ರಾತ್ರಿ ಊಟಕ್ಕೆ ಕೂಡ ಕ್ರೀಂ ಬನ್ ಇದ್ದರೆ ಸಾಕು. ಅಷ್ಟು ಪ್ರಾಣ. ಅಪ್ಪ ತರುತ್ತಿದ್ದ ಕ್ರೀಂ ಬನ್ ಮೇಲೆ ವಿಶೇಷ ಮೋಹ. ಐದು ವರ್ಷದ ಹುಡಿಗಿ ಯಾಗಿದ್ದಾಗಲೂ ಅಷ್ಟೇ. ಈಗ ಬಹುಷ: ಅವಳ ವಯಸ್ಸು ಹದಿನ್ಯೆದೋ ಹದಿನೆಂಟೋ ಇರಬಹುದು. ಈಗಲೂ ಅಷ್ಟೇ. ಅಪ್ಪ ತಂದು ಕೊಟ್ಟ ಕ್ರೀಂ ಬನ್ ಕಂಡೊಡನೇ ಜೋರಾಗಿ ಅಳತೊಡಗಿದಳು. ಅಪ್ಪನೇ ಅವಳನ್ನು ಸಮಾಧಾನ ಮಾಡಿ ತನೋ ಮಗ ತಿನ್ನು ಅಂತ ಕೊಟ್ಟರು. ಅಪ್ಪ ಅಂಗಿ ಬಿಚ್ಚಿ, ಮತ್ತದೇ ಗೂಟಕ್ಕೆ ತಗುಲಿಸಿ ಕೈಕಾಲು ತೊಳೆದು ಬಂದರು. "ಪರ್ವಾಗಿಲ್ಲ ನನ್ನ ಸೊಸೆ, ಅಡುಗೆ ಮಾಡುವಷ್ಟು ಎತ್ತರ ಬೆಳೆದಿದ್ದಾಳೆ". “ಅಯ್ಯೋ ಮಾವ ಅನ್ನ ಮಾಡೋದು ಗೊತ್ತು ಅಷ್ಟೇ. ಏನೂ ಇಲ್ಲ. ಇಟ್ಸ್ ವೆರಿ ಈಸಿ - ಒಂದು ಲೋಟ ಅಕ್ಕಿ ಎರಡು ಲೋಟ ನೀರಿ ಹಾಕಿ ಕುಕ್ಕರಲ್ಲಿ ಇಟ್ಟು ಗ್ಯಾಸ್ ಆನ್ ಮಾಡುದ್ರೆ ಆಯ್ತು. ಎರಡು ವಿಶಲ್ ಆದ್ರೆ ಅನ್ನ ಆದಂತೆ ಅಷ್ಟೇ" ಅಂದಳು. ಚಿಕ್ಕ ಹುಡುಗಿಯಾಗಿದ್ದಾಗ ಹೇಗಿದ್ದಳೋ ಈಗಲೂ ಹಾಗೇ. ತುಂಬಾ ಚೂಟಿ. ಅಂದುಕೊ0ಡು ಅವರೇ ಅನ್ನವನ್ನು ಬಡಿಸಿಕೊಂಡರು. ಫ್ರಿಡ್ಜ್ ಇಂದ ತಂದಿತ್ತ ಸಾರು ಸ್ವಲ್ಪ ತಣ್ಣಗಿತ್ತು. ಬಿಸಿ ಅನ್ನದ ಜೊತೆ ಸಾರು ಕಲಿಸಿ, ಊಟ ಮುಗಿಸಿ ಅಪ್ಪ ಬಂದರು. "ನೀನ್ಯಾಕ್ ಊಟ

ಮಾಡಲಿಲ್ಲ ಉಮಾ"? "ಇಲ್ಲ ಮಾವ ನನಗೆ ಹಸಿವಿಲ್ಲ. ಜೊತೆಗೆ ಕ್ರೀಂ ಬನ್ ನಲ್ಲೇ ಹೊಟ್ಟೆ ತುಂಬಿ ಹೋಯ್ತು" ಅಂದಳು. ಊಟ ಮಾಡಿ, ಫ್ಯಾನ್ ಕೆಳಗೆ ಹಾಗೇ ನೆಲದ ಮೇಲೆ ಉರುಳಿಕೊಂಡರು. ತುಂಬಾ ಸುಸ್ತಾಗಿದ್ದದ್ದಕ್ಕೋ ಅಥವಾ ಮಂಗಳೂರಿನ ಬಿಸಿಲಲಿ ಓಡಾದಿದ್ದಕ್ಕೋ ಅಪ್ಪ ಹಾಗೆಯೇ ಒಂದರ್ಧ ಗಂಟೆ ನಿದ್ದೆ ಹೋಗಿದ್ದರು.

"ಮಾವ! ನಿದ್ದೆ ಸಾಕು, ಎದ್ದೇಳಿ. ಅಮ್ಮ ಬಂದ್ಳು." ಸೊಸೆ ಮಾತನ್ನು ಕೇಳಿ ಅಪ್ಪ ಕಣ್ಣುಜ್ಜಿಕೊಂಡು ಎದ್ದರು. ತನ್ನ ತಂಗಿ ಸರೋಜಳನ್ನು ಅಷ್ಟು ದಿನಗಳ ಬಳಿಕ ನೋಡಿದ್ದೇ, ಅಪ್ಪನಿಗೆ ಒಂಥರಾ ಖುಷಿ, ಮಾತಿಲ್ಲ, ಕತೆಯಿಲ್ಲ. ಅತ್ತೆಯೋ, ಬಂದು "ಅಣ್ಣಾ ಹೇಗಿದ್ದೀಯ? ನೀನೇನು ಮಂಗಳೂರಲ್ಲಿ? ಯಾವಾಗ ಬಂದೆ? ಊಟ ಆಯ್ತಾ? " ಎನ್ನುವಂತೆ ನಾಲ್ಕು ಲೌಕಿಕ ಮಾತುಗಳನ್ನಾಡಿದಳು. "ಹೂಂ, ಸರೋಜ. ಚನ್ನಾಗಿದೀನಿ. ಹೀಗೆ ಯಾವುದೋ ನಾಟಕದ ಕಂಪನಿ ಜೊತೆ ಇದೀನಿ. ನಮ್ಮ ನಾಟಕ ಕಂಪನಿಯ ಓನರ್ ದು ಇದೇ ಹತ್ತಿರದ ಯಾವುದೋ ಊರು. ಅವರದ್ದು ಹದಿಮೂರು ಎಕರೆ ತೆಂಗಿನ ತೋಟ. ಅವರು ಮಂಗಳೂರಿಗೆ ಬರುವವರಿದ್ದರು. ಅದೇನೋ ಅವರ ತೋಟಕ್ಕೆ ಕಳ್ಳರ ಕಾಟವಂತೆ. ಬೆಳಿಗ್ಗೆ ಇದ್ದ ತೆಂಗಿನಕಾಯಿಗಳು ರಾತ್ರಿ ಇಲ್ಲ. ಹೀಗಾಗಿ ಒಂದು ಯಂತ್ರ ಬರೆಸಿಕೊಡಿ ಅಂದಿದ್ದರು. ನನಗೂ ಅಷ್ಟೋ ಇಷ್ಟೋ ಯಂತ್ರ ಮಂತ್ರ ಗೊತ್ತಲ್ವಾ? ಬರೆದುಕೊಟ್ಟೆ, ಹೇಗೋ ನಾನು ಊರಿಗೆ ಹೋಗ್ತಾ ಇದೀನಿ. ನೀವು ಬರ್ತೀರಾ ಅಯ್ನೋರೆ? ಧರ್ಮಸ್ಥಳ ಮಂಜುನಾಥನನ್ನು ನೋಡ್ಬೇಕು ಅಂತ ಅನ್ನಿಸ್ತಿದೆ ಅಂತ ನೀವೊಮ್ಮೆ ಹೇಳಿದ್ರಿ ಅಲ್ವಾ? ನಮ್ಮನೇಲೇ ಇರಿ ಒಂದೆರಡು ದಿನ. ಅಲ್ಲಿಂದ ಬೇಕಾದಷ್ಟು ಬಸ್ ಗಳಿವೆ. ಹೋಗಿ ಮಂಜುನಾಥನ ದರ್ಶನ ಮಾಡಿ ಬನ್ನಿ. ಇಷ್ಟು ದಿನ ನಮ್ಮ ಕಂಪನಿಗೆ ನೀವು ದುಡಿದಿದ್ದೀರ, ದುಡೀತಾನೆ ಇದೀರ ಕೂಡ. ಎಂದೂ ಕೂಡ ಬಾಯಿ ಬಿಟ್ಟು ಹಣ ಕೇಳಿಲ್ಲ. ನಿಮ್ಮ ಸೇವೆಗೆ ನಾನು ಕೊಟ್ಟಿರುವ ದುಡ್ಡು ಕೂಡ ಕಡಿಮೆಯೇ. ಆದರೆ ಏನು ಮಾಡ್ಲಿ? ಕಂಪನಿಯ ಲಾಭ - ನಷ್ಟದ ಬಗ್ಗೆ ನಿಮಗೇ ಗೊತ್ತು. ಬ್ರಾಹ್ಮಣನಿಗೆ ಎರಡು ದಿನ ಭೋಜನ ಹಾಕಿಸಿ, ಧರ್ಮಸ್ಥಳ ಮಂಜುನಾಥನ ದರ್ಶನ ಮಾಡಿಸಿಯಾದ್ರು ಸ್ವಲ್ಪ ನಿಮ್ಮ ಋಣವನ್ನು ತೀರಿಸೋಣವೆಂದು - ಅಂತ ಹೇಳಿ ಕರ್ಕೊಂಡು ಬಂದ್ರು. ಮೊನ್ನೆಗೆ ಹೊರಟು ಧರ್ಮಸ್ಥಳ ಮಂಜುನಾಥನ ಕಾಲಡಿ ಬಿದ್ದು ಬಂದೆ. ರಾತ್ರಿ ಅಲ್ಲೇ ಇದ್ದೆ. ಎರಡು ದಿನ ಅಲ್ಲೇ ಇದ್ದೆ. ಬೆಳಿಗ್ಗೆ ಸಂಜೆ ಎರಡೂ ಹೊತ್ತು ಕಣ್ತುಂಬ ಅವನ ದರ್ಶನ ಆಯ್ತು. ಅಲ್ಲಿಂದ ಹೊರಟು, ಮಧ್ಯಾಹ್ನ ಮತ್ತೆ ಮಂಗಳೂರಿಗೆ ಬಂದೆ. ಬಸ್ ಸ್ಟಾಂಡ್ ನಲ್ಲಿ ಇಗೋ, ಈ ತುಂಟಿ ಕಂಡಳು. ಅಷ್ಟೇ. ಮನೇಗೆ ಬರೋವರೆಗೂ ಬಿಡಲಿಲ್ಲ. ಅಂದಹಾಗೆ ಆ ಬ್ಯಾಗಲ್ಲಿ ಧರ್ಮಸ್ಥಳ ಮಂಜುನಾಥನ ತೀರ್ಥ ಪ್ರಸಾದ ಇದೆ.

ಸಂಜೆ ಸಂಧ್ಯಾವಂದನೆ ಮಾಡೋವಾಗ, ದೇವರ ಮುಂದಿಟ್ಟು ಕೊಡ್ತೇನೆ" ಅಂದರು.

ಅಷ್ಟರಲ್ಲೇ ಒಂದಿಬ್ಬರು ಹುಡುಗಿಯರು ಉಮಾಳನ್ನು ಹುಡುಕಿಕೊಂಡು ಬಂದರು. ಆಂಟಿ ಮೀನಾ ಇಲ್ವ? ಇದ್ದಾಳೆ ಬರ್ತಾಳೆ ಇರಮ್ಮ, ರೆಡಿ ಆಗ್ತಾ ಇದಾಳೆ ಅಂದರು. ಅಷ್ಟರಲ್ಲೇ ರೂಂನಿಂದ ಹೊರಗೆ ಬಂದು ಉಮಾ ಅಂದಳು - "ನೋ. ಇವತ್ತು ನಮ್ಮ ಮಾವ ಬಂದಿದಾರೆ ಊರಿಂದ. ಸೋ ನಾನು ಟ್ಯೂಶನ್ಗೆ ಬರಲ್ಲ, ಭರತನಾಟ್ಯ ಕ್ಲಾಸಿಗೆ ಕೂಡ ಬರಲ್ಲ, ಸಾರ್ ಗೆ ಹೇಳ್ಬಿಡು" ಅಂದಳು. ಓಕೆ ಅಂದವರೇ ಬಂದಿದ್ದ ಉಮಾಳ ಸ್ನೇಹಿತರು ಸೈಕಲ್ಲೇರಿ ನಡೆದರು. ಸರಿ ಇರಣ್ಣ ಬರ್ತೀನಿ - ಅಂದವಳೇ ಅತ್ತೆ ಒಳಗೆ ಹೋದಳು. "ಸರೋಜಾ ಅಲ್ಲಿ ಬ್ಯಾಗಲ್ಲಿ ಹೂ ಹಣ್ಣಿದೆ. ಒಂದು ಜೊತೆ ಬಳೇನೂ ಇದೆ. ನಿನಗೆ ಭಾವನಿಗೆ ಏನೋ ಕೈಲಾದಷ್ಟು ಬಟ್ಟೆ ತಂದೀದಿನಿ. ಇದೆಲ್ಲ ಬೇಡ ಅನ್ಬೇಡ. ತಗೋಳಮ್ಮ, ಹೂ ಹಣ್ಣು ಬಳೆ ಬೇಡ ಅನ್ಬಾರ್ದು. ಅದರಲ್ಲೂ ತವರು ಮನೆಯಿಂದ ಬಂದದ್ದು" ಅಂದರು. "ಹೂಂ. ಆಯ್ತು" ಅಂದವಳೇ ಅತ್ತೆ ಒಳಗೆ ಅಡಿಗೆ ಮನೆಗೆ ಹೋದಳು. ಅತ್ತೆ ಒಳಗೆ ಹೋದದ್ದೇ ಉಮಾ ಬಂದು ಪಕ್ಕ ಕುಳಿತಳು. "ಇನ್ನೇನ್ ಮಾವ ಸಮಾಚಾರ? ಆಗ್ಲಿಂದ ಕೇಳ್ಬೇಕು ಅಂದ್ಕೊಂಡಿದ್ದೆ - ಬಸ್ಯಾ ಹೇಗಿದಾನೆ"? ಅಚಾನಕ್ಕಾಗಿ ಉಮೆ ಬಾಯಿಂದ ಬಂದ ಒಂದು ಮಾತು ಅಪ್ಪ ನಿಂತ ನೆಲವನ್ನೇ ಅಲುಗಾಡಿಸಿತ್ತು. ಯಾವುದೇ ಸಂದರ್ಭ ಬಂದರೂ ಸ್ವಲ್ಪವೂ ವಿಚಲಿತರಾಗದೇ ಇದ್ದದ್ದು ನಮ್ಮಪ್ಪನ ಗುಣ. ತನ್ನ ಮಗನನ್ನು ಪ್ರೀತಿಸುತ್ತಿದ್ದ ಒಂದು ಹೆಣ್ಣು ಜೀವವಾಗಿದ್ದು, ನನ್ನಮ್ಮ ನನ್ನನ್ನಗಲಿ ಹೋದಾಗ ಕೂಡ ಸ್ವಲ್ಪವು ಕೂಡಾ ಧೃತಿಗೆಡದ ಅಪ್ಪ ಉಮಾಳ ಪ್ರಶ್ನೆಗೆ ನಡುಗಿ ಹೋಗಿದ್ದರು. ಏನೋ ಒಂದು ರೀತಿಯ ತಳಮಳ. ಅದೂ ಉಮೆಯೆಂದರೆ ನನ್ನಪ್ಪನಿಗೆ ಮನೆ ಸೊಸೆ ಇದ್ದಂತೆ. ಬಲವಂತವಾಗಿ ತನ್ನ ಮನಸ್ಸನ್ನು ಬಿಗಿಯಾಗಿ ಹಿಡಿದು ಯಾವುದೇ ಕಾರಣಕ್ಕೂ ಒಂದು ಹನಿ ನೀರನ್ನು ಆಚೆ ಹಾಕಬಾರದು ಎಂದು ಕಣ್ಣುಗಳಿಗೆ ಆಜ್ಞೆಯಿತ್ತರು. "ಮಾವ ಏನಾಯ್ತು? ನಿಮ್ಮನ್ನೇ ಕೇಳಿದ್ದು, ಬಸ್ಯಾ ಹೇಗಿದಾನೆ"? ಇನ್ನು ಅಲ್ಲಿ ನಿಲ್ಲು ನನ್ನಪ್ಪನಿಗೆ ತುಂಬಾ ಕಷ್ಟವಾದಂತಿತ್ತು. ಸರಿ ಕಣಮ್ಮ ಹೊರಡ್ತೀನಿ. ನಮ್ಮ ನಾಟಕದ ಓನರ್ ಇವತ್ತು ಸಂಜೀನೇ ಊರಿಗೆ ಹೋಗ್ತಿದ್ದಾರೆ. ಅಂದವರೇ ಅಂಗಿ ಏರಿಸಿ, ಚಪ್ಪಲಿ ಮೆಟ್ಟಿ ಹೊರಟರು. ಅಡಿಗೆ ಮನೆಗೆ ಹೋಗಿದ್ದ ನನ್ನತ್ತೆ ಹೊರಗೆ ಬಂದು ನೋಡುವಷ್ಟರಲ್ಲಿ ಇದೆಲ್ಲ ನಡೆದು ಹೋಗಿತ್ತು. ಏನೂ ಅರ್ಥವಾಗದವರಂತೆ ಉಮಾ ಹಾಗೂ ಅತ್ತೆ ಇಬ್ಬರೂ ಒಬ್ಬರ ಮುಖವನ್ನೊಬ್ಬರು ನೋಡುತ್ತಾ ಕುಳಿತರು.

* * * * *

ಇಂದೇಕೋ ನಾನು ಹಿಂದೆ0ದಿಗಿ0ತಲೂ ಹೊಸ ಉತ್ಸಾಹದಿಂದಿದ್ದೇನೆ. ಕಾರಣ ಏನು ಅಂತ ನನಗೂ ಗೊತ್ತಿಲ್ಲ. ಆದರೂ ಒಂದು ರೀತಿಯ ಉತ್ಸಾಹ ನನ್ನ ಮುಖದಲ್ಲಿ ಎದ್ದು ಕಾಣುತ್ತಿರುವುದಂತೂ ನಿಜ ಸೀನ ಕೂಡ ಇದನ್ನೇ ಹೇಳಿದ. ಏನೋ. ಇರಬಹುದೇನೋ? ಮನೆ ಮಠ ಎಲ್ಲವನ್ನು ಬಿಟ್ಟು ಬಂದು ನನಗೆ ಬಹುಷ ಭಿಕ್ಷೆಯೇ ದಾರಿಯಾಗುತ್ತಿತ್ತೇನೋ. ಮಲಗಲು ನೆಲೆಗಾದರೂ ಏನು ಗತಿ? ಆದರೆ ದೇವರ ದಯೆ - ಬಾಂಬೆಯ0ತಹ ನಗರಿ ಬಂದು ತಲುಪಿಯಾಯ್ತು. ಬಾರ್ ನಲ್ಲಿ ಕೈತುಂಬಾ ಕೆಲಸ. ಒಳ್ಳೆ ಮೃದು ವ್ಯಕ್ತಿತ್ವದ ಓನರ್. ಕಷ್ಟ ಸುಖ ಮಾತನಾಡಲು ಸೀನನಂತಹ ಗೆಳೆಯ. ವಾರಕ್ಕೊಮ್ಮೆ ಮನದಣಿಯೆ ಈಜು. ಮೇಲಾಗಿ ಮನೆಯಿಂದ ದೂರವಿದ್ದೂ, ಅಮ್ಮನ ತಿಥಿ ಕಾರ್ಯ ತಪ್ಪಿಸಲಿಲ್ಲವೆಂಬ ಸಮಾಧಾನ. ಸೀನನೊಬ್ಬ ಇಲ್ಲದಿದ್ದರೆ ಅಮ್ಮನ ಕಾರ್ಯವನ್ನು ಮಾಡಲಾಗುತ್ತಿತ್ತೇ? ಅಮ್ಮ ಮಾಡಿದ ಪೂಜೆ ಪುನಸ್ಕಾರಗಳ ಪುಣ್ಯವಿಲ್ಲದಿದ್ದರೆ ಸೀನ ಸಿಗುತ್ತಿದ್ದನೇ? ತುಂಬಿದ ನಂದನವನದ0ತಿದ್ದ ನಮ್ಮ ಮನೆಗೆ ಅಮ್ಮನೇ ಅಸರೆಯಾಗಿದ್ದಳು. ದುಡಿಮೆಯ ಆಸರೆ ಅಪ್ಪನದಾದರೂ, ಮನೆಯೆಂದರೆ ಅಮ್ಮ ಅಮ್ಮನೆಂದರೆ ಮನೆ ಎಂಬ0ತಿತ್ತು. ಅವಳ ಸಾವು ಚಿಕ್ಕ ವಯಸ್ಸಲ್ಲಿ ನನಗೆರಗಿದ ಬರಸಿಡಿಲಂತಾಗಿತ್ತು. ಆಮೇಲೆ ಚಿಕ್ಕಮ್ಮ ಬಂದ ಮೇಲಂತೂ ನಮ್ಮ ಮನೆಯೇ ನರಕವೆನಿಸತೊಡಗಿತು. ನನ್ನನ್ನ ಬಯ್ಯದೆ, ಹೊಡೆಯದೇ ಅವಳು ನಿದ್ದೆ ಹೋದ ದಿನವೇ ಇದ್ದಿಲ್ಲ. ಕಾದ ಕಾವಲಿಯಿಂದ ಹಾಕಿದ ಬರೆಗಳನ್ನು ನೆನೆದರೆ ಈಗಲೂ ಭಯವಾಗುತ್ತೆ. ಅವಳಿಗೆ ತಕ್ಕ ಶಾಸ್ತಿ ಮಾಡಲೇಬೇಕು. ಮಾಡಬೇಕೆಂದೇ ಅಲ್ಲವೇ ನಾನು ರೈಲನ್ನತ್ತಿ ಬಂದಿದ್ದು? ಯಾರಿಗೇ ಆಗಲಿ, ಕನಸಲ್ಲೂ ಕೇಡು ಬಯಸುವುದು ತಪ್ಪೆಂಬ ಅಮ್ಮನ ನುಡಿಯೇ ಕಿವಿಯಲ್ಲಿ ಗುಯ್ಗುಡುತ್ತಿದೆ. ಆದರೆ, ಚಿಕ್ಕಮ್ಮ ಮಾಡಿದ್ದು ಸರಿಯೇ? ಹೌದು. ಪೊಲೀಸ್ ಕೆಲಸಕ್ಕೆ ಸೇರಿ, ಚಿಕ್ಕಮ್ಮನಿಗೂ ಲಾಠಿಯಲ್ಲಿ ಹೊಡೆಯಬೇಕು ಎಂದೆನಿಸುತ್ತೆ. ಪೊಲೀಸ್ ಅಗಲೇಬೇಕು ಮಿಲಿಟರಿ ಸೇರಬೇಕು - ಎಷ್ಟೇ ಕಷ್ಟ ಆದರೂ ಸರಿಯೇ.

* * * * *

"ಲೇ ಬಸ್ಯಾ! ಲೋಡ್ ಬಂದೈತೆ" - ಸೀನನ ಕೂಗು ಕಿವಿಗೆ ಬಿತ್ತು. ಕುಳಿತಲ್ಲಿಂದ ಎದ್ದು ಹೊರಟೆ. ಅದೇ ತಾನೆ ಟ್ರಕ್ ಬಂದು ಬಾರ್ ಬಾಗಿಲ ಮುಂದೆ ನಿಂತಿತ್ತು. ಟ್ರಕ್ ಇಂದ ಕೆಳಗೆ ಇಳಿಸಿದ ಕ್ರೇಟುಗಳನ್ನೆಲ್ಲ ಒಂದೊ0ದಾಗಿ ತೆಗೆದುಕೊಂಡು, ನೀಟಾಗಿ ಸ್ಟೋರ್ ರೂಮಲ್ಲಿ ಜೋಡಿಸುವ ಕಾರ್ಯ ಯಾವಾಗಲೂ ನನ್ನದೇ. ಬೇರೆ ಬೇರೆ ರೀತಿಯ ಕ್ರೇಟುಗಳನ್ನು ಬೇರೆ ಬೇರೆ ಕಡೆ - ಸೋಡಾ ಕ್ರೇಟುಗಳು ಒಂದೆಡೆ, ಕೂಲ್ ಡ್ರಿಂಕ್ಸ್ ಸ್ಟೋರಿನ ಒಂದು ಮೂಲೆಯಲ್ಲಿ, ನೀರಿನ ಬಾಟಲ್ಗಳೇ ಒಂದೆಡೆ - ಈ ರೀತಿಯಾಗಿ ಒಪ್ಪವಾಗಿ ಜೋಡಿಸುವುದು ನನ್ನ

ಪ್ರತಿ ಬುಧವಾರದ ಕೆಲಸ. ನನಗೂ ಮುಂಚೆ ಈ ಕೆಲಸವನ್ನು ಒಬ್ಬ ಪಂಜಾಬಿ ಮಾಡ್ತಾ ಇದ್ದ. ಒಮ್ಮೆ ಅವನು ರಜಾ ಇದ್ದ ಪರಿಣಾಮ ಈ ಕೆಲಸವನ್ನು ನನಗೆ ಒಪ್ಪಿಸಿದರು. ಸಪ್ಲೈಯರ್ ಆಗಿ ಯಾವ ಯಾವ ವಸ್ತುಗಳನ್ನು ಎಲ್ಲಿ ಜೋಡಿಸಿಟ್ಟರೆ ಅನುಕೂಲ ಎಂಬ ಅರಿವು ನನಗಿತ್ತಲ್ಲ? ಹಾಗಾಗಿಯೇ ಈ ಮುಂಚೆ ಇದ್ದ ಪಂಜಾಬಿ ಹುಡುಗನ ತರಹ ಎಲ್ಲವನ್ನೂ ಸ್ಟೋರ್ ನಲ್ಲಿ ಎಲ್ಲೆಂದರಲ್ಲಿ ಎಸೆಯದೆ, ಒಂದೆಡೆ ನೀಟಾಗಿ ಜೋಡಿಸಿಟ್ಟೆ. ಹೇಗಿದ್ದರೂ ಬುಧವಾರ ಅಷ್ಟಾಗಿ ಕೆಲಸ ಇರುವುದಿಲ್ಲ. ಹಾಗಾಗಿ ಇನ್ನೂ ಒಂದೆರಡು ಗಂಟೆಗಳನ್ನು ಹೆಚ್ಚಾಗಿ ವ್ಯಯಿಸಿ, ಕೂಲ್ ಡ್ರಿಂಕ್ಸ್, ಹಾಟ್ ಡ್ರಿಂಕ್ಸ್, ವಾಟರ್, ಸೋಡಾ ಗಳನ್ನು ಬೇರೆ ಬೇರೆಯಾಗಿ ಒಪ್ಪವಾಗಿ ಜೋಡಿಸಿಟ್ಟೆ. ಒಂದು ಖಾಲಿ ಪೇಪರ್ ಮೇಲೆ ನೀರು, ಸೋಡಾ.. ಎಂದು ಬರೆದು, ಅಡಿಗೆ ಮನೆಗೆ ಹೋಗಿ ಸ್ವಲ್ಪ ಅನ್ನದ ಗಂಜಿಯಿ0ದ ಸ್ಟೋರಿನ ಗೋಡೆಯ ಮೇಲೆ ಅಂಟಿಸಿದೆ. ಆಮೇಲೆ ಸ್ಟೋರ್ ರೂಮ್ ಅನ್ನು ಒಮ್ಮೆ ನೀಟಾಗಿ ಗುಡಿಸಿ, ಹಳೆಯ, ಒಡೆದ ಬಾಟಲ್ ಗಳು, ಮುರಿದಿದ್ದ ಪ್ಲಾಸ್ಟಿಕ್ ಕ್ರೇಟುಗಳನ್ನೆಲ್ಲ ಒಂದು ಮೂಲೆಗೆ ತಳ್ಳಿಟ್ಟೆ. ಕೆಲವೇ ಗಂಟೆಗಳಲ್ಲಿ ಸ್ಟೋರ್ ರೂಮಿನ ಅಂದವೇ ಬದಲಾಗಿತ್ತು. ಮುಂಚೆ, ಎಲ್ಲೆಂದರಲ್ಲಿ ವಸ್ತುಗಳನ್ನು ಇಡುತ್ತಿದ್ದರಿಂದ ಸ್ಟೋರ್ ರೂಮಿನಲ್ಲಿ ಖಾಲಿ ಜಾಗವೇ ಇಲ್ಲವೆಂದೆನಿಸದೆ, ಭರ್ತಿಯಾದಂತೆ ಕಾಣುತ್ತಿತ್ತು. ಈಗ ಒಂದೆಡೆ ಜೋಡಿಸಿಟ್ಟಿದ್ದರಿಂದ ಅರ್ಧಕ್ಕಿದ್ದ ಸ್ಟೋರ್ ರೂಮ್ ಖಾಲಿ ಇದ್ದಂತೆ ಇನ್ನೂ ಒಂದಷ್ಟು ವಸ್ತುಗಳನ್ನು ತುಂಬಿಸಲೂ ಅನುಕೂಲವಾಗಿತ್ತು. ಅಲ್ಲದೇ, ಒಳಬರುವ - ಹೊರಹೋಗುವ ಸ್ಟಾಕನ್ನೆಲ್ಲ ನಾನು ಒಂದೆಡೆ ಬರೆದಿಡುತ್ತಿದ್ದೆನಾದ್ದರಿಂದ, ನನ್ನ ಕಣ್ ತಪ್ಪಿಸಿ, ಒಂದು ಇರುವೆಯೂ ಸ್ಟೋರಿನ ಒಳಗಾಗಲಿ, ಹೊರಗಾಗಲೀ ಹೋಗಲು ಸಾಧ್ಯವಿರದಾಗಿತ್ತು. ರಾಮನ ಲೆಕ್ಕ – ಕೃಷ್ಣನ ಲೆಕ್ಕ ತೋರಿಸಿ, ಅಷ್ಟೋ ಇಷ್ಟೋ ಕಾಸು ಮಾಡಿಕೊಳ್ಳುತ್ತಿದ್ದ ಆ ಪಂಜಾಬಿಗೂ ಸಹ ಒಂದೇ ಒಂದು ಪೈಸೆಯ ಲೆಕ್ಕ ಒಪ್ಪಿಸುವಂತಾಗಿ, ಕೈ ಕಟ್ಟಿ ಹಾಕಿದಂತಿತ್ತು. ಇವತ್ತಿಂದ ಸ್ಟೋರ್ ರೂಮ್ ಮತ್ತು ಸ್ಟಾಕ್ ಗಳನ್ನು ನೀನೇ ನೋಡಿಕೋ ಅಂತ ಯಜಮಾನರು ಹೇಳಿದ ದಿನದಂದ ಅಂತೂ ನನ್ನ ಕಂಡರೆ ಆ ಪಂಜಾಬಿ ಉರಿದುಬೀಳುತ್ತಿದ್ದ. ಮೊನ್ನೆಯೇ ಯಾವುದೋ ಹೊಸ ಹೋಟೆಲ್ನಲ್ಲಿ ಕೆಲಸ ಸಿಕ್ಕಿತೆಂದು ಹೇಳಿ ಆ ಪಂಜಾಬಿಯೂ ಕೆಲಸ ಬಿಟ್ಟು ಹೋಗಾಯ್ತು. ಈಗ ಉಳಿದಿರುವುದೆಲ್ಲ ನಾನು, ಸೀನ, ಇಬ್ಬರು ಮರಾಠಿ ಹಾಗೂ ಒಬ್ಬ ಬೆಂಗಾಲಿ. ಬಂದಿದ್ದ ಸ್ಟಾಕ್ ಎಲ್ಲವನ್ನೂ ನೀಟಾಗಿ, ಸ್ಟೋರ್ ರೂಮಲ್ಲಿ ಜೋಡಿಸಿಟ್ಟು, ಕಸ ಗುಡಿಸಿ, ಜಿರಲೆ ಬರದಂತೆ ನಾಲ್ಕೂ ಮೂಲೆಗೆ ಒಮ್ಮೆ ಸ್ಪ್ರೇ ಹೊಡೆದು, ಮತ್ತೊಮ್ಮೆ ಲೆಕ್ಕ ಮಾಡಿ, ಸ್ಟೋರ್ ಬೀಗ ಹಾಕಿ, ಬೀಗದ ಕೈ ತಂದು ಯಜಮಾನರಿಗೆ ಒಪ್ಪಿಸಿ, ಉಸ್ಸಪ್ಪಾ ಎಂದು

ಬಂದೆ.

ಸಂಜೆಯಾಗುತ್ತಿದ್ದಂತೆ ಗಿರಾಕಿಗಳು ಒಬ್ಬೊಬ್ಬರಾಗಿ ಬರತೊಡಗಿದರು. ಬೆಂಗಾಲಿ ಹುಡುಗನಿಗೆ ಹುಷಾರಿಲ್ಲದಂತಾಗಿ, ಅವನು ಇವತ್ತು ಕೆಲಸಕ್ಕೆ ಬಂದಿರಲಿಲ್ಲ. ಹಾಗಾಗಿ ತುಸು ಹೆಚ್ಚೇ ಕೆಲಸವಿತ್ತು. ಕೆಲಸ ಮುಗಿದದ್ದು ರಾತ್ರಿ ಹನ್ನೆರಡಾಗಿತ್ತು. ಅಡಿಗೆ ಮನೆಗೆ ಹೋಗಿ ಒಂದೆರಡು ರೋಟಿ – ದಾಲ್ ಸ್ವಲ್ಪ ಮೊಸರನ್ನ ತಿಂದಾಗ, ಸ್ವಲ್ಪ ಮೈಗೆ ಹಿತವೆನಿಸಿತ್ತು. ಏನೋ ಒಂದು ರೀತಿಯ ಆಲೋಚನೆ ಮೈಮನಸ್ಸನ್ನು ಆವರಿಸಿದಂತಾಗಿತ್ತು. ಹಾಗಾಗಿ ನಿದ್ದೆಯೂ ಬರಲೊಲ್ಲದು. ನಾನೊಬ್ಬ ಪೊಲೀಸ್ ಆಗಿರುವಂತೆಯೂ, ನನ್ನ ಚಿಕ್ಕಮ್ಮ ನನ್ನ ಮುಂದೆ ಹೆದರಿ ಕೈಕಟ್ಟಿ ನಿಂತಿರುವಂತೆಯೂ ಯೋಚನೆಗಳೇ ತುಂಬಿತ್ತು. "ಯಾಕ್ಲಾ? ನಿದ್ದೆ ಬರ್ತಿಲ್ವಾ? ಬಡ್ಡೈತದೇ?" ಎಂದ ಸೀನನ ಮಾತು ಕೇಳಿಸಿತ್ತು. ಆದರೂ ಉತ್ತರ ಕೊಡದೆ ಆಕಾಶವನ್ನೇ ನೋಡುತ್ತಾ ಇದ್ದೆ. ಹೌದು, ನನಗೆ ಕೆಲವು ಸಲ ಅಮ್ಮನ ನೆನಪೋ, ಸಾಣ್ಯ – ತಿಮ್ಮನ ನೆನಪೋ, ಊರಿನ ನೆನಪೋ ಬಂದಾಗ ಹೀಗೇ, ಬಾರಿನ ಮಹಡಿ ಮೇಲೆ ಚಾಪೆ ಹಾಸಿ ಮಲಗಿಬಿಡುತ್ತಿದ್ದೆ. ಮಳೆ ಬಂದಾಗ ಅಲ್ಲೇ ಹತ್ತಿರ ಇದ್ದ ವಾಟರ್ ಟ್ಯಾಂಕಿನ ಕೆಳಗೆ ಹೋಗುತ್ತಿದ್ದೆನಾಗಲೀ, ರೂಮಿಗಂತೂ ಬರುತ್ತಿರಲಿಲ್ಲ. ಆಕಾಶ ನೋಡುವುದೆಂದರೆ ನನಗೊಂಥರಾ ಪುಳಕ. ರಾತ್ರಿ ಕತ್ತಲೆಯ ಬಾನಿನಲ್ಲಿ ದೂರದಲ್ಲೆಲ್ಲೋ ಬೆಳಗುತ್ತಿರುವ ಚಂದ್ರ. ಸುತ್ತಲೂ ನೂರಾರು, ಸಾವಿರಾರು ನಕ್ಷತ್ರಗಳು. ಸತ್ತವರೆಲ್ಲಾ ನಕ್ಷತ್ರಗಳಾಗುವುದು ನಿಜವಾದರೆ ನಮ್ಮಮ್ಮನೂ ಅವುಗಳಲ್ಲೊಂದು ಎಂಬ ಸಮಾಧಾನ. ಬೆಳಿಗ್ಗೆ ನಾಲ್ಕು ಗಂಟೆಗೆ ಎಬ್ಬಿಸಿ, ಅಮ್ಮ ಒಮ್ಮೊಮ್ಮೆ ಧೃವನಕ್ಷತ್ರ ನೋಡಿಸಿದ್ದಳು. ಧೃವನ ಕಥೆಯಂತೂ ನಾನು ಅದೆಷ್ಟು ಬಾರಿ ಕೇಳಿಲ್ಲ? ಆಗೆಲ್ಲ ನಾನು ಸಣ್ಣ ಮಗು. ಕಥೆಯಾಚೆಗಿನ ಆಕಾಶದ ಬಗ್ಗೆಯಾಗಲೀ, ಚಂದ್ರ – ಚುಕ್ಕಿಯರ ಬಗ್ಗೆಯಾಗಲೀ ತಿಳಿಯದು. ಆದರೆ ಈಗ ಹಾಗಿಲ್ಲ. ತಕ್ಕಮಟ್ಟಿನ ಜಗತ್ತನ್ನು ನೋಡಿದ್ದೇನೆ. ಬೇರೆ ಬೇರೆ ದೇಶದ, ಭಾಷೆಗಳನ್ನಾಡುವ ಉಡುಪುಗಳನ್ನುಡುವ ಜನರ ಜೊತೆ ಬೆರೆತಿದ್ದೇನೆ. ನನ್ನ ಈಗಿನ ಮನಸ್ಥಿತಿಯೇ ಬೇರೆ. ಚಂದ್ರ ಎಷ್ಟೇ ಸುಂದರನಾದರೂ, ಸ್ವಪ್ರಕಾಶ ಇಲ್ಲವಂತೆ. ಸೂರ್ಯನ ಬೆಳಕನ್ನು ದಿನಪೂರ್ತಿ ಶೇಖರಿಸಿಟ್ಟು, ರಾತ್ರಿ ಹೊತ್ತು ಕೊಡುತ್ತಾನೆ ಅಷ್ಟೇ. ಆದರೆ ಆ ನಕ್ಷತ್ರಗಳು - ಅಬ್ಬಾ! ಸೂರ್ಯನಿಗಿಂತ ಹೆಚ್ಚು ಪ್ರಕಾಶಮಾನವಾದ ತಾರೆಗಳು ಸೂರ್ಯನಿಗಿಂತ ಎಷ್ಟೇ ಕೋಟಿ ಕೋಟಿ ಮೈಲುಗಳು ದೂರದಲ್ಲಿವೆ. ಅವೇನಾದರೂ ಸೂರ್ಯನಷ್ಟು ಸನಿಹ ಭೂಮಿಗೆ ಬಂದಿದ್ದೇ ಆದರೆ, ಭೂಮಿಯೇ ಸುಟ್ಟುಹೋಗುವಷ್ಟು ಪ್ರಕಾಶ! ದೇವರ ಸೃಷ್ಟಿಯೇ ಅದ್ಭುತ. ನೀರಲ್ಲಿ ಓಡಾಡುವ

ಜೀವಗಳು ಒಂದಷ್ಟು. ಭೂಮಿಮೇಲೆ ಬದುಕು ಸವೆಸುವ ಜೀವಗಳು ಒಂದಷ್ಟು. ಆಗಸದಲ್ಲಿ ಹಾರಾಡುವ ಪಕ್ಷಿಗಳು ಒಂದಷ್ಟು. ಯಾವ ಎರಡೂ ಸೃಷ್ಟಿಯೂ ಒಂದೇ ರೀತಿ ಇಲ್ಲವಂತೆ. ಇನ್ನು ಆಕಾಶ ನಕ್ಷತ್ರಗಳನ್ನಂತೂ ವರ್ಣಿಸಲಸದಳ. ಹೀಗೇ ಬೇಜಾರಾದಾಗ ಮಹಡಿಯ ಮೇಲೆ ಮಲಗಿ, ನಕ್ಷತ್ರ ಎಣಿಸುತ್ತಾ ಹಾಗೇ ನಿದ್ದೆ ಹೋದದ್ದೂ ಇದೆ. ನಾನು ರೂಮಿನಲ್ಲಿಲ್ಲದಿದ್ದುದನ್ನು ಕಂಡು ಸೀನ ನನ್ನನ್ನು ಹುಡುಕುತ್ತಾ ಮಹಡಿ ಮೇಲೆ ಬಂದ. ಅವನಿಗೆ ಚೆನ್ನಾಗಿ ಗೊತ್ತು. ನಾನು ಆಗಾಗ ಆಕಾಶ ನೋಡುತ್ತಾ ಇಲ್ಲಿ ಮಲಗುವ ವಿಷಯ. ಬಂದವನೇ ಟ್ಯಾಂಕಿನ ಗೋಡೆಗೆ ಒರಗಿ ಕುಳಿತ - "ಏನಾಯ್ತು? ನಿದ್ದೆ ಬರ್ತಿಲ್ವಾ? ಅಂತ ನಾನೇ ಕೇಳಿದೆ. "ಇಲ್ಲ"ವೆಂಬ0ತೆ ತಲೆಯಾಡಿಸಿ, ಒಂದು ಸಿಗರೇಟ್ ಹಚ್ಚಿದ. ಸೀನ ಸಿಗರೇಟ್ ಸೇದುವುದು ಆಗಾಗ ಮಾತ್ರ. ದಿನಾ ಸಿಗರೇಟ್ ಸೇದುವ ಅಭ್ಯಾಸ ಇಲ್ಲ. ಸಿಗರೇಟ್ ಹಚ್ಚಿ ಆಕಾಶ ನೋಡುತ್ತಿದ್ದ ನನ್ನತ್ತ ತಿರುಗಿ "ಏನ್ ವಿಶೇಷ ಇವತ್ತು? ಆಕಾಸ ನೋಡ್ತಿದೀರ ಸಾರ್" ಅಂದ. "ಏನೂ ಇಲ್ಲ ಹಾಗೇ ಬಂದೆ. ನನ್ನ ಹಳೆ ದಿನಗಳ ನೆನಪಾಯ್ತು. ಅಷ್ಟೆ. ಅದು ಬಿಟ್ಟು ಬೇರೇನೂ ಇಲ್ಲ. ನಿದ್ದೆ ಬೇರೆ ಬರ್ತೀಲ್ರಿಲ್ಲ. ಒಳಗೆ ತುಂಬಾ ಸೆಕೆ. ಹಾಗಾಗಿ ಬಂದೆ" ಅಷ್ಟೇ. "ನಿನಗ್ಯಾಕೆ ನಿದ್ದೆ ಬಂದಲ್ವ"? "ಇಲ್ಲ".

ಇವತ್ತು ನನ್ನ ಮದುವೆ ಆನಿವರ್ಸರಿ. ವರ್ಷಾ ವರ್ಷಾ ಊರಿಗೆ ಹೋಗಿ ಹೆಂಡ್ತಿ ಮುಖ ನೋಡಿ ಬರ್ತಿದ್ದೆ. ಮೂರು ವರ್ಷ ಆಯ್ತು ಹೋಗಿ. ಅದಕ್ಕೇ ಸ್ವಲ್ಪ ಬೇಜಾರಾಗಿದೀನಿ" ಅಂದ. ಅಂದಹಾಗೆ ಸೀನನಿಗೆ ಮದುವೆ ಆಗಿದ್ದ ವಿಷಯ ಕೂಡ ನನಗೆ ಗೊತ್ತಿಲ್ಲ. ನನ್ನ ಬಗ್ಗೆ ನಾನು ಹೇಳಿಕೊಂಡಿದ್ದನೇ ಹೊರತು, ಅವನ ಬಗ್ಗೆ ಕೇಳೇ ಇಲ್ಲ. ಅವನ ಸುಖ-ದುಖಗಳ ಬಗ್ಗೆ ವಿಚಾರಿಸಲೇ ಇರಲಿಲ್ಲ. ಅವನ ಊರು ಕೇರಿ ಬಗ್ಗೆ ಅಷ್ಟಾಗಿ ತಿಳಿದುಕೊಳ್ಳಲೇ ಇಲ್ಲ. ಅವನ ಊರು ಮಂಡ್ಯದ ಹತ್ತಿರ ಹಳ್ಳಿ ಎಂಬುದಷ್ಟೇ ಗೊತ್ತಿತ್ತು. ನನಗೇ ಒಂಥರಾ ನಾಚಿಕೆಯಾಯಿತು - ನಾನೆಷ್ಟು ಸ್ವಾರ್ಥಿ ಎಂದು ತಿಳಿದು.

ನನ್ನ ನಿಶ್ಯಬ್ಧತೆಯನ್ನು ಕಂಡು, ಅವನೇ ಮಾತನಾಡತೊಡಗಿದ. ನಮ್ಮೂರು ಮಂಡ್ಯ ಹತ್ರ ಒಂದು ಹಳ್ಳಿ. ನಮ್ಮಪ್ಪ ನಾರಾಯಣಗೌಡ ಅಂತ. ಅಮ್ಮ ರಾಜೇಶ್ವರಿ. ನಮ್ದು ಏಳು ಎಕರೆ ಕಬ್ಬಿನ ಗದ್ದೆ ಇತ್ತು. ಮುತ್ತಾತ ಕಟ್ಟಿಸಿದ ಮನೆ. ನಾನು ಮನೆಗೆ ಕಿರಿಮಗ. ನನ್ನ ಅಣ್ಣ ಒಬ್ಬ ಇದ್ದ. ಅಣ್ಣನಿಗೆ ಮದ್ದೂರ್ ಹತ್ತ ಹುಡುಗೀನ ನೋಡಿದ್ರು. ಮದುವೆ ಆದ ಸ್ವಲ್ಪ ದಿನಕ್ಕೆ ನಮ್ಮ ಅತ್ತಿಗೆ ಅವಳ ಕೆಟ್ಟ ಬುದ್ಧಿ ನೋಡಿಸಲು ಶುರು ಮಾಡಿದಳು. ನಾನು ಬೆಂಗಳೂರಿನ ಹುಡುಗನನ್ನು ಮದುವೆಯಾಗಿ ಇರಬೇಕಿತ್ತು. ಈ ಹಳ್ಳಿ ಕೊಂಪೇಲಿ ತಂದು ಹಾಕಿದ್ರು ನಮ್ಮಪ್ಪ

ಅಂತ ಹೇಳ್ತಾ ಇದ್ಲಂತೆ. ಸ್ವಲ್ಪ ದಿನದಲ್ಲೇ ಅಮ್ಮ ಯಾವುದೋ ಕಾಯಿಲೆ ಬಂದು ಸತ್ತು ಹೋದಳು. ಅದಾದ ಆರೇಳು ತಿಂಗಳಿಗೆ ಅಪ್ಪನಿಗೆ ಲಕ್ವಾ ಹೊಡೀತು. ಎಡಭಾಗ ಪೂರ್ತಿ ಸ್ವಾಧೀನ ಇಲ್ಲ. ಮಾತಂತೂ ಪುರ್ತಿ ತೊದಲು. ಏನೂ ಅರ್ಥವಾಗದು. ಹೇಗಾದರು ಮಾಡಿ ನನ್ನ ಮದುವೆ ಮಾಡಿ ಕಣ್ಮುಚ್ಚಬೇಕು ಅಂತ ನಮ್ಮಪ್ಪನ ಆಸೆಯಾಗಿತ್ತು. ಆಗ ನನಗೆ ಇಪ್ಪತ್ತು ವರ್ಷ. ನಮ್ಮಣ್ಣ ನನಗಿಂತ ಎರಡು ವರ್ಷ ದೊಡ್ಡವನು. ನಾನು ಹುಟ್ಟಿದ ಮೂರು ವರ್ಷಕ್ಕೆ ಹೆಣ್ಣು ಮಗು ಒಬ್ಬು ಹುಟ್ಟಿದ್ಲು. ನನಗಂತೂ ನನ್ನ ತಂಗಿ ಅಂದ್ರೆ ಅಷ್ಟು ಪ್ರಾಣ. ಆದರೆ ಎರಡು ವರ್ಷದ ಹುಡುಗಿಯಾಗಿದ್ದಾಗ ಯಾವುದೋ ಕಾಯಿಲೆ ಬಂದು ಸತ್ತುಹೋದಳು.

ಅಪ್ಪನ ಆಸೆಯಂತೆ ಅಣ್ಣನೇ ದೂರದ ರಾಮನಗರದ ಹತ್ತಿರ ಯಾವುದೋ ಹುಡುಗಿಯನ್ನು ಗೊತ್ತುಮಾಡಿ ನನಗೆ ಗಂಟು ಹಾಕಿದರು. ಅಲ್ಲಿಂದ ಶುರುವಾಯ್ತು ಮನೇಲಿ ದೊಡ್ಡ ಸೊಸೆ – ಚಿಕ್ಕ ಸೊಸೆ ಜಗಳ. ಅತ್ತಿಗೆ ಎಷ್ಟೇ ಬಯ್ಯಲಿ. ನೀನು ಮಾತಾಡದೆ ಸುಮ್ಮನಿರು ಅಂತ ನಾನು ನನ್ ಹೆಂಡ್ತೀಗೆ ಹೇಳಿದ್ದೆ. ದಿನಾ ರಾತ್ರಿ ಮಲಗುವಾಗ - ಅಕ್ಕ ಇವತ್ತು ಹಾಗಂದಳು - ಹೀಗೆಂದಳು ಅಂತ ಕಣ್ಣೀರು ಹಾಕ್ತಾ ಇದ್ಲು. ಸ್ವಲ್ಪ ದಿನಗಳಾದ ಮೇಲೆ ನನ್ನ ಹೆಂಡ್ತಿ ಬಸಿರಾದ್ಲು. ಎರಡು ತಿಂಗಳ ನಂತರ ಅವಳ ತವರು ಮನೆಗೆ ಕಳಿಸೋಣ ಅಂತ ತೀರ್ಮಾನ ಮಾಡಿದ್ದೆ. ನನ್ನ ಹೆಂಡ್ತಿ ಕಾಲ್ಗುಣ ಏಳೆಕೆರೆ ಗದ್ದೆ ಮೇಲಿದ್ದ ಕೋರ್ಟ್ ಕೇಸ್ ಕೂಡ ತೀರ್ಮಾನ ಅಗಿ ನಮ್ಮ ಕಡೆಗೇ ಆಗಿತ್ತು.

ನಮ್ಮಣ್ಣನ ಮದ್ವೆ ಆಗಿ ಹತ್ತಿರತ್ತಿರ ಮೂರು ವರ್ಷ ಆಗಿತ್ತು. ನಮ್ಮ ಅತ್ತಿಗೆಗೆ ಬಸಿರಾಗುವ ಲಕ್ಷಣವೇ ಇರಲಿಲ್ಲ. ಮೊನ್ನೆ ಮೊನ್ನೆ ಮದುವೆಯಾದ ಚಿಕ್ಕ ಸೊಸೆ ಬಸಿರಾಗವ್ಳೆ. ಇವಳಿಗಿನ್ನಾ ಮಗಾ ಆಗೋಕೆ ಏನ್ ರೋಗ? ಏನೋ ಕಾಯಿಲೆ ಅಂತೆ, ಬಂಜೆನ ಸೊಸೆ ಆಗಿ ತಂದ್ಬಿಟ್ರು ನಾರಾಯಣಗೌಡ್ರು ಅಂತ ಊರಲ್ಲಿ ಹೆಂಗಸರು ಮಾತಾಡತೊಡಗಿದ್ರು. ನಮ್ಮಪ್ಪನ ಮೇಲೆ, ನನ್ನ ಮೇಲೆ, ನನ್ನ ಹೆಂಡ್ರಿ ಮೇಲೆ ಅತ್ತಿಗೆಗೆ ಇದ್ದ ಕೋಪ ಇನ್ನೂ ಡಬಲ್ ಆಯ್ತು. ನಮ್ಮಪ್ಪನ ಖಾಯಿಲೆ ಕೂಡ ವಾಸಿ ಆಗುವ ಯಾವುದೇ ಲಕ್ಷಣ ಕಾಣಿಸಲಿಲ್ಲ. ಒಂದಿನ ತೋಟದ ಹಿಂದಿನ ಬಾವಿಯಲ್ಲಿ ನನ್ನ ಹೆಂಡ್ತಿ ಕಾಲು ಜಾರಿ ಬಿದ್ದೇ ಹೋದಳು. ಅವಳು ಕಾಲು ಜಾರಿ ಬಿದ್ದಳೋ, ಇಲ್ಲ ಯಾರಾದ್ರೂ ತಳ್ಳಿದರೋ ಯಾರಿಗೂ ಗೊತ್ತಿಲ್ಲ. ಮಣ್ಣು ಮಾಡಿ ಬಂದ ಮೇಲೆ ಯಾಕೋ ಇಡೀ ಮನೆಯೇ ಖಾಲಿಖಾಲಿಯೆನಿಸತೊಗಿತು. ನನ್ನ ದುರಾದೃಷ್ಟಕ್ಕೆ ಯಾರನ್ನೂ ದೂಷಿಸುವಂತಿಲ್ಲ. ಅವಳ ಚಿಂತೆಯಲ್ಲೇ ಮನೆಯಲ್ಲೇ ಇರತೊಡಗಿದೆ. ನಾನು ಕಬ್ಬಿನ ಗದ್ದೆ ಕಡೆ ನಿಗಾ ಕೊಡುತ್ತಿಲ್ಲವೆಂದು ಅತ್ತಿಗೆ ದಿನಾ ಬಯ್ಯತೊಡಗಿದಳು. ಎಲ್ಲಾ ಗೊತ್ತಿದ್ದು, ಏನೂ ಮಾಡಲು ನಿ:ಸಹಾಯಕನಂತೆ

ಹಾಸಿಗೆ ಮೇಲೆ ಮಲಗಿದ್ದ ಅಪ್ಪ. ಒಮ್ಮೊಮ್ಮೆ ಈ ಮನೆ ಬಿಟ್ಟು ಓಡಿಹೋಗೋಣವೆಂದೋ, ರೈಲಿಗೆ ಸಿಕ್ಕಿ ನಾನೂ ಈ ಲೋಕ ಬಿಟ್ಟು ಹೋಗಲೆಂದೋ ಕೂಡ ಅನಿಸುತ್ತಿತ್ತು. ಆದರೆ ಬದುಕಿರುವವರೆಗೆ ಕಡೇ ಪಕ್ಷ ಅಪ್ಪನನ್ನಾದರು ಚೆನ್ನಾಗಿ ನೋಡಿಕೊಳ್ಳೋಣವೆಂದು ಮನೆಯಲ್ಲಿದ್ದೆ. ಮನೆ – ಜಮೀನು, ಸಂಸಾರ - ಬಂಧು ಬಳಗ ಎಲ್ಲದರ ಮೇಲೂ ವಿರಕ್ತಿ ಮೂಡಹತ್ತಿತ್ತು. ಅಪ್ಪನನ್ನ ನೋಡಿಕೊಳ್ಳುವ ಸಂಪೂರ್ಣ ಜವಾಬ್ದಾರಿ ನನ್ನ ಹೆಗಲ ಮೇಲೆ ಬಿತ್ತು. ಕಡೆಗೆ ಯುಗಾದಿಗೆ ಇನ್ನೇನು ಮೂರು ದಿನ ಇದೆ ಅನ್ನುವಾಗಲೇ ಅಪ್ಪನ ಉಸಿರಾಟ ನಿಂತೋಯ್ತು. ನನ್ನ ಸ್ವಂತ ಊರಲ್ಲಿ, ನನ್ನ ಸ್ವಂತ ಮನೆಯಲ್ಲಿ ನಾನು ಅನಾಥವಾದೆ. ಅದಾದ ಕೆಲದಿನಗಳು ನಾನು ಹೇಗೆ ಬದುಕಿದ್ದೆನೋ ನನಗೇ ಗೊತ್ತಿಲ್ಲ. ಜೀವಚ್ಛವವಾಗಿದ್ದೆ. ಊಟ-ತಿಂಡಿ ಯಾವುದರಲ್ಲೂ ರುಚಿ ಕಾಣದು. ಮುದ್ದಾದ ಹೆಂಡತಿ – ಅವಳ ಹೊಟ್ಟೆಯಲ್ಲಿದ್ದಿರಬಹುದಾದ ಮಗುವಿನ ಚಿತ್ರವೇ ಬಾರಿ ಬಾರಿ ಕಣ್ಣ ಮುಂದೆ ಬರತೊಡಗಿತು. ಹಾಗಿದ್ದಾಗ ನನ್ನ ಸೋದರಮಾವ ಒಮ್ಮೆ ಊರಿಗೆ ಬಂದಿದ್ದ. ಅವನೂ ಚಿಕ್ಕ ವಯಸ್ಸಲ್ಲಿ ಬಾಂಬೆಗೆ ಬಂದು ಸ್ವಂತವಾಗಿ ಪಾನ್ ಬೀಡಾ ಅಂಗಡಿ ಇಟ್ಟು ಬಾಂಬೆಯಲ್ಲೇ ಸೆಟಲ್ ಆಗಿದ್ದ. ಇಲ್ಲೇ ಯಾರೋ ಹುಡುಗಿಯನ್ನು ಮದುವೆಯಾಗಿದ್ದಾನೆಂದೂ ಕೇಳಿದ್ದೆ. ಅದೇನೋ ನನ್ನ ಮಾವನನ್ನು ಕಂಡೊಡನೆ ನನ್ನ ದು:ಖ ಉಕ್ಕಿ ಬಂತು. ನಡೆದದ್ದನ್ನೆಲ್ಲಾ ಅವನ ಬಳಿ ಹೇಳಿದೆ. ಸರಿ ನಿನ್ನ ಭಾಗದ ಆಸ್ತಿ ನಿನಗೆ ಕೊಡುವಂತೆ, ಆಸ್ತಿ ಭಾಗ ಮಾಡುವಂತೆ ಪಂಚಾಯ್ತಿ ಮಾಡೋಣ. ಪಿತ್ರಾರ್ಜಿತ ಆಸ್ತಿ ಅದು. ನಿನ್ನ ಭಾಗದ ಗದ್ದೆ ತೆಗೆದುಕೊಂಡು, ಸ್ವಂತ ಮನೆ ಮಾಡಿಕೋ. ಇವರಿಂದ ಬೇರಾಗು. ನಿನಗಿನ್ನು ವಯಸ್ಸಿದೆ. ಒಳ್ಳೆ ಹುಡುಗಿಯೂ ಸಿಕ್ಕಾಳು. ನಾಳೇನೇ ಪಂಚಾಯ್ತಿ ಸೇರಿಸೋಣ ಅಂದ. ನನ್ನ ಸಮಸ್ಯೆ ಇದ್ದದ್ದು ಆಸ್ತಿಯಲ್ಲಲ್ಲ. ಆ ಊರಲ್ಲಿ, ಆ ಮನೆಯಲ್ಲಿ. ಮೇಲಾಗಿ ಇನ್ನೊಂದು ಮದುವೆಯಾಗುವ ತಾಳ್ಮೆಯೂ ಆಗ ನನಗಿರಲಿಲ್ಲ. ಇದನ್ನೆಲ್ಲ ಸೋದರಮಾವನ ಜೊತೆ ಹೇಳಿಕೊಂಡೆ. ಸರಿ ನನ್ನ ಜೊತೆ ಬಾ ಎಂದು ತಂದು, ಪಕ್ಕದ ಹೋಟೆಲಲ್ಲಿ ಕೆಲಸ ಕೊಡಿಸಿದ. ಈಗ್ಗೆ ಮೂರ್ನಾಲ್ಕು ವರ್ಷದ ಹಿಂದೆ, ಆ ಹೋಟೆಲ್ ಕೆಲಸ ಬಿಟ್ಟು, ಇಲ್ಲಿ ಸೇರಿದೆ. ಅಂದಿನಿ0ದ ಈ ಬಾರ್ ನನ್ನ ಮನೆಯಾಯ್ತು. ನನಗೀಗ ನಮ್ಮ ಮನೆಯಾಗಲೀ, ಊರಾಗಲೀ ಅದರ ಬಗ್ಗೆ ಚಿಂತೆಯಾದಲ್ಲಿ ದಿನ ಪೂರ್ತಿ ಕತ್ತೆ ತರ ದುಡಿದು, ರಾತ್ರಿ ನೆಮ್ಮದಿಯಾಗಿ ನಿದ್ದೆ ಮಾಡ್ತೀನಿ. ಬಾಂಬೆಯ ಜನ ನಮ್ಮೂರ ಜನರಷ್ಟು ಕೆಟ್ಟವರಲ್ಲ. ಅವರವರ ಕೆಲಸದಲ್ಲಿ ಅವರು ಬಿಜಿ. ಆಗಾಗ ಒಂದು ಸಿನಿಮಾಗೆ ಹೋಗ್ತೀನಿ. ಇನ್ನೂ ಬೇಜಾರಾದಾಗ ಬೀಚ್ ಗೆ ಹೋಗ್ತೀನಿ. ತಿಂಗಳಿಗೋ, ಎರಡು ತಿಂಗಳಿಗೋ ಒಮ್ಮೆ

ರೆಡ್ ಲೈಟ್ ಏರಿಯಾಗೆ ಹೋಗಿ ಬರ್ತೀನಿ" ಎಂದು ಹೇಳಿ ಹ್ಮ್ ಎಂದು ದೊಡ್ಡ ನಿಟ್ಟುಸಿರು ಬಿಟ್ಟ.

ಯಾವಾಗಲೂ ನಗುತ ನಗುತಾ ಇದ್ದ ಸೀನನ ಹಿಂದೆ ಇಷ್ಟೆಲ್ಲಾ ನೋವಿದೆ ಎಂದು ನನಗೆ ಗೊತ್ತೇ ಇರಲಿಲ್ಲ. ಇಂತಹ ನೂರಾರು ಜನ ದಿನಾ ಸಾವಿರಾರು ನೋವಿಂದ ನರಳುತ್ತಲೇ ಇದ್ದಾರೆ. ಅವರಿಗೆ ಹೋಲಿಸಿದರೆ ನನ್ನದು ಅಷ್ಟು ದು:ಖದ ಜೀವನವಾಗಿರಲಿಲ್ಲ ಎಂಬ ಸಮಾಧಾನ ಆಯ್ತು. ಇಷ್ಟು ನೋವಿದ್ದೂ, ಸಹಾ ಅಷ್ಟು ಚಟುವಟಿಕೆಯಿಂದಿರುವ ಸೀನ ನನಗೊಬ್ಬ ಅದ್ಭುತ ವ್ಯಕ್ತಿಯಾಗಿ ಕಂಡ. ಈಗಲೂ ಸಿಗರೇಟ್ನ ಬೆಳಕಿನಲ್ಲಿ ಕಂಡರೆ, ಅವನ ಮುಖ ಅಷ್ಟೇ ಉತ್ಸಾಹವಾಗಿತ್ತು. ಆ ನಗು ಅವನ ಮುಖದ ಅಂದದ ಸೀಕ್ರೆಟ್ ಹಾಗೂ ಅವನ ತಾಳ್ಮೆಯೇ ಅವನ ಅತಿ ದೊಡ್ಡ ನೀತಿಯಾಗಿತ್ತು. ಅವನು ಹೇಳಿದ ಮಾತುಗಳೆ ಮತ್ತೆ ಮತ್ತೆ ನೆನಪಾಯ್ತು. ನನ್ನ ಕಥೆಯಲ್ಲಿ ಬರುವ ನನ್ನ ಚಿಕ್ಕಮ್ಮ ಇವನ ಕಥೆಯಲ್ಲಿ ಅತ್ತಿಗೆಯಾಗಿದ್ದಾಳೆ. ನಿಜವಾಗಿ ಹೇಳಬೇಕೆಂದರೆ ಸೀನನದು ನನಗಿಂತ ನೋವುಂಡ ದೇಹ. ಹಾಗಿದ್ದೂ ತನ್ನ ಅತ್ತಿಗೆಯ ಬಗ್ಗೆ ಕಿಂಚಿತ್ತೂ ದ್ವೇಷವಾಗಲೀ, ಸೇಡಾಗಲೀ ಇಲ್ಲ. ಎಲ್ಲಾ ನನ್ನ ಅದೃಷ್ಟ – ದುರಾದೃಷ್ಟಗಳಷ್ಟೇ ಎಂಬ0ತಹ ಅವನ ತಾಳ್ಮೆ. ಅದೇ ನಾನು - ನಖಶಿಖಾಂತ ಚಿಕ್ಕಮ್ಮನ ಮೇಲೆ ದ್ವೇಷ ಕಾರುತ್ತಿದ್ದೇನೆ. ಇಲ್ಲ, ಇದೂ ಕೂಡ ನನ್ನ ಅದೃಷ್ಟ – ದುರಾದೃಷ್ಟದ ಫಲವಷ್ಟೇ. ಚಿಕ್ಕಮ್ಮ ಆ ದೇವರ ಆಟದಲ್ಲಿ ಮೂಡಿದ ಒಂದು ಪಾತ್ರ ಅಷ್ಟೆ. ತನ್ನ ಪಾಲಿನ ಅಭಿನಯವನ್ನು ತಾನು ಮಾಡಿದ್ದಾಳಷ್ಟೇ. ಇನ್ನು ಮುಂದೆ ಅವಳ ಮೇಲೆ ದ್ವೇಷ ಕಾರಿ ನಾನೇ ಚಿಕ್ಕವನಾಗುವುದು ಬೇಡ. ಅವಳು ಹೇಗಾದ್ರು ಹಾಳಾಗಿ ಹೋಗ್ಲಿ. ಅದು ನನಗೆ ಬೇಕಿಲ್ಲ. ಆದರೆ ಮಿಲಿಟರಿ ಸೇರಬೇಕು ಅನ್ನೋ ಆಸೆಯಂತು ಬಿಡಲ್ಲ ಎಂದು ಯೋಚಿಸುತ್ತಾ ಕುಳಿತಿದ್ದೆ. ಮಧ್ಯದಲ್ಲೇ ಏನೋ ಹೊಳೆದಂತೆ, "ಹೌದು, ಈಗ ಮಾತಾಡುವಾಗ ಅದೇನೋ ರೆಡ್ ಲೈಟ್ ಏರಿಯಾ ಅಂದಲ್ವ? ಏನದು? ಎಲ್ಲಿದೆ? ಏನು ಅ ಜಾಗದ ವಿಶೇಷ"? ಅಂದೆ. ಇದ್ದಕ್ಕಿದ್ದಂತೇ ನನ್ನ ಕಡೆ ನೋಡಿ ಜೋರಾಗಿ ನಗತೊಡಗಿದ. ನಗುತ್ತಾ ಹೇಳಿದ "ಹೇಳುವುದು ಬೇಡ; ಈ ಸಲ ಹೋದಾಗ ಕರಕೊಂಡೇ ಹೋಗ್ತೀನಿ. ನೋಡು ನೀನೇ ಆ ವಿಶೇಷಾನ" ಎಂದ ಕಣ್ಣೊಡೆದು ನಗುತ್ತಾ ಮೆಟ್ಟಿಲಿಳಿದು ಕೆಳಗೆ ಹೋದ. ನಾನು ನಕ್ಷತ್ರಗಳನ್ನೇ ನೋಡುತ್ತಾ ಚಾಪೆ ಮೇಲೆ ಮಲಗಿದೆ. ಸೀನನ ಕಥೆಯಲ್ಲಿನ ಪಾತ್ರಗಳೇ ಕಣ್ಣ ಮುಂದೆ ಮೂಡಿಬರುತ್ತಿದ್ದವು.

* * * * *

ಬಾಂಬೆ ನಗರ ಪಾಲಿಕೆಯ ಚುನಾವಣೆ ದಿನ ಘೋಷಣೆಯಾದದ್ದೇ ತಡ. ಅದೇನೋ ನೀತಿ ಸಂಹಿತೆ ಅಂತೆ, ನಗರದ ಬಹುತೇಕ ವೈನ್ ಸ್ಟೋರು, ಬಾರಿನ

ಮೇಲೂ ಪೋಲಿಸರ ಕಣ್ಣು ನೆಟ್ಟಿತ್ತು. ಇಷ್ಟು ದಿನ ಇದ್ದಂತೆ ರಾತ್ರಿ ಹನ್ನೊಂದು - ಹನ್ನೊಂದುವರೆ ತನಕ ಕೆಲಸ ಇಲ್ಲ. ರಾತ್ರಿ ಹತ್ತು ಗಂಟೆಗೆಲ್ಲ ಬಾರಿನ ಬಾಗಿಲು ಬಂದ್. ನಮ್ಮ ರೆಗ್ಯುಲರ್ ಕಸ್ಟಮರ್ಗಳಿಗೆ ಹೇಗೋ ಹಿಂಬಾಗಿಲಿನಿ0ದ ಸಪ್ಲೈ ಮಡ್ತಾ ಇದ್ದೆವಾದರೂ, ಅದೆಲ್ಲ ಪರ್ಸನಲ್ ಅಷ್ಟೇ. ಬಾರಲ್ಲೇ ಸರ್ವೀಸ್ ಇಲ್ಲ. ಹಾಗಾಗಿ ಹತ್ತೂವರೆಗೆಲ್ಲಾ ಕೆಲಸ ಮುಗಿಸಿ, ಟೆರೇಸ್ ಮೇಲೆ ಬಂದು ನಕ್ಷತ್ರಗಳನ್ನೆಣಿಸುತ್ತಾ ಕೂತಿರುತ್ತಿದ್ದೆ. ರಾತ್ರಿ ಹತ್ತರ ಮೇಲೆ ಕೆಲಸ ಇರುವುದಿಲ್ಲವಾದರೂ, ರಾತ್ರಿ ಏಳರಿಂದ ಹತ್ತರ ತನಕವಂತೂ ಉಸಿರಾಡಲೂ ಪುರುಸೊತ್ತಿಲ್ಲದಂತೆ ಆಗಿತ್ತು. ಆ ಪಾರ್ಟಿ ಗೆಲ್ಲುತ್ತಾ ಈ ಪಾರ್ಟಿ ಗೆಲ್ಲುತ್ತಾ ಅನ್ನೋ ಚರ್ಚೆಗಳು, ಬೆಟ್ಟಿಂಗ್, ಚುನಾವಣೆಯ ಮಾತುಗಳನ್ನು ಕೇಳಿ ಕೇಳಿ ತಲೆ ಕೆಟ್ಟುಹೋಗುವಂತಾಗಿತ್ತು. ಬಾರಿನ ಹಾಲಿನಲ್ಲಿದ್ದ ಟೀವಿಯೊಂದರಲ್ಲಿ ಯಾವುದೋ ಮರಾಠಿ ಚಾನಲ್ ಓಡುತ್ತಲೇ ಇರುತ್ತಿತ್ತು. ಚರ್ಚೆಗಳು, ವಾಗ್ಯುದ್ಧಗಳಾಗಿ, ಕಸ್ಟಮರ್ಗಳ ಎರಡೂ ಗುಂಪುಗಳ ನಡುವೆ ಸಣ್ಣ-ಪುಟ್ಟ ಜಗಳಗಳು, ಕೈ-ಕೈ ಮಿಲಾಯಿಸುವ ಹಂತಕ್ಕೇ ಹೋಗುವುದು ದಿನ ನಿತ್ಯದ ಗೋಳಾಗಿತ್ತು. ನನಗೂ ಹೇಳಿ ಕೇಳಿ ಮರಾಠಿ ಬರಲ್ಲ, ನಾನಾಡುವ ಹಿಂದಿ ಅಂತೂ ಆ ದೇವರಿಗೇ ಪ್ರೀತಿ. ಹಾಗಾಗಿ ಚುನಾವಣೆ ಮುಗಿಯುವವರೆಗೂ ನಾನು ನೇರವಾಗಿ ಸಪ್ಲೈ ಕೆಲಸ ಮಾಡದಂತೆಯೂ, ಅಡಿಗೆಮನೆಯಲ್ಲೇ ಇರುವಂತೆಯೂ ನಮ್ಮ ಓನರ್ ಹೇಳಿದ್ದರು. ಅಡಿಗೆ ಮನೆಯಲ್ಲಿ ಸಣ್ಣ-ಪುಟ್ಟ ಕೆಲಸಗಳನ್ನು ಮಾಡಿಕೊಂಡಿದ್ದೆ. ಹೊಸತಾಗಿ ಕೆಲಸಕ್ಕೆ ಸೇರಿದ್ದ ಮರಾಠಿ ಒಬ್ಬನನ್ನು ನನ್ನ ಬದಲು ಸಪ್ಲೈ ಕೆಲಸಕ್ಕೆ ಹಾಕಿದ್ದರು. ಚಿಕನ್, ಮಟನ್, ಬಿರಿಯಾನಿ, ಮೀನು ಇವುಗಳ ರುಚಿ ಗೊತ್ತಿಲ್ಲದಿದ್ದರೂ, ವಾಸನೆಯಂತೂ ನನಗೆ ಅಭ್ಯಾಸವಾಗಿ ಹೋಗಿತ್ತು. ಮೀನು – ಮಾಂಸ ತಿನ್ನಬಾರದು ಎಂದು ನಾವು ಕೇಳಿ ಬೆಳೆದಿದ್ದರೂ, ಇವತ್ತು ಅದೇ ಮೀನುಗಳು ಲಕ್ಷಾಂತರ ಜನರ ಆಹಾರವಾಗಿಲ್ಲವೇ? ಒಂದು ವೇಳೆ ಮೀನು ತಿನ್ನುವವರೆಲ್ಲಾ ಅನ್ನ-ಸಾರು ತಿನ್ನಲು ಆರಂಭಿಸಿದರೆ, ಅಷ್ಟೂ ಜನರಿಗೆ ತಿನ್ನಲು ಸಾಕಾಗುವಷ್ಟು ಬೆಳೆ ಬೆಳೆಯಲು ಈಗಿರುವ ಭೂಮಿ ಸಾಕೇ? ಇನ್ನೂ ಹೆಚ್ಚಿನ ಭೂಮಿ ಬೇಕು, ಕೃಷಿಕರು ಬೇಕು, ಹಾಗಾಗಿ ಈ ವ್ಯತ್ಯಾಸವನ್ನು ತೂಗಲೆಂದೇ ದೇವರೇ ಮಾಡಿದ ಸೃಷ್ಟಿಯಲ್ಲವೇ ಈ ಮೀನೂ? ಹೀಗೇ ಹೊಸ ಆಲೋಚನೆಯೆಂದು ಆಗಾಗ ಮಾಡುತ್ತಿತ್ತು.

ಸಪ್ಲೈಯರ್ ಆಗಿದ್ದಾಗ, ತುಂಬಾ ಓಡಾಡುತ್ತಿದ್ದೆ, ನೂರಾರು ಜನರೊಡನೆ ಮಾತಾಡುತ್ತಿದ್ದೆ, ಒಬ್ಬೊಬ್ಬರದೂ ಒಂದೊ0ದು ರೀತಿಯ ಆರ್ಡರ್, ಬಿಲ್, ಚಿಲ್ಲರೆ, ಟಿಪ್ಸ್, ಪೆಪ್ಪರ್, ಸಾಲ್ಟ್, ಸಿಗರೇಟ್, ಲೈಟರ್, ಟಿಶ್ಯೂ ಪೇಪರ್... ಹೀಗೇ ನನ್ನನ್ನು

ದಿನವಿಡೀ ಲವಲವಿಕೆಯಿಂದಿರಿಸಲು ಹತ್ತಾರು ಕಾರಣಗಳಿದ್ದವು. ಅದೂ ಅಲ್ಲದೆ ಕೆಲಸವಿಲ್ಲದಿದ್ದಾಗ ಟಿ.ವಿ. ನೋಡುತ್ತಾ ಮೆಟ್ಟಿಲ ಮೇಲೆ ಕೂತಿರುತ್ತಿದ್ದೆ. ಆದರೆ ಈ ಅಡಿಗೆ ಮನೆಯ ಕೆಲಸ ನನಗೇಕೋ ಬೇಜಾರಾಗುವಂತಿತ್ತು. ಅದೇ ಪಾತ್ರೆ, ಅದೇ ಸ್ಟವ್, ಅದೇ ಆರ್ಡರ್ ಗಳು, ಅದೇ ರೀತಿಯ ಕೆಲಸ. ಅಲ್ಲದೇ ಅಡಿಗೆ ಮನೆಯ ಹಬೆಗೆ ಸಂಜೆ ಆರಕ್ಕೆಲ್ಲ ತಲೆ ನೋಯುವಂತಾಗುತ್ತಿತ್ತು. ಭಟ್ಟರಂತೂ ಒಂದು ನಿಮಿಷ ಬಿಡುವಿಲ್ಲದೆ ಕೆಲಸ ಮಾಡುತ್ತಿದ್ದರು. ನಾವು ಆಗಾಗ ಮಾತಾಡುತ್ತಿದ್ದೆವಾದರೂ, ಆ ಸ್ಟವಿನ ಉರಿಯ ಶಬ್ಧದ ಮುಂದೆ ನಮ್ಮ ಮಾತಿನ ಶಬ್ಧಕ್ಕೆ ಬೆಲೆಯೆಲ್ಲಿ? ಹೀಗಾಗಿ ಏನೋ ಒಂದು ರೀತಿಯ ಏಕತಾನತೆ ನನ್ನ ಕಾಡಹತ್ತಿತ್ತು. ನನ್ನ ಜೀವನವನ್ನೊಮ್ಮೆ ಹಿಂತಿರುಗಿ ನೋಡಿದಾಗ, ನನ್ನ ಜೀವನಕ್ಕೆ ಅರ್ಥವೇ ಇಲ್ಲವೆಂದೆನಿಸಿತ್ತು. ನಾನು ಮಾಡಬೇಕೆಂಬುದಾದರೂ ಏನಾಗಿತ್ತು? ಈಗ ಮಾಡುತ್ತಿರುವುದೇನು? ಒಂದಕ್ಕೊ0ದು ತಾಳೆಯೇ ಇಲ್ಲದಂತಾಗಿದೆ. ಮಿಲಿಟರಿ ಸೇರಬೇಕು ಎಂದಷ್ಟೇ ಗೊತ್ತು. ಎಲ್ಲಿ? ಹೇಗೆ? ಯಾರನ್ನು ಭೇಟಿ ಮಾಡುವುದು? ಮಿಲಿಟರಿಗೆ ಆಯ್ಕೆ ಮಡುವ ದಿನ? ಜಾಗ? ಯಾವುದೂ ಗೊತ್ತಿಲ್ಲ. ಸೀನನಿಗೂ ಇದರ ಬಗ್ಗೆ ಗೊತ್ತಿಲ್ವಂತೆ? ಪಾಪ; ಅವನಿಗಾದರೂ ಮಿಲಿಟರಿ ಬಗ್ಗೆ ಹೇಗೆ ತಿಳಿದೀತು? ಯಾರನ್ನು ಕೇಳುವುದು? ಕಪುರ್ ಜೀ, ಸೇಟ್ ಜೀ, ವಿಕ್ರಂ ಭಾಯಿ ಇವರೆಲ್ಲರೂ ಬಿಜಿನಸ್ ಮ್ಯಾನ್ಗಳೇ. ತಮ್ಮ ಅಂಗಡಿ ಬಗ್ಗೆ, ಅಲ್ಲಿನ ವ್ಯಾಪಾರದ ಬಗ್ಗೆ ಕೇಳಿದರೆ ಏನಾದರೂ ಹೇಳಿಯಾರು. ಎಲ್ಲ ಬಿಟ್ಟು ಮಿಲಿಟರಿ ಬಗ್ಗೆ ಕೇಳಿದರೆ ಪಾಪ ಅವರಾದರೂ ಏನೆಂದು ಉತ್ತರಿಸಿಯಾರು? ಹೀಗೇ ಯೋಚಿಸುತ್ತಾ ನಕ್ಷತ್ರಗಳನ್ನೇ ನೋಡುತ್ತಾ ಇದ್ದೆ. ನನಗೇ ತಿಳಿಯದಂತೆ ನಿದ್ರೆ ಹತ್ತಿತ್ತು.

* * * * *

4

“ಹಾಯ್! ಏನಿವತ್ತು ತುಂಬಾ ಡಲ್ ಆಗಿದೀರ? ಯಾವಾಗ್ಲೂ ಇರೋ ಎಂಥು ನೇ ಇಲ್ಲ? ಏನು? ಸ್ಟಿಲ್ ಇನ್ ಹ್ಯಾಂಗೋವರ್ ಆರ್ ಆಲ್ ರೈಟ್?” ಎಂದು ಕೇಳಿ ಕಿಸಕ್ಕನೆ ನಕ್ಕಳು. “ಇಲ್ಲಪ್ಪ ಹಾಗೇನಿಲ್ಲ. ಯಾಕೋ ಸ್ವಲ್ಪ ಬೇಜಾರು” ಅಂದೆ. "ಹೌದು. ಅಂದ ಹಾಗೆ ಏನು ನಿಮ್ಮ ಫ್ರೆಂಡ್ ಕಾನ್ತಾನೇ ಇಲ್ಲ ನೌ ಎ ಡೇಸ್. ಬ್ರೇಕಪ್ಪಾಯ್ತ? ಗರ್ಲ್ ಫ್ರೆಂಡ್ ಜೊತೆ ಬ್ರೇಕಪ್ ಆಗೋದು ಗೊತ್ತು. ಇದೇನ್ರೀ ಬಾಯ್ಸ್ ಮಧ್ಯನೇ ಬ್ರೇಕಪ್ಪಾ?” ಅಂತ ಹೇಳಿ ಮತ್ತೊಮ್ಮೆ ಕಿಸಕ್ಕನೆ ನಕ್ಕಳು. ಹೌದಲ್ವಾ? ಇತ್ತೀಚೆಗೆ ಸೀನ ನನ್ನ ಜೊತೆ ಸ್ವಿಮ್ಮಿಂಗ್ ಬರ್ತಾನೆ ಇಲ್ಲ. ಕೇಳುದ್ರೆ, ಶಿವಪೂಜೆಲಿ ಕರಡಿಮರಿ ನಾನ್ಯಾಕ್ಲಾ?” ಅಂತಾನೆ. ಸರಿ ಸುಮಾರು ಎರಡು ತಿಂಗಳಾಯ್ತು ಸೀನ ನನ್ ಜೊತೆ ಈಜಾಡೋಕೆ ಬಂದು. ಈಜಾಡೋದು ಅಂದ್ರೆ ಅವನಿಗೇನೂ ಅಸೆ ಇಲ್ಲ. ನನಗೋಸ್ಕಾರಾನೇ ಬರ್ತಿದ್ದ. ಇವಳ ಪರಿಚಯವಾಗಿ ನಾನು – ಇವಳು ತುಂಬಾ ಮಾತಾಡೋದು ಶುರು ಮಾಡಿದ ಮೇಲೆ ಅಚಾನಕ್ಕಾಗಿ ನನ್ ಜೊತೆ ಬರೋದು ಬಿಟ್ಟಿದ್ದ. ಹೌದು, ಎರಡು ತಿಂಗಳಾಯ್ತಲ್ವೇ ಶೆಫಾಲಿಯ ಸ್ನೇಹವಾಗಿ. ಅದೂ ಸ್ನೇಹವಾಗಿದ್ದಾದ್ರೂ ಹೇಗೆ? ನನ್ನ ಬಗ್ಗೆ ಅವಳಿಗೆ ಗೊತ್ತಿದ್ದದ್ದೆಲ್ಲಾ, ನಾನೊಬ್ಬ ಒಳ್ಳೆ ಸ್ವಿಮ್ಮರ್ ಅಂತ ಅಷ್ಟೇ. ಈಗೆ ನನ್ನ ಊರು, ಪೂರ್ವಾಪರ, ನನ್ನ ಕೆಲಸ, ಇದಾವುದರ ಬಗ್ಗೆಯೂ ಅವಳಿಗೆ ಗೊತ್ತಿರಲಿಲ್ಲ. ಬರೀ ಹಾಯ್ - ಬಾಯ್ಗಳಷ್ಟೇ ಆಗಿತ್ತು.

ಸುಮಾರು ಎರಡು ತಿಂಗಳ ಹಿಂದಲ್ವೇ? ಅವಳು –ಅವಳ ಸ್ನೇಹಿತರೊಂದಷ್ಟು ಜನರ ಜೊತೆ ನಮ್ಮ ಬಾರಿನ ಕ್ಯಾಷ್ ಕೌಂಟರ್ ಮುಂದೆ ನಿಂತಿದ್ದಿದ್ದು. ಸೀನನೇ ನನಗೆ ತೋರುಸ್ದ “ಇದೇನ್ಲಾ? ಇವಳು ಇಲ್ಲಿ? ನಿನ್ನ ಉಡುಕ್ಕೊಂದು ಬಂದವ್ಳಾ ಹೆಂಗೇ"? ಎಂದು ಕೇಳಿದ್ದ. “ಇಲ್ವಲ್ಲಾ? ನಾನಿಲ್ಲಿರೋದು ಇವಳಿಗೆ ಗೊತ್ತಿಲ್ಲ. ಗೊತ್ತಿದ್ರೂ ನನ್ನ ಹುಡುಕಿ ಬರುವಷ್ಟು ಸ್ನೇಹವಾಗಲೀ ಬಂಧವಾಗಲೀ ನಮಗಿಲ್ಲ ಎಂಬ೦ತೆ ಬಿಟ್ಟ ಕಣ್ಣು ಬಿಟ್ಟಂತೆ ನೋಡುತ್ತಾ ನಿಂತಿದ್ದೆ. ಸಡನ್ನಾಗಿ ನನ್ನ ಕಡೆ

ನೋಡಿದ್ದೇ ತಡ – 'ಹಾಯ್ ನೀವೇನ್ರೀ ಇಲ್ಲಿ?" ಅಂದ್ಳು. "ನಾನಿಲ್ಲೇ ಕೆಲಸ ಮಾಡ್ತಾ ಇರೋದು - ಸಪ್ಲೇಯರ್ ಆಗಿ. ನನಗೆ ಮನೆ-ಮಠ ಎಲ್ಲಾ ಇದೇನೇ"ಅಂತ ಹೇಳಿದೆ. "ಓಹ್" ಈಸ್ ಇಟ್? ಏನಿಲ್ಲ, ಇವತ್ತು ನನ್ನ ಫ್ರೆಂಡ್ ಮನೇಲಿ ಪಾರ್ಟಿ ಇಂಡಿಯಾ - ಇಂಗ್ಲೆ0ಡ್ ಕ್ರಿಕೆಟ್ ಮ್ಯಾಚ್ ಬೇರೆ ಇದ್ಯಲ್ವಾ? ಸೋ ಹಾಗೇ ಮ್ಯಾಚ್ ನೋಡ್ತಾ ಬೀಯರ್ ಪಾರ್ಟಿ ಮಾಡಾಣ ಅಂತ. ಬೀಯರ್ ಪಾರ್ಸಲ್ ತಗೋಳಕೆ ಬಂದಿದ್ವಿ. ಸೀಯು ಲೇಟರ್ ಅಟ್ ಸ್ವಿಮ್ಮಿಂಗ್ ಪೂಲ್" ಅಂತ ಕಿಸಕ್ಕನೆ ಸ್ಮೈಲ್ ಕೊಟ್ಟು ಹಾರಿಹೋದ್ಳು. "ಇದೇನ್ಲಾ ಇವ್ಳು, ನಮ್ಮೂರ್ ಹೆಂಗಸ್ರು ಅಂಗ್ಡೀಗೆ ಸಕ್ರೆ, ಕಾಫಿ ಪುಡಿ ತರಾಕೆ ಓಗಲ್ಲ, ಗಂಡ್ಮಕ್ಕುಳನ್ನ ಕಳಿಸ್ತಾರೆ. ಈ ಬಾಂಬೆ ಉಡ್ಗೀರು ನೋಡಿದ್ರೆ ಬಾಟಲ್ ತೊಗಾಳಕೆ ಬಾರ್ ಗೇನೇ ಬತ್ತಾರೆ", ಅಂದೆ. "ಅಯ್ಯೋ, ಬುದ್ದೂ, ನೀನಿನ್ನಾ ಎಲ್ಲಿ ಇದೀಯ, ಪ್ರಪಂಚಾನ ಸರ್ಯಾಗಿ ನೋಡು" ಅಂತ ಹೇಳಿ ಸೀನ ಒಳ ಹೋದ.

* * * * *

"ಹಲೋ! ವಾಟ್ ಥಿಂಕಿ0ಗ್ ಮ್ಯಾನ್"? ಅಂದ ಅವಳ ಮಾತಿಗೆ ಮತ್ತೆ "ಹೂ! ಇಲ್ಲೇ ಇದೀನಿ. ಏನೋ ಯೋಚ್ನೆ ಮಾಡ್ತಾ ಇದ್ದೆ" ಅಂತ ಅವಳತ್ತ ತಿರುಗಿದೆ. "ಓಕೆ, ಕಮಾನ್, ಲೆಟ್ಸ್ ಗೋ ಅಂಡ್ ಹ್ಯಾವ್ ಎ ವಡಾ ಪಾವ್" ಅಂತ ಅಂದವಳೇ ಜುಯ್ ಅಂತ ಸ್ಕೂಟಿ ಸ್ಟಾರ್ಟ್ ಮಾಡಿದ್ಳು. ಹತ್ತೇ ನಿಮಿಷ ಬೀಚ್ ಬಳಿಯ ಮನ್ ದೀಪ್ ಸಿಂಗ್ ವಡಾಪಾವ್ ಅಂಗಡಿ ಮುಂದೆ ಬಂದಿದ್ವಿ. ಹೌದು. ಇತ್ತೀಚೆಗೆ ಶೆಫಾಲಿ ಪರಿಚಯವಾದ ಮೇಲಂತೂ, ವಾರಕ್ಕೊಮ್ಮೆ ಇಲ್ಲಿ ಬಂದು – ವಡಾಪಾವ್ ತಿನ್ನೋದು ಮಾತ್ರ ತಪ್ಪಿಸಿಲ್ಲ. ಒಂದು ವಡಾ-ಪಾವ್, ಒಂದು ಅದರತ್ ಕೀ ಚಾಯ್ ಕುಡಿದು ಮನಸಾರೆ ಹರಟೆ ಹೊಡೆಯೋದು ನಮ್ಮ ದಿನಚರಿ ಅಲ್ಲಲ್ಲ ವಾರಚರಿಯಾಗೋಗಿದೆ. ಇತ್ತೀಚೆಗೆ ಶೆಫಾಲಿಯ ಕನ್ನಡವೂ ಅಷ್ಟೇ ಸ್ಪಷ್ಟವಾಗತೊಡಗಿದೆ. ಅವಳಿಗೆ ಮುಂಚೆಯೂ ಕನ್ನಡ ಮಾತಾಡಲು ಬರುತ್ತಿತ್ತಾದರೂ, ಮಾತಾಡಲು ಜೊತೆಗಾರರಿಲ್ಲದೆ ಮಾತಾಡದೆ ತಡಬಡಿಸುತ್ತಿದ್ದಳಷ್ಟೇ. ಅವಳ ಪರಿಚಯವಾದ ಹೊಸತರಲ್ಲಿ ನನ್ನ ಕನ್ನಡ ಅವಳಿಗೆ ಅರ್ಥವಾಗದು, ಅವಳ ಹಿಂದಿ ನನಗೆ ಬಾರದು ಎಂಬ0ತಿತ್ತು ಪರಿಸ್ಥಿತಿ, ಈಗ ಸ್ವಲ್ಪ ಪರವಾಗಿಲ್ಲ.

"ಮತ್ತೆ ಏನು ಅಷ್ಟು ಡೀಪಾಗಿ ಯೋಚ್ನೆ ಮಾಡ್ತಾ ಇರೋದು? ನನ್ನ ಹತ್ರಾನೂ ಹೇಳಲ್ವಾ?" ಎಂದು ಪಕ್ಕ ಬಂದು ಕುಳಿತಳು. ಅಂದೇಕೋ ನನ್ನ ಮನಸಿನಲ್ಲಿರುವುದನ್ನೆಲ್ಲಾ ಇವಳೊಡನೆ ಹಂಚಿಕೊಳ್ಳಬೇಕೆ0ದುಕೊಳ್ಳುವಷ್ಟು ಆತ್ಮೀಯಳೆನ್ನಿಸತೊಡಗಿದಳು. ನನ್ನ ಊರು, ಬಾಲ್ಯ, ಚಿಕ್ಕಮ್ಮ, ಹಸು, ಹೀಗೇ ನನ್ನ ಜೀವನದ ಕಥೆಯನ್ನೆಲ್ಲಾ ಪಟಪಟನೆ ಅವಳೊಡನೆ ಹೇಳಿದೆ. ನನಗೇ

ಗೊತ್ತಿಲ್ಲದೆ ಕಣ್ಣಿಂದ ನಾಲ್ಕು ಹನಿ ನೀರೂ ಬಿದ್ದಿತ್ತೇನೋ? ನನ್ನ ಕಥೆಯನ್ನೆಲ್ಲಾ ಕೇಳಿ ಅವಳಿಗೆ ಇದಾವುದೋ ಸಿನಿಮಾದ ಕಥೆಯೋ ಎಂಬ0ತಾಗಿತ್ತು. ಅವತ್ತು ನಾನು ಅವಳಿಗೆ ಒಂದು ವಿಚಿತ್ರ ವಸ್ತುವಾಗಿ ಕಂಡಿರಲಿಕ್ಕೂ ಸಾಕು. "ನೋಡೋಕೆ ಎಷ್ಟು ಚನ್ನಾಗಿ ನಗ್ತಾ ಇರ್ತೀಯ! ನಿನ್ನೊಳಗೆ ಇಷ್ಟು ದು:ಖ ಇದ್ಯಾ. ಓ ಎಂ ಜಿ ಇಟ್ಸ್ ಓಕೆ! ಕಮಾನ್... ಕಣ್ಣೀರು ಒರುಸ್ಕೋ. ತಗೋ ಕರ್ಚೀಫ್. ನಿನ್ನ ಮಿಲಿಟರಿಗೆ ಸೇರಿಸೋದು ನನ್ನ ರೆಸ್ಪಾನ್ಸಿಬಿಲಿಟಿ. ನಿನ್ನಂತ ಒಬ್ಬ ಒಳ್ಳೆ ಫ್ರೆಂಡ್ ಸಿಕ್ಕಿದಾನಲ್ವ? ನಿನಗೆ ನನ್ನ ಕಡೆಯಿಂದ ಇದೇ ಗಿಫ್ಟ್. ಓಕೆ? ಚೀರಪ್" ಎಂದು ನನ್ನ ಕೈ ಮೇಲೆ ಕೈ ಇಟ್ಟು ನನ್ನನ್ನೇ ದಿಟ್ಟಿಸತೊಡಗಿದಳು. ನನಗೂ ಏನೋ ಒಂಥರಾ ಸಮಾಧಾನ. ಅಂತೂ ಕಡೆಗೂ ನನ್ನ ಮಿಲಿಟರಿ ಸೇರೋ ಅಸೆ ಈಡೇರಿದ ಹಾಗಾಯ್ತು ಅಂತ ಖುಷಿಯಲ್ಲಿ ತೇಲಾಡತೊಡಗಿದೆ. "ಸಂಜೆ ಆಯ್ತು ಬಾ, ಡ್ರಾಪ್ ಮಾಡ್ತೀನಿ" ಅಂದಳು, "ಬೇಡ ನೀ ಹೋಗು, ನಾನಿಲ್ಲೇ ಇರ್ತೀನಿ. ಚಂದ್ರನ ಬೆಳಕಲ್ಲಿ ಮೇಲೇರಿ ಬರ್ತಾ ಇರೋ ಅಲೆಗಳನ್ನು ನೋಡಬೇಕು ಅನ್ನಿಸ್ತಿದೆ" ಅಂದೆ. ಸರಿ ಬೈ ನೆಕ್ಸ್ಟ್ ವೀಕ್ ಗೆಟ್ ರೆಡಿ; ಐ ಹ್ಯಾವ್ ಎ ಸರಪ್ರೈಸ್ ಫಾರ್ ಯು" ಅಂತ ಸ್ಕೂಟಿ ಏರಿ ಹೊರಟಳು. ನಾನು ಸಮುದ್ರದ ಮಧ್ಯದಿಂದ ಉಕ್ಕಿ ಮೇಲೇರಿ ಬರುತ್ತಿರುವ ಅಲೆಗಳನ್ನೇ ನೋಡುತ್ತಾ ಮರಳ ಮೆಲೆ ಕುಳಿತೆ.

* * * * *

"ಐ ಯಾಮ್ ರಿಯಲಿ ವೆರಿ ಸಾರಿ; ಮಿಲಿಟರಿಗೆ ಸೆಲೆಕ್ಟ್ ಆಗಲು ಬೇಕಾದ ದೈಹಿಕ ಅರ್ಹತೆಗಳು ನಿನಗಿಲ್ವಂತೆ", ಶೆಫಾಲಿಯ ಮಾತುಗಳನ್ನು ಕೇಳಿ ನನ್ನ ಕಂಬನಿ ತುಂಬಿ ಬಂತು. ಹೌದು, ಹೋದವಾರ ನಡೆದ ರನ್ನಿಂಗ್, ಜಂಪಿ0ಗ್ ಗಳಲ್ಲಿ ನನ್ನ ಪ್ರತಿಭೆ ಏನೆಂದು ನನಗೇ ಗೊತ್ತಾಗಿತ್ತು. ಅದು ಶೆಫಾಲಿ ಬಾಯಿಬಿಟ್ಟು ಹೇಳುವುದೇ ಬೇಕಿರಲಿಲ್ಲ. ಅಲ್ಲಿ ಬಂದಿದ್ದ ಇತರ ಅಭ್ಯಥಿಗಳು ರನ್ನಿಂಗ್, ಜಂಪಿ0ಗ್, ದೇಹದಾರ್ಢ್ಯತೆ, ವಿದ್ಯಾರ್ಹತೆ, ಹಿಂದಿ - ಇಂಗ್ಲೀಷ್ ಭಾಷೆಗಳೆಲ್ಲದರಲ್ಲೂ ತುಂಬಾ ಮುಂದಿದ್ದರು. ಅವರ ಮುಂದೆ ನನ್ನ ರನ್ನಿಂಗ್, ಜಂಪಿ0ಗ್ ಗಳಂತೂ ಆಲದಮರದ ಮುಂದ ತುಳಸಿಗಿಡ ಎಂಬ0ತಿತ್ತು. ಇನ್ನೇನು? ಹಾಗಾದರೆ ನಾನು ಮಿಲಿಟರಿ ಸೇರುವ ಎಲ್ಲಾ ಬಾಗಿಲುಗಳೂ ಮುಚ್ಚಿದಂತೆಯೇ. ತುಂಬಾ ದಿನಗಳ ನಂತರ ಮನ ಬಿರಿಯೆ ಅತ್ತೆ. ಅತ್ತೂ ಅತ್ತೂ ಕಣ್ಣೀರು ಖಾಲಿಯಾಯ್ತೇ ವಿನ: ಮನಸ್ಸಿಗೆ ಸಮಾಧಾನವಾಗುವಂತೆಯೇ ಇಲ್ಲ. ಹೀಗೇ ಎಷ್ಟು ಹೊತ್ತು ಅಳುತ್ತಾ ಕೂತಿದ್ದೆನೋ ಆ ದೇವರಿಗೇ ಗೊತ್ತು.

"ಮಿ|| ಬಸವರಾಜ್! ಅಪ್ಕೋ ಮೇಡಂ ಬುಲಾ ರಹೇ ಹೈ" ಅಂತ ನನ್ನನ್ನೇ ಕೂಗಿ ಹೇಳಿದ್ದ ಆ ವ್ಯಕ್ತಿ. ನಾನು - ಶೆಫಾಲಿ ಒಬ್ಬರಿಗೊಬ್ಬರು ಮುಖ-ಮುಖ ನೋಡಿಕೊಂಡು ಏನೂ ಅರ್ಥವಾಗದವರಂತೆ. ಮೇಡಂ ಬುಲಾ ರಹೇ ಹೈ ಅಂದ್ರೆ

ಯಾರು ಕರೀತಾ ಇದಾರೆ? ನನ್ನನ್ನಾ ನಿನ್ನನ್ನಾ? ಅಥವಾ ಬೇರೆ ಯಾರಾದರನ್ನೋ ಕರೀತಿರಬಹುದಾ? ಬಸವರಾಜು ಅಂತ ಹೆಸರಿಟ್ಟು ಬೇರೆ ಹೇಳಿದ್ದಾನೆ ಅಂದರೆ ಖಂಡಿತಾ ನನ್ನನ್ನೇ. ಬಸವರಾಜು ಅನ್ನೋ ಹೆಸರು ನಾಮಕರಣ ಮಾಡಿದ್ದು ಕೂಡ ಈ ಶೆಫಾಲಿಯೇ. ಸರಿ. ಯಾರು ಕರೀತಿದಾರೋ ನೋಡೇಬಿಡೋಣ ಎಂದು ಒಳಗೆ ಹೋದೆ. ಒಳಗೆ ಚಿಕ್ಕದೊಂದು ಮೀಟಿಂಗ್ ಹಾಲ್. ಟೇಬಲ್ ಹಾಗೂ ಅದರ ಸುತ್ತಲೂ ಒಂದು ಆರೋ – ಎಂಟೋ ಚೇರುಗಳು. ನನ್ನನ್ನು ಒಳಗೆ ಕಳಿಸಿ, ಶೆಫಾಲಿ ಅಲ್ಲೇ ರಿಸೆಪ್ಷನ್ ಹತ್ರ ಯಾವುದೋ ನ್ಯೂಸ್ ಪೇಪರ್ ಓದುತ್ತಾ ಕುಳಿತಳು. ನಾನು ಒಳಗೆ ಹೋದವನೇ "ನಮಸ್ತೆ ಮೇಡಂ" ಅಂದೆ. "ಓ ನಮಸ್ತೆ, ಮಿ. ಬಸವರಾಜ್, ಪ್ಲೀಸ್ ಕಂ, ಸಿಟ್" ಅಂತ ಬರಮಾಡಿಕೊಂಡರು. ಸುಮಾರು ಐವತ್ತು ವರ್ಷ ವಯಸ್ಸಿನ ಮಹಿಳೆ. ಮಿಲಿಟರಿಯ ಯಾವುದೋ ಉನ್ನತ ಹುದ್ದೆಯಲ್ಲಿದಾರೆ ಅಂತ ನೋಡಿದರೇ ಗೊತ್ತಾಗುತ್ತಿತ್ತು. ಗಡಸು ಮುಖ, ಸುಮಾರು ಐದುವರೆ ಅಡಿಗೆ ಕಡಿಮೆ ಇಲ್ಲದ ಎತ್ತರ. ಮಿಲಿಟರಿ ಯೂನಿಫಾರಂ ತೊಟ್ಟಿದ್ದಳು. ಮದುವೆಯಾಗಿದೆಯೋ ಇಲ್ಲವೋ ಗೊತ್ತಿಲ್ಲ. ಟೇಬಲ್ನ ಮೂಲೆಯ ಚೇರ್ ಒಂದರ ಮೇಲೆ ಕೂತು ಯಾವುದೋ ಒಂದಷ್ಟು ಫೈಲುಗಳ ಮೇಲೆ ಸಹಿ ಮಾಡೋದರಲ್ಲಿ ಬಿಜಿಯಾಗಿದ್ದಂತಿತ್ತು. “ಪ್ಲೀಸ್ ಗಿವ್ ಮಿ ಟೆನ್ ಮಿನಿಟ್ಸ್” ಅಂತ ಹೊರಟ ಮಾತು ನನ್ನನ್ನೇ ಉದ್ದೇಶಿಸಿ ಹೇಳಿದಂತಿತ್ತು. ಅಲ್ಲಿದ್ದ ಫೈಲುಗಳ ಮೇಲೆ ಸಹಿ ಮಾಡಿ, ಒಂದು ಹತ್ತು ನಿಮಿಷ ಬಿಟ್ಟು ನನ್ನತ್ತ ತಿರುಗಿ ಮಾತನಾಡಹತ್ತಿದರು.

“ಸೋ ಯು ಆರ್ ಮಿ. ಬಸವರಾಜ್, ಮಿಲಿಟರಿಗೆ ಸೇರಬಯಸುವವರ ದೈಹಿಕ ಸಾಮರ್ಥ್ಯ ಅರ್ಹತೆಗಳನ್ನು ಶಿಫಾರಸ್ಸು ಮಾಡುವ ಕಮಿಟಿಯಲ್ಲಿ ನಾನು ಉನ್ನತ ಹುದ್ದೆಯಲ್ಲಿದ್ದೇನೆ. ನಿಮ್ಮ ಫೈಲಿನ ಮೇಲೆ ಕಣ್ಣಾಡಿಸುವಾಗ, ಒಂದು ಐಡಿಯಾ ಹೊಳೆಯಿತು. ನಿಮ್ಮ ಹೈಟು, ವೈಟುಗಳು ಮಿಲಿಟರಿ ಅರ್ಹತೆಗೆ ತಕ್ಕದಾಗಿಲ್ಲವಾದ್ದರಿಂದ ನಿಮ್ಮನ್ನು ಆಯ್ಕೆ ಮಾಡಲಾಗುತ್ತಿಲ್ಲ. ಸಾರಿ. ಆದರೆ ಐ ಹ್ಯಾವ್ ಕಮ್ ಟು ನೋ ದಟ್ ಯೂ ಆರ್ ಎ ಗುಡ್ ಸ್ವಿಮ್ಮರ್. ವಿ ಹ್ಯಾವ್ ಎ ಟೀಂ ಕಾಲ್ಡ್ ರೆಸ್ಕ್ಯೂ ಟಾಸ್ಕ್‌ಫೋರ್ಸ್ ಟೀಮ್. ಭೂಕಂಪ, ಚಂಡಮಾರುತಗಳ0ತಹ ಸಂಕಷ್ಟ ಪರಿಸ್ಥಿತಿಗಳಲ್ಲಿ ಜನರನ್ನು ಕಾಪಾಡಲೆಂದೇ ಇರುವ ಟೀಮ್ ಅದು. ರನ್ನಿಂಗ್, ಜಂಪಿ0ಗ್, ಜೀಪ್ ಡ್ರೈವಿಂಗ್ ಗಳಂತಹ ಅರ್ಹತೆ ಇರೋರು ತುಂಬಾ ಜನ ಸಿಗ್ತಾ ಇದ್ದಾರೆ. ಆದರೆ ಸ್ವಿಮ್ಮಿಂಗ್ ತುಂಬಾ ಚೆನ್ನಾಗಿ ಗೊತ್ತಿರೋರು ತುಂಬಾ ಕಡಿಮೆ ಪ್ರೊಫೈಲ್ ಬರ್ತಿದೆ ನಮಗೆ. ಹಾಗಾಗಿ ಸ್ವಿಮ್ಮಿಂಗ್ ಕೆಟಗರೀಲಿ ನಿಮಗೆ ಅವಕಾಶ ನೀಡಬಹುದಾ ಅಂತ ಒಂದು ಐಡಿಯಾ ಬಂತು. ಸೋ ಐ ಕಾಲ್ಡ್ ಯು. ಪ್ಲೀಸ್ ಗೋ ಅಂಡ್ ಕಮ್ ಬ್ಯಾಕ್ ಬೈ ಥ್ರೀಥರ್ಟಿ ಪಿ.ಎಂ. ಯು ಕ್ಯಾನ್ ಹ್ಯಾವ್ ಎ

ಸ್ವಿಮ್ಮಿಂಗ್ ಟೆಸ್ಟ್. ಗುಡ್ ಲಕ್"!. ಅವರು ಮಾತನಡುತ್ತಿದ್ದ ಹಿಂದಿ-ಇ೦ಗ್ಲೀಷನಲ್ಲಿ ನನಗೆ ಅರ್ಥವಾದದ್ದೆಷ್ಟೋ ಗೊತ್ತಿಲ್ಲ - ಆಕಾಶಕ್ಕೆ ಮೂರೇ ಗೇಣು ಎನ್ನುವಂತಾಗಿತ್ತು. ಏನೋ ಒಂದು ರೀತಿಯ ಆನಂದ. ಇಷ್ಟು ಹೊತ್ತು ಅತ್ತೂ ಅತ್ತೂ ಕಣ್ಣೀರೆಲ್ಲ ಖಾಲಿ ಅಗಿದ್ದರೂ, ಆ ಸಂತೋಷವನ್ನು ತಡೆಹಿಡಿಯಲು ನನ್ನ ಕಣ್ಣುಗಳಿಗೆ ಸಾಧ್ಯವಾಗಲಿಲ್ಲ. ಎರಡು ಹನಿ ಕಣ್ಣೀರನ್ನು ಸುರಿಸಿ ಅವು ಸಮಾಧಾನಪಟ್ಟವು. ಮುಂದೆ ಕೂತಿದ್ದ ಆ ಹೆಂಗಸು ನನ್ನ ಪಾಲಿಗೆ ದೇವರಾಗಿ ಕಂಡಿದ್ದಳು. ಅ ಸಂತೋಷದಲ್ಲಿ ನಾನೇನು ಮಾಡುತ್ತಿದ್ದೇನೆ, ಎಲ್ಲಿದ್ದೇನೆ ಎಂಬುದರ ಪರಿವೆಯೇ ಇರಲಿಲ್ಲ. ನೇರ ಹೋಗಿ ಆ ಹೆಂಗಸಿನ ಶೂ ಮುಟ್ಟಿ ಕಾಲು ಮುಟ್ಟಿ ನಮಸ್ಕರಿಸಿದೆ. “ಹೇ ವಾಟ್ ಈಸ್ ದಿಸ್ ನಾನ್ಸೆನ್ಸ್” ಎಂದು ಗದರಿ ಆಕೆ ಸರಕ್ಕನೆ ತನ್ನ ಶೂ ಮೆಟ್ಟಿದ್ದ ಕಾಲುಗಳನ್ನು ಹಿಂದೆ ಸರಿಸಿದಳು. ಅವಳ ಪಾಲಿಗೆ ನನ್ನ ಸಂತೋಷದ ಕಣ್ಣೀರು, ನಯ-ವಿನಯ ಮುಗ್ಧತೆಯನ್ನು ಕಂಡು ಪಾಪ ಏನನ್ನಿಸಿತೋ “ಜಾವೋ ಬೇಟಾ! ಮೇ ಜೀಸಸ್ ಬ್ಲೆಸ್ ಯು” ಎಂದು ಹೇಳಿ ಕತ್ತಿನ ಸುತ್ತ ಸುತ್ತಿದ್ದ ಶಿಲುಬೆಯ ಸರವನ್ನು ಒಮ್ಮೆ ಕಣ್ಣಿಗೊತ್ತಿಕೊಂಡಳು.

ಮೀಟಿಂಗ್ ರೂಮಿಂದ ಆಚೆ ಬಂದು ಎಡಗಡೆ ತಿರುಗಿದರೆ ಅಲ್ಲೇ ಚೇರ್ ಒಂದರ ಮೇಲೆ ಕೂತು ಯಾವುದೋ ಪೇಪರ್ ಓದುತ್ತಾ ಕುಳಿತಿದ್ದಳು ಶೆಫಾಲಿ. ನನ್ನಡೆಗೆ ತಿರುಗಿ ಏನಾಯ್ತು ಎಂಬ೦ತೆ ಸನ್ನೆ ಮಾಡಿದಳು. ಓಡಿ ಬಂದ ನಾನು ಅವಳ ಬಳಿ ಒಳಗೆ ನಡೆದದ್ದೆಲ್ಲಾ ಘಟ ಘಟ ಎಂಬ೦ತೆ ವರದಿ ಒಪ್ಪಿಸಿದೆ. ಶೆಫಾಲಿಯ ಕಣ್ಣಿನಲ್ಲಿ ಸಂತೋಷ ಎಂಬುದು ಎದ್ದು ಕಾಣುತ್ತಿತ್ತು. “ವ್ಹಾಹ್ ಗ್ರೇಟ್, ಯೂ ಹ್ಯಾವ್ ಡನ್ ಇಟ್” ಎಂದು ಬಿಗಿಯಾಗಿ ತಬ್ಬಿಕೊಂಡಳು. ಎಲ್ಲೋ ಇದ್ದ ನನ್ನನ್ನು ಇಲ್ಲಿವರೆಗೆ ಕರೆತಂದು ನನ್ನ ಈ ಆನಂದಕ್ಕೆ ಕಾರಣವಾಗಿದ್ದ ಶೆಫಾಲಿಗೆ ಕೃತಜ್ಞತೆ ಹೇಳಲು ಸಹ ಮಾತುಗಳೇ ಬರದಷ್ಟು ಸಂತೋಷವಾಗಿದ್ದೆ. ಆ ಸಂತೋಷದಲ್ಲಿ ಮೂಕವಾಗಿದ್ದೆ. ಇದೆಲ್ಲಾ ನಿನ್ನಿಂದಲೇ ಆಗಿದ್ದು ಶೆಫಾಲಿ ಎಂದು ಅವಳಿಗೆ ಕೃತಜ್ಞತಾಪೂರ್ವಕ ಕೈಮುಗಿದೆ”. "ಅಯ್ಯೋ ಬುದ್ದೂ, ಅದೇನೂ ಇಲ್ಲ. ಐ ಯಾಮ್ ಜಸ್ಟ್ ಎ ಫ್ರೆಂಡ್. ನನ್ನ ಫ್ರೆಂಡ್ ಹೆಲ್ಪ್ ಕೇಳ್ದ ಮಾಡ್ದೆ. ಅಷ್ಟೆ. ನಥಿಂಗ್ ಸ್ಪೆಷಲ್, ಚಲೋ ಸ್ವಲ್ಪ ಟೀ ಕುಡಿದು ಬರೋಣ. ಥ್ರೀಥರ್ಟೀಗೆ ಸ್ವಿಮ್ಮಿಂಗ್ ಟೆಸ್ಟ್. ನೀನಿನ್ನೂ ಸೆಲೆಕ್ಟ್ ಆಗಿಲ್ಲ. ಸ್ವಿಮ್ಮಿಂಗ್ ಟೆಸ್ಟ್ಗೆ ಬರೋಕೆ ಹೇಳಿದ್ದಾರೆ, ನೆನಪಿಟ್ಕೋ. ಬಾ” ಅಂದಳು. ಹೌದು ಟೆಸ್ಟಿಗೆ ಬರೋಕೆ ಹೇಳಿದ್ದಾರೆ. ಇನ್ನೂ ಸೆಲೆಕ್ಟ್ ಆಗಿಲ್ಲ. ಆದರೆ ಒಂದ೦ತೂ ನಿಜ, ಸ್ವಿಮ್ಮಿಂಗ್ನಲ್ಲಿ ನನ್ನನ್ನು ರಿಜೆಕ್ಟ್ ಮಾಡೋಕೆ ಸಾಧ್ಯಾನೇ ಇಲ್ಲ. ಆ ದೇವರೇ ಬಂದು ನನ್ನ ಎದುರಾಳಿಯಾದ್ರೂ ನಾನು ಗೆಲ್ತೀನಿ. ನನ್ನ ಈಜಿನ ಮೇಲೆ ನನಗಷ್ಟು ನಂಬಿಕೆ” ಅಂದೆ. ಈ ಮಾತನ್ನ ಅಹಂಕಾರಕ್ಕೆ ಹೇಳಿದ್ದಲ್ಲ, ನನ್ನ

ಈಜಿನ ಮೇಲೆ ನನಗಿದ್ದ ನಂಬಿಕೆಯೇ ಹೇಳಿಸಿದ್ದ ಮಾತಾಗಿತ್ತು. "ಅದು ನನಗೂ ಗೊತ್ತು, ಬಟ್ ಬೀ ಕಾಮ್ ನೌ, ಬಾ ಟೀ ಕುಡಿಯೋಣ" ಅಂತ ಹೇಳಿದಳು. ಸರಿ ಇಬ್ಬರೂ ಅಲ್ಲೇ ಇದ್ದ ಕ್ಯಾಂಟೀನ್ ಕಡೆ ಹೊರಟೆವು.

* * * * *

ಅಬ್ಬಾ! ಇದೇನು ಸ್ವಿಮ್ಮಿಂಗ್ ಪೂಲಾ ಅಥವಾ ಸಮುದ್ರಾನಾ? ನನ್ನ ಎದೆ ಒಂದು ಕ್ಷಣ ಧಸಕ್ಕೆಂದಿತು. ಹೊಟ್ಟೆ ತುಂಬಾ ತಿಂದರೆ ಮೈ ಭಾರ ಆಗುತ್ತೆ ಅಂತ ಹೇಳಿ ನನಗೇನೂ ತಿನ್ನಕ್ಕೇ ಬಿಟ್ಟಿರಲಿಲ್ಲ- ಶೆಫಾಲಿ. ಇಬ್ರೂ ಒಂದೊ೦ದೊ ಪಾವ್-ಬಜ್ಜಿ ತಿಂದು ಟೀ ಕುಡಿದು ಬಂದಿದ್ವಿ ಅಷ್ಟೆ. ನನ್ನಲ್ಲಿ ಅದೇನೋ ಹೊಸ ಹುಮ್ಮಸ್ಸೊಂದು ತುಂಬಿ ಬಂದಿತ್ತು. ಸ್ವಿಮ್ಮಿಂಗ್ ಗೆ ಅಂತ ಅವರೇ ಕೊಟ್ಟ ವಿಶೇಷ ಉಡುಪನ್ನು ಧರಿಸಿ ಸಿದ್ಧನಾದೆ. ಅಷ್ಟರಲ್ಲೆ ಸೆಲೆಕ್ಷನ್ ಕಮಿಟಿಯವರೆಂದು ಹೇಳಿಕೊಂಡ ಇನ್ನಿಬ್ಬರು ಬಂದು ಸ್ವಿಮ್ಮಿಂಗ್ ಪೂಲಿನ ಆ ಎರಡೂ ತುದಿಗೂ ಒಬ್ಬೊಬ್ಬರು ನಿಂತರು. ಕೋಚ್ ಒಬ್ಬರು ಬಂದು ನನಗೆ ಸೂಚನೆಗಳನ್ನು ಕೊಟ್ಟರು. ಇದು ಮಿಲಿಟರಿಯ ಆಫೀಸಿನ ಒಳಗಿದ್ದ ಸ್ವಿಮ್ಮಿಂಗ್ ಪೂಲ್, ಹಾಗಾಗಿ ರಕ್ಷಣೆ ವಿಷಯ ಅಂತ ಹೇಳಿ ಶೆಫಾಲಿಯನ್ನು ನನ್ನೊಂದಿಗೆ ಒಳಗೆ ಬರಲು ಬಿಟ್ಟಿರಲಿಲ್ಲ. ಕೋಚ್ ಬಂದು ಸೂಚನೆಗಳನ್ನು ಕೊಡುತ್ತಿದ್ದಂತೆ, ನಾನು ಸಿದ್ಧನಾದೆ. ನನ್ನ ಬಿಟ್ಟು ಬೇರಾರೂ ಅಲ್ಲಿ ಸ್ವಿಮ್ಮಿಂಗ್ ಟೆಸ್ಟಿಗೆ ಬಂದಿರಲಿಲ್ಲ. ಹಾಗಾಗಿ ಬಹುಷ: ಇದು ನನಗಾಗಿಯೇ ನನೊಬ್ಬನಿಗಾಗಿಯೇ ನಡೆಯುತ್ತಿರುವ ಟೆಸ್ಟ್ ಎಂಬುದು ನನಗೆ ಖಾತ್ರಿಯಾಗಲು ಹೆಚ್ಚು ಸಮಯ ಹಿಡಿಯಲಿಲ್ಲ.

ಈ ವಿಶಾಲವಾದ ಸ್ವಿಮ್ಮಿಂಗ್ ಪೂಲನ್ನು ಎಡಬಿಡದೆ ನಾಲ್ಕು ಸುತ್ತು ಹಾಕಬೇಕೆಂದರೆ ಅದು ಖಂಡಿತ ಸುಲಭದ ಮಾತಲ್ಲ. ಕೋಚ್ ಕೂಡ ನನ್ನೊಂದಿಗೆ ಇದನ್ನೇ ಹೇಳಿದರು. ಇಷ್ಟು ಕಠಿಣ ಪರೀಕ್ಷೆ ಏಕೆ ಎಂಬುದಕ್ಕೆ ಅವರು ಕೊಟ್ಟ ಉತ್ತರವೂ ಸಮಂಜಸವೇ. ರೆಸ್ಕ್ಯೂ ಎಂದರೆ ವಿಪತ್ತಿನಲ್ಲಿ, ಭೂಕಂಪ, ಚಂಡಮಾರುತ, ಪ್ರವಾಹಗಳಂತಹ ಸಂದರ್ಭಗಳಲ್ಲಿ ಗಂಟೆಗಟ್ಟಲೆ ನೀರಲ್ಲೇ ಇರಬೇಕಾಗಬಹುದು. ಅದೂ ಊಟ ತಿಂಡಿಗಳಿಲ್ಲದೆ. ಜೊತೆಗೆ ಪ್ರಕೃತಿ ಇನ್ನೂ ವಿಕೋಪದಲ್ಲಿದ್ದರಂತೂ ಮುಗಿಯಿತು. ನಾವೂ ಜೀವದಿಂದಿರುವುದಷ್ಟೇ ಅಲ್ಲ, ಆ ಸಮಯದಲ್ಲಿ ಹತ್ತಾರು ಜೀವಗಳನ್ನುಳಿಸುವ ಕೆಲಸವೆಂದರೆ ಸುಲಭದ ಮಾತಲ್ಲ. ಹೋದ ವರ್ಷ ತಮಿಳುನಾಡಿನ ಯಾವುದೋ ಊರಲ್ಲಿ ಪ್ರವಾಹ ಉಂಟಾಗಿದ್ದಾಗ ಥಾಮಸ್ ಎಂಬುವನು ತನ್ನ ಜೀವನವನ್ನೇ ಪಣವಿಟ್ಟು ಸರಿಸುಮಾರು ಹತ್ತು ಜನರನ್ನು ಬದುಕಿಸಿದ್ದನಂತೆ. ಅದೂ ಪ್ರವಾಹದ ಈ ತುದಿಯಿಂದ ಈಜಿ ಆ ತುದಿಗೆ ಹೋಗಿ. ಅಲ್ಲಿನ ಒಬ್ಬೊರನ್ನೇ ಹೊತ್ತು ಈಜಿಕೊಂಡು ಮತ್ತೆ ಈ ತುದಿಗೆ ಬಂದು. ಅಬ್ಬಾ! ಕೋಚ್ ಹೇಳುತ್ತಿದ್ದುದನ್ನು ಕೇಳೇ ಮೈ ಜುಂ ಎಂದಿತ್ತು. ಆ ದೇವರೇ

ಎದುರಾಳಿಯಾದರೂ ಗೆಲ್ಲುತ್ತೇನೆ ಎಂದು ಬೀಗಿದ್ದ ನನ್ನ ಅಹಂಕಾರವನ್ನು ನೆನೆದು ನನಗೇ ನಾಚಿಕೆಯಯಿತು. ನನ್ನ ಈಜಿನ ಬಗ್ಗೆ ಮೊದಲ ಬಾರಿಗೆ ನನಗೇ ಸಂಶಯ ಉಂಟಾಗಿತ್ತು. ಏನಾದರಾಗಲಿ ಆ ದೇವರೇ ಕೊಟ್ಟ ಅವಕಾಶ ಇದು. ಮಣ್ಣುಪಾಲಾಗಲು ಬಿಡಬಾರದೆಂದು ಧೃಢ ನಿಶ್ಚಯ ನನ್ನಲ್ಲಿ ಮೊಳಕೆಯೊಡೆದಿತ್ತು. ಹೌದು. ಮಿಲಿಟರಿ ಸೇರಬೇಕೆಂಬ, ಹುಮ್ಮಸ್ಸಿನಲ್ಲಿ ಬರುವ ಎಷ್ಟೋ ಜನಕ್ಕೆ ಇದು ಒಂದು ಉದ್ಯೋಗಾವಕಾಶವಾಗಿದ್ದಿರಬಹುದು. ಆದರೆ ನನಗೆ ಹಾಗಲ್ಲ. ಇದೇ ಜೀವನವೆಂಬ ಆಸೆ ಎಂದಿಗೋ ಮನೆಮಾಡಿತ್ತು. ನನ್ನ ಜೀವಕ್ಕೇನು ಬೆಲೆ? ಅವ್ವನೇ? ಅಪ್ಪನೇ? ಅಣ್ಣನೆ? ತಂಗಿಯೇ? ಬಂಧು-ಬಳಗವೇ? ಮನೆಯೋ? ಏನೂ ಇಲ್ಲದ ಮನುಷ್ಯಪ್ರಾಣಿ ಅಷ್ಟೇ ನಾನು. ಹಾಗಾಗಿ ಒಂದು ಹತ್ತು ಜನರ ಪ್ರಾಣ ಉಳಿಸಿದರಷ್ಟೇ ಸಾಕು. ಜೀವನ ಸಾರ್ಥಕ. ಒಂದು ವೇಳೆ ನಾ ನಾಳೆ ಸತ್ತರೂ, ನಾಲ್ಕು ಹನಿ ಕಣ್ಣೀರು ಹಾಕುವವರೂ ಇಲ್ಲ. ಇಂತಹ ಜೀವ ಒಂದಷ್ಟು ಜೀವಗಳನ್ನು ಉಳಿಸಬಹುದಾದರೆ ಅಷ್ಟೇ ಸಾಕು ಎಂಬ ಅಚಲ ನಂಬಿಕೆಯೊಡನೆ ನನ್ನ ಮನಸ್ಸೂ ಕೂಡ ಸಿದ್ಧವಾಗಿತ್ತು.

ಕೋಚ್ ನ ವಿಶಲ್ಲಿನ ಶಬ್ಧ ಕಿವಿಗೆ ಬಿದ್ದೊಡನೆ ಜೈ ಭಜರಂಗಬಲಿ ಎಂದು ನೀರಿಗೆ ಹಾರಿದೆ. ಒಂದು – ಎರಡು – ಮೂರು ಸುತ್ತಿಗಾಗಲೇ ನನ್ನ ಮೈಯ ಶಕ್ತಿಯೆಲ್ಲಾ ಇಳಿದುಹೋಗಿತ್ತು. ಇನ್ನೊಂದು ಸುತ್ತು. ಹೇಗಾದರೂ ಮಾಡಿ ಇನ್ನೊಂದು ಸುತ್ತು ಹಾಕಿದರೆ ಸಾಕು. ನನ್ನ ಜೀವನದ ಮಹತ್ತರ ಆಸೆ ಪೂರೈಸಲು ಕೇವಲ ಒಂದು ಸುತ್ತು ದೂರ ಅಷ್ಟೇ ಎಂದು ನಿಶ್ಚಯಿಸಿ ಮೈ, ಮನಸ್ಸಿನ ಶಕ್ತಿಯೆಲ್ಲಾ ಒಟ್ಟುಗೂಡಿಸಿದೆ. ನಾನು ಪಟ್ಟ ಕಷ್ಟವನ್ನೆಲ್ಲ ಒಮ್ಮೆ ನೆನೆದೆ. ಪ್ರಾಣ ಹೋದರೂ ಸರಿ ಇನ್ನೊಂದು ಸುತ್ತು ಹಾಕಲೇಬೇಕು ಎಂದು ಮತ್ತೊಮ್ಮೆ ನನ್ನ ಒಟ್ಟೂ ಶಕ್ತಿಯನ್ನು ಒಗ್ಗೂಡಿಸಿದೆ. ಉಹೂಂ, ಸಾಧ್ಯವಾಗಲೇ ಇಲ್ಲ. ನೀರಿನಲ್ಲಿ ನಾನೇ ಮಹಾನ್ ಪರಾಕ್ರಮ ನನ್ನ ಬಿಟ್ರೆ ಇಲ್ಲ ಎಂದು ಗರ್ವಿಸುತ್ತಿದ್ದ ನನಗೆ ಆ ನೀರಿನಲ್ಲೇ ಅಹಂಕಾರವನ್ನು ಕರಗಿಸಬೇಕೆಂದು ನೆನೆಸಿದ್ದನೇನೋ ಆ ದೇವರು. ಎಷ್ಟೇ ಪ್ರಯತ್ನಿಸಿದರೂ ನನ್ನ ಕೈಕಾಲುಗಳು ಸೋತು ಹೋಗಿದ್ದವು. ತುಂಬಾ ಪ್ರಯಾಸಪಟ್ಟರೂ ಅವು ತಮ್ಮಷ್ಟಕ್ಕೇ ಸೋತು ಶರಣಾಗಿದ್ದವು. ನಾಲ್ಕನೇ ಸುತ್ತು ಈಜಾಡಲು ಸಾಧ್ಯವಾಗದೇನೇ ಮೂರು ಸುತ್ತಿಗೇ ಸುಸ್ತಾಗಿದೆ. ನೀರಿನಿಂದೆದ್ದು ಹೊರಬಂದು ಸೋತ ಮುಖದೊಡನೆ ಕೋಚ್ ಬಳಿ ನಡೆದೆ ನನ್ನ ದುರಾದೃಷ್ಟವನ್ನು ಹಳಿಯುತ್ತಾ...

“ವ್ಹಾಹ್! ಸೂಪರ್! ವ್ಹಾಟ್ ಎ ಸ್ಟಾಮಿನಾ! ಮಾರ್ವೆಲಸ್!" ಅಂದ್ರು ಕೋಚ್ ಕೈಕುಲಕಿ. ಅಷ್ಟೇ ಅಲ್ಲ ಅಲ್ಲಿ ನನ್ನ ಫೈಲ್ ಹಿಡಿದು ನಿಂತಿದ್ದ ಸೆಲೆಕ್ಷನ್

ಕಮಿಟಿಯವರೂ ಬಂದು ಭೇಷ್! ಎಕ್ಸಲೆಂಟ್ ಎಂದು ಬೆನ್ನು ತಟ್ಟಿದರು. ನಾಲ್ಕನೇ ಸುತ್ತು ಹಾಕದೇ ಸೋತು ಸಪ್ಪೆ ಮೋರೆ ಹಾಕಿ ಬಂದಿದ್ದೀನಿ. ಇವರು ನೋಡಿದ್ರೆ ಬೆನ್ನು ತಟ್ಟುತ್ತಾ ಇದ್ದಾರಲ್ಲಾ ಏನು ಕಥೆ? ಎಂದು ಏನೂ ಅರ್ಥವಾಗದವನಂತೆ ನಿಂತಿದ್ದೆ. ಭಲೇ ಎಂದರು ಅಲ್ಲಿದ್ದವರೆಲ್ಲರೂ. ಅರ್ಥವಾಗದವನಂತೆ ಸುಮ್ಮನೆ ಅವರನ್ನು ಹಿಂಬಾಲಿಸಿದೆ. ಅವರು ಕೊಟ್ಟಿದ್ದ ಸ್ವಿಮ್ಮಿಂಗ್ ಸೂಟನ್ನು ಬಿಚ್ಚಿ, ನನ್ನ ಹಳೇ ಶರ್ಟ್ - ಪ್ಯಾಂಟು ಏರಿಸಿ ಅವರ ಜೊತೆ ಹೊರಟೆ. ಸ್ವಿಮ್ಮಿಂಗ್ ಪೂಲಿಂದ ಆಚೆ ಬಂದರೆ ದೊಡ್ಡದೊಂದು ಬಾಗಿಲು. ಆ ಬಾಗಿಲನ್ನು ದಾಟಿ ಹೊರಬಂದು ಬಲಗಡೆ ತಿರುಗಿದರೆ ಒಂದು ಸಣ್ಣ ರಸ್ತೆ. ಕಾಲುದಾರಿಯಂತಹದು. ಆ ಕಾಲುದಾರಿಯಲ್ಲಿ ಸ್ವಲ್ಪ ದೂರ ನಡೆದು ಇನ್ನೊಂದು ಬಾಗಿಲ ಮೂಲಕ ಒಳಹೋದೆವು. ಅಲ್ಲೇ ಇದ್ದ ಲಿಫ್ಟನ್ನು ಏರಿ ಮೂರನೇ ಮಹಡಿಗೆ ಹೋದೆವು. ಅಲ್ಲಿ ಇನ್ನೊಂದು ರೂಮು. ಆ ರೂಮಿನ ಒಳಗೆ ಹೋದೆವು. "ಬೈಟೊ ಇದರ್" ಎಂದು ಹೇಳಿ ಹೊರಗಡೆ ಹೋದವನು ಎರಡೇ ನಿಮಿಷದಲ್ಲಿ ಇನ್ನೊಬ್ಬ ಆಫೀಸರ್ ಮತ್ತು ಆ ಮುಂಚೆ ನನ್ನೊಡನೆ ಮಾತಾಡಿದ್ದ ಹೆಂಗಸಿನ ಜೊತೆ ಒಳಗೆ ಬಂದರು. ನಾನು ಏನೂ ಅರ್ಥವಾಗದಂತೆ ಅಲ್ಲೇ ಸ್ಟೂಲೊಂದರ ಮೇಲೆ ಕುಳಿತು ಮೇಲೆ, ಕೆಳಗೆ ಗೋಡೆಗಳತ್ತಲೇ ನೋಡುತ್ತಿದ್ದೆ.

ಆ ಮಹಿಳೆ ಒಳಗೆ ಬಂದವರೇ - "ಸೋ. ಮಿ. ಬಸವರಾಜ್. ಐ ಥಿಂಕ್ ಯೂ ಆರ್ ಸೆಲೆಕ್ಟೆಡ್" ಅಂದಷ್ಟೇ ಹೇಳಿದರು. ಕೋಚ್ ಮುಂದುವರಿದು ಹೇಳಿದರು "ವೆಲ್ಡನ್ ಮೈ ಬಾಯ್, ತುಂಬಾ ಚೆನ್ನಾಗಿ ಸ್ವಿಮ್ ಮಾಡ್ತೀಯ. ಸ್ಟಾಮೀನ ಕೂಡ ಚೆನ್ನಾಗಿದೆ. ನಿಮ್ಮ ಈಜುವ ಸ್ಟೈಲ್ ಸ್ವಲ್ಪ ಚೇಂಜ್ ಮಾಡ್ಕೊಬೇಕಷ್ಟೆ. ಅದೆಲ್ಲಾ ನಾವೇ ಟ್ರೈನ್ ಮಾಡ್ತೀವಿ. ಡೋಂಟ್ ವರಿ" ಅಂದರು. ಆದರೆ ನನ್ನಲ್ಲಿದ್ದ ಯೋಚನೆ ಹಾಗೇ ಮುಂದುವರೆದಿತ್ತು. "ಕ್ಯಾ ಸೋಚ್ ರಹೇ ಹೋ" ಅಂದರು. "ಆದರೆ ನಾನು ಮೂರೇ ಸುತ್ತಿಗೆ ಸುಸ್ತಾದೆ. ನಾಲ್ಕನೇ ಸುತ್ತು ಹಾಕ್ಲೇ ಇಲ್ಲ. ನಾನು ಫೇಲಾದ್ರೂ ಸೆಲೆಕ್ಟ್ ಮಾಡುದ್ರಲ್ಲಾ? ಅದ್ಕೇ ಅರ್ಥ ಆಗ್ತಾ ಇಲ್ಲ" ಎಂದೆ. ಹ.ಹ.ಹ. ಎಂದು ಜೋರಾಗಿ ನಕ್ಕು ಕೋಚ್ ಹೇಳಿದ. "ಅರೇ ಭಗವಾನ್, ಅದುನ್ನ ನಾಲ್ಕು ಸುತ್ತು ಹಾಕುದ್ರೆ ಸತ್ತೇ ಹೋಗ್ತೀಯಾ. ಆಕ್ಚುಯಲಿ ನಾವು ಟೆಸ್ಟಿಗೆ ಅಂತ ಕನ್ಸಿಡರ್ ಮಾಡೋದು ಎರಡು ರೌಂಡು ಅಷ್ಟೇ. ತುಂಬಾ ಪ್ರೊಫೆಷನಲ್ಸ್ ಸ್ವಿಮ್ಮರ್ ಕೂಡ ಎರಡೇ ರೌಂಡ್ಗೆ ಹೆದರಿ ಓಡಿ ಹೋಗ್ತಾರೆ. ಅಂತಾದ್ರಲ್ಲಿ ನೀನು ಆರಾಮಾಗಿ ಮೂರು ರೌಂಡ್ ಹಾಕ್ದೆ ಅಂದ್ರೆ – ಐ ಥಿಂಕ್ ಯೂ ಹ್ಯಾವ್ ಸಮ್ ಸ್ಪೆಷಲ್ ನಾಲೆಜ್ ಇನ್ ಸ್ವಿಮ್ಮಿಂಗ್. ನಮ್ದು ಇನ್ನೂ ಒಂದೆರಡು ಫಾರ್ಮಾಲಿಟೀಸ್ ರೌಂಡ್ ಟೆಸ್ಟ್ ಇದೆ. ಭಾರವನ್ನು ಹೊತ್ತು ಈಜೋದು ಸ್ಲೋ ಆಗಿ ಈಜೋದು ಹೀಗೇ, ಬಟ್ ನಿನ್ನ

ಟ್ಯಾಲೆಂಟ್ ನೋಡಿ, ನಿನಗೆ ಸ್ವಿಮ್ಮಿಂಗ್ ಗೊತ್ತು. ವಿ ಕೆನ್ ಟ್ರೈನ್ ಯೂ ಇನ್ ಪ್ರೊಫೆಷನಲ್ ವೇ ಅನ್ನುಸ್ತು. ಹಾಗಾಗಿ ಅ ಬೇರೆ ಟೆಸ್ಟ್ ಎಲ್ಲ ಮಾಡ್ಲಿಲ್ಲ. ಇಫ್ ಯು ಆರ್ ಇಂಟರ್ಸ್ಟೆಡ್, ಇಲ್ಲಿ ಸೈನ್ ಮಾಡು ಅಪ್ಪ- ಅಮ್ಮಂದು ಏನಾದ್ರು ಅಬ್ಜೆಕ್ಷನ್ ಇದ್ರೆ ಈಗ್ಲೇ ಹೇಳ್ಬೇಕು. ಆಮೇಲೆ ಅಪ್ಪ ಅಮ್ಮ ನೆನಪಿಗೆ ಬಂದ್ರು ಅಂತ ಓಡಿ ಹೋಗೋ ಆಗಿಲ್ಲ. ಬಿಸಿರಕ್ತದಲ್ಲಿ ಬಂದ್ ಬಿಡ್ತೀರ, ಆಮೇಲೆ ಹೋಗ್ತೀರ ಅಂತ ಹೇಳ್ದೆ ಅಷ್ಟೆ" ಅಂದರು. ನನಗೆ ಅಪ್ಪ-ಅಮ್ಮ ಯಾರೂ ಇಲ್ಲ ಅಂತ ನನ್ನ ಕಥೆಯನ್ನು ಸಂಕ್ಷಿಪ್ತವಾಗಿ ಹೇಳಿದೆ. ನನ್ನ ಕಥೆ ಕೇಳಿ ಅಲ್ಲಿದ್ದವರಿಗೂ ಅಯ್ಯೋ ಪಾಪ ಎನಿಸಿತೇನೋ. ಅ ಹೆಂಗಸು ಹತ್ತಿರ ಬಂದು ತಲೆ ಸವರಿ ಹೇಳಿದಳು - "ಇಷ್ಟು ಚಿಕ್ಕ ವಯಸ್ಸಿಗೇ ಎಷ್ಟು ಕಷ್ಟ ಪಟ್ಟಿದ್ದೀಯ. ಎಷ್ಟು ಮೆಚೂರಿಟಿ ಇದೆ. ನೀನು ಇಲ್ಲಿ ಸೆಲೆಕ್ಟ್ ಆದ್ರೆ ಈಗ ಮಾಡ್ತೀರೋ ಕೆಲಸ ಬಿಡಬೇಕು. ಕೆಲಸ ಬಿಟ್ರೆ ನಿನಗೆ ಇರೋಕೆ ಮನೆ ಬೇಕಲ್ವಾ? ಸೋ ಹಾಗೇ ಹಾಸ್ಟಲ್ಗೆ ರೂಂ ಪರ್ಮಿಷನ್ ಕೇಳಿ ಅಪ್ಲಿಕೇಷನ್ ತರುಸ್ತೀನಿ. ನಾಳೆ ಬಂದು ಸೈನ್ ಮಾಡು - ಹಾಸ್ಟೆಲ್ ಬೇಕಿದ್ರೆ, ನಾನೇ ಮಾತಾಡಿ, ರೆಕಮೆಂಡ್ ಮಾಡಿ ಹಾಸ್ಟಲ್ ಕೊಡುಸ್ತೀನಿ. ಡೋಂಟ್ ವರಿ. ಟ್ರೈನಿಂಗ್ ಪಿರಿಯಡಲ್ಲಿ ಸ್ವಲ್ಪ ಹಣಾನೂ ಬರುತ್ತೆ. ಸೋ ಸಂ ಹೌ ಯು ಕ್ಯಾನ್ ಮ್ಯಾನೇಜ್. ಒನ್ಸ್ ಎಗೇನ್ - ಲೆಟ್ ಜೀಸಸ್ ಬ್ಲೆಸ್ ಯೂ ಬೇಟ" ಎಂದು ಹೇಳಿ ಕೈ ಕುಲಿಕಿ ಎಲ್ಲರೂ ಮಾಯವಾದರು. ಕೋಚ್ ಹತ್ತಿರ ಬಂದು ವಾಪಸ್ ಹೋಗೋ ದಾರಿ ಗೊತ್ತಿದ್ಯಾ ಅಂದ್ರು. ಇಲ್ಲವೆನ್ನುವಂತೆ ತಲೆಯಾಡಿಸಿದೆ. ಸ್ವಲ್ಪ ದೂರ ಕರೆತಂದು ಗೋ ಸ್ಟ್ರೈಟ್ ಅಂಡ್ ಟೇಕ್ ಲೆಫ್ಟ್ ದೇರ್ ಅಂತ ದೂರದ ಬಿಲ್ಡಿಂಗ್ ಕಡೆಗೆ ಕೈ ತೋರಿಸಿ ಮಾಯವಾದರು. ಒಂದೇ ಉಸಿರಿಗೆ ಓಡಿದೆ.

ದೂರದಲ್ಲಿ ನಿಂತಿದ್ದ ಶೆಫಾಲಿ ಓಡಿ ಬಂದು ಕೈ ಕುಲಿಕಿ – ಕಂಗ್ರಾಟ್ಸ್ ಅಂದಳು. ನಿನಗೆ ಹೇಗೆ ಗೊತ್ತಾಯ್ತು; ಯಾರು ಹೇಳಿದ್ದು ಅಂದೆ, “ಅಯ್ಯೋ ಬುದ್ದು ತುಮ್ ಸಚ್ ಮೇ ಬುದ್ಧೂ ಹೋ. ಯಾರಾದ್ರೂ ಹೇಳೋದೇನು? ಥೌಂಸ೦ಡ್ ವೋಲ್ಟ್ ಬಲ್ಬ್ ತರ ಹೊಳೀತಿರೋ ನಿನ್ನ ಮುಖ ನೋಡಿದ್ರೆ ತಿಳಿಯಲ್ವಾ. ಏನಾಯ್ತು ಸೆಲೆಕ್ಟೆಡ್ಡಾ"? ಅಂದ್ಲು. "ಹೂಂ" ಅಂದೆ. ಅವಳ ಮುಖವೂ ಈಗ ಸಾವಿರ ವೋಲ್ಟ್ ಬಲ್ಬಿನ ಥರ ಹೊಳೆಯಹತ್ತಿತ್ತು. ನನ್ನ ಸಂತೋಷದಲ್ಲಿ ಅವಳ ಸಂತೋಷವನ್ನು ಕಾಣುವ ಅವಳ ಮನಸ್ಸಂತೂ ನನಗೆ ಇನ್ನೂ ಇಷ್ಟವಾಯ್ತು. ಸರಿ ಬಾ ಹೋಗೋಣ. ವಡಾ-ಪಾವ್ ಪಾರ್ಟಿಗೆ ಅಂದಳು. ಹೋಗೋಣ ಬಟ್ ಒಂದು ಮಾತು ಅಂದೆ. ಏನು ಅನ್ನುವಂತೆ ತಲೆಯಾಡಿಸಿದಳು. ನನ್ನ ಕಷ್ಟ - ಸುಖದಲ್ಲಿ ನನಗೆಂದೆ೦ದೂ ಜೊತೆಯಾಗಿದ್ದ ಸೀನನಿಗೂ ಈ ವಿಷ್ಯ ಹೇಳಾಣ ಅಂತ – ಅವನಿಗೆ ಹೇಳ್ಬಿಟ್ಟು ಹೋಗಾಣ ಅಂದೆ. ಓಕೆ ಚಲೋ ಎಂದು ಸ್ಕೂಟಿ ಸ್ಟಾರ್ಟ್

ಮಾಡಿದಳು. ಮುಂಬಿಯಿಯ ಟ್ರಾಫಿಕ್ಕನ್ನು ಭೇದಿಸುತ್ತಾ ಸ್ಕೂಟಿ ಮುಂದೆ ಚಲಿಸುತ್ತಿತ್ತು.

"ಸಾಕು ಬಿಡ್ಲಾ, ನಿಮ್ಮವ್ವ ಮಾಡಿದ್ದ ಪೂಜೆ ಅಂತೂ ಫಲ ಕೊಡ್ತು. ಅಂತೂ ನಿನ್ನಾಸೇನ ತೀರುಸ್ಕೊಂಬಿಟ್ಟೆ" ಎಂದು ಜೋರಾಗಿ ಬಿಗಿದಪ್ಪಿದ ಸೀನ. ನಮ್ಮ ಓನರ್ಗೂ ವಿಷ್ಯ ಹೋಯ್ತು. ಅವರೇ ನೇರವಾಗಿ ನನ್ನ ಹತ್ರ ಬಂದ್ರು". "ನೋಡು ಬೇಟಾ, ನಿನಗೆ ಬೇರೆ ಕಡೆ ಕೆಲಸ ಸಿಕ್ತು, ನಿನ್ ಜಾಗಕ್ಕೆ ಬೇರೆ ಅವ್ರನ ಕರ್ಕೊಂಬರೋದು ಇವಾಗ ನನಗೆ ಸ್ವಲ್ಪ ಲಾಸೇನೇ. ಆದ್ರೂ ನಿನ್ನಾಸೆಗೆ ನಾನ್ಯಾಕೆ ಅಡ್ಡ ಬರ್ಲಿ? ಇಲ್ಲಿದ್ದ ಹಾಗೇ ನಿಯತ್ತಾಗಿ ಕೆಲಸ ಮಾಡು. ಎಲ್ಲೇ ಇದ್ರು ದೇವ್ರು ಚನಾಗಿಟ್ಟಿರ್ತಾನೆ. ನೀನು ಬೇಕಾದ್ರೆ ಇನ್ನೂ ಸ್ವಲ್ಪ ದಿನಾ ಇಲ್ಲೇ ಇದ್ರೂನೂ ನಂದೇನು ಪ್ರಾಬ್ಲಂ ಇಲ್ಲ" ಅಂದ್ರು. ಹಾಸ್ಟೆಲ್ನ ರೂಮಿನ ವಿಷಯ ಹೇಳಿದೆ. ಆಯ್ತು ಹೋಗ್ಬಾ. ಒಳ್ಳೇದಾಗ್ಲಿ ಅಂತ ಹರಸಿದರು. ಅವರ ಕಾಲು ಮುಟ್ಟಿ ನಮಸ್ಕಾರ ಮಾಡಿದೆ. ಹೊರಗೆ ನನ್ನನ್ನೇ ಕಾದು ನಿಂತಿದ್ದ ಸೀನನ ಹತ್ತಿರ ಬಂದು ಹರಟುತ್ತಾ ಕುಳಿತೆ. ರಾತ್ರಿ ಎರಡರ ತನಕ ಸೀನನಿಗೆ ನನ್ನ ಕಥೆಯೆಲ್ಲಾ ಹೇಳ್ತಾ ಇದ್ದೆ. ಕೇಳ್ತಾ ಕೇಳ್ತಾ ಅವನಿಗೂ ನಿದ್ದೆ ಬಂದ ಹಾಗಾಯ್ತೇನೋ. ಸರಿ ನಾನು ಕೆಳಗೆ ರೂಂಗೆ ಹೋಗಿ ಮಲಗ್ತೀನಿ. ಅಂತೇಳಿ ಹೋದ. ನಾನು ನಕ್ಷತ್ರಗಳನ್ನು ನೋಡುತ್ತಾ ಕೂತಿದ್ದೆ. ರಾತ್ರಿಯೆಲ್ಲ ಅಪ್ಪಿತಪ್ಪಿ ಕೂಡ ನಿದ್ರೆ ಅನ್ನೋದು ನನ್ನ ಅಕ್ಕಪಕ್ಕ ಸುಳೀಲೇ ಇಲ್ಲ.

* * * * *

"ಅಬ್ಬಾ! ಇದೇನಾ ನಿಮ್ಮ ಮನೆ! ಒಳ್ಳೆ ಅರಮನೆ ಇದ್ದಂಗಿದೆ" ಅಂತ ಹೇಳಿ ಇಡೀ ಮನೆಯ ಮೇಲೆ ಒಮ್ಮೆ ಕಣ್ಣು ಹಾಯಿಸಿದೆ. ಹೌದು, ನಿಜಕ್ಕೂ ಅದು ಅರಮನೇನೆ. ಯಾರಿರಿದೀರ ಮನೇಲಿ? ಅಂದಿದಕ್ಕೆ, "ನಾನು ಮತ್ತೆ ಡ್ಯಾಡಿ ಅಷ್ಟೇ" ಅಂದಳು. "ಅಮ್ಮ?" ಅಂದೆ. ಹ್ಮ್ ಅನ್ನೋ ಉತ್ತರ ಬಂತಷ್ಟೆ. ಇಲ್ಲೇ ಇರು ಗಾಡಿ ಪಾರ್ಕ್ ಮಾಡಿ, ಗೇಟ್ ಕ್ಲೋಸ್ ಮಾಡಿ ಬರ್ತೀನಿ ಅಂತ ಹೋದವಳು ಸ್ಕೂಟಿಯನ್ನು ಅಲ್ಲೇ ಪಾರ್ಕ್ ಮಾಡಿ, ಗೇಟನ್ನು ಕ್ಲೋಸ್ ಮಾಡಿ ಬಂದಳು. ಬಾಗಿಲು ತೆರೆದು, ಪ್ಲೀಸ್ ಕಂ, ಫಸ್ಟ್ ಟೈಮ್ ನಮ್ಮನೇಗೆ ಬರ್ತೀದಿಯ" ಅಂದ್ಲು. ಒಳ ಬಂದು ನೋಡಿದರೆ, ಯಾವುದೇ ಅರಮನೆಗೂ ಕಮ್ಮಿ ಇಲ್ಲದಂತೆ ವೈಭವ. ಅಬ್ಬಾ! ಮನೇನಾ ಇದು, ವಿಶಾಲವಾದ ಹಾಲ್. ಹಾಲಿನ ಒಂದು ಬದಿಗೆ ಸೋಫಾ, ಸೋಫಾದ ಮುಂದೆ ಅದ್ಭುತ ಕೆತ್ತನೆ ಇರುವ ಬುದ್ಧನ ಮೂರ್ತಿ ಇಟ್ಟಿರುವ ಒಂದು ಸ್ಟೂಲ್. ದೊಡ್ಡ ಟಿ.ವಿ, ಮಜಾಕ್ ಟೈಲ್ಸ್ಗಳನ್ನೇ ಹೊತ್ತು ನಿಂತಿರುವ ಗೋಡೆಗಳು. ಮೇಲಂತಸ್ತಿಗೆ ಸಂಪರ್ಕಿಸುವ ಮೆಟ್ಟಿಲುಗಳು. ವಿಶಾಲವಾದ ಅಡಿಗೆಮನೆ, ಫ್ರಿಡ್ಜ್, ವಾಶಿಂಗ್ ಮಶೀನ್, ನನಗಂತೂ

ಅದ್ಯಾವುದೋ ಕನಸೋ ಎಂಬುವಂತಿತ್ತು.

ಸಂಜೆ ಆರಾಗುತ್ತಿದ್ದಂತೆ ಅವಳ ಒಂದಿಬ್ಬರು ಸ್ನೇಹಿತರು ಬರಲಾರಂಭಿಸಿದರು. ಅಂತೂ ಸಂಜೆ ಏಳರ ಹೊತ್ತಿಗೆಲ್ಲ ಶುರುವಾಯ್ತು ಪಾರ್ಟಿ. ಸೀನ ಬರದೆ ಇದ್ದದ್ದು ನನಗ್ಯಾಕೋ ಬೇಜಾರಾಗಿತ್ತು. ಪಾಪ ಅವನಿಗೂ ಬರಬೇಕೆಂಬ ಆಸೆ ಇತ್ತಂತೆ. ಹೊಸ ವರ್ಷದ ಸಿದ್ಧತೆ ಮಾಡುವ ಕೆಲಸ ಬೇರೆ. ಅವನಿಗೆ ಬಿಡುವೆಲ್ಲಿ? "ಬೈ ದಿ ಬೈ ದಿಸ್ ಈಸ್ ಮೈ ಫ್ರೆಂಡ್ ಬಸವರಾಜು ಫ್ರಂ ಕರ್ನಾಟಕ" ಎಂದು ನನ್ನನ್ನು ತನ್ನ ಸ್ನೇಹಿತರಿಗೆ ಪರಿಚಯಿಸಿದಳು. ನನಗೆ ಮಿಲಿಟರಿ ಕೆಲಸ ಸಿಕ್ಕಿದ್ದಕ್ಕಾಗಿ ಶೆಫಾಲಿ ಪಾರ್ಟಿ ಕೊಡ್ತಿದಾಳಾ? ಅಥವ ಪಾರ್ಟಿ ಮಾಡಲು ಇವಳಿಗೆ ಯಾವುದೋ ಕಾರಣ ಬೇಕಿತ್ತು. ಆ ಕಾರಣ ನಾನಾದೆನಾ? ಗೊತ್ತಿಲ್ಲ. ಆದರೂ ನನ್ನ ವಿಜಯದಲ್ಲಿ ಸಂತೋಷವನ್ನು ಕಾಣುವ, ನನ್ನ ಗೆಲುವಲ್ಲಿ ತನ್ನ ನಗೆಯನ್ನು ಕಾಣುವ ಒಬ್ಬ ಫ್ರೆಂಡ್ ಅನ್ನು ಆ ದೇವರು ಕೊಟ್ಟನಲ್ಲ ಎಂದು ಸಮಾಧಾನವಾಯಿತು.

ದಿನ ಬೆಳಗಾದರೆ ಬಾರಲ್ಲೇ ಕೆಲಸ ಮಾಡುತ್ತಿದ್ದೇನಾದರೂ, ನನಗೆ ಕುಡಿತದ ಅಭ್ಯಾಸವಿರಲಿಲ್ಲ. ಹಾಗಾಗಿ ನಾನು ಯಾವುದೋ ಕೂಲ್ ಡ್ರಿಂಕ್ಸ್ ಒಂದನ್ನು ಕೈಲಿ ಹಿಡಿದು ಕುಳಿತಿದ್ದೆ. ಕುಡಿ ಪರ್ವಾಗಿಲ್ಲ ಎಂದು ಬಿಟ್ಟಿ ಸಲಹೆ ಕೊಡುವ ಸಾಹಸಕ್ಕೂ ಶೆಫಾಲಿ ಕೈ ಹಾಕಲಿಲ್ಲ. ನಿನ್ನ ಇಷ್ಟ, ನಿನ್ನ ಆಯ್ಕೆ, ನಿನ್ನ ಸ್ವಾತಂತ್ರ್ಯ. ಅದನ್ನು ಬದಲಾಯಿಸುವ ಹಕ್ಕು ನನಗಿಲ್ಲ ಎಂದಷ್ಟೇ ಅವಳು ಹೇಳಿದ್ದು. ಎಂತಹ ಉನ್ನತವಾದ ವ್ಯಕ್ತಿತ್ವ ಅವಳದು!

ರಾತ್ರಿ ಒಂಭತ್ತುವರೆಯ ಆಸುಪಾಸು, ಅಂತೂ ಇವರ ಮಧ್ಯಾರಾಧನೆಯ ಕಾರ್ಯಕ್ರಮ ಮುಕ್ತಾಯದ ಹಂತ ತಲುಪಿತ್ತು. ಮತ್ತೊಮ್ಮೆ ನನಗೆ ಅಭಿನಂದನೆ ಹೇಳಿ ಅವಳ ಸ್ನೇಹಿತರೆಲ್ಲ ಹೊರಟರು. ಸರಿ ನಾನು ಹೊರಡುತ್ತೀವಿ. ಆಗ್ಲೆ ಒಂಭತ್ತುವರೆ ಆಯ್ತು ಅಂದೆ. ಈ ನೈಟಲ್ಲಿ ಎಲ್ಲಿ ಹೋಗ್ತೀಯ. ಇಲ್ಲೇ ಇರು. ನಾಳೆ ಹೋಗು ಅಂದಳು. ಯಾರೂ ಇಲ್ಲದ ಅ ದೊಡ್ಡ ಮನೆಯಲ್ಲಿ ನಾನೊಬ್ಬನೇ ಇವಳ ಜೊತೆ. ಏನೋ ಒಂಥರಾ ಮುಜುಗರವೆನಿಸುತ್ತಿತ್ತು. ಪರ್ವಾಗಿಲ್ಲ ಹೋಗ್ತೀನಿ. ಟಾಂಗಾ ಸಿಗುತ್ತೆ ಹತ್ತು ಗಂಟೆ ತನಕ ಅಂದೆ. ಏ ಇರು ಮಾರಾಯ ಪರ್ವಾಗಿಲ್ಲ, ನಾನೇನು ನಿನ್ನ ರೇಪ್ ಮಾಡ್ತೀನಿ ಅಂತ ಭಯಾನ? ಅಂದ್ಲು. ಹೌದು ಅವಳ ಮಾತೇ ಹೀಗೆ ಕತ್ತಿಯಂತೆ ಮೊನಚು. ಹೇಳಬೇಕೆನಿಸಿದ್ದನ್ನು ಗಂಡು - ಹೆಣ್ಣು ಬೇಧವಿಲ್ಲದೆ ನೇರವಾಗಿ ಹೇಳಿಬಿಡುತ್ತಾಳೆ. ನನಗೋ ಬಲು ನಾಚಿಕೆ. ನಾ ಬೆಳೆದ ಪರಿಸರ ಬೇರೆ. ಇವಳು ಬೆಳೆದ ಪರಿಸರ ಬೇರೆಯಲ್ಲವೇ? ಸರಿ ಅಂತೂ ಅವಳ ಮಾತಿಗೆ ಬೆಲೆ ಕೊಟ್ಟು ರಾತ್ರಿ ಇಲ್ಲೇ ಮಲಗಿ ಬೆಳಿಗ್ಗೆ ಹೋಗುವ ಯೋಚನೆ

ಮಾಡಿದೆ.

"ಯಾವಾಗ್ಲು ಇಷ್ಟು ದೊಡ್ಡ ಮನೆಲಿ ಒಬ್ಬಳೇ ಇರ್ತೀಯ? ಭಯವಾಗಲ್ವ? ನಿಮ್ಮ ಅಪ್ಪ ಎಲ್ಲಿ ಕಾಣಿಸ್ತಾ ಇಲ್ಲ?" ಅಲ್ಲಿ ಕವಿದಿದ್ದ ಮೌನವನ್ನು ಭೇದಿಸಲೆಂಬ0ತೆ ನಾನು ಮಾತಾಡಿದೆ. "ಹೂಂ! ಅದೊಂದು ದೊಡ್ಡ ಕಥೆ. ಮೈ ಡ್ಯಾಡ್ ಈಸ್ ಎ ಫೇಮಸ್ ಸಿವಿಲ್ ಇಂಜಿನೀಯರ್. ಮಮ್ಮಿ ಕೆಮಿಸ್ಟ್ರಿ ಲೆಕ್ಚರರ್. ನಾನು ಸುಮಾರು ಹನ್ನೆರಡು ಹದಿಮೂರು ವರ್ಷದವಳಾಗಿದ್ದಾಗ ಅವರಿಬ್ಬರಿಗೂ ಡೈವರ್ಸ್ ಆಯ್ತು. ನಾನು ಡ್ಯಾಡಿ ಜೊತೆ ಇರೋಕೆ ಓಕೆ ಅಂತ ಮಮ್ಮಿ ಕೋರ್ಟಲ್ಲಿ ಹೇಳಿದ್ಲು. ಸೋ ನಾನು ಡ್ಯಾಡಿ ಜೊತೆ ಇದ್ದೆ. ಡ್ಯಾಡಿ ತಮ್ಮ ಕೆಲಸದಲ್ಲಿ ಫುಲ್ ಬಿಜಿ. ಹಾಗಾಗಿ ಮತ್ತೆ ಮದುವೆ ಆಗಿಲ್ಲ. ಅ ತಾಳ್ಮೆ ನನಗೀಗ ಇಲ್ಲ ಅಂದ್ರು. ಹೇಗೂ ನಾನಾಗ ಹೈಸ್ಕೂಲ್ ಹುಡುಗಿ ಎಜುಕೇಶನ್ ಮುಗಿಸಿ, ಇನ್ನೊಂದು ಆರೇಳು ವರ್ಷಕ್ಕೆ ನನ್ನ ಮದುವೆ ಮಾಡ್ಸಿ ಗಂಡನ ಮನೆಗೆ ಕಳಿಸಿದ್ರೆ ಅವರಿಗೂ ಅಷ್ಟೇ ಸಾಕಂತೆ. ಅದೂ ಅಲ್ಲದೆ ಡ್ಯಾಡಿ ಈಸ್ ಫೇಮಸ್ ಇನ್ ಡಿಸೈನಿಂಗ್ ಅರ್ಥ್ ಕ್ವೇಕ್ ರೆಸಿಸ್ಟೆಂಟ್ ಬಿಲ್ಡಿಂಗ್ಸ್. ಐ ಮೀನ್ ಭೂಕಂಪ ಪ್ರತಿರೋಧ ಮಾಡುವ ಕಟ್ಟಡಗಳಲ್ಲಿ ಅವರು ಎತ್ತಿದ ಕೈ. ಹಾಗಾಗಿ ಯಾವಾಗ್ಲೂ ಕೆಲಸದ ಮೇಲೆ ಬೇರೆ ಬೇರೆ ಊರು ಸುತ್ತುತ್ತಾನೆ ಇರ್ತಾರೆ. ಮಮ್ಮಿ ಅವ್ರನ್ನು ಡೈವರ್ಸ್ ಮಾಡಿದ್ದೂ ಇದೇ ಕಾರಣಕ್ಕಂತೆ. ಈಗಲೂ ಯಾವ್ದೋ ಡ್ಯಾಮ್ ಕೆಲಸ ನಡೀತಿದ್ಯಂತೆ. ಸೋ ಚಂಢೀಗಡದಲ್ಲಿದ್ದಾರೆ. ನೆಕ್ಸ್ಟ್ ವೀಕ್ ಬರ್ತಾರಂತೆ. ಹಾಗಾಗಿ ನಾನೊಬ್ಳೆ ಇರ್ತೀನಿ ಮನೇಲಿ. ಮುಂಚೆ ಮನೆ ಕೆಲಸ ಮಾಡೋಕೆ, ಕುಕ್ ಮಾಡೋಕೆ ಒಬ್ರು ಪಂಜಾಬಿ ಆಂಟಿ ಬರ್ತಾ ಇದ್ರು. ಅವ್ರು ಆಗಾಗ ಅವರ ಮಗನ್ನ ಕೂಡಾ ಕರ್ಕೊಂಡ್ ಬರ್ತಾ ಇದ್ರು. ನನಗ್ಯಾಕೋ ಅವನ ಕೆಲವು ಆಕ್ಟಿವಿಟೀಸ್ ಇಷ್ಟ ಆಗ್ಲಿಲ್ಲ. ಸೋ ಡ್ಯಾಡಿಗೆ ಹೇಳಿ ಅವರನ್ನು ಕೆಲಸ ಬಿಡಿಸಿಬಿಟ್ಟೆ. ಆಮೇಲೆ ಬೇರೆ ಯಾರನ್ನೂ ಕೂಡ ಕೆಲಸಕ್ಕೆ ಇಟ್ಕೊಳ್ಳಿಲ್ಲ. ಬೆಳಿಗ್ಗೆ ನಾನೇ ಬ್ರೇಕ್ ಫಾಸ್ಟ್ ಮಾಡ್ಕೊತೀನಿ. ಮಧ್ಯಾಹ್ನ ಲಂಚ್ ಕ್ಯಾಂಟೀನಲ್ಲೇ ಆಗೋಗತ್ತೆ. ನೈಟ್ ಏನಾದ್ರೂ ಪಾರ್ಟಿ ಇದ್ರೆ ಡಿನ್ನರ್ ಮುಗುಸ್ಕೊಂಡು ಬಂದ್ಬಿಡ್ತೀನಿ. ಹ್ಯಾಪಿ ಲೈಫ್" ಅಂತ ಹೇಳಿ ಒಂದು ವಾಟರ್ ಬಾಟಲ್ ಗೆ ಎಂದು ಎದ್ದು ಫ್ರಿಡ್ಜ್ ಕಡೆ ನಡೆದಳು.

"ಹಾಗಾದ್ರೆ ಆಮೇಲೆ ಮದ್ವೆ ಕಥೆ ಏನಾಯ್ತು? ಯಾವಾಗ ಮದ್ವೆ? ಎಷ್ಟು ವಯಸ್ಸು ಈಗ ನಿಂಗೆ" ಅಂದೆ . "ಯೂ ಫೂಲ್! ಗರ್ಲ್ಸ್ ಏಜ್ ಹಾಗೆಲ್ಲ ಕೇಳ್ಬಾರ್ದು ಅಂತ ಗೊತ್ತಿಲ್ವಾ"? ಅಂದ್ಲು. ಹೌದು ಎಂದು ನನಗೇ ಅನಿಸಿ ತುಟಿ ಕಚ್ಚಿಕೊಂಡೆ. "ಏಜ್ ಎಷ್ಟೋ ಆಗಿದೆ ಬಿಡು - ಅದರ ವಿಷ್ಯ ಬೇಡ. ಆಕ್ಚುಯಲಿ ಮದ್ವೆ ಆಗ್ಬೇಕಿತ್ತು ಇಷ್ಟು ಹೊತ್ತಿಗೆ. ಬಟ್ ಬ್ರೇಕಪ್ ಆಯ್ತು ಅಂದ್ಲು". "ಯಾಕೆ ಏನಾಯ್ತು ಕೇಳ್ಬೋದ"

ಅಂದೆ, “ಓ ಎಸ್, ಧಾರಾಳವಾಗಿ ಕೇಳ್ಬಹುದು, ಹೇಳೋಕೆ ನಾನ್ ರೆಡಿ. ನನಗೂ ನನ್ನ ಬಗ್ಗೆ ಹೇಳ್ಕೋಳೋಕೆ ನನ್ನ ನೋವು ಮರೆಯೋಕೆ ಒಬ್ಬ ಸಾಥ್ ಬೇಕು. ಐ ಕೆನ್ ಟೆಲ್ ಅಬೌಟ್ ಮೈ ಬ್ರೇಕ್ ಅಪ್. ಆದ್ರೆ ನೀನು ಮೊದಲೇ ನಾಚಿಕೆ ನಾಗೇಶಯ್ಯ. ನಾನು ಓಪನ್ ಆಗಿ ಮಾತಾಡೋದು ಕೇಳಿ, ನಿನ್ನ ಕಿವಿಗಳು ಪಾವನವಾಗೋದು ಬೇಡ” ಅಂದಳು. “ಇಲ್ಲ ಪರ್ವಾಗಿಲ್ಲ ಹೇಳು, ನಾನು ಕೂಡ ಇಷ್ಟು ದಿನ ನನ್ನ ಬಗ್ಗೆ ಹೇಳಿದ್ದೇನೇ ಹೊರತು, ನಿನ್ನ ಬಗ್ಗೆ ಏನೂ ಗೊತ್ತಿಲ್ಲ, ಹೇಳು” ಅಂದೆ. “ಸರಿ ನಿನ್ ಕರ್ಮ; ನಾನೇನ್ ಮಾಡಕಾಗುತ್ತೆ, ಕೇಳುಸ್ಕೋ. ಸನ್ ಸಾವಿರದೊಂಬೈನೂರ ಮೂವತ್ತ ಮೂರನೇ ಇಸವಿ..... ".

“ಏ, ಈ ಹರಿಕಥೆ ಎಲ್ಲ ಬೇಡ, ಸರ್ಯಾಗಿ ಹೇಳು” ಅಂದೆ.

“ಹ ಹ ಹ. ಸರಿ ಹೇಳ್ತೀನಿ ಕೇಳು ಅಂತ ಅವಳ ಕಥೆಯನ್ನು ಶುರುವಿಟ್ಟುಕೊಂಡಳು.

ನಾನು ಹುಟ್ಟಿದ್ದು ಪಂಜಾಬಿನಲ್ಲಿ. ಆವಾಗ ಡ್ಯಾಡಿ ಅಲ್ಲೇ ಕೆಲಸ ಮಾಡ್ತಾ ಇದ್ರು. ಆಮೇಲೆ ಕರ್ನಾಟಕ, ರಾಜಾಸ್ಥಾನ ಅಲ್ಲಿ ನನ್ನ ಸ್ಕೂಲ್ ಎಜುಕೇಶನ್ ಆಯ್ತು. ನಾನು ಎಂಟನೇ ಕ್ಲಾಸ್ಗೆ ಹೋಗೋವಾಗ ಮಮ್ಮಿ – ಡ್ಯಾಡಿ ಡೈವೋರ್ಸ್ ಆಯ್ತು. ಆಗ ಸ್ವಲ್ಪ ಡಿಪ್ರೆಷನ್ಗೆ ಹೋಗಿದ್ದೆ. ಅದೇ ಟೈಮಿಗೆ ಡ್ಯಾಡಿಗೆ ಬಾಂಬೆಯಲ್ಲಿ ಹೊಸ ಕೆಲ್ಸ ಸಿಗ್ತು. ಸ್ವಲ್ಪ ದಿನ ನಾನೊಬ್ನೇ ಮುಂಬಯಿಲಿ ಇರ್ತೀನಿ. ನೀನು ಭೂಪಾಲದಲ್ಲಿರು ಅತ್ತೆ ಮನೇಲಿ - ನಿನ್ಗೂ ಒಂದು ಚೇಂಜ್ ಇರುತ್ತೆ. ಹೇಗಿದ್ರು ಈಗ ಸಮ್ಮರ್ ಹಾಲಿಡೇಸ್. ಮುಂಬೈಲಿ ಸ್ಕೂಲ್ ಅಪ್ಲಿಕೇಶನ್ ತಂದು ಸೇರಸ್ತೀನಿ, ಅಲ್ಲಿವರ್ಗೂ ಭೂಪಾಲಲ್ಲಿ ಇರು ಅಂದ್ರು. ಭೂಪಾಲ್ನಲ್ಲಿರೋದು ನಮ್ಮ ಡ್ಯಾಡಿ ಅವರ ತಂಗಿ. ನನ್ನ ಸೋದರತ್ತೆ ನನಗೂ ಒಂದು ಚೇಂಜ್ ಇರತ್ತೆ ಅಂತ ಹೋದೆ.

ನನ್ನ ಅತ್ತೆ ಮಾತ್ರ ಸ್ವತ: ತಾಯಿ ತರ ನೋಡ್ಕೋತಾ ಇದ್ರು. ತಾಯಿಯ ನೆನಪೇ ಬರದಂತೆ ನನ್ನ ನೋಡ್ಕೋತಾ ಇದ್ರು. ಅವರ ಕೈ ಅಡಿಗೆ ಅಂತೂ ಸೂಪರ್. ಮಾವನೂ ಅಷ್ಟೆ ಯಾವ್ದೋ ಪ್ರೈವೇಟ್ ಕಂಪನೀಲಿ ಅಕೌಂಟೆ0ಟ್ ಆಗಿದ್ರು. ಸಾಧಾರಣ ಮಿಡ್ಲ್ ಕ್ಲಾಸ್ ಫ್ಯಾಮಿಲಿ. ಅತ್ತೆನೂ ಕೂಡ ಯಾವ್ದೋ ಗಾರ್ಮೆಂಟಿಗೆ ಕೆಲಸಕ್ಕೆ ಹೋಗ್ತಾ ಇದ್ರು. ಬೆಳಿಗ್ಗೆ ಎದ್ದು, ತಿಂಡಿ, ಅಡಿಗೆ ಮಾಡಿಟ್ಟು, ತಾನೂ ಬಾಕ್ಸ್ನ ಹಾಕ್ಕೊಂಡು ಹೋಗೋರು. ನಾನು ಸ್ವಲ್ಪ ಲೇಟಾಗಿ ಏಳ್ತಾ ಇದ್ದೆ. ಎದ್ದು ಬ್ರಷ್ ಮಾಡಿ, ಸ್ನಾನ ಮಾಡಿ, ತಿಂಡಿ ತಿಂದು ಮತ್ತೆ ಮಲ್ಗೋದು ಅಷ್ಟೇ. ಟೈಂ ಪಾಸೇ ಆಗ್ತಾ ಇರಲಿಲ್ಲ. ಅಮ್ಮನ ನೆನಪು ಬೇರೆ ಬರ್ತಾ ಇತ್ತು. ಹೀಗೆ ಸ್ವಲ್ಪ ದಿನ ಆದ ಮೇಲೆ ಅತ್ತೆ ಮಗ ಪ್ರದೀಪ ಊರಿಗೆ ಬಂದ. ಅವನು ಯಾವುದೋ ಊರಲ್ಲಿ ಕಾಲೇಜ್ ಓದ್ತಾ ಇದ್ದ - ಹಾಸ್ಟಲ್ನಲ್ಲಿದ್ದುಕೊಂಡು. ಬೇಸಿಗೆ ರಜೆಯಲ್ಲಿ ಹಾಸ್ಟೆಲ್ನಲ್ಲಿ

ಇರೋ ಹಾಗಿಲ್ಲ. ಹಾಗಾಗಿ ಊರಿಗೆ ಬಂದ. ಮೊದಮೊದಲು ಅವನು ಅಷ್ಟಾಗಿ ನನ್ನ ಹತ್ರ ಮಾತಾಡ್ತಾನೇ ಇರ್ಲಿಲ್ಲ. ಆಮೇಲೆ ನನ್ನ ಬಗ್ಗೆ, ಮಮ್ಮಿ-ಡ್ಯಾಡಿ ಡೈವರ್ಸ್ ಆದ ವಿಷಯದ ಬಗ್ಗೆ ಅವರಮ್ಮನೇ ಅವನ ಬಳಿ ಹೇಳಿದ್ರಂತೆ. ಅವಳು ಸ್ವಲ್ಪ ಡಿಪ್ರೆಸ್ ಆಗಿರ್ತಾಳೆ. ಸೋ ಅವಳ ಹತ್ರ ಆಗಾಗ ಮಾತಾಡು ಅಂತ ಅತ್ತೆ ಹೇಳಿದ್ರಂತೆ. ಆಗ್ಲಿಂದ ಆಗೊಮ್ಮೆ ಈಗೊಮ್ಮೆ ಮಾತಾಡಿಸತೊಡಗಿದ. ನನಗೂ ಕೂಡ ನನ್ನ ಬೇಜಾರು ಕಳಿಯೋಕೆ ಯಾರೋ ಒಬ್ಬರು ಮಾತಾಡೋಕೆ ಇದಾರೆ ಅನ್ನೋ ಸಮಾಧಾನ.

ಬರ್ತಾ ಬರ್ತಾ ನಾನಂತೂ ಅವನಿಗೆ ತುಂಬಾ ಅಡಿಕ್ಟ್ ಆಗಿಬಿಟ್ಟೆ. ಅವನು ಮಾತಾಡೋ ಸ್ಟೈಲ್, ಅವನ ಹೊಸ ರೀತಿಯ ಹೇರ್ ಸ್ಟಯಲ್, ಅವನು ಹಾಕುತ್ತಿದ್ದ ಬಟ್ಟೆಗಳು ಜೀನ್ಸ್ ಟೀ ಶರ್ಟ್ - ಇವೆಲ್ಲಕ್ಕೂ ಮೇಲಾಗಿ ಅವನು ನನ್ನ ಬಗ್ಗೆ ತೋರಿಸುತ್ತಿದ್ದ ಕಾಳಜಿ ನನಗೆ ತುಂಬಾ ಇಷ್ಟ ಆಯ್ತು. ಆ ವಯಸ್ಸಿನಲ್ಲಿ ಇದೆಲ್ಲ ಸಹಜ ತಾನೆ. ಏನೋ ಒಂಥರಾ ಆಕರ್ಷಣೆ ಬೆಳೀತು ಅವನ ಮೇಲೆ. ಇಬ್ಬರೂ ಕೂತು ದಿನಾ ಗಂಟೆಗಟ್ಟಲೆ ಹರಟುತ್ತಿದ್ದವು. ಅವನು ಅವರ ಕಾಲೇಜಿನ ಕಥೆಗಳನ್ನೆಲ್ಲಾ ಹೇಳ್ತಾ ಇದ್ದ. ಹುಡುಗಿಯರ ವಿಷಯವೇ ಅದರಲ್ಲಿ ಹೆಚ್ಚಾಗಿತ್ತು. ನಾನು ಕೂಡ ನನ್ನ ಹಳೆ ಕಥೇ ಎಲ್ಲಾ ಹೇಳ್ತಾ ಇದ್ದೆ. ಪಂಜಾಬ್,ಕರ್ನಾಟಕ, ರಾಜಸ್ಥಾನ ಅಲ್ಲಿನ ಜನಜೀವನ ಅವರ ಲೈಫ್ ಸ್ಟೈಲ್ ಬಗ್ಗೆ ಹೇಳ್ತಾ ಇದ್ದೆ.

ಒಂದು ದಿನ ಹೀಗೇ ಬೆಳಿಗ್ಗೆ ತಿಂಡಿ ತಿಂದು ಮಾತಾಡುತ್ತಾ ಕುಳಿತಿದ್ದ. ನನಗೂ ಬಟ್ಟೆ ಒಗೆದು, ತಿಂಡಿ ತಿಂದು, ಅಡಿಗೆ ಮನೆ ಎಲ್ಲ ಕ್ಲೋಸ್ ಮಾಡಿ ಮಧ್ಯಾಹ್ನ ಊಟ ಮಾಡಿ, ಸ್ವಲ್ಪ ಹೊತ್ತು ಮಲಗುವುದು ದಿನಾ ರೂಢಿಯಾಗಿತ್ತು. ಹೀಗೇ ಮನೆ ಕೆಲಸ ಎಲ್ಲ ಮುಗಿದಾದ ಮೇಲೆ ಇಬ್ಬರೂ ಮಧ್ಯಾಹ್ನದವರೆಗೆ ಹರಟುತ್ತಾ ಕುಳಿತಿದ್ವಿ. ಮಧ್ಯಾಹ್ನ ಊಟ ಮಾಡಿ, ಅದೂ ಇದೂ ಮಾತಾಡ್ತಾ ಇದ್ವಿ. ಸರಿ ನನಗೆ ನಿದ್ರೆ ಬರ್ತಿದೆ. ಒಂದರ್ಧ ಗಂಟೆ ಮಲಗ್ತೀನಿ ಅಂತ ಹೇಳಿ ಅಲ್ಲೇ ಹಾಲಲ್ಲಿ ಚಾಪೆ ಮೇಲೆ ಮಲಗಿದೆ. ಅವನು ಯಾವುದೋ ಟಿ.ವಿ. ಚಾನಲ್ ನೋಡ್ತಾ ಪಕ್ಕದಲ್ಲೇ ಕೂತಿದ್ದ. ನನಗಿನ್ನ ಬಹುಷ: ನಿದ್ರೆ ಬಂದಿರಲಿಲ್ಲ. ಆದ್ರೆ ಬಂದಿತ್ತು. ಒಂಥರಾ ಅರೆ ನಿದ್ರಾವಸ್ಥೆ. ಇದ್ದಕ್ಕಿದ್ದಂತೆ ಏನೋ ಒಂದು ರೀತಿಯ ರೋಮಾಂಚನವಾಯ್ತು. ನಿದ್ದೆಯಲ್ಲೇ ಬೆಚ್ಚಿಬಿದ್ದೆ. ಏನಾಯ್ತು ಎಂದು ತಿಳಿಯಲು ನನಗೆ ಹೆಚ್ಚು ಹೊತ್ತು ಹಿಡಿಯಲಿಲ್ಲ. ಹಾಗೇ ಮತ್ತೆ ಕಣ್ಣು ಮುಚ್ಚಿ ಮಲಗಿದೆ. ಹೌದು. ನಿದ್ರೆಯಲ್ಲಿದ್ದ ನನ್ನ ಕೆನ್ನೆಗೆ ಮುತ್ತು ಕೊಟ್ಟಿದ್ದ ಪ್ರದೀಪ. ನನಗೆ ಏನೆಂದು ಹೇಳಬೇಕೋ ತಿಳಿಯಲಿಲ್ಲ. ಅವನನ್ನು ಬಯ್ಯಲೇ, ಅತ್ತೆಗೆ ಹೇಳಿಬಿಡಲೇ ಅನ್ನಿಸಿತು. ಆದರೆ ನನ್ನ ಜೊತೆ ಮಾತಾಡಲು ಇರುವ ಒಂದು ಜೀವ ಇದು. ಅವನು ನನ್ನ ಮೇಲೆ ಕೋಪಗೊಂಡು ಮಾತಾಡದೇ

ನಿಲ್ಲಿಸಿಬಿಟ್ಟರೆ ಗತಿಯೇನು, ಮೇಲಾಗಿ ಅತ್ತೆ ನನ್ನನ್ನು ಇಷ್ಟು ಪ್ರೀತಿಯಿಂದ ನೋಡಿಕೊಳ್ಳುತ್ತಿದ್ದಾರೆ. ಅವರ ಮಗನ ಮೇಲೆ ಚಾಡಿ ಹೇಳುವುದು ಸರಿಯೇ? ಅವರಿಗೆ ಬೇಜಾರಾಗದೇ? ಎಂದೆನ್ನಿಸಿತು. ಮೇಲಾಗಿ ಅದೇ ತಾನೇ ಮೈಯ ಒಳಗೆಲ್ಲ ಉಕ್ಕಿ ಹರಿಯುತ್ತಿದ್ದ ಯೌವನಕ್ಕೆ ಈ ರೋಮಾಂಚನ ಬಹಳ ಹಿತವೆನ್ನಿಸಿತು. ಮತ್ತೂ ಬೇಕೆನ್ನಿಸಿತು. ಹಾಗಾಗಿ ಏನೂ ತಿಳಿಯದವಳಂತೆ ನಿದ್ರೆ ಬಂದವಳಂತೆ ನಟಿಸುತ್ತಾ ಮಲಗಿದೆ. ಮತ್ತೆರಡು ನಿಮಿಷ ಅಷ್ಟೇ. ಬೈ ಒನ್ ಗೆಟ್ ಒನ್ ಫ್ರೀ ಎನ್ನುವಂತೆ ಇನ್ನೊಂದು ಮುತ್ತು ಕೊಟ್ಟಿದ್ದ. ನನ್ನ ಮೈಯಲ್ಲಿ ಏನೋ ಒಂದು ರೀತಿ ಕರೆಂಟ್ ಹೊಡೆದ ಅನುಭವವಾಯ್ತು. ನನ್ನಿಂದ ಯಾಕೋ ತಡೆಯಲಾಗಲಿಲ್ಲ ಮಗ್ಗುಲು ಬದಲಿಸಿ ಮಲಗಿದೆ.

ನಿಧಾನವಾಗಿ ಅವನ ಕೈ ಇಂದ ನನ್ನ ತಲೆ ಸವರತೊಡಗಿದ. ಟಿ.ವಿ.ಯಲ್ಲಿ ಯಾವುದೋ ಹಿಂದಿ ಸಿನಿಮಾ ಓಡುತ್ತಿತ್ತಾದರೂ ಅವನ ಕಣ್ಣು ಮನಸ್ಸೆಲ್ಲಾ ನನ್ನತ್ತಲೇ ಇತ್ತೇನೋ. ಅವನ ಮೃದುವಾದ ಕೈ ಬೆರಳು ನನ್ನ ತುಟಿಗಳನ್ನು ಸ್ಪರ್ಶಿಸಿದ್ದೇ ತಡ, ನನಗೆ ಏನೋ ಒಂದು ರೀತಿಯ ಪ್ರಾಣ ಹೋದ ಅನುಭವವಾಯ್ತು. ನನ್ನ ತುಟಿಗಳು ನಡುಗಹತ್ತಿದವು. ಮೈ ಚಳಿಯಿಂದ ನಡುಗಹತ್ತಿತ್ತು. ನನ್ನನ್ನು ನಾನೇ ಕಂಟ್ರೋಲ್ ಮಾಡಿಕೊಳ್ಳಲೆಂದು ಎಷ್ಟೇ ಪ್ರಯತ್ನ ಪಟ್ಟರೂ ನನ್ನಿಂದಾಗಲಿಲ್ಲ. ಇನ್ನೇನು ಮಾಡುವುದು, ನನ್ನ ಭಾವನೆಗಳನ್ನೆಲ್ಲ ಗಂಟು ಮೂಟೆ ಕಟ್ಟಿ, ಸುಮ್ಮನೇ ಏನೂ ಗೊತ್ತಿಲ್ಲದಂತೆ, ನಿದ್ರೆ ಹೋಗಿರುವವಳಂತೆ ನಟಿಸುತ್ತಾ ಮಲಗುವುದು. ಅದೊಂದೇ ಸಧ್ಯಕ್ಕೆ ನನ್ನಲ್ಲಿರುವ ಮಾರ್ಗ ಎಂದು ಸಮ್ಮನೆ ಮಲಗಿದೆ.

ಅವನಿಗೂ ನಾನು ನಿದ್ರೆ ಹೋಗುತ್ತಿರುವುದು ತಿಳಿಯಿತೋ ಅಥವಾ ನಾನವನ ಕೆಲಸಕ್ಕೆ ಅಪೋಸ್ ಮಡುವುದೆಂದು ತಿಳಿಯಿತೋ ಗೊತ್ತಿಲ್ಲ. ಇನ್ನೂ ಧೈರ್ಯ ಬಂದವನಾಗಿ ಮುಂದುವರೆದ. ಬಲವಾಗಿ ನನ್ನನ್ನು ತಳ್ಳಿ ಎಳೆದ. ನಾನು ನಿದ್ರೆ ಹೋಗುತ್ತಿರುವಂತೆಯೇ ನಟಿಸುತ್ತಾ, ಆ ಮಗ್ಗುಲಿಂದ ಹೊರಳಿ ನೇರವಾಗಿ ಅಂಗತ್ತಾಗಿ ಮಲಗಿದೆ. ಬರಬರುತ್ತಾ ಅವನು ನನ್ನನ್ನು ಸಂಪೂರ್ಣವಾಗಿ ಆವರಿಸಿದ್ದ. ನಾನು ಅಂಗಾತಾಗಿ ಮಲಗಿದ ಮೇಲೆ ಇನ್ನೂ ಆಕ್ರಮಣಕಾರಿಯಾದ. ಆಗ ತಾನೇ ಚಿಗುರೊಡೆಯುತ್ತಿರುವ ನನ್ನ ಕನ್ಯತ್ವ, ಅದರ ರೂಪುರೇಶಗಳ ಎಫೆಕ್ಟ್ ಅನ್ನು ನನ್ನ ದೇಹದಲ್ಲಿ ಉಂಟಾಗಿಸಿತ್ತಲ್ಲ? ಅಂತಹ ಹುಡುಗಿಯೊಬ್ಬಳು ಅಂಗಾತ ಮಲಗಿದ್ದರೆ ಇನ್ನೂ ಸುಂದರವಾಗಿ ಕಾಣಲ್ವೆ?

ವಯೋಸಹಜವಾದ ಭಾವನೆಗಳು ನನ್ನನ್ನು ಉಗ್ರಳನ್ನಾಗಿಸಿತ್ತೇನೋ, ನಾನು ಬೇಕೆಂದೇ ಅಂಗಾತ ಮಲಗಿದೆ. ಅವನು ನನ್ನ ದೇಹ ಸೌಂದರ್ಯವನ್ನು ಇನ್ನೂ

ನೋಡಲಿ ಎಂಬ ಆಸೆ ನನ್ನದು. ನನ್ನ ಉಬ್ಬು, ತಗ್ಗಿನ ದೇಹವನ್ನು ನೋಡಿ ಅವನಿನ್ನೂ ಹುಚ್ಚನಾಗಲಿ ಎಂಬ ಭಾವನೆ ನನ್ನಲ್ಲೇ ಉಂಟಾಯ್ತು. ನೇರವಾಗಿ ಅಂಗಾತ ಮಲಗಿದ್ದೇ ತಡ, ಅವನ ತುಟಿಗಳಿಂದ ನನ್ನ ತುಟಿಗಳನ್ನು ಜೋರಾಗಿ ಚುಂಬಿಸಿದ. ನಿದ್ರೆಯಲ್ಲಿರುವಂತೆಯೇ, ನಾನು ಕೂಡ ಅವನ ತುಟಿಯನ್ನು ಜೋರಾಗೇ ಕಚ್ಚಿದೆ. ಅವನನ್ನು ಬಿಗಿಯಾಗಿ ತಬ್ಬಿ ಹಿಡಿದೆ. ಬರುಬರುತ್ತಾ ಆಗ ತಾನೇ ಯೌವನ ಚಿಗುರೊಡೆಯುತ್ತಿರುವ ನನ್ನ ಭಾವನೆಗಳನ್ನು ನನ್ನಿಡೀ ಸೌಂದರ್ಯವನ್ನೂ ಅವನಿಗೊಪ್ಪಿಸಿದ್ದೆ. ಅವನು ನನ್ನನ್ನು ಸಂಪೂರ್ಣ ಅಕ್ರಮಿಸಿದ್ದ. ಹೀಗೆಯೇ ನಮ್ಮ ಲವ್ ಸ್ಟೋರಿ ತುಂಬಾ ದಿನ ಮುಂದುವರೀತು. ದಿನಾ ಒಂದೊ0ದು ರೀತಿಯ ಗಿಫ್ಟ್ ಕೊಡುಸುತ್ತಿದ್ದ. ಅತ್ತೆಯ ಕಣ್ಣು ತಪ್ಪಿಸಿ ಆಚೆ ಸುತ್ತಾಡೋಕೆ ಕರ್ಕೊಂಡು ಹೋಗ್ತಾ ಇದ್ದ. ಪ್ರತಿ ದಿನಾ ಸಾವಿರ ಬಾರಿ ಐ ಲವ್ ಯು ಅಂತ ಹೇಳ್ತಾಳ ಇದ್ದ. ಅವನು ಐ ಲವ್ ಯು ಅಂದಾಗ ನಾನು ಜಗತ್ತಿನ ಅತೀ ಸುಖೀ ಜೀವ ಎನ್ನುವಷ್ಟು ಖುಷಿಯಾಗ್ತಾ ಇತ್ತು. ನನ್ನ ಜೀವವೇ ಅವನಾಗಿ ಹೋಗಿದ್ದ. ಅವನಿಲ್ಲದೆ ಒಂದು ದಿನ ಕಳೆಯುವುದೂ ಸಾಧ್ಯವಿಲ್ಲವೇನೋ ಎಂಬಂತಾಗಿತ್ತು ನನ್ನ ಸ್ಥಿತಿ. ನಾವಿಬ್ಬರೂ ಮದುವೆಯಾದಂತೆ ನೂರಾರು ಕನಸುಗಳನ್ನು ಹೆಣೆದಿದ್ದೆ

ಆಮೇಲೆ ಬರ್ತಾ ಬರ್ತಾ ಇದ್ದಕ್ಕಿದ್ದಂತೆ ನನ್ನನ್ನು ಅವಾಯ್ಡ್ ಮಾಡಲು ಶುರು ಮಾಡಿದ. ಆಮೇಲೆ ಅಲ್ಲಿ ಇಲ್ಲಿ ಅವರಿವರಿಂದ ನನಗೆ ತಿಳಿದ ವಿಷಯ ಏನಂದ್ರೆ ಅವನೊಬ್ಬ ದೊಡ್ಡ ಪ್ಲೇ ಬಾಯ್ ಅಂತೇ. ಕಾಲೇಜ್ ಅಲ್ಲಿ ಕೂಡ ಎಷ್ಟೋ ಜನ ಗರ್ಲ್ ಫ್ರೆಂಡ್ಸ್ ಅಂತೇ. ನನಗೇ ನನ್ನ ಬಗ್ಗೆ ಒಂಥರ ಬೇಜಾರಾಯ್ತು. ಅಮ್ಮ ಅಪ್ಪ - ಇವರ ಜಾಗವನ್ನು ತುಂಬುವ ಒಬ್ಬ ಗೆಳೆಯ ಸಿಕ್ಕಿದ ಅಂತ ಇಷ್ಟು ದಿನಾ ಎಷ್ಟು ಸಂತೋಷವಾಗಿದ್ದೆ. ನನ್ನೆಲ್ಲಾ ಆಸೆಗಳನ್ನೂ ಯಾರೋ ಬೆಂಕಿ ಹಚ್ಚಿ ಬೂದಿ ಮಾಡಿದ ಹಾಗಾಯ್ತು. ಅಷ್ಟರಲ್ಲೇ ಅಪ್ಪ ಬಾಂಬೆಯ ಈ ಮನೆಗೆ ಶಿಫ್ಟ್ ಆಗಿದ್ರು. ಇಲ್ಲೇ ಕಾಲೇಜಿಗೆ ಸೇರಿದೆ. ಇವಾಗ ಈ ಮನೇನೇ ನನ್ನ ಅಪ್ಪ, ಅಮ್ಮ, ಎಲ್ಲ. ಅವನನ್ನು ಸಂಪೂರ್ಣ ಮರೆತೇಬಿಟ್ಟೆ. ಹೊರಗಿನ ಪ್ರಪಂಚಕ್ಕೆ ಯಾವಾಗ್ಲೂ ನಗ್ತಾ ನಗ್ತಾ ಕಾಣಿಸೋ ಶೆಫಾಲಿಯ ನಗುವಿನ ಹಿಂದೆ ಇಂತಹ ಒಂದು ನೋವಿರುವುದು ನನಗೆ ಗೊತ್ತೇ ಇರಲಿಲ್ಲ. ಹೀಗೆಯೇ ರಾತ್ರಿ ಎಲ್ಲಾ ಮಾತಾಡ್ತಾ ಕೂತಿದ್ವೀ. ನಾನು ಹಾಗೆಯೇ ನಕ್ಷತ್ರಗಳನ್ನು ನೋಡ್ತಾ ನಿದ್ದೆಗೆ ಜಾರಿದೆ.

* * * * *

5

ಅಂತೂ ನಾಳೆಯಿಂದ ನನ್ನ ಮಿಲಿಟರಿಯ ಜೀವನ ಶುರುವಾಗ್ತಾ ಇದೆ. ಏನೋ ಒಂದು ರೀತಿಯ ಸಂತಸ, ಸಡಗರ. ಸೀನನಿಗೆ ಮತ್ತೊಮ್ಮೆ ವಿದಾಯ ಹೇಳಿದೆ. ಇಂದಿನ ರಾತ್ರಿ ಕಳೆದರೆ ಸಾಕು. ಹೊಸತೊಂದು ಜೀವನ ಶುರುವಾಗಲಿದೆ. ಕಣ್ಣಲ್ಲಿ ನೂರಾರು ಆಸೆಗಳು ಟಿಸಿಲೊಡೆಯುತ್ತಿವೆ. ಟೆರೇಸಿನ ಮೇಲೆ ಮಲಗಿ ರಾತ್ರಿ ಒಂದರವರೆಗೆ ಸೀನನೊಡನೆ ಮಾತಾಡುತ್ತಲೇ ಇದ್ದೆ. ನಾನು ಸವೆಸಿದ ಹಾದಿಯನೊಮ್ಮೆ ಅವಲೋಕಿಸಿದರೆ ನನಗೇನೇ ನಂಬಲಿಕ್ಕಾಗುತ್ತಿಲ್ಲ. ಊರು ಬಿಟ್ಟು ಬಂದದ್ದು, ಮುಂಬೈ ಸೇರಿದ್ದು, ಒಳ್ಳೆಯ ಕೆಲಸ ಸಿಕ್ಕಿದ್ದು, ಸೀನನಂತಹ ಗೆಳೆಯ, ಶೆಫಾಲಿಯಂತಹ ಗೆಳತಿ ಸಿಕ್ಕಿದ್ದು ಒಲಿಯದೇ ಬಂದ ಅದೃಷ್ಟದಂತೆ ಮಿಲಿಟರಿಗೆ ಸೆಲೆಕ್ಟ್ ಆಗಿದ್ದು, ಹಾಸ್ಟೆಲ್ ವ್ಯವಸ್ಥೆ, ಎಲ್ಲೂ ಒಂದು ಚೂರೂ ತೊಂದರೆಯಾಗದ0ತೆ ಎಲ್ಲವನ್ನೂ ಯಾವುದೋ ಪ್ಲಾನ್ ಪ್ರಕಾರ ಮಾಡಿದಂತಿದೆ ಆ ದೇವರು. ನನ್ನ ಹಿಂದೆಯೇ ಇದ್ದು, ಎಲ್ಲ ರೀತಿಯಲ್ಲೂ ನನಗೆ ಒಳ್ಳೆಯದನ್ನೇ ಮಾಡುತ್ತಿದ್ದಾನೆ - ಎಲ್ಲೂ ಒಂದು ಚೂರೂ ವ್ಯತ್ಯಾಸವಾಗದ ರೀತಿ. ಅದರಲ್ಲೂ ಶೆಫಾಲಿಯ ಋಣವಂನ್ನತೂ ತೀರಿಸಲಾಗದು. ಅವಳು ನನಗೆ ಗೆಳತಿಯಷ್ಟೇ ಅಲ್ಲ; ಗುರುವಾಗಿದ್ದಳು. ಒಬ್ಬರ ಬಳಿ ಮಾತಾಡುವಾಗ ಇರಬೇಕಾದ ಶೈಲಿ, ಥ್ಯಾಂಕ್ಸ್ ಹೇಳುವಾಗ ಇರಬೇಕಾದ ಧನ್ಯತಾಭಾವ, ಪ್ಲೀಸ್ ಎಂದು ಹೇಳಬೇಕಾದರೆ ಇರಬೇಕಾದ ನಿವೇದನಾ ಭಾವ, ಸಾರಿ ಹೇಳಬೇಕಾದ ಇರಬೇಕಾದ ಮುಖಭಾವಗಳು, ಅದಕ್ಕೆ ತಕ್ಕ ದೈಹಿಕ ಭಾಷೆ, ಮಾತಾಡುವಾಗ ಇರಬೇಕಾದ ಮೊನಚು, ನಮ್ಮನ್ನು ನಾವು ಸಮರ್ಥಿಸಿಕೊಳ್ಳಲು ಬೇಕಾದ ವಿಶ್ವಾಸ...ಇತ್ಯಾದಿ ಎಲ್ಲದರಲ್ಲೂ ಅವಳು ನನ್ನ ಗುರುವೇ ಆಗಿದ್ದಾಳೆ. ಅವಳೇ ತಾನೇ ಖುದ್ದಾಗಿ ಕರೆದು ಹೋಗಿ ಮಿಲಿಟರಿಗೆ ನನ್ನನ್ನು ಸೇರಿಸಿದ್ದು? ಅವಳಿಲ್ಲದಿದ್ದರೆ ಇದು ಸಾಧ್ಯವಾಗುತ್ತಿದ್ದುದಾದರೂ ಹೇಗೆ? ಹೀಗೇ ನಾನು ನಡೆದು ಬಂದ ದಾರಿಯನ್ನೇ ಅವಲೋಕಿಸುತ್ತಾ ನಿದ್ರೆಗೆ ಜಾರಿದೆ.

ಬೆಳಿಗ್ಗೆ ಆರೂವರೆಗೆ ಟಾಂಗಾ ಏರಿದೆ. ನನ್ನ ಬಳಿ ಇದ್ದ ಲಗೇಜಾದರೂ ಏನು - ಒಂದೆರಡು ಜೊತೆ ಬಟ್ಟೆಯ ವಿನಃ? ಮಿಲಿಟರಿ ಕ್ಯಾಂಪಿನ ಒಳಗೆ ಟಾಂಗಾ ಪ್ರವೇಶವಿಲ್ಲ. ಹಾಗಾಗಿ ಗೇಟಿನ ಬಳೀಯೇ ಇಳಿದು ಸೀದಾ ಒಳಗೆ ನಡೆದೆ. ಬೆಳಿಗ್ಗೆ ಜನ ಸಂಚಾರ ತುಂಬಾ ವಿರಳ. ಸಾಮಾನ್ಯವಾಗಿ ಬೆಳಿಗ್ಗೆ ಆರರಿಂದ ಒಂಬತ್ತರವರೆಗೆ ಟ್ರೈನಿಂಗ್ ಇರುತ್ತದೆ. ಹಾಗಾಗಿ ಎಲ್ಲರೂ ಟ್ರೈನಿಂಗಲ್ಲಿ ಬಿಜಿ. ಟ್ರೈನಿಂಗ್ ಮುಗಿಸಿ, ಸ್ನಾನ-ತಿಂಡಿ ಮುಗಿಸಿ, ಹತ್ತು-ಹತ್ತುವರೆಯ ಮೇಲೆಯೇ ಏನಿದ್ದರೂ ಜನಸಂಚಾರ. ಮೊದಲೇ ಹೇಳಿದ್ದಂತೆ ನನಗಾಗಿ ಹಾಸ್ಟೆಲ್ ವ್ಯವಸ್ಥೆಯೂ ಮಾಡಿಯಾಗಿತ್ತು. ಹೀಗಾಗಿ ಸೀದಾ ಹಾಸ್ಟೆಲ್ ಕಡೆಗೆ ನಡೆದೆ. ಅಲ್ಲೇ ಇದ್ದ ರಿಸೆಪ್ಷನ್ ಬಳಿ ನನ್ನ ವಿವರಗಳನ್ನು ಕೊಟ್ಟು, ನನಗಾಗಿ ಕಾಯ್ದಿರಿಸಿದ್ದ ರೂಮಿನ ಬೀಗದ ಕೈ ಪಡೆದು ಒಳನಡೆದೆ.

ಮೊದಲ ದಿನದ ಕೆಲಸ ಉತ್ಸಾಹದಾಯಕವಾಗಿತ್ತು. ನನ್ನ ರೂಮಿನಲ್ಲಿ ನನ್ನೊಟ್ಟಿಗಿರುವ ಇನ್ನಿಬ್ಬರು ರೂಂ ಮೇಟುಗಳ ಪರಿಚಯವಾಯ್ತು. ಮಿಲಿಟರಿ ಟ್ರೈನಿಂಗ್ ಕ್ಯಾಂಪಸ್ ನ ಹಾಸ್ಟೆಲ್, ಊಟದ ಮನೆ, ಟ್ರೈನಿಂಗ್ ಕೊಡುವ ಸ್ಥಳಗಳನ್ನೆಲ್ಲ ಒಂದು ಸುತ್ತು ಹಾಕಿ ಬಂದೆ. ಯೂನಿಫಾರಂಗಾಗಿ ನನ್ನ ಅಳತೆ ಕೊಟ್ಟಿದ್ದೂ ಆಯ್ತು. ಇಡೀ ಕ್ಯಾಂಪಸ್ ನ ಒಂದು ಕಾಲು ಭಾಗ ಸುತ್ತಾಕಿದ್ದಾಯ್ತು. ಹೋಗಿ ಮೇಡಂ ಹತ್ತಿರ ಮಾತಾಡಿ ಬಂದೆ. ಕೋಚ್ ಜೊತೆಗೆ ಒಂದರ್ಧ ತಾಸು ಮಾತಾಡಿದ್ದೂ ಆಯಿತು. ಊಟದ ಮನೆಗೆ ಹೋಗಿ ರಾತ್ರಿ ಊಟ ಮಾಡಿ ರೂಮಿಗೆ ಬಂದೆ. ಸುತ್ತಾಡಿದ್ದರ ಪರಿಣಾಮವೋ ಎಂಬ0ತೆ ಬಲು ಬೇಗ ನಿದ್ರೆ ಹತ್ತಿತು. ಬೆಳಿಗ್ಗೆ ಐದು ಗಂಟೆಗೆಲ್ಲ ಎದ್ದೆ. ಆಹಾ! ಎಷ್ಟೋ ದಿನಗಳಾಗಿತ್ತು ಬೆಳಗಿನ ಜಾವದ ಸೂರ್ಯನನ್ನು ನೋಡಿ. ಊರಲ್ಲಿದ್ದಾಗಲ್ಲವೇ ದಿನ ಬೆಳಗಿನ ಜಾವ ಎದ್ದು ಕೊಟ್ಟಿಗೆಯ ಕಡೆಗೆ ಓಡುತ್ತಿದ್ದುದು?

ಬಾಂಬೆಗೆ ಬಂದು ಈ ಬಾರಿನ ಕೆಲಸ ಸೇರಿದ ಮೇಲಂತೂ, ದಿನಾ ರಾತ್ರಿ ಬಹಳ ಹೊತ್ತಿನ ಮೇಲೆ ಮಲಗುವುದು ಅಭ್ಯಾಸವಾಗಿತ್ತು. ಹಾಗಾಗಿ ಬೆಳಗಿನ ಜಾವ ಏಳುವುದಾರೂ ಎಂತ? ಎಂಟಕ್ಕೂ, ಹತ್ತಕ್ಕೋ ಏಳುವ ಸೋಂಬೇರಿ ಜೀವನ ಅಭ್ಯಾಸವಾಗಿ ಹೋಗಿತ್ತು. ಬಹಳ ದಿನಗಳ ಬಳಿಕ ಬೆಳಗಿನ ಜಾವದ ಉದಯಿಸುವ ಸೂರ್ಯನ ನೋಟವನ್ನು ಸವಿಯುತ್ತಿದ್ದೇನೆ. ಹಾಸಿಗೆಯಿಂದೆದ್ದು ಕೈ ಕಾಲು ಮುಖ ತೊಳೆದು ಟ್ರೈನಿಂಗ್ ಹಾಲಿನ ಕಡೆ ನಡೆದೆ. ಕೋಚ್ ಆಗಲೇ ಬಂದಾಗಿತ್ತು. ಪೂರ್ತಿ ತುಂಬಿ ತುಳುಕುತ್ತಿರುವ ಹುಮ್ಮಸ್ಸಿನಿಂದ ನಮಸ್ತೆ ಸಾರ್ ಎಂದೆ. ಪ್ರತಿಯಾಗಿ ಮಾರ್ನಿಂಗ್ ಹೇಳಿದ ಕೋಚ್, ನಿಮ್ಮ ಯೂನಿಫಾರಂ ಹಾಗೂ ಈಜುಡುಗೆಗಳು ಇನ್ನೂ ಬಂದಿಲ್ಲ. ಇವತ್ತು ಮಧ್ಯಾಹ್ನ ಮೂರರ ಮೇಲೆ ಬರುವ

ಸೂಚನೆಯಿದೆ. ಸಂಜೆ ಒಮ್ಮೆ ಬಂದು ನನ್ನನ್ನು ಭೇಟಿಮಾಡಿ. ಆಫೀಸಿಗೆ ಹೋಗಿ, ನಿನ್ನ ಬಟ್ಟೆಗಳನ್ನು ಕಲೆಕ್ಟ್ ಮಾಡಿ ನಾಳೆ ಬಾ. ಇವತ್ತು ಆರಾಮಾಗಿ ರೆಸ್ಟ್ ಮಾಡು ಎಂದರು. ಅಯ್ಯೋ! ಇನ್ನೂ ಒಂದು ದಿನ ಕಾಯಬೇಕೇ? ಎಂದು ಜೋಲು ಮೋರೆ ಹಾಕಿ ಹೊರನಡೆದೆ.

ಹಾಸ್ಟೆಲಿಗೆ ಬಂದು ಸೇರಿದ ಮೂರನೇ ದಿನ - ಇವತ್ತೂ ಕೂಡ ಬೆಳಗ್ಗೆ ನಾಲ್ಕುವರೆಗೆಲ್ಲ ಎದ್ದಿದ್ದೆ. ನಿನ್ನೆ ತಾನೇ ತಂದಿದ್ದ ಹೊಸ ಯೂನಿಫಾರಂ ಅನ್ನು ಧರಿಸಿ ಕನ್ನಡಿ ಮುಂದೆ ನಿಂತೆ. ನಾನು, ಬಸ್ಯಾ, ಕೆಲಸಕ್ಕೆ ಬಾರದವನು, ದನಗಳ ಸಗಣಿ ಎತ್ತುವುದು ಬಿಟ್ಟರೆ ಬೇರೇನೂ ಗೊತ್ತಿಲ್ಲದ ದ್ರಾಬೆ, ಸೋಂಬೇರಿ, ಅಪಶಕುನ... ಇತ್ಯಾದಿ ನಾಮಾಂಕಿತಗಳುಳ್ಳ ನಾನು ಬಸ್ಯಾ, ಮಿಲಿಟರಿ ಯೂನಿಫಾರಂನಲ್ಲಿ ನಿಂತಿದ್ದೇನೆ. ಕನ್ನಡಿಯತ್ತಲೇ ಎವೆಯಿಕ್ಕದೆ ದೃಷ್ಟಿಸುತ್ತಿದ್ದೇನೆ. ಸುಮಾರು ಹತ್ತು ನಿಮಿಷವಾಯ್ತು - ಕನ್ನಡಿಯತ್ತ ನೆಟ್ಟಿದ್ದ ನನ್ನ ನೋಟ ಆಕಡೆ- ಈ ಕಡೆ ಸರಿಯಲು. ಇದೇ ಮೊದಲ ಬಾರಿ ತಾನೇ ನಾನು ಶೂ ಹಾಕುತ್ತಿರುವುದು? ಹಾಗಾಗಿ ಏನೋ ಸ್ವಲ್ಪ ಅಸಹನೆಯೆನಿಸತೊಡಗಿತು. ಇರಲಿ, ಒಂದೆರಡು ದಿನವಷ್ಟೇ. ಆಮೇಲೆ ಅದೇ ರೂಢಿಯಾಗುವುದು ಎಂದೆಣಿಸಿ, ಸ್ವಿಮ್ಮಿಂಗ್ ಸೂಟನ್ನು ಬ್ಯಾಗೊಂದರಲ್ಲಿ ಸುತ್ತಿಟ್ಟು, ಬ್ಯಾಗನ್ನು ತೋಳಿಗೇರಿಸಿ, ಮತ್ತೊಮ್ಮೆ ಕನ್ನಡಿಯತ್ತ ನೋಡಿ ಹೊರಟೆ. ಇವತ್ತು ಸ್ವಲ್ಪ ಬೇಗ ಬಂದಿದ್ದೆನಾದ್ದರಿ0ದ ಇನ್ನೂ ಕೋಚ್ ಬಂದಿರಲಿಲ್ಲ. ಒಂದು ಹದಿನೈದು ನಿಮಿಷದಲ್ಲಿ ಕೋಚ್ ಬಂದರು. ನಮಸ್ತೆ ಸಾರ್ ಎಂದೆ. ಹಾ.. ಹಾ.. ನಮಸ್ತೆ, ಅಂದರ್ ಚಲ್ ಎನ್ನುತ್ತಾ ಒಳನಡೆದರು. ನಾನು ಅವರನ್ನೇ ಹಿಂಬಾಲಿಸಿದೆ.

ಬೆಳಿಗ್ಗೆ ಐದಕ್ಕೆ ಶುರುವಾಗುವ ಟ್ರೈನಿಂಗ್ ಆದರೂ ಕೂಡ ಇವತ್ತು ಕೋಚ್ ಬಂದಿದ್ದೇ ಐದೂವರೆಗೆ. ಐದರಿಂದ ಏಳರವರೆಗೆ ಮಿಲಿಟರಿ ಟ್ರೈನಿಂಗ್ ಎಲ್ಲರಿಗೂ ಅನ್ವಯ. ನಂತರ ಏಳರಿಂದ ಒಂಬತ್ತರವರೆಗೆ ಆಯಾಯ ವಿಭಾಗಕ್ಕೆ ತಕ್ಕುದಾದ ಟ್ರೈನಿಂಗ್ ಗಳು. ಹಾಗಾಗಿ ಕೋಚ್ ನನ್ನನ್ನು ನೇರವಾಗಿ ಕವಾಯತು ಟ್ರೈನಿಂಗ್ ಫೀಲ್ಡಿಗೆ ಕರೆದೊಯ್ದರು. ಲೆಫ್ಟ್-ರೈಟ್ ಎಂಬ ಶಬ್ದವಂತೂ ದೂರಕ್ಕೇ ಕೇಳಿಸುತ್ತಿತ್ತು. ಕೋಚ್ ಹೋದವರೇ ಕವಾಯತಿನ ಟ್ರೈನರ್ ಗೆ ನನ್ನ ಪರಿಚಯ ಮಾಡಿಸಿದರು. ಅಲ್ಲೇ ಹಿಂದಿನ ಸಾಲಲ್ಲಿ ನಿಂತವನೇ ನಾನೂ ಕೂಡ ಅವರು ಹೇಳಿದಂತೆ ಮಾಡತೊಡಗಿದೆ. ಸರಿಸುಮಾರು ಎರಡು ಗಂಟೆಗಳ ಕಾಲ ಇದ್ದ ಟ್ರೈನಿಂಗ್ ಅದು. ಕೈ ಕಾಲುಗಳು ಆಗಲೇ ಸಣ್ಣಗೆ ನೋಯತೊಡಗಿದವು. ಒಂದೈದು ನಿಮಿಷ ಸುಧಾರಿಸಿಕೊಂಡು, ಕೋಚ್ ಮೊದಲೇ ಹೇಳಿದ್ದ ಸ್ವಿಮ್ಮಿಂಗ್ ಅಕಾಡೆಮಿ ಬಳಿ ಬಂದೆ. ಬಂದವನೇ ಯೂನಿಫಾರಂ ಕಳಚಿ ಸ್ವಿಮ್ಮಿಂಗ್ ಸೂಟ್

ಧರಿಸಿ ತಯಾರಾದೆ. ಈಗಾಗಲೇ ಸ್ವಿಮ್ಮಿಂಗ್ ಪೂಲಿಗೆ ಹೋಗುತ್ತಿದೆನಲ್ಲ? ಹಾಗಾಗಿ ನನಗೆ ಸ್ವಿಮ್ಮಿಂಗ್ ಸೂಟೇನೂ ಅಂತಹ ಕಸಿವಿಸಿಯಾಗಲಿಲ್ಲ. ಕೋಚ್ ಹೇಳಿದಂತೆ ನೀರಿಗೆ ಇಳಿದೆ. ಎರಡು ಗಂಟೆಗಳ ಕಾಲ ನಡೆದ ಅಭ್ಯಾಸದ ಫಲ- ಕೈ ಕಾಲುಗಳು ನೋಯುತ್ತಿದ್ದವಷ್ಟೇ. ನೀರಿಗೆ ಇಳಿದೊಡನೆ ಆ ನೋವೆಲ್ಲವೂ ಮಾಯ. ಈಜಲು ಹೊಸ ಉತ್ಸಾಹ ಬಂದಿತ್ತು. ಇದು ಮೊದಲ ದಿನದ ಟ್ರೈನಿಂಗ್ ಆದ್ದರಿಂದ ಕೋಚ್ ಏನನ್ನೂ ಹೇಳಿಕೊಡಲಿಲ್ಲ. ಅವರು ನನಗೆ ಹೇಳಿದ್ದಿಷ್ಟೇ. "ಮೊದಲ ದಿನದ ಅಭ್ಯಾಸ. ಹಾಗಾಗಿ ನಿನಗೇನು ಗೊತ್ತೋ ಆ ವಿಧಾನ, ನಿನಗೆ ಹೇಗೆ ಗೊತ್ತೋ ಹಾಗೆ ಈಜಾಡು. ನಿನ್ನ ಸ್ಟೈಲ್, ಸ್ಟ್ರೋಕ್ಸ್ ಇದೆಲ್ಲ ನೋಡಿ, ನಿನಗೇನು ಹೇಳಿಕೊಡಬೇಕು ಎಂದು ನೋಟ್ ಮಾಡಿಕೊಳ್ಳುತ್ತೇನೆ. ಅದನ್ನೆಲ್ಲ ಒಮ್ಮೆ ಕೂಲಂಕುಶ ಪರಿಶೀಲಿಸಿ, ಏನು ಹೇಳಿಕೊಡಬೇಕೆಂದು ಯೋಚಿಸುವ". ಕೋಚ್ ಹೇಳಿದ ಈ ಮಾತಿಗೆ ಯೆಸ್ ಸರ್ ಎಂದಷ್ಟೇ ಉತ್ತರವಿತ್ತು ನೀರಿಗೆ ಜಿಗಿದೆ. ನೀರಿನಲ್ಲಿ ಮುಳುಗುತ್ತಲೇ ಕೈಗಳನ್ನು ಬಡಿಯದೇ, ಕಾಲಲ್ಲೇ ಈಜಾಡುತ್ತಾ ಮೇಲೆ ಬಂದೆ. ಕೈಗಳೆರಡನ್ನೂ ಕಟ್ಟಿಕೊಂಡು ಈಜಾಡಿದೆ. ಕಾಲನ್ನು ಬಡಿಯದೇ ಕೈಗಳಿಂದಲೇ ಈಜಾಡುವ ಪ್ರಯೋಗವೂ ಆಯಿತು. ಇನ್ನು ನೀರಿನ ಮೇಲೆ ಅಂಗಾತ ಮಲಗಿ, ಕೈ ಕಾಲುಗಳನ್ನು ಸಮ ಸ್ಥಿತಿಗೆ ತಂದು, ಶವದಂತೆ ತೇಲುವ ವಿದ್ಯೆಯ ಪ್ರಯೋಗವೂ ಆಯಿತು. ಉಸಿರು ಬಿಗಿ ಹಿಡಿದು ತುಂಬಾ ಸಮಯ ನೀರಲ್ಲಿ ಮುಳುಗುವ, ಭಾರದ ವಸ್ತುವೊಂದನ್ನು ನೀರಿಗೆಸೆದು, ತಳಕ್ಕೆ ಹೋಗಿ ಹುಡುಕಾಡಿ, ಆ ಭಾರವನ್ನು ಹೊತ್ತು ಮೇಲೆ ತರುವ, ಹೀಗೆ ಈಜಿನಲ್ಲಿ ನನಗೆ ಗೊತ್ತಿದ್ದ ದಶಾವತಾರದ ದರ್ಶನವನ್ನೂ ಕೋಚಿಗೆ ಮಾಡಿಸಿದ್ದೆ. “ನಾಟ್ ಬ್ಯಾಡ್, ಬಸ್ ಊಪರ್ ಆಜಾ” ಎಂದರು. ಹೊರಬಂದು ಯೂನಿಫಾರಂ ಧರಿಸಿದೆ. "ಹೋಗಿ ತಿಂಡಿ ತಿಂದು, ಲಂಚ್ ಮುಗಿಸಿ, ಮಧ್ಯಾಹ್ನ ಎರಡು ಗಂಟೆಗೆ ಬಾ” ಎಂದರು “ಯೆಸ್ ಸಾರ್” ಎಂದು ಸೆಲ್ಯೂಟ್ ಮಾಡಿ, ಒದ್ದೆಯಾಗಿದ್ದ ಸ್ವಿಮ್ಮಿಂಗ್ ಸೂಟನ್ನು ಬ್ಯಾಗಲ್ಲಿ ತುಂಬಿಸಿ, ಹಾಸ್ಟೆಲ್ ಕಡೆ ನಡೆದೆ. ರೂಮಿಗೆ ಬಂದು, ಯೂನಿಫಾರಂ ಕಳಚಿ ಸ್ನಾನ ಮಾಡಿ ನನ್ನ ಹಳೆಯ ಶರ್ಟು, ಪ್ಯಾಂಟು ಏರಿಸಿದೆ. ಕ್ಯಾಂಟೀನ್ ಗೆ ಹೋಗಿ ತಿಂಡಿ ತಿಂದು ಮತ್ತೆ ರೂಮಿಗೆ ಬಂದೆ. ಸ್ವಿಮ್ಮಿಂಗ್ ಸೂಟನ್ನು ಒಣಗಿಸಲೆಂದೇ ವಿಶೇಷ ಡ್ರೈಯರ್ ಒಂದನ್ನು ಕೊಟ್ಟಿದ್ದರು. ಆ ಡ್ರೈಯರ್ ಇಂದ ಸ್ವಿಮ್ಮಿಂಗ್ ಸೂಟನ್ನು ಒಣಗಿಸಿ, ಅಲ್ಲೇ ಬಿಸಿಲಿಗೆ ಹರವಿದೆ. ನನ್ನ ರೂಂ ಮೇಟ್ ಗಳು ಆಗಲೇ ನಿದ್ರೆ ಹೋಗುತ್ತಿದ್ದಂತಿತ್ತು. ಸದ್ದು ಮಾಡಿದರೆ ಅವರಿಗೆ ಎಚ್ಚರವಾಗುತ್ತದೆಂದು ತಿಳಿದು, ಹಾಗೇ ರೂಮಿನ ಕದ ಸರಿಸಿ ಹೊರಬಂದೆ.

ಕ್ಯಾ0ಪಸ್ಸನ್ನು ಇನ್ನೊಂದು ಸುತ್ತು ಹಾಕಿ ನೋಡುವ ಮನಸ್ಸಾಯಿತು. ಹಾಗಾಗಿ ನಾನಿದುವರೆಗೂ ನೋಡದೇ ಇದ್ದ ಕ್ಯಾಂಪಸ್ಸಿನ ಇನ್ನೊಂದು ಬದಿಯ ಅನ್ವೇಶಿಸಹೊರಟೆ. ಬಂದು ಮೂರು ದಿನವಾದರೂ, ಮಿಲಿಟರಿ ಕ್ಯಾಂಪಸ್ ನ ಸೌಂದರ್ಯವನ್ನೇ ಸವಿದಿರಲಿಲ್ಲ ನಾನು. ಮೊದಲ ದಿನವೆಲ್ಲ ವಿಧವಿಧವಾದ ವಿವರಗಳನ್ನು ಫಾರಂಗಳಲ್ಲಿ ಭರ್ತಿ ಮಾಡುವ ಸಹಿ ಮಾಡುವ, ಹಾಸ್ಟೆಲ್ ರೂಮಿನಲ್ಲಿ ನನ್ನ ಮಂಚ, ಹಾಸಿಗೆಗಳನ್ನು ಹೊಂದಿಸುವುದರಲ್ಲೇ ಕಳೆದಿತ್ತು. ಎರಡನೇ ದಿನವೂ ಬಹುತೇಕ ಅಷ್ಟೇ. ಯೂನಿಫಾರಂ ಮತ್ತು ಸ್ವಿಮ್ಮಿಂಗ್ ಸೂಟುಗಳನ್ನು ಪಡೆದುಕೊಳ್ಳುವಲ್ಲೇ ಒಂದೆರಡು ಗಂಟೆಗಳ ಸಮಯ ಸವೆಸಿಯಾಗಿತ್ತು. ಇನ್ನು ಐಡೆಂಟಿಟಿ ಕಾರ್ಡ್, ಕ್ಯಾಂಟೀನ್ನಲ್ಲಿ ತಿಂಡಿ ಊಟಕ್ಕಾಗಿ ಹೆಸರು ನೋಂದಾಯಿಸುವ ಇತ್ಯಾದಿ ಇತ್ಯಾದಿಗಳನ್ನು ಮುಗಿಸುವಷ್ಟರಲ್ಲೇ ಸೂರ್ಯ ಪಶ್ಚಿಮದೆಡೆ ವಾಲಿದ್ದ. ಹಾಗಾಗಿ ಇಂದೇ ಸ್ವಲ್ಪ ಸಮಯ ಸಿಕ್ಕಿದ್ದು - ಕ್ಯಾಂಪಸ್ ಅನ್ನು ಒಂದು ಸುತ್ತು ಹಾಕಲು. ಯೂನಿಫಾರಂ ಕಳಚಿ, ನನ್ನ ಶರ್ಟು-ಪ್ಯಾಂಟ್ ಧರಿಸಿ, ಚಪ್ಪಲಿ ಮೆಟ್ಟಿ, ನಿಧಾನವಾಗಿ ನಿದ್ರೆ ಹೋಗುತ್ತಿದ್ದವರಿಗೆ ಕೇಳಿಸದಂತೆ ರೂಮಿನ ಕದ ಹಾಕಿ ಹೊರಬಂದು, ಹಾಸ್ಟೆಲಿನ ಪೂರ್ವಕ್ಕೆ ಹೊರಟೆ. ವಿಶಾಲವಾದ ಕ್ಯಾಂಪಸ್ ನ ನೋಟವೇ ಬಲು ಸೊಗಸು. ಹೆಜ್ಜೆ ಹಾಕಿ ನಡೆಯುತ್ತಿದ್ದಾಗ ಸುತ್ತಲೂ ಸುಂಯನೆ ಬೀಸುತ್ತಿರುವ ಗಾಳಿ. ಬಲಗಡೆಗೆ ಒಂದು ವಿಶೇಷವಾಗಿ ನಿರ್ಮಿಸಲ್ಪಟ್ಟ ಚಿಕ್ಕ ಉದ್ಯಾನ. ಹಸಿರ ದೇವಿಯೇ ಇಲ್ಲಿ ಹಾಸಿ ಮಲಗಿದ್ದಾಳೋ ಎಂಬ0ತೆ ಕಾಣುವ ಸುಂದರ ಹುಲ್ಲು ಹಾಸು. ನಮ್ಮ ಊರಲ್ಲಿ ನಾನೆಂದೂ ಕಂಡಿರದ0ತಹ ಬಣ್ಣ ಬಣ್ಣದ ಎಲೆಗಳಿಂದ ಅಲಂಕೃತವಾದ, ವಿಧವಿಧ ಶೈಲಿಯ ಹೂಗಳಿಂದ ತುಂಬಿರುವ ಗಿಡ ಮರಗಳು. ಪಾರ್ಕಿನ ಮಧ್ಯದಲ್ಲೊಂದು ಪುಟ್ಟ ಕಾರಂಜಿ. ಕಾರಂಜಿಯ ಸುತ್ತ ಕೊಕ್ಕನ್ನು ನೆಲಕ್ಕೊರಗಿಸಿ, ನಿಂತ0ತಯೇ ನಿದ್ದೆ ಮಾಡುತ್ತಿರುವ ಮೂರು ಕೊಕ್ಕರೆಗಳು. ಅಲ್ಲಲ್ಲ ನಾಲ್ಕು ಕೊಕ್ಕರೆಗಳು. ಪಾರ್ಕಿನ ತುದಿಯಲ್ಲೊಂದು ಪುಟ್ಟ ಕೆರೆ. ಕೆರೆಯ ಬದಿಯಲ್ಲಿ ಕುಳಿತುಕೊಳ್ಳಲೆಂದೇ ಕಟ್ಟಿರುವ ಸಿಮೆಂಟ್ ಕಾಂಕ್ರೀಟಿನ ಚೇರಿನಂತಹ ವಿನ್ಯಾಸದ ಕಲ್ಲುಗಳು. ಬರೀ ಕಣ್ಣಿಗಷ್ಟೇ ಅಲ್ಲ, ಮೂಗಿಗೂ ಆಹ್ಲಾದವನ್ನುಂಟು ಮಾಡುತ್ತಿರುವ ಸುವಾಸನೆಭರಿತ ಹೂವುಗಳು. ಹೂವುಗಳ ಮೇಲೆ ಕುಳಿತು ಅಲ್ಲಿಂದಿಲ್ಲಿ ಹಾರುತ್ತಿರುವ ಚಿಟ್ಟೆಗಳು. ಪಾರ್ಕಿನಿಂದ ಹಾಗೇ ಮುಂದೆ ನಡೆದರೆ ಒಂದು ಕಾಲುದಾರಿ. ಸುಮಾರು ಒಂದು ಫರ್ಲಾಂಗ್ ದೂರ ನಡೆದರೆ ಟ್ರೈನಿಂಗಿಗೆ0ದೇ ವಿಶೇಷವಾಗಿ ನಿರ್ಮಿತವಾದ ತರಹೇವಾರಿ ವಿನ್ಯಾಸಗಳು. ಅದನ್ನು ದಾಟಿ ಮುಂದೆ ಮುಂದೆ ನಡೆದರೆ ಒಂದು ಕಬಡ್ಡಿ ಕೋರ್ಟ್. ಕಬಡ್ಡಿ ಕೋರ್ಟ್ ನ ಬಲಗಡೆಗೆ ಒಂದು ಪುಟ್ಟ ವಾಲಿಬಾಲ್

ಕ್ರೀಡಾಂಗಣ. ಹೀಗೇ ನೋಡುತ್ತಾ ನಡೆಯುತ್ತಿದ್ದರೆ ದಿನವೆಲ್ಲ ನಡೆಯಬಹುದಿತ್ತೇನೋ? ಅಷ್ಟು ವಿಶಾಲವಾದ ಜಾಗ. ಆದರೇನು ಮಾಡುವುದು - ವಾಪಸ್ ಹೋಗಿ, ಊಟ ಮಾಡಿ, ನಂತರ ಮತ್ತೆ ಸ್ವಿಮ್ಮಿಂಗ್ ಪೂಲಿಗೆ ಹೋಗಬೇಕಲ್ಲ? ಸರಿ - ಇನ್ನುಳಿದ ಜಾಗವನ್ನು ಮತ್ತೆ ನೋಡಿದರಾಯಿತು ಎಂದು ಮತ್ತದೇ ದಾರಿಯಲ್ಲಿ ಮರಳಿ ಬಂದೆ. ಅದಾಗಲೇ ಕ್ಯಾಂಟೀನ್ ಜನಸಂದಣಿಯಿ0ದ ತುಂಬಿತ್ತು. ನನಗೂ ನಡೆದು ಆಯಾಸವಾಗಿತ್ತಾದರೂ, ಹೊಟ್ಟೆ ತುಂಬ ಊಟ ಮಾಡಿದರೆ, ಈಜಾಡಲು ಸ್ವಲ್ಪ ಕಷ್ಟವಾಗಬಹುದೆಂದು ತಿಳಿದು, ಎರಡು ಚಪಾತಿಯನ್ನಷ್ಟೇ ತಿಂದು ರೂಮಿಗೆ ಮರಳಿದೆ. ಒಣಗಿ ಹಾಕಿದ್ದ ಸ್ವಿಮ್ಮಿಂಗ್ ಬಟ್ಟೆಯನ್ನು ಬ್ಯಾಗಿಗೇರಿಸಿ, ಸ್ವಿಮ್ಮಿಂಗ್ ಪೂಲ್ ಕಡೆ ನಡೆದೆ.

* * * * *

ಒಂದಲ್ಲ, ಎರಡಲ್ಲ, ಭರ್ತಿ ಮೂರು ತಿಂಗಳು. ನಾನು, ನನ್ನ ರೂಮು, ಕ್ಯಾಂಟೀನಿನ ಊಟ, ಸ್ವಿಮ್ಮಿಂಗ್ ಪೂಲ್ - ಇದಿಷ್ಟನ್ನ ಬಿಟ್ಟು ಬೇರೆ ಆಲೋಚನೆ ಮಾಡುವಷ್ಟೂ ಪುರುಸೊತ್ತಿಲ್ಲವಾಗಿತ್ತು. ಕಳೆದ ಮೂರು ತಿಂಗಳಲ್ಲಿ ಕೇವಲ ಎರಡು ಬಾರಿಯಷ್ಟೇ ಶೆಫಾಲಿ ಹಾಗೂ ಸೀನನನ್ನು ಭೇಟಿಯಾಗಿದ್ದು. ಬೇಕಾದಾಗ ಭೇಟಿಯಾಗಬಹುದು ಎಂದು ಇಲ್ಲಿ ಸೇರುವ ಮುಂಚೆ ನಾನೆಣಿಸಿದ್ದು ತಪ್ಪಾಗಿತ್ತು. ನಾವ್ಯಾರೂ ಕಾರಣವಿಲ್ಲದೆ ಎಲ್ಲೆಂದರಲ್ಲಿ ಕ್ಯಾಂಪಸ್ನಿ0ದ ಆಚೆ ಹೋಗುವಂತಿಲ್ಲ ಅಥವಾ ಹೊರಗಿನವರ್ಯಾರೂ ಇಲ್ಲಿ ಬರುವಂತಿಲ್ಲ - ವಿಶೇಷ ಸಂದರ್ಭ ಹಾಗೂ ಕಾರಣಗಳನ್ನು ಹೊರತುಪಡಿಸಿ. ಹಾಗಾಗಿ ಇತ್ತೀಚೆಗೆ ಶೆಫಾಲಿಯ ನೆನಪು ತುಸು ಹೆಚ್ಚೇ ಕಾಡತೊಡಗಿದೆ. ಯಾವುದೋ ನೆಪವೊಡ್ಡಿ ಈ ವಾರದಲ್ಲಿ ಒಮ್ಮೆಯಾದರೂ ಅವಳ ಭೇಟಿಯಾಗಬೇಕೆಂಬ ಉತ್ಕಟ ಅಭಿಲಾಷೆಯುಂಟಾಗುತ್ತಿದೆ. ನನ್ನ ಟ್ರೈನಿಂಗ್ ಕೂಡ ಅಷ್ಟೇ - ನಾನು ಎಂದೂ ಊಹಿಸದಷ್ಟು ವಿಚಿತ್ರ ಬಗೆಯ ಈಜುಗಳಿವೆ. ನಮ್ಮ ಕೋಚ್ ಕೂಡ ಅದನ್ನೆಲ್ಲವನ್ನೂ ತಾಳ್ಮೆಯಿಂದ ಹೇಳಿಕೊಡುತ್ತಿದ್ದಾರೆ. ಅವರು ಹೇಳಿದಕ್ಕಿಂತ ಅರ್ಧ ಗಂಟೆ ಹೆಚ್ಚು ಅಭ್ಯಾಸ ಮಾಡುತ್ತಿದ್ದೇನೆ ಹೊರತು, ಎಂದಿಗೂ ಮೈಗಳ್ಳನಾಗಿಲ್ಲ. ಬ್ರೆಸ್ಟ್ ಸ್ಟ್ರೋಕ್, ಬ್ಯಾಕ್ ಸ್ಟ್ರೋಕ್, ಸೈಡ್ ಸ್ಟ್ರೋಕ್, ಬಟರ್ ಫ್ಲೈ ಸ್ಟ್ರೋಕ್, ಫ್ರಂಟ್ ಕ್ರಾವ್ಲ್, ಡಾಗ್ ಪೆಡಲ್ ಹೀಗೇ ವಿಧ-ವಿಧವಾದಂತಹ ಈಜು ವಿಧಾನಗಳು. ಒಂದಕ್ಕಿ0ತ ಒಂದು ಅದ್ಭುತ. ಒಂದಕ್ಕಿ0ತ ಒಂದು ವಿಶಿಷ್ಟ. ಹಳ್ಳಿಯ ಕೆರೆಯೊಂದರಲ್ಲಿ ಈಜಾಡುತ್ತಾ, ದನ ಮೇಯಿಸುತ್ತಿದ್ದ ನಾನು ಇಂದು ಇಂಗ್ಲೀಶ್, ಹಿಂದಿ ಮಾತಾಡುತ್ತಾ, ಒಬ್ಬ ಈಜುಪಟುವಾಗಿದ್ದೇನೆ.

* * * * *

ಅಂತೂ ಕಡೆಗೂ ಆ ದಿನ ಬಂದೇ ಬಿಟ್ಟಿತು. ನನ್ನ ಮೊದಲ ಹಂತದ ಟ್ರೈನಿಂಗ್ ಮುಗಿದಿತ್ತು. ಮೂರು ದಿನಗಳ ಕಾಲ ಟ್ರೈನಿಂಗ್ ಗೆ ಅಲ್ಪವಿರಾಮ. ಹಾಗಾಗಿ ಕೋಚ್ ನ ಅನುಮತಿ ಪಡೆದು, ಎರಡು ದಿನಗಳ ಮಟ್ಟಿಗೆ ಹೊರಗೆ ಸುತ್ತಾಡಲು ಹೊರಟೆ. ಅಲ್ಲಿಂದ ಹೊರಟು ಮೊದಲು ತಲುಪಿದ್ದೇ ನನ್ನ ಜೀವನಕ್ಕೆ ಒಂದಿಷ್ಟು ದಿನ ಸೂರನ್ನು ಒದಗಿಸಿದ್ದ ಬಾರಿಗೆ. ದುರಾದೃಷ್ಟವೆಂದರೆ ಇದೇ - ಸೀನ ಹದಿನೈದು ದಿನಗಳ ರಜಾ ಪಡೆದು ಊರಿಗೆ ಹೋಗಿದ್ದಾನಂತೆ. ಇವ ಊರಿಗೆ ಹೋಗುವುದಿಲ್ಲ ಎಂದಿದ್ದನಲ್ಲ? ಹೋಗಿದ್ದಾದರೂ ಎಲ್ಲಿಗೆ? ನಿಜವಾಗಿಯೂ ಊರಿಗೇ ಹೋಗಿದ್ದಾನಾ? ಎಂದು ಹೀಗೇ ಯೋಚಿಸುತ್ತಾ ಶೆಫಾಲಿ ಮನೆ ಕಡೆ ನಡೆದೆ.

"ಅಬ್ಬಾ" ಸದ್ಯ ನೀನಾದರೂ ಇದ್ದೀಯಲ್ಲ? ಎಂದು ಒಳನಡೆದೆ. ಬಹಳ ದಿನಗಳ ಬಳಿಕ ನನ್ನನ್ನು ಕಂಡ ಉತ್ಸಾಹ ಯಾಕೋ ಅವಳ ಮುಖದಲ್ಲಿದ್ದಂತೆ ಕಾಣಲಿಲ್ಲ. "ಏನು ತುಂಬಾ ಡಲ್ ಆಗಿದ್ದೀಯಲ್ಲ ಏನು ವಿಷಯ" ಅಂದೆ "ಏನೂ ಇಲ್ಲ ಹೀಗೇ" ಎಂದಷ್ಟೇ ಉತ್ತರ ಬಂದಿತ್ತು. ನನಗಂತೂ ತುಂಬಾ ದಿನಗಳ ಬಳಿಕ ಶೆಫಾಲಿಯ ಭೇಟಿ ಅತೀವ ಆನಂದ ತಂದಿತ್ತು. ಮೊದಲು ತುಸು ಹೊತ್ತು ಅವಳು ಯಾವುದೋ ಲೋಕದಲ್ಲಿರುವಂತೆ ಕಂಡರೂ, ಬರುಬರುತ್ತಾ ತನ್ನ ಮೊದಲಿನ ಲಯಕ್ಕೆ ಬಂದಿದ್ದಳು. ಮನಸಾರೆ ಮಾತನಾಡಿದೆವು. ನನ್ನ ಕಳೆದ ಮೂರು ತಿಂಗಳ ಅವಧಿಯ ಮಿಲಿಟರಿ ಜೀವನದ ಪೂರ್ತಿ ವರದಿ ಒಪ್ಪಿಸಿದ್ದಾಯ್ತು. ಅವಳೂ ಸಹ ಅವಳ ದಿನಚರಿ, ಹೊಸ ಸಿನಿಮಾ, ಕ್ರಿಕೆಟ್ ಹೀಗೆ ಏನೇನೋ ವಟ ವಟ ಅಂತ ವದರುತ್ತಾನೇ ಇದ್ದಳು. ಅಷ್ಟರಲ್ಲೇ ಕತ್ತಲಾಗುತ್ತಿತ್ತು. ಸೊಳ್ಳೆಗಳು ಬರೋ ಟೈಮು. ಇರು ಬರ್ತೀನಿ ಎಂದು ಹೇಳಿ, ಕಿಟಕಿ-ಬಾಗಿಲು ಹಾಕಿ, ಒಂದು ಸೊಳ್ಳೆ ಕಾಯಿಲ್ ಹಚ್ಚಿಟ್ಟಳು. ಆ ಎರಡು ನಿಮಿಷ ಮಾತ್ರ ಅವಳ ಬಾಯಿಗೆ ಬೀಗ ಬಿದ್ದಿತ್ತು. ಸೊಳ್ಳೆ ಕಾಯಿಲ್ ಹಚ್ಚಿ ಬಂದವಳೇ ಮತ್ತೆ ತನ್ನ ಮಾತುಗಳನ್ನು ಆರಂಭಿಸಿದಳು. ಅವಳ ಮಾತುಗಳಂತೂ, ಬಾಂಬೆಯ ಇಂಡಿಯ ಗೇಟ್ ನಿಂದ ಕಂಡ ಸಮುದ್ರದಂತೆ. ಅಂತ್ಯವೆ0ಬುದೇ ಇಲ್ಲ. ಮತ್ತೇನು ವಿಶೇಷ? ಇರು ಬಂದೆ ಎಂದವಳೇ ಮತ್ತೆ ಎದ್ದು ಹೋದಳು. ನಾನು ಟಿ ವಿ ಯಲ್ಲಿ ಬರುತ್ತಿದ್ದ ಯಾವುದೋ ಇಂಗ್ಲೀಶ್ ಸಿನಿಮಾ ನೋಡುತ್ತಾ ಕೂತಿದ್ದೆ.

* * * * *

6

ಅಬ್ಬಾ! ಎಂತಹ ಜಲಪಾತ! ನೋಡಿದವರ ಎದೆ ಒಂದು ಕ್ಷಣ ಧಸಕ್ಕೆನದೆ ಇರದು. ಆ ನೀರಿನ ವೇಗವಂತೂ ಅರ್ಜುನನ ಬಿಲ್ಲಿನಿಂದ ಹೊರಟ ಬಾಣದಂತೆ. ಕಿವಿಗಡಚಿಕ್ಕುವ ಜಲಧಾರೆಯ ಶಬ್ಧದ ಮುಂದೆ ಆನೆ ಘೀಳಿಟ್ಟರೂ ಕೇಳಿಸದೇನೋ? ಸಾವಿರ ಗುಡುಗು ಸಿಡಿಲುಗಳು ಒಮ್ಮೆಲೆ ಉಂಟಾದಾಗ ಇರಬಹುದಾದ ಅಗಾಧ ಶಕ್ತಿ. ಆ ಊರಿನವರಾದರೂ ಈ ಜಲಪಾತ ಇಷ್ಟು ಭೋರ್ಗರೆದದ್ದೇ ನೋಡಿಲ್ಲವಂತೆ. ಹೌದು. ಅನತಿ ದೂರದಲ್ಲೆಲ್ಲೋ ಜಲಾಶಯದಿಂದ ಹರಿಬಿಟ್ಟ ನೀರು ಜಲಾಶಯದ ಧಾರೆಯನ್ನು ದುಪ್ಪಟ್ಟಾಗಿಸಿದೆ. ಜಲಾಶಯದ ಹೊರಹರಿವು ಹೆಚ್ಚಾದ ಪರಿವೆಯೇ ಆ ಜೋಡಿಗಳಿಗೆ ಇದ್ದಂತಿಲ್ಲ. ಆ ಪ್ರೇಮಿಗಳು ಪ್ರಣಯದ ತುತ್ತ ತುದಿಯ ಪರಾಕಾಷ್ಠೆಯ ಅನುಭವದಲ್ಲಿ ಮುಳುಗಿ ಹೋಗಿದ್ದಾರೆ.

ಅವನು ಒಬ್ಬ ಸಂಗೀತಗಾರ, ಇಡೀ ರಾಜ್ಯದಲ್ಲೇ ಅವನ ಪ್ರತಿಭೆಗೆ ಎದುರಿಲ್ಲ. ದೇಶ ವಿದೇಶಗಳಲ್ಲೂ ಕೂಡ ಅವನ ಖ್ಯಾತಿ ಹರಡಿತ್ತು. ಹಳೆಕಾಲದ ಸಿದ್ಧಸೂತ್ರಗಳನ್ನು ಬದಿಗೊತ್ತಿ. ತನ್ನದೇ ಆದ ಹೊಸಪ್ರಯೋಗಕ್ಕೆ ಜೀವವನ್ನೇ ತೇಯ್ದಿದ್ದ. ಸಂಗೀತ ಸಿದ್ಧಿ ಸಾಧನೆಗಾಗಿ ಅವನು ಪಟ್ಟ ಕಷ್ಟವೆಷ್ಟು? ತಿನ್ನಲು ತುತ್ತು ಅನ್ನಕ್ಕೂ ಭಿಕ್ಷೆ ಬೇಡುವ ಸ್ಥಿತಿ. ಹಾಗೆಂದು ಅವನೇನು ತೀರಾ ಬಡವನಲ್ಲ. ಕತ್ತಿವರಸೆಯಲ್ಲಿ ದೇಶದಲ್ಲೇ ತನಗಾರೂ ಸಮನಿಲ್ಲವೆಂದು ಸ್ವತಃ ಚಕ್ರವರ್ತಿಗಳಿಂದಲೇ ಹೊಗಳಿಸಿಕೊಂಡಿದ್ದ ಟಾಮ್ ಇವನ ಸ್ವಂತ ತಂದೆ. ಟಾಮ್ ನ ಒಬ್ಬನೇ ಮಗ ಈ ಜಾನ್. ತನ್ನಂತಯೇ ತನ್ನ ಮಗನನ್ನೂ ಸಹ ಅಪ್ರತಿಮ ಯೋಧನನ್ನಾಗಿ ಮಾಡಬೇಕೆಂಬುದೇ ತಂದೆಯ ಹಂಬಲ. ಅದಕ್ಕೆ ಕಾರಣವೂ ಇಲ್ಲದಿಲ್ಲ. ಕಳೆದ ಬಾರಿ ನಡೆದ ಯುದ್ಧವೊಂದರಲ್ಲಿ ಎದುರಾಳಿಯ ಬಾಣವೊಂದಕ್ಕೆ ತನ್ನ ಕೈ ಅನ್ನು ಬಲಿ ಕೊಟ್ಟಾಗಿತ್ತು. ಹೀಗಾಗಿ ರಾಜ ನೀಡುವ ಮಾಶಾಸನದಲ್ಲೇ ಜೀವನ ಸವೆಸಬೇಕಿತ್ತು. ಹೆಂಡತಿ-ಮಗ ಇರುವ ಇರುವ ಚಿಕ್ಕ ಸಂಸಾರ. ರಾಜನ

ಆಸ್ಥಾನದಿಂದ ಬರುತ್ತಿದ್ದ ಗೌರವಧನ-ಮಾಶಾಸನ, ಈಗಾಗಲೇ ಹಿರಿಯರು ಮಾಡಿಟ್ಟಿದ್ದ ಸಾಕಷ್ಟು ಆಸ್ತಿ. ಹೀಗಾಗಿ ಜೀವನಕ್ಕೇನೂ ಯೋಚನೆಯಿರಲಿಲ್ಲ. ಆದರೆ ಯುದ್ಧಭೂಮಿಯಲ್ಲಿ ನೂರಾರು ಸೈನಿಕರ ತಲೆ ತುಂಡರಿಸಿದ್ದ ತಾನು, ಚಕ್ರವರ್ತಿಯ ಕೈಲಿ ಮಹಾವೀರ ಎಂದು ಹೊಗಳಿಸಿಕೊಂಡಿದ್ದ ತಾನು, ತನ್ನ ಹೆಸರು ಕೇಳಿಯೇ ಯುದ್ಧದ ಆಲೋಚನೆ ಬಿಟ್ಟು ತನ್ನ ರಾಜನಲ್ಲಿಗೆ ಬಂದು, ರಾಜಿಯಾಗುತ್ತಿದ್ದ ವೈರಿಗಳಿಗಂತೂ ಲೆಕ್ಕವಿಲ್ಲ. ಅಂತಹ ತಾನು ಇಂದು ರಾಜ ನೀಡುತ್ತಿರುವ ಮಾಶಾಸನಕ್ಕೆ ಕೈ ಚಾಚಿ ಕೂರುವುದೆಂದರೆ ಅಸಾಧ್ಯ. ಎಷ್ಟೋ ಬಾರಿ ಟಾಮ್ ಗೆ ಆತ್ಮಹತ್ಯೆಯ ಯೋಚನೆಯೂ ಬಂದದ್ದಿದೆ. ಆದರೆ ತಲತಲಾಂತರದಿ0ದ ಚಕ್ರವರ್ತಿಗಳ ಸೇವೆಗಾಗಿಯೇ ಮುಡಿಪಾಗಿದ್ದ ವಂಶ ನಮ್ಮದು. ಹಾಗಾಗಿ ಚಕ್ರವರ್ತಿಗಳ ಆಜ್ಞೆ ಇಲ್ಲದೆ ಸಾಯುವುದು ಕೂಡ ಅನೈತಿಕ. ಹಾಗಾಗಿ ಆತ್ಮಹತ್ಯೆಯ ಯೋಚನೆಯನ್ನು ಕೈಬಿಟ್ಟ ಟಾಮ್, ತನ್ನೆಲ್ಲಾ ಆಸೆಗಳನ್ನು ಪೂರೈಸಲು ಮಗನಿದ್ದಾನಲ್ಲ ಎಂಬ ಹೊಸ ಉತ್ಸಾಹದಿಂದಿದ್ದ. ತನಗೆ ಗೊತ್ತಿದ್ದ ವಿದ್ಯೆಯನ್ನೆಲ್ಲಾ ತನ್ನ ಮಗನಿಗೆ ಧಾರೆ ಎರೆದು, ಅವನನ್ನು ಅಪ್ರತಿಮ ಯೋಧನನ್ನಾಗಿ ಮಾಡಿ, ಚಕ್ರವರ್ತಿಯ ಪಾದಗಳಿಗೆ ಅವನ ಸೇವೆಯನ್ನು ಅರ್ಪಿಸಬೇಕೆಂದು ನಿಶ್ಚಯಿಸಿದ್ದ. ತಾನೊಂದು ಬಗೆದರೆ ದೈವವೊಂದು ಬಗೆಯಿತು ಎಂಬ0ತೆ ಜಾಕ್ ನ ಆಲೋಚನೆಯೇ ಬೇರೆ ಇತ್ತು. ಯುದ್ಧ ಹಿಂಸೆಗಳಿ0ದ ಜಾಕ್ ಬಲು ದೂರ. ಆ ಯುದ್ಧದಿಂದಲೇ ಅಲ್ಲವೇ ತನ್ನ ತಂದೆ ಕೈ ಕಳೆದುಕೊಂಡು ಬಾಳಬೇಕಾದೀತು ಎಂಬ ತಾತ್ಸಾರವೇ ಅವನನ್ನು ಯುದ್ಧ ಹಿಂಸೆಗಳಿ0ದ ವಿಮುಖನನ್ನಾಗಿ ಮಾಡಿತ್ತು. ಯುದ್ಧ ಹಿಂಸೆಗಳೆ0ದರೆ ವರ್ಣಿಸಲಾರದಷ್ಟು ದ್ವೇಷ ಮೂಡಿತ್ತು. ತನ್ನ ಆಸೆಗಳನ್ನೆಲ್ಲಾ ಮಣ್ಣು ಮಾಡಿದ ಮಗನ ಮೇಲೆ ಟಾಮ್ ಗೆ ತಾತ್ಸಾರ ಮೂಡಿತ್ತು. ಆದರೂ ಸಹ ಅದು ತಾತ್ಸಾರವಾಗಿತ್ತೇ ಹೊರತು ಮಗನ ಮೇಲಿನ ವ್ಯಾಮೋಹ ಹಾಗೇ ಇತ್ತು. ಇಂದಲ್ಲ ನಾಳೆ ಜಾಕ್ ತನ್ನಾಸೆ ಈಡೇರಿಸಿಯೇ ತೀರುವನೆಂಬ ಕೊಂಚ ಮಟ್ಟಿನ ಆಸೆ ಜೀವಂತವಾಗಿತ್ತು. ಆದರೆ ಆ ಕೊಂಚ ಮಟ್ಟಿನ ಆಸೆಯೆಂಬ ಬಂಡೆಯನ್ನು ಚೂರು ಚೂರು ಮಾಡುವ ಸುದ್ಧಿಯೊಂದು ಟಾಮ್ ನ ಕಿವಿಗೆ ಬಿದ್ದಿತ್ತು. ಮಗನೆಂಬ ಮಮತೆಯನ್ನು ಮರೆತು ತನ್ನ ಆಸೆಯನ್ನು ಬುಡಮೇಲು ಮಾಡಿದನೆಂಬ ದ್ವೇಷ ಬೆಳೆಯಿತು. ಆ ದ್ವೇಷವೇ ಹೆಮ್ಮರವಾಗಿ ಕಡೆಗೊಮ್ಮೆ ತಾನೇ ತನ್ನ ಕೈಯಾರೆ ಜಾಕ್ ನನ್ನು ಮನೆಯಿಂದ ಆಚೆ ದಬ್ಬಿದ್ದನು. ಹೀಗಾಗಿ ತಿನ್ನಲು ತುತ್ತು ಅನ್ನಕ್ಕೂ ಪರದಾಡುತ್ತಿರುವ ಜಾಕ್ ಮೇಲೆ ಎಲ್ಲರೂ ಮರುಕ ತೋರುವರೇ ವಿನಃ ಯಾರೂ ಸಹಾಯ ಮಾಡಲು ಮುಂದೆ ಬರಲಿಲ್ಲ. ಕಾರಣವಿಷ್ಟೇ. ಟಾಮ್ನಿಂದ ತಿರಸ್ಕೃತನಾದ ಜಾಕ್ ಗೆ ಸಹಾಯ

ಮಾಡಿದರೆ, ಟಾಮ್ ನ ಕೋಪಕ್ಕೆ ಗುರಿಯಾಗಬೇಕಾದೀತೇನೋ. ಟಾಮ್ ಹೇಳಿ ಕೇಳಿ ಮಹಾರಾಜನ ಬಲಗೈ ಬಂಟನಾಗಿದ್ದವ. ಹಾಗಾಗಿ ಖಂಡಿತ ರಾಜನ ಕೋಪಕ್ಕೂ ತುತ್ತಾಗದೇ ಇರುವ ಸಾಧ್ಯತೆಯೂ ಇಲ್ಲದಿಲ್ಲ. ಹೀಗಾಗಿ ಜೀವ ಉಳಿಸಿಕೊಳ್ಳಲು ಒಂದು ತುತ್ತು ಊಟ ಕೊಡುತ್ತಿದ್ದರಷ್ಟೇ ವಿನಃ ಬೇರಾವ ರೀತಿಯ ಸಹಾಯವನ್ನೂ ಮಾಡುತ್ತಿರಲಿಲ್ಲ. ಒಂದು ವೇಳೆ ಒಂದು ತುತ್ತು ಅನ್ನಕ್ಕೂ ಗತಿಯಿಲ್ಲದೆ ಜಾಕ್ ಉಪವಾಸದಿಂದ ಸತ್ತರೆ, ರಾಜನಿಗೂ ಕೆಟ್ಟ ಹೆಸರಲ್ಲವೇ? ಹಾಗಾಗಿ ಅನ್ನವನ್ನು ಭಿಕ್ಷೆಯನ್ನಾಗಿತ್ತರೆ, ರಾಜ ಕೋಪಿಸಿಕೊಳ್ಳುವುದಿಲ್ಲ. ಕಂಡರೂ ಕಾಣದಂತಿರುತ್ತಾನೆ ಎಂಬ ನಂಬಿಕೆಯು ಜನರಲ್ಲಿ ಇದ್ದದ್ದರಿಂದಲೇ ಜಾಕ್ ಇನ್ನೂ ಬದುಕಿದ್ದ. ಇತ್ತ ಮಗನ ದುರವಸ್ಥೆಯನ್ನೇ ನೆನೆದು ಟಾಮ್ ಕೊರಗುತ್ತಿದ್ದ. ಇಷ್ಟಕ್ಕೂ ಮಗನ ಮೇಲಿನ ವಾತ್ಸಲ್ಯವನ್ನೆಲ್ಲಾ ನುಂಗಿ ಹಾಕಿ, ಅವನನ್ನು ಮನೆಯಿಂದ ಹೊರದಬ್ಬಿಸಿದ ಆ ಸುದ್ಧಿ ಮತ್ತೆ ಮತ್ತೆ ಟಾಮ್ ನ ಕಿವಿಗೆ ಅವರಿವರಿಂದ ಬೀಳುತ್ತಿತ್ತು. ಆ ಸುದ್ಧಿ ಕೇಳಿದಾಗಲೆಲ್ಲ ಟಾಮ್ ಕೆರಳಿ ಕೆಂಡವಾಗುತ್ತಿದ್ದ. ಆ ರೀತಿ ತನ್ನನ್ನು ಮಾನಿಸಕವಾಗಿ ಕ್ಷೀಣಿಸಿ ಕಡೆಗೊಮ್ಮೆ ಆ ಸುದ್ಧಿಯೇ ತನ್ನನ್ನು ಬಲಿತೆಗೆದುಕೊಳ್ಳುವುದೆಂದು ಟಾಮ್ ಖಂಡಿತಾ ಎಂದಿಗೂ ನೆನಸಿರಲಿಲ್ಲ. ಕಡೆಗೂ ಬಲಿತೆಗೆದುಕೊಂಡೇ ಬಿಟ್ಟಿತ್ತು. ಟಾಮ್ ನನ್ನು ಬಲಿತೆಗೆದುಕೊಂಡು, ಜಾಕ್ ನನ್ನು ಅನಾಥನನ್ನಾಗಿ, ಭಿಕ್ಷುಕನನ್ನಾಗಿ ಮಾಡಿದ್ದು ಬೇರಾರು ಅಲ್ಲ ಜಾಕ್ ನ

....

"ಸಂಗೀತ ಪ್ರೇಮ".

* * * * *

ತಂದೆ ತನ್ನನ್ನು ಹೊರದಬ್ಬಿದ್ದೇ, ಜಾಕ್ ಗೂ ಕೂಡ ತಂದೆಯ ಮೇಲೆ ದ್ವೇಷ ತಾತ್ಸಾರವನ್ನು ಇಮ್ಮಡಿಗೊಳಿಸಿತ್ತು. ಇಷ್ಟಕ್ಕೂ ನಾನು ಮಾಡಿದ ತಪ್ಪಾದರೂ ಏನು? ತಂದೆಗೆ ಯುದ್ಧ ಇಷ್ಟವಾದರೆ ನಾನೇಕೆ ಸೈನಿಕನಾಗಬೇಕು? ರಾಜನ ಮಗ ರಾಜನಾಗಬಹುದಷ್ಟೇ ಹೊರತು ಸೈನಿಕನ ಮಗ ಸೈನಿಕನೇ ಆಗಬೇಕೆಂದಾಗಲೀ, ಶಿಲ್ಪಿಯ ಮಗ ಶಿಲ್ಪಿಯೇ ಆಗಬೇಕೆಂದಾಗಲೀ ಕಾನೂನಿಲ್ಲವಲ್ಲ? ರಾಜನ ಮಗ ರಾಜನಾಗದಿದ್ದರೆ ಅದು ಅಪಹಾಸ್ಯಕ್ಕೆ ಗುರಿಯಾದೀತು. ಆದರೆ ಸೈನಿಕನ ಮಗನಿಗೆ ಆ ನಿರ್ಬಂಧವಿಲ್ಲವಲ್ಲ? ಒಬ್ಬ ವ್ಯಾಪಾರಿಯ ಮಗನೇಕೆ ಚಿತ್ರಕಾರನಾಗಬಾರದು? ಒಬ್ಬ ಕಳ್ಳನ ಮಗನೇಕೆ ನೃತ್ಯಕಾರನಾಗಬಾರದು? ವೃತ್ತಿ ವಂಶಪಾರಂಪರ್ಯವಾಗೇ ಬರಬಹುದಾದರೂ, ಪ್ರವೃತ್ತಿ ಗೆ ಆ ನಿರ್ಬಂಧವುಂಟೇ? ಸೈನಿಕನ ಮಗನಾದ ನಾನೇಕೆ ಸಂಗೀತಗಾರನಾಗಬಾರದು? ಆಗಿಯೇ ತೀರುತ್ತೇನೆ. ತನ್ನ ತಂದೆ ಸನ್ಮಾನಿಸಿಕೊಳ್ಳುತ್ತಿದ್ದ ಅದೇ ರಾಜನ ಕೈಲಿ ಅಪ್ರತಿಮ ಸಂಗೀತಗಾರನೆಂದೂ,

ಪಂಡಿತನೆಂದೂ ನಾನೂ ಸನ್ಮಾನಿಸಿಕೊಳ್ಳುತ್ತೇನೆ. ಅಪ್ಪನಿಗೆ ರಾಜನು ಸನ್ಮಾನ ಮಾಡುತ್ತಿದ್ದನಾದರೂ, ರಾಜನ ಮುಂದೆ ಕೈಕಟ್ಟಿಕೊಂಡು ನಿಲ್ಲುವುದು ತನ್ನ ತಂದೆಯ ಸ್ಥಾನವಾಗಿತ್ತಷ್ಟೇ. ಅದೇ ಒಬ್ಬ ಶಿಲ್ಪಿ, ಸಂಗೀತಗಾರ, ವಿದೂಷಕ, ಕವಿ, ಹಾಸ್ಯಗಾರ, ಜಾದೂಗಾರ ಇವರಾದರೋ ಪಂಡಿತರೆಂಬ ಹಣೆಪಟ್ಟಿ ಕಟ್ಟಿಕೊಂಡು ರಾಜನ ಆಸ್ಥಾನದಲ್ಲೇ ಕೂತಿರುತ್ತಾರೆ. ಈ ಕವಿಗಳು ಕಲಾವಿದರು ನಮ್ಮ ಆಸ್ಥಾನದ ಅನರ್ಘ್ಯ ರತ್ನಗಳೆಂದು ರಾಜ ಹೊಗಳುತ್ತಾನೆಯೇ ಹೊರತು, ಈ ಸೈನಿಕರನ್ನಲ್ಲ. ಹಾಗಾಗಿ ಮಾನಸಿಕ ಕ್ಷೋಭೆ ತರುವ ಯುದ್ಧವೆಂಬ ಹಿಂಸಾ ಪ್ರವೃತ್ತಿಗಿಂತ ಮಾನಸಿಕ ನೆಮ್ಮದಿ ತರುವ ಸಂಗೀತವೇ ಸರಿ. ರಾಜನ ಆಸ್ಥಾನದಲ್ಲಿರುವ ಆ ಅನರ್ಘ್ಯ ರತ್ನಗಳಲ್ಲಿ ನಾನೂ ಒಬ್ಬನಾಗಬೇಕು ಎಂಬ ತುಡಿತವೇ ಜಾಕ್ ನನ್ನುಆತ್ಮಹತ್ಯೆ ಮಾಡಿಕೊಳ್ಳದೆ ಭಿಕ್ಷೆ ಬೇಡಿಯಾದರೂ ಸಂಗೀತ ಸಾಧನೆ ಮಾಡಬೇಕೆಂಬ ಪ್ರೇರೇಪಣೆಯಿಂದ ಬದುಕಿಸಿತ್ತು. ಜಾಕ್ ಕೂಡ ಎಂದೂ ಮೈಗಳ್ಳನಾಗಿರಲಿಲ್ಲ. ಊರೂರು ಅಲೆದಾದರೂ ಸರಿ, ದೊಡ್ಡ ದೊಡ್ಡ ಸಂಗೀತ ವಿದ್ವಾಂಸರನ್ನು ಭೇಟಿಯಾಗುತ್ತಿದ್ದ. ಒಂದು ವಾರದ ಪಾಠವನ್ನು ಒಂದೇ ದಿನದಲ್ಲಿ, ಒಂದು ದಿನದ ಪಾಠವನ್ನು ಒಂದೇ ನಿಮಿಷದಲ್ಲಿ ಕಲಿತುಬಿಟ್ಟಿದ್ದ. ನೂರಾರು ಊರುಗಳನ್ನು ಸುತ್ತಿ, ಹತ್ತಾರು ಪಂಡಿತರನ್ನು ಸಂಧಿಸಿ, ತನ್ನ ಸಂಗೀತ ಜ್ಞಾನ ಭಂಡಾರವನ್ನು ಅಗಾಧ ಪಾಂಡಿತ್ಯದಿಂದ ತುಂಬಿಸಿದ್ದ. ಬರುಬರುತ್ತಾ ಇವನ ಜ್ಞಾನದಾಹದ ವಿಷಯ ರಾಜನಿಗೂ ಮುಟ್ಟಿತ್ತು. ಟಾಮ್ ನ ಮಗನ ಈ ಸಾಧನೆಗೆ ರಾಜನೂ ಒಳಗೊಳಗೇ ತುಂಬಾ ಖುಷಿಯಾಗಿದ್ದ. ಜಾಕ್ ನ ಆ ಜ್ಞಾನವೇ ತನ್ನನ್ನು ಮುಳುಗಿಸಿಬಿಡಬಹುದೆಂಬ ತಿಳುವಳಿಕೆಯಾದರೂ ಆ ರಾಜನಿಗೆ ಹೇಗಿದ್ದೀತು?

* * * * *

"ಹಾಯ್! ನನ್ನ ಹೆಸರು ಕ್ಯಾಥರೀನ್. ಅಪ್ಪ ಅಮ್ಮ ಇಲ್ಲದ ಅನಾಥೆ. ಇಲ್ಲೇ ಚರ್ಚಿನಲ್ಲೇ ಇರ್ತೇನೆ. ಈ ಚರ್ಚೆನೇ ನನ್ನ ಮನೆ! ನಿಮ್ಮ ಸಂಗೀತ ನನ್ನನ್ನು ತುಂಬಾ ಮಂತ್ರಮುಗ್ಧಳನ್ನಾಗಿಸಿದೆ. ನಾನಂತೂ ನಿಮ್ಮ ಅಭಿಮಾನಿಯಾಗಿದ್ದೇನೆ. ಪ್ರತಿ ದಿನ ಬೆಳಿಗ್ಗೆ ನೀವಿಲ್ಲಿ ಬಂದು, ಹಕ್ಕಿಗಳ ಕಲರವ ಕೇಳುತ್ತಾ, ಅದೇ ಧಾಟಿಯಲ್ಲಿ ಗಂಟೆಗಟ್ಟಲೇ ಹಾಡುತ್ತಾ ಕುಳಿತಿರುವುದನ್ನು ತುಂಬಾ ದಿನದಿಂದ ನೋಡುತ್ತಿದ್ದೇನೆ. ಹಾಗಾಗಿ ಒಮ್ಮೆ ನಿಮ್ಮನ್ನು ಭೇಟಿಯಾಗಲೆಂದು ಬಂದೆ. ಮತ್ತೆ ಸಿಗೋಣ. ಬೈ" ಎಂದು ಎರಡೇ ನಿಮಿಷದಲ್ಲಿ ಅದೃಶ್ಯಳಾಗಿದ್ದಳು. ಆಗ ತಾನೇ ಮೀಸೆ ಚಿಗುರೊಡೆಯುತ್ತಿದ್ದ ಜಾಕ್ ಗಂತೂ ಆ ಸುಂದರಿಯ ಮಾತು ಅಮೃತ ಸವಿದಂತಿತ್ತು. ಮಾತಷ್ಟೇ ಅಲ್ಲ. ಅವಳ ರೂಪವೂ ಹಾಗೆಯೇ. ಅಪ್ಸರೆ. ಅಂತೂ ತನ್ನ ಸಂಗೀತವನ್ನು ಇಷ್ಟಪಡುವ ಒಬ್ಬರಾದರೂ ಇದ್ದಾರಲ್ಲ. ಅಷ್ಟೇ ಸಾಕು ಎಂದು

ಬೀಗಿದ್ದ ಜಾಕ್. ಬರುಬರುತ್ತಾ ಜಾಕ್ ರಾಜ್ಯದಲ್ಲೆಲ್ಲ ಪ್ರಸಿದ್ಧನಾಗುತ್ತಿದ್ದ. ಸ್ವತಃ ರಾಜನೇ ಒಂದೆರಡು ಬಾರಿ ಹೊರಗಡೆ ಸಂಚರಿಸುವಾಗ ಇವರ ಸಂಗೀತವನ್ನು ಕೇಳಿದ್ದ. ಮದುವೆ ಹಾಗೂ ಇನ್ನಿತರ ಸಮಾರಂಭಕ್ಕ0ತೂ ಜಾಕ್ ಇಲ್ಲದೇ ನಡೆಯುವುದೇ ಇಲ್ಲವೆಂಬ0ತಾಗಿತ್ತು. ಜಾಕ್ ನ ಖ್ಯಾತಿಯು ರಾಜ್ಯದಲ್ಲೆಲ್ಲಾ ಎಷ್ಟು ವೇಗವಾಗಿ ಹರಡುತ್ತಿತ್ತೋ, ಜಾಕ್ - ಕ್ಯಾಥರಿನ್ನರ ಪ್ರೇಮದ ವೇಗವು ಅದರ ದುಪ್ಪಟ್ಟಾಗಿತ್ತು. ವಾರಕ್ಕೊಮ್ಮೆ ಜಲಪಾತದ ತುದಿಯ ಬಂಡೆಯೊ0ದರ ಮೇಲೆ ಇಬ್ಬರೂ ಭೇಟಿಯಾಗುತ್ತಿದ್ದರು. ಜಾಕ್ ನ ಹಾಡು, ಜಲಪಾತದ ನೀರಿನ ಮಂದ್ರಗಳಲ್ಲದೇ ಬೇರಾವ ಬೇರಾರ ಗೊಡವೆಯೂ ಇಲ್ಲದೇ ಕ್ಯಾಥರೀನ್ ಆ ಸಂಗೀತದ ಸವಿಯನ್ನು ಸವಿಯುತ್ತಿದ್ದಳು. ಆ ಸಂಗೀತದ ಸವಿಯನ್ನು ಸವಿಯುತ್ತಿರುವಾಗಲೇ ಈ ಘೋರ ದುರಂತ ನಡೆಯಬಹುದೆಂದು ಕ್ಯಾಥರೀನ್ನಾಗಲೀ, ಜಾಕ್ ಗಾಗಲೀ ಹೇಗೆ ತಾನೇ ತಿಳಿದೀತು? ಜಲಾಶಯದಿಂದ ಉಕ್ಕಿ ಹರಿಯುತ್ತಿರುವ ನೀರು ಜಲಪಾತದ ತುದಿಯನ್ನು ನಾಲ್ಕೂ ಕಡೆ ಆವರಿಸಿತ್ತು. ಅಗಾಧವಾಗಿ ಹರಿದು ಬರುತ್ತಿರುವ ಆ ನೀರನ್ನು ಈಜಿ ದಡ ಸೇರುವುದಂತೂ ಅಸಾಧ್ಯ. ಈಜಿದರೂ ಸಾವು. ಇಲ್ಲೇ ಇದ್ದರೂ ಸಾವು. ಮಳೆ ಇಲ್ಲವಾಧರೂ ಇದ್ದಕ್ಕಿದಂತೆ ಇಷ್ಟು ನೀರು ಒಮ್ಮೆಲೇ ಹರಿದು ಬಂದದ್ದಾದರೂ ಹೇಗೆ? ಎಂದು ಜಾಕ್ ಚಡಪಡಿಸುತ್ತಿದ್ದಾನೆ. ಅಲ್ಲಿಂದ ಪಾರಾಗುವ ಬಗೆ ಹೇಗೆ? ಕ್ಯಾಥರೀನ್ ಳನ್ನು ಉಳಿಸುವ ಬಗೆ ಹೇಗೆ? ಎಂದು ಜಾಕ್ ಯೋಚನೆಯಲ್ಲೇ ಇದ್ದಾನೆ. ಜಲಾಶಯದಿಂದ ಹರಿದು ಬರುತ್ತಿರುವ ನೀರು ಇವರನ್ನು ಆಪೋಶನ ತೆಗೆದುಕೊಳ್ಳಲು ಕೇವಲ ಐದೇ ನಿಮಿಷ ಸಾಕು. ಈಗ ಈಜಲು ಪ್ರಾರಂಭಿಸಿದರೂ, ಆ ದಡವನ್ನು ಐದು ನಿಮಿಷದಲ್ಲಿ ಸೇರುವುದು ಅಸಾಧ್ಯ. “ಐ ಯಾಮ್ ಸಾರಿ ಜಾಕ್” ಎಂದವಳೇ ಬಿಗಿಯಾಗಿ ಜಾಕ್ನನ್ನು ಅಪ್ಪಿಕೊಂಡಳು ಕ್ಯಾಥರೀನ್. ಕ್ಯಾಥರೀನ್ ಕಣ್ಣಿಂದ ಧಾರಾಕಾರ ಕಣ್ಣೀರು - ಜಲಪಾತದೆಡೆಗೆ ಹರಿದು ಬರುತ್ತಿರುವ ನೀರಿನ ವೇಗಕ್ಕಿಂತಲೂ ಹೆಚ್ಚು. ಜಾಕ್ನನ್ನು ಬಿಗಿಯಾಗಿ ತಬ್ಬಿ ಹಿಡಿದು. “ ಐ ಯಾಮ್ ಸಾರಿ ಜಾಕ್. ನನ್ನಿಂದಾಗಿಯೇ ನೀನು ಪ್ರಾಣ ಕಳೆದುಕೊಳ್ಳಬೇಕಾಯ್ತು. ಇದಕ್ಕೆಲ್ಲ ನಾನೇ ಕಾರಣ. ನನ್ನನ್ನು ಕ್ಷಮಿಸು.” ಜಾಕ್ ಒಮ್ಮೆ ದಿಗ್ಭ್ರಾಂತನಾಗಿ ಅವಳೆಡೆ ನೋಡಿದ. ಅವಳನ್ನು ಬಿಗಿದಪ್ಪಿ ಜೋರಾಗಿ ಚುಂಬಿಸಿ ಹೇಳಿದ - “ಅಯ್ಯೋ ಹುಚ್ಚಿ. ಜಲಪಾತದ ಬಾಗಿಲು ಬಹುಷಃ ತೆರೆದಿರಬೇಕು. ಹಾಗಾಗಿ ನೀರಿನ ಹರಿವು ಹೆಚ್ಚಾಗಿದೆ. ಇದಕ್ಕೆ ನೀನೇಗೆ ಕಾರಣಳಾಗುತ್ತೀ ಹುಚ್ಚಿ!" ನೀರು ಇವರನ್ನು ಮೊಣಕಾಲವರೆಗೆ ಈಗಾಗಲೇ ಮುಳುಗಿಸಿದೆ. ಇನ್ನು ಹೇಗಿದ್ದರೂ ಬದುಕಿ ಹೊರ ಬರುವುದು ಅಸಾಧ್ಯ. ಹೀಗಾಗಿ

ಕಡೇಪಕ್ಷ ಜೊತೆಯಲ್ಲೇ ಸಾಯೋಣವೆಂದು ನಿರ್ಧರಿಸಿಯಾಯಿತು. ಒಬ್ಬರನ್ನೊಬ್ಬರು ಗಾಢವಾಗಿ ಚುಂಬಿಸುತ್ತಾ ಮೈ ಮರೆತಿದ್ದಾರೆ. ಆದರೂ ಒತ್ತರಿಸಿ ಬರುತ್ತಿದ್ದ ದುಃಖವನ್ನು ತಡೆದು ಕ್ಯಾಥರೀನ್ ಹೇಳಿದಳು.

“ಐ ಯಾಮ್ ಸಾರಿ ಜಾಕ್. ನನ್ನನ್ನು ಕ್ಷಮಿಸು. ನಾನು ಹೇಳಿದ ಒಂದು ಸುಳ್ಳು ಇವತ್ತು ನಿನ್ನನೇ ಬಲಿತೆಗೆದುಕೊಳ್ಳುತ್ತಿದೆ".

"ಸುಳ್ಳಾ? ಏನದು?" ಆಶ್ಚರ್ಯದಿಂದ ಕೇಳಿದ ಜಾಕ್, ಎದೆವರೆಗೂ ಬಂದಿದ್ದ ನೀರನ್ನು ಅದರ ವೇಗವನ್ನು ತಡೆಹಿಡಿದು ಕ್ಯಾಥರೀನನ್ನು ಅಪ್ಪಿ ಹಿಡಿದಿದ್ದ. "ಹೌದು. ನೀನು ಹೇಳಿದ್ದು ನಿಜವಿರಬಹುದು. ನಮ್ಮ ಪ್ರೇಮವನ್ನು ಸಹಿಸದೇ ಬಹುಷಃ ರಾಜನೇ ಆ ಅಣೆಕಟ್ಟಿನ ಬಾಗಿಲನ್ನು ತೆರೆಸಿದ್ದರಬೇಕು. ನಮ್ಮ ಪ್ರೇಮವನ್ನು ಒಪ್ಪಲು ಅವರಿಗೆ ಸಾಧ್ಯವಿಲ್ಲದಿರಬಹುದು. ಹಾಗಾಗಿ, ನನ್ನನ್ನು ಕ್ಷಮಿಸು. ಅಂದಹಾಗೆ ನಾನು ಹೇಳಿದ ಆ ಸುಳ್ಳು ಏನು ಅಂತೀಯಾ? ಕೇಳು - ನಾನ್ಯಾರೆಂದು ಗೊತ್ತಾದರೆ ನೀನು ನನ್ನ ಪ್ರೇಮವನ್ನು ಒಪ್ಪದೇ ಇರಬಹುದೆಂದು ನಾನು ಯಾರೆಂಬ ಸತ್ಯವನ್ನು ಮುಚ್ಚಿಟ್ಟು ನಾನೊಬ್ಬ ಅನಾಥೆ ಎಂದು ಹೇಳಿದೆ. ಐ ಯಾಮ್ ಸಾರಿ" ಎಂದಳು ಕುತ್ತಿಗೆವರೆಗೂ ಬರುತ್ತಿದ್ದ ನೀರನ್ನು ತಡೆಹಿಡಿದು.

ಜಾಕ್ ಇನ್ನೂ ಆಶ್ಚರ್ಯದ ಕಣ್ಣಿಳಿಂದಲೇ ಅವಳನ್ನು ನೋಡುತ್ತಾ, ಗರಬಡಿದವನಂತೆ ನಿಂತಿದ್ದ. ಕುತ್ತಿಗೆಯ ಮೇಲೆ ದಾಟಿ. ಈಗಾಗಲೇ ಮೇಲೆ ಬರುತ್ತಿರುವ ನೀರನ್ನು ತಡೆಹಿಡಿದು ಕೇಳಿದ - "ನಮ್ಮ ಪ್ರೇಮವನ್ನು ಕಂಡು ರಾಜನಿಗೇನಾಗಬೇಕು? ಅವನಿಗೂ ನಮ್ಮ ಪ್ರೇಮಕ್ಕೂ ಏನು ಸಂಬ0ಧ? ನನಗೊಂದೂ ಅರ್ಥವಾಗದು" ಎಂದ. ಈಗಾಗಲೇ ಮೂಗು ಕಿವಿಯ ನೇರಕ್ಕೆ ಬಂದಿದ್ದ ನೀರನ್ನು ಪ್ರತಿರೋಧಿಸಿ, ಬಾಯ್ತೆರೆದು ಕ್ಯಾಥರೀನ್ ಹೇಳಿದಳು - "ನಾನು ಅನಾಥೆ ಅಲ್ಲ. ಈ ರಾಜ್ಯದ ಯುವರಾಣಿ. ನಮಗೂ ರಾಜನಿಗೂ ಏನು ಸಂಬ0ಧ ಎಂದೆಯಲ್ಲಾ ಕೇಳು. ಅವರು ನನ್ನಪ್ಪ! ನನ್ನನ್ನು ಕ್ಷಮಿಸು! ನಾನು ಅನಾಥಳೆಂದು ಹೇಳಿದ್ದು ಸುಳ್ಳಿರಬಹುದು; ಆದರೆ ನನ್ನ ಪ್ರೀತಿ ಸುಳ್ಳಲ್ಲ. ಐ ಲವ್ ಯೂ ಜಾಕ್" ಎಂದು ಜಾಕ್ ನನ್ನು ಬಿಗಿದಪ್ಪಿದಳು. ಮರುಕ್ಷಣವೇ ನೀರು ಇವರಿಬ್ಬರನ್ನೂ ಸಂಪೂರ್ಣವಾಗಿ ಆಪೋಶನ ತೆಗೆದುಕೊಂಡಿತ್ತು.

* * * * *

“ಏನು ಸಾರ್? ಯಾವುದೋ ಲೋಕದಲ್ಲಿದೀರ ಅನ್ಸುತ್ತೇ. ಸ್ವಲ್ಪ ನಮ್ಮ ಲೋಕಕ್ಕೆ ಬನ್ನಿ" ಅನ್ನುವ ಶೆಫಾಲಿ ಮಾತಿಗೆ ಬೆಚ್ಚಿ ಬಿದ್ದಿದ್ದೆ. "ಅಬ್ಬಾ! ಎಂತಹ ಪ್ರೇಮ ಅವಳದು" ಅಂತ ಗದ್ಗರಿಸಿದೆ. "ಯಾರದಪ್ಪಾ ಪ್ರೇಮ?" ಅಂತ ಕೇಳಿದ ಶೆಫಾಲಿಗೆ ನನ್ನಲ್ಲಿ ಉತ್ತರವಿಲ್ಲ. ಹೇಳಲು ಮಾತೇ ಹೊರಡುತ್ತಿಲ್ಲ. ಅವನ ಪ್ರೇಮವನ್ನು ಹೊಂದಬೇಕೆ0ದು ತಾನು ಯುವರಾಣಿಯೆಂಬ ಸತ್ಯವನ್ನೂ

ಮುಚ್ಚಿಟ್ಟು ಅನಾಥೆಯೆಂದು ಹೇಳಿದ ಕ್ಯಾಥರೀನ್ ಪ್ರೇಮ ಎಷ್ಟು ಅಖಂಡ! ಸಿನಿಮಾ ಮುಗಿದಾದರೂ, ನನ್ನ ಸ್ಮೃತಿಪಟಲದಿಂದ ಕ್ಯಾಥರೀನ್ನ ಪ್ರೇಮದ ಅಖಂಡತೆಯನ್ನು ಮರೆಯಲಾಗುತ್ತಿಲ್ಲ. ಕಣ್ಣು ಮುಚ್ಚಿದರೆ ಮತ್ತದೇ ಸಿನಿಮಾ ಕಾಣಿಸುತ್ತಿದೆ. “ಹಲೋ” ಎಂದು ಗಟ್ಟಿಯಾಗಿ ಶೆಫಾಲಿ ನನ್ನನ್ನು ಮೈದಡವಿ ಎಬ್ಬಿಸಿದಾಗಲೇ ಗೊತ್ತಾದದ್ದು. ಆ ಸಿನಿಮಾ ಈಗಾಗಲೇ ಮುಗಿದು ಬಹಳ ಹೊತ್ತಾಗಿತ್ತು ಎಂದು. "ಏನಿಲ್ಲ ಯಾವುದೋ ಇಂಗ್ಲಿಷ್ ಸಿನಿಮಾ ಬರ್ತಿತ್ತು ಟಿವಿಲಿ. ನೋಡ್ತಾ ಇದ್ದೆ. ಆ ಸಿನಿಮಾ ನಾಯಕಿ ನಾಯಕನನ್ನು ಎಷ್ಟು ಪ್ರೀತಿಸ್ತಾಳೆ ಅಂದ್ರೆ ಕಡೆಗೆ ಅವನ ಜೊತೆನೇ ಸಾಯ್ತಾಳೆ" ಅಂದೆ. "ಹೌದು. ಹೌದು. ಟಿವಿಲಿ ಬರೋ ಲವ್ ಸ್ಟೋರಿ ಅರ್ಥ ಆಗುತ್ತೆ. ರಿಯಲ್ ಲವ್ ಸ್ಟೋರಿ ಅರ್ಥ ಆಗಲ್ಲ ನಿಂಗೆ" ಅಂದಳು. "ಏನು ರಿಯಲ್ ಲವ್ ಸ್ಟೋರಿ"? ಅಂದೆ. "ಏನಿಲ್ಲ ಬಾ ಹೇಳ್ತೀನಿ. ಟೈಂ ಬರ್ಲಿ" ಎಂದು ನಸುನಕ್ಕು ವರಾಂಡಕ್ಕೆ ಕರೆದೊಯ್ದಳು. "ಅಲ್ಲಾ ಬರ್ತೀನಿ ಇರು ಅಂತ ಹೇಳಿ ಇಷ್ಟು ಹೊತ್ತು ಎಲ್ಲಿ ಹೋಗಿದ್ದೆ"? ಅಂದೆ. "ಓ ಅದಾ? ಅಪರೂಪಕ್ಕೆ ತಮ್ಮ ದರ್ಶನ ಆಯ್ತಲ್ವಾ? ಸೋ ಲೆಟ್ಸ್ ಸೆಲಿಬ್ರೇಟ್. ಪಾರ್ಟಿಗೆ ರೆಡಿ ಮಾಡ್ತಾ ಇದ್ದೆ. ಕಂ ಲೆಟ್ಸ್ ಹ್ಯಾವ್ ಎ ಡ್ರಿಂಕ್" ಅಂದಳು. ಅಬ್ಬಾ! ಸಿಕ್ಕ ಸ್ವಲ್ಪ ಸಮಯದಲ್ಲೇ ಎರಡು ಮೂರು ವಿಧದ ಅಡಿಗೆ ಮಾಡಿದ್ದಾಳೆ. ಮಾಡಿದ್ದೋ ಹೋಟೆಲ್ನಿಂದ ತಂದದ್ದೋ ಗೊತ್ತಿಲ್ಲ. ಬಾಲ್ಕಾನಿ ಒಳಗೆ ಟೇಬಲ್ ಮೇಲೆ ಎರಡು ವೈನ್ ಬಾಟಲ್ ಗ್ಲಾಸ್ ಮತ್ತು ಒಂದೆರೆಡು ಕೂಲ್ ಡ್ರಿಂಕ್ಸ್. "ಸಾರಿ ಶೆಫಾಲಿ! ನಾನು ಬಾರ್ ನಲ್ಲೇ ಕೆಲಸ ಮಾಡುತ್ತಿದ್ದಿರಬಹುದು. ಆದರೆ ಡ್ರಿಂಕ್ಸ್ ಅಭ್ಯಾಸ ಇಲ್ಲ" ಎಂದೆ. ಅದನ್ನು ಕೇಳಿ ಕಿಸಕ್ಕನೆ ನಕ್ಕು - "ಹಲೋ ಸಾರ್, ಅದು ನಮಗೂ ಗೊತ್ತು. ಆ ವೈನ್ ನನಗೆ. ಅಗೋ ನೋಡು ಟೇಬಲ್ ನ ಆ ಕಡೆ ಮೂಲೆಲಿ ಅನಾಥವಾಗಿ ಜೋಲು ಮೋರೆ ಹಾಕ್ಕೊಂಡು ನಿಂತಿವೆಯಲ್ಲಾ ಕೂಲ್ ಡ್ರಿಂಕ್ಸ್ - ಅದು ನಿನಗೆ" ಅಂದು ಮತ್ತೊಮ್ಮೆ ಕಿಸಕ್ಕಂತು ನಕ್ಕಳು. "ಅದೇನು? ಸಡನ್ ಆಗಿ ವೈನ್"? ಅಂದೆ. "ಓಹೋ! ತಮಗೆ ನನ್ನ ಬ್ರಾಂಡ್ ಕೂಡಾ ಇನ್ನಾ ಗುರ್ತಿದ್ಯಾ? ಏನಿಲ್ಲ... ಹೀಗೇನೇ... ಇತ್ತೀಚಿಗೆ ವೈನ್ ಬಿಟ್ರೆ ಬೇರೇನೂ ಮುಟ್ಟಲ್ಲ. ಅದೂ ಕೂಡ ಹೋಂ ಮೇಡ್. ಪಾಂಡಿಚೆರಿಯಿ0ದ ತರ್ಸಿದ್ದು. ಅದೂ ತಂದು ತುಂಬಾ ದಿನ ಆಯ್ತು ಮುಟ್ಟಿಲ್ಲ ಹಾಗೇ ಇತ್ತು. ಇವತ್ತು ನೀನಿದೀಯಲ್ಲಾ? ಹಾಗಾಗಿ... ಕಂ ಲೆಟ್ಸ್ ಚಿಯರ್ಸ್" ಅಂದಳು. ನಮ್ಮ ಪಾರ್ಟಿ ಸ್ಟಾರ್ಟ್ ಆಯ್ತು.

ಒಂದರ್ಧಗಂಟೆನಮ್ಮಿಬ್ಬರನಡುವೆಗಾಢಮೌನ. ಮಾತಿಲ್ಲ, ಕಥೆಯಿಲ್ಲ. ಗಾಢಮೌನಕ್ಕಿರುವಅರ್ಥಸಾವಿರಪದಗಳಿಗೂಇಲ್ಲವಂತೆ. ಹೌದು! ಮನುಷ್ಯತನ್ನನ್ನುತಾನುಕಂಡುಕೊಳ್ಳಬೇಕು. ಬೇರೆಗ್ರಹಗಳಿಗೆಹೋಗುವುದಕ್ಕಿಂತ,

ತನ್ನೊಳಗೆತಾನುತೂರಿಹೋಗುವಪ್ರಯತ್ನಮಾಡಬೇಕು.
ಪರಮಾತ್ಮನನ್ನುನೋಡುವಹಂಬಲಕ್ಕಿ0ತ,
ತನ್ನಆತ್ಮವನ್ನೊಮ್ಮೆಭೇಟಿಮಾಡುವಹುಮ್ಮಸ್ಸಿರಬೇಕು.
ಅಗಾಧಪಾಂಡಿತ್ಯವಿದ್ದೂ, ಏನೂಗೊತ್ತಿರದಂತೆಮೂಕನಾಗಿರಬೇಕು.
ಜಾತ್ರೆಯಜನಜಂಗುಳಿ. ದೇವಾಲಯದಘಂಟಾಘೋಷ,
ಸಿಡಿಲುಗುಡುಗಿನಆರ್ಭಟದಮಧ್ಯೆಯೂತನ್ನಹೃದಯದಢಕ್-
ಢಕ್ಎಂಬಸಣ್ಣಮಿಡಿತತನ್ನಕಿವಿಗೆಕೇಳಿಸುವಂತಿರಬೇಕು. ಹೌದು!
ನಾವೆಲ್ಲಆಗಾಗಒಮ್ಮೆಈಸ್ಥಿತಿಗೆಜಾರುತ್ತಿರಬೇಕು. ಮೂಕನಾಗಿರಬೇಕು.
ಏಕಾಂಗಿಯಾಗಿರಬೇಕು. ಮೌನಿಯಾಗಿರಬೇಕು. ಮೇಲಾಗಿತಾನಾರು?
ಎಂದುತನ್ನನ್ನುತಾನುಅನ್ವೇಷಿಸಿಕೊಳ್ಳಬೇಕು.
ತನ್ನನ್ನುತಾನುಅನ್ವೇಷಿಸಿಕೊಳ್ಳಲಿಕ್ಕಾದರೂಬಲವಂತವಾಗಿಯಾದರೂನಮ್ಮಮನಸ್ಸನ್ನುಮೌನಕ್ಕೆ
ದೇಹಎಚ್ಚರವಾಗಿದ್ದಲೇ, ಪ್ರಜ್ಞೆಯನ್ನುನಿದ್ರಾವಸ್ಥೆಗೆದೂಡಬೇಕು.
ಮೈಮನಗಳನ್ನುಹಗುರವಾಗಿ,
ನೀಲನಭದಲ್ಲಿಸ್ವಚ್ಛಂದದಲ್ಲಿಹಾರಾಡುವಹಕ್ಕಿಗಳಂತೆಹಾರಿಬಿಡಬೇಕು.
ಆತ್ಮವನ್ನುಒಂಟಿತನದಿ0ದಏಕಾಂತದೆಡೆಗೆ,
ಮನಸ್ಸನ್ನುಕಲ್ಮಶದಿಂದನಿರ್ಮಾನುಷ್ಯದೆಡೆಗೆಜಾರಿಸಿಬಿಡಬೇಕು.
ಉತ್ಕಟಆನಂದದತುತ್ತತುದಿಯನ್ನುಮುಟ್ಟಿ,
ಪ್ರಶಾಂತತೆಯಸಾಗರದಕಡಲತಡಿಯನ್ನುಈಜಬೇಕು.
ಈಮೂಲಕಪ್ರತಿಯೊಬ್ಬಮನುಜನೂತನ್ನನ್ನುತಾನುಸಾಕ್ಷಾತ್ಕರಿಸಿಕೊಳ್ಳಬೇಕು.
ಅದೂಏಕಾಂತವಾಗಿ. ನಾನು- ಶೆಫಾಲಿಆಏಕಾಂತದಲ್ಲಿಈಗವಿಹರಿಸುತ್ತಿದ್ದೇವೆ.

ಶೆಫಾಲಿತನ್ನಮುಂದಿನಜೀವನವನ್ನುನೆನೆಯುತ್ತಾ...
ನಾನುನನ್ನಹಿಂದಿನಜೀವನವನ್ನುಮರೆಯುತ್ತಾ...

* * * * *

"ಐ ಲವ್ ಯೂ ಕಣೋ" ಎಂಬ ಅವಳ ಮಾತು - ಆ ನೀರವತೆಯನ್ನು ಭೇದಿಸಿಹಾಕಿತ್ತು. ಒಂದೆಡೆ ಯಮಪಾಶವನ್ನು ಕೊರಳಿಗೆ ಸುತ್ತಿ, ಯಮಧರ್ಮ ಹಗ್ಗವನ್ನು ಬಲವಾಗಿ ಎಳೆಯುತ್ತಿರುವಂತಹ ತಡೆಯಲಾರದ ಹಿಂಸೆ, ಇನ್ನೊಂದೆಡೆ ಸಾಕ್ಷಾತ್ ದೇವರೇ ಬಂದು ಎದುರು ನಿಂತ0ತೆ ವರ್ಣಿಸಲಾರದ ಸಂತಸ. ಸಂತಸ - ಹಿಂಸೆಗಳ ನಡುವೆ ನನಗೇನಾಗುತ್ತಿದೆ ಎಂಬ ಪರಿವೆಯೇ ನನಗಿಲ್ಲ. "ಮತ್ತೆ ಹೇಳ್ತಾ ಇದೀನಿ ಐ ಲವ್ ಯೂ" ಎಂಬ ಮಾತಿಗೆ ಮತ್ತೆ ಪ್ರಜ್ಞೆ ಬಂತು. ಹೌದು. ಪಾರ್ಟಿ ಶುರುವಾದ ಅರ್ಧ ಗಂಟೆ ಗಾಢ ಮೌನ. ಮೌನವನ್ನು ಭೇದಿಸಿ ಮೊದಲು ಮಾತು ಆರಂಭಿಸಿದ್ದೇ ಶೆಫಾಲಿ. ಹೇಳಿದ್ದು ಕೇವಲ ಒಂದೇ ವಾಕ್ಯ "ಐ

ಲವ್ ಯೂ ಕಣೋ"...

"ಹಲೋ ನಿನಗೇ ಹೇಳಿದ್ದು; ಮತ್ತೆ ಹೇಳ್ತಾ ಇದೀನಿ. ಐ ಲವ್ ಯೂ ಕಣೋ" ಒಂದೆರೆಡು ನಿಮಿಷಗಳಲ್ಲೇ ನಾನು ಮತ್ತೆ ಮೊದಲಿನ ರೂಪಕ್ಕೆ ಬಂದಿದ್ದೆ. "ಬಹುಷಃ ಕುಡಿದು ಮಾತಾಡ್ತಾ ಇದೀನಿ ಅಂದ್ಕೊ0ಡಿದೀಯಾ? ನನ್ನ ಕುಡಿತದ ಕ್ಯಪಾಸಿಟಿ ನಿನಗೆ ಗೊತ್ತಲ್ವಾ? ಹೌದು ಕಣೋ. ನಾರ್ಮಲ್ ಆಗಿ ಹೇಳ್ತಾ ಇದೀನಿ ಕೇಳು - ಏನೂ ಇಲ್ದೆ, ಯಾರೂ ಇಲ್ದೆ ಇರೋ ಅನಾಥ ನೀನು. ಎಲ್ಲಾ ಇದ್ದೂ, ಏನೂ ಇಲ್ದೇ ಇರೋ ಅನಾಥೆ ನಾನು ಅಷ್ಟೇ. ನಾವಿಬ್ರೂ ಒಂದರ್ಥದಲ್ಲಿ ಅನಾಥರೇ. ಮಮ್ಮಿ ಡ್ಯಾಡಿ ಅನ್ನೋದು ಹೆಸರಿಗೆ ಮಾತ್ರ. ಒಂದು ಪ್ರೀತಿ ಇಲ್ಲ. ಏನಿಲ್ಲ. ಇನ್ನ ನನ್ನ ಫ್ರೆಂಡ್ಸ್ ಕಥೆ ನಿನಗೆ ಗೊತ್ತೇ ಇದೆ. ನಾನು ಹಣ ಖರ್ಚು ಮಾಡಿ, ಪಾರ್ಟಿ ಕೊಡ್ಸುದ್ರೆ ಜೊತೇಲಿರ್ತಾರೆ ಇಲ್ಲಾಂದ್ರೆ ಬದ್ಕಿದೀಯ ಸತ್ತಿದೀಯ ಅಂತಾ ಕೂಡಾ ಕೇಳಲ್ಲ. ಒಂಥರಾ ಒಂಟಿ ಜೀವನ ನಂದು, ನಾನೊಂಥರಾ ಒಂಟಿ ಪಿಶಾಚಿ. ನಿಸ್ವಾರ್ಥವಾಗಿ, ಹೃದಯದ ಅಂತರಾಳದಿ0ದ ನನ್ನನ್ನು ಪ್ರೀತಿ ಮಾಡುವ, ಪ್ರೀತಿಯಿಂದ ಮಾತಾಡಿಸುವ ಜೀವ ಅಂದ್ರೆ ನೀನೇ, ನೀನೇ ಬರೀ ನೋನೊಬ್ನೇ. ಆ ಸಿನಿಮಾದ ಕ್ಯಾಥರೀನ್ ಬಗ್ಗೆ ಹೇಳ್ತಿದ್ದಲ್ವ? ಅದರ ಹತ್ತು ಪಟ್ಟು ಪ್ರೀತಿ ನನಗೆ ನಿನ್ನ ಮೇಲೆ. ನಿನ್ನ ಬಳಿ ಏನಿದ್ಯೋ ಏನಿಲ್ವೋ ಗೊತ್ತಿಲ್ಲ. ಆದರೆ ಮಗುವಿನಂತ ಮನಸ್ಸಿದೆ. ನಿನಗೆ ಕಳ್ಳ-ಕಪಟ ಗೊತ್ತಿಲ್ಲ. ಅಷ್ಟೇ ಸಾಕು. ಅದೇ ನನಗೆ ನಿನ್ನಲ್ಲಿ ಇಷ್ಟ ಆಗಿದ್ದು. ನಾನು ಈ ವಿಷಯಾನ ನಿನಗೆ ಮುಂಚೇನೇ ಹೇಳ್ಬೇಕು ಅಂತಿದ್ದೆ. ಆದರೆ ನಿನಗಿಷ್ಟವಿಲ್ಲವಾದರೆ ನೀನು ಹೇಳದೆ ಕೇಳದೆ ಎಲ್ಲಿಗಾದ್ರು ಹೋಗ್ಬಿಟ್ರೆ? ಮಿಲಿಟರಿ ಸೇರುವ ನಿನ್ನಾಸೆಗೆ ನಾನೇ ಮುಳುವಾದಂತಾಗುತ್ತೆ. ಹಾಗಾಗಿ ತುಂಬಾ ಕಷ್ಟದಿಂದ ಇಷ್ಟು ದಿನ ಇದನ್ನು ಹೇಳದೇ ತಡೆಹಿಡಿದಿದ್ದೆ. ಎರಡು ಮೂರು ತಿಂಗಳಾಯ್ತು ನಿನ್ನ ನೋಡಿ; ನಿನ್ನ ಜೊತೆ ಮಾತಾಡಿ ಹೇಗೋ ಸಮಾಧಾನದಿಂದಿದ್ದೆ. ಇವತ್ತು ಇಷ್ಟು ದಿನಗಳ ಬಳಿಕ ನಿನ್ನ ನೋಡಿದಾಗ, ಇನ್ನೂ ಹೇಳದೇ ತಡೆಹಿಡಿಯಲು ನನ್ನಿಂದಾಗಲಿಲ್ಲ. ಹಾಗಾಗಿ ನನ್ನ ಮನಸ್ಸಿನಲ್ಲಿದ್ದದ್ದನ್ನು ಹೇಳಿಬಿಟ್ಟೆ. ಈಗ ಹಗುರಾಯ್ತು. ನಿನ್ನ ಜೊತೇಗೇನೇ ಇರ್ಬೇಕು ಸಾಯೋವರೆಗೂ ಅನ್ನಿಸ್ತಾ ಇದೆ. ಪ್ಲೀಸ್ ಇಲ್ಲ ಅನ್ಬೇಡ. ನಾಚಿಕೆ ಬಿಟ್ಟು ನಾನೇ ಪ್ರಪೋಸ್ ಮಾಡ್ತಾ ಇದೀನಿ. ನಿನ್ನ ಬಿಟ್ಟಿರೋದು ತುಂಬಾ ಕಷ್ಟ ಆಗ್ತಾ ಇದೆ ಅರ್ಥ ಮಾಡ್ಕೋ" ಎಂದವಳೇ ಜೋರಾಗಿ ಬಂದು ನನ್ನ ತಬ್ಬಿ ಹಿಡಿದಳು. ಏನೂ ತಿಳಿಯದ ಅಯೋಮಯ ಸ್ಥಿತಿಯಲ್ಲಿ ನಾನಿದ್ದೆ. ನನ್ನ ಕೈಗಳು ಅವಳನ್ನು ತಬ್ಬಿ ಹಿಡಿದದ್ದೂ ನನಗೆ ಅರಿವಿಲ್ಲ. "ಐ ಲವ್ ಯೂ ಟೂ ಶೆಫಾಲಿ" ಎಂಬ ಮಾತು ತಾನಾಗೇ ಬಾಯಿಂದ ಹೊರಬಿದ್ದ ಪರಿವೆಯೂ ನನಗರಿವಿರಲಿಲ್ಲ. ಜಾಕ್ ಮತ್ತು ಕ್ಯಾಥರೀನ್

ಒಬ್ಬರಿಗೊಬ್ಬರು ತಬ್ಬಿಹಿಡಿದು ಪರಸ್ಪರ ಪ್ರೇಮ ವಿನಿಮಯ ಮಾಡುತ್ತಿರುವ ದೃಶ್ಯವೇ ಪದೇ ಪದೇ ಮೂಡಿಬರುತ್ತಿತ್ತು - ಟಿ ವಿ ಯ ಪರದೆಯ ಮೇಲಲ್ಲ... ನನ್ನ ಅಕ್ಷಿಪಟಲದ ಮೇಲೆ.

ಬಸ್ಯಾ ಮತ್ತು ಶೆಫಾಲಿ ಪ್ರೇಮವೂ ಕೂಡ ಜಾಕ್ ಮತ್ತು ಕ್ಯಾಥರೀನ್ ರೀತಿಯ ದುರಂತವೋ? ಯಾರಿಗೆ ತಾನೇ ಗೊತ್ತು?

* * * * *

"ಕರ್ನಾಟಕದ ಯಾವುದೋ ಮೂಲೆಯೊಂದರಲ್ಲಿದ್ದ ಬಸ್ಯಾ, ಯಾವುದೋ ಮೂಲೆಯಲ್ಲಿದ್ದ ಶೆಫಾಲಿ ಪ್ರೇಮಿಗಳಾಗಿ ಒಂದಾಗಿದ್ದಾರೆ ಅದೂ ಬಾಂಬೆಯಲ್ಲಿ ಎಷ್ಟು ವಿಚಿತ್ರ ಅಲ್ವಾ?" ಅಂದಳು ಶೆಫಾಲಿ. "ಹೌದು ವಿಚಿತ್ರವೇ! ಅಷ್ಟೇ ವಿಸ್ಮಯ ಕೂಡ. ಎಲ್ಲೋ ಇದ್ದ ನನ್ನನ್ನು ಎಲ್ಲೋ ತಂದು ಈ ಪ್ರೀತಿಯಲ್ಲಿ ಕೂಡಿಹಾಕಿದೆ" ಅಂದೆ. ಹೀಗೇ ಮಾತಾಡುತ್ತಾ ಮಾತಾಡುತ್ತಾ ಸಮಯ ಹೋದದ್ದೇ ಗೊತ್ತಿಲ್ಲ. ಒಂದೆರಡು ರೋಟಿ, ಸ್ವಲ್ಪ ಜೀರಾ ರೈಸ್ ದಾಲ್ ತಿಂದು ಮಾತಾಡಹತ್ತಿದೆವು. "ಸರಿ ತುಂಬಾ ಲೇಟಾಯ್ತು ಬರ್ತೀನಿ" ಅಂದೆ. "ಎಲ್ಲಿಗೆ" ಅಂದಳು. ಹಾಸ್ಟೆಲ್...ಗೆ....ಅಂದವನೇ ನಾಲಿಗೆಕಚ್ಚಿ ಹಿಡಿದೆ. ಹೌದು ನಾನಿದುವರೆಗೂ ಇದನ್ನೆಲ್ಲಾ ಯೋಚಿಸಿಯೇ ಇರಲಿಲ್ಲ. ಈ ನಡು ರಾತ್ರಿ ಹೋಗುವುದಾದರೂ ಎಲ್ಲಿಗೆ? ಮೂರು ದಿನ ರಜಾ ಹಾಕಿ ಬಂದಿದ್ದೀನಿ. ರಜೆಯ ಮೇಲಿದ್ದಾಗ ಹಾಸ್ಟೆಲ್ ಗೆ ಹೋಗುವ ಹಾಗಿಲ್ಲ. ಇನ್ನೆಲ್ಲಿಗೆ ಹೋಗುವುದು? ಮುಂಚೆ ನಾನು ವಾಸವಿದ್ದ ವೈನ್ ಸ್ಟೋರ್ ಗೆ? ಸೀನ ಅಲ್ಲಿಲ್ಲ. ಎಂದು ಯೋಚಿಸಹತ್ತಿದೆ. “ಹಲೋ ಏನು ಯೋಚನೆ ಮಾಡ್ತಿದೀಯ?” ಅಂದಳು ಶೆಫಾಲಿ. "ಅದೇ ಎಲ್ಲಿ ಮಲಗೋದು ಅಂತ ಯೋಚನೆ ಮಾಡ್ತಿದೀನಿ" ಅಂದೆ. "ಇಲ್ಲೇ ಮಲಗು. ನನ್ನ ಜೊತೆಲೇ" ಅಂದಳು. ಆ ಒಂದು ಕ್ಷಣ ಅವಳಾಡಿದ ಮಾತು ಅಸಹ್ಯವಾಗಿ ತೋರಿತು. ಅವಳೇ ಮಾತು ಮುಂದುವರೆಸಿದಳು - “ಯಾಕೆ? ಇಲ್ಲಿ ಮಲಗ್ಬಾರ್ದ? ಇದು ನಿಮ್ಮನೆ ಅಲ್ವ”? ಅಂದಳು. "ಹಾಗಲ್ಲ. ನಾವಿಬ್ರೇ ಇಲ್ಲಿ ಚೆನ್ನಾಗಿರಲ್ಲ" ಅಂದೆ. “ಓಹೋ ಹಾಗೇ... ನಿನ್ನ ಮೇಲೆ ನನಗೆ ನಂಬಿಕೆ ಇದೆ. ನೀನು ಒಳ್ಳೆ ಹುಡುಗ ಅಂತ ಗೊತ್ತು” ಅಂದಳು. “ಅದು ನನಗೂ ಗೊತ್ತು. ನನಗಿರೋ ಭಯ ಅದಲ್ಲ. ನಿನ್ನ ಮೇಲೆ ನನಗೆ ಆ ನಂಬಿಕೆ ಇಲ್ಲ. ನನಗೇನಾದ್ರೂ ಹೆಚ್ಚು ಕಮ್ಮಿ ಆಗ್ಬಿಟ್ರೆ ಅಂತ ಭಯಾ" ಅಂದೆ. ಇಬ್ಬರೂ ಮನಸಾರೆ ನಕ್ಕೆವು. ನಂತರ ಬಳಿ ಬಂದ ಶೆಫಾಲಿ ಬಳಿ ಬಂದು ನನ್ನ ಕುತ್ತಿಗೆಯ ಸುತ್ತ ತನ್ನ ತೋಳುಗಳಿಂದ ಸುತ್ತುವರಿದು ಹೇಳಿದಳು - “ಒಂದು ಮಾತು ಹೇಳ್ತೀನಿ ಕೇಳು. ನಾವಿಬ್ಬರೂ ಪ್ರೇಮಿಗಳು. ನಮ್ಮ ಪ್ರೇಮ ನಿವೇದನೆಯಾಗಿದ್ದು ಕೆಲ ಕ್ಷಣಗಳ ಹಿಂದಷ್ಟೇ ಹೊರತು, ನಮ್ಮ ಪ್ರೇಮ ಹುಟ್ಟಿದ್ದು ಮಾತ್ರ ಎಷ್ಟೋ ಯುಗಗಳ ಹಿಂದೆ. ಜಾಕ್ ಕ್ಯಾಥರೀನ್ ಕೂಡ ಪ್ರೇಮಿಗಳಷ್ಟೇ;

ಮದುವೆಯಾಗಲಿಲ್ಲ. ಅದು ಹೊರಪ್ರಪಂಚಕ್ಕೆ ಕಾಣಿಸುವಂತೆ. ಅಂತರ0ಗದಲ್ಲಿ ಅವರು ದಂಪತಿಗಳೇ. ಮನಸಿನ ಮದುವೆ ಎಂದೋ ಆಗಿತ್ತು. ಆ ವಿಷಯಕ್ಕೆ ಬಂದರೆ ಈ ಮದುವೆ, ತಾಳಿ ಇದರಲ್ಲೆಲ್ಲ ನನಗೆ ನಂಬಿಕೆಯಿಲ್ಲ. ತಾಳಿ ಕಟ್ಟುವ ಒಂದು ಕ್ಷಣ ಮುಂಚೆ ಕೂಡ ಅವರು ಬೇರೆ ಬೇರೆ. ಆದರೆ ಅದೇ ತಾಳಿ ಕಟ್ಟಿದ ಮರುಕ್ಷಣ ಅದು ಹೇಗೆ ಗಂಡ ಹೆಂಡತಿ ಆದಾರು? ಸರಿ - ಲೋಕಾರೂಢಿಯಲ್ಲಿ ಅದು ಸಾಧ್ಯವಾಗುವುದಾದರೆ, ತಾಳೀ, ಮದುವೆ ಅನ್ನುವುದು ಒಂದು ಮಾಧ್ಯಮ ಅಷ್ಟೇ. ಕೇವಲ ಸಿಂಬಾಲಿಕಲ್ ರೆಪ್ರೆಸೆಂಟೇಶನ್. ತಾಳಿ ಕಟ್ಟುವ ಕ್ಷಣ ಹಿಂದೆ ಬೇರೆ ಬೇರೆ - ಕಟ್ಟಿದ ಮರುಕ್ಷಣ ದಂಪತಿಗಳ್0ದಾದರೆ, ಪ್ರೇಮ ನಿವೇದನೆಗೆ ಕೆಲಕ್ಷಣ ಮುನ್ನ ಬೇರೆ ಬೇರೆ - ಪ್ರೇಮ ಸ್ವೀಕರಿಸಿದ ಮರು ಕ್ಷಣ ದಂಪತಿಗಳೇಕಾಗಬಾರದು? ತಾಳಿ ಮದುವೆ ಎಂಬುದು ಒಂದು ಸ್ಟೇಟ್ ಆಫ್ ಮೈಂಡ್ ಅಷ್ಟೇ. ದುಶ್ಯಂತ ಶಕುಂತಲೆಯರ0ತೆ ಎಷ್ಟೋ ವಿವಾಹಗಳ ಕಥೆ ನೀನು ಕೇಳಿಲ್ಲವೆ? ನಮ್ಮದೇಕೆ ಗಾಂಧರ್ವ ವಿವಾಹವೆಂದು ಯೋಚಿಸಬಾರದು? ನೋಡು - ನಾನು ತುಂಬಾ ಓಪನ್ ಮೈಂಡೆಡ್ ಪರ್ಸನ್. ಅದು ನಿನಗೂ ಗೊತ್ತು. ನನ್ನ ಹಳೇ ಬಾಯ್ ಫ್ರೆಂಡ್ ಕಥೆಯಿಂದ ಹಿಡಿದು ಎಲ್ಲವನ್ನೂ ನಿನಗೆ ಹೇಳಿದ್ದೇನೆ. ಏನನ್ನೂ ನಿನ್ನಿಂದ ಮುಚ್ಚಿಟ್ಟಿಲ್ಲ. ನೀನೂ ಕೂಡ ಏನನ್ನೂ ಮುಚ್ಚಿಟ್ಟರೂ ನನಗೆ ಇಷ್ಟವಾಗಲ್ಲ. ನನ್ನ ಬಲವಂತಕ್ಕೋ ಅಥವಾ ಯಾವುದೋ ದುರಾಲೋಚನೆಗೋ ಕಟ್ಟು ಬಿದ್ದು, ನನ್ನನ್ನು ಪ್ರೀತಿಸುತ್ತಿದ್ದೀಯಾದರೆ ಹೇಳು. ಇಲ್ಲವಾದರೆ ನಿನ್ನ ಬಲವಂತದ ಪ್ರೀತಿ ಬೇಕಿಲ್ಲ. ಹೀಗೇ ಇದ್ದುಬಿಡ್ತೇನೆ. ನೀನು ನಂಬ್ತೀಯೋ ಬಿಡ್ತಿಯೋ ನಮ್ಮ ಮದುವೆ ಈಗಾಗಲೇ ಆಗಿಹೋಗಿದೆ. ನನ್ನ ಪ್ರೀತಿಯನ್ನು ನೀನು ಸ್ವೀಕರಿಸಿದ ಮರುಕ್ಷಣವೇ ನಾ ನಿನ್ನ ಹೆಂಡತಿ. ತಾಳಿ ಕಟ್ಟಬೇಕು ಅನ್ನುವ ಸಿಂಬಾಲಿಕ್ ರೆಪ್ರೆಸೆಂಟೇಷನ್ ಬೇಕೇ ಬೇಕು ಅಂತಿದ್ರೆ - ಅಗೋ! ಅಲ್ಲಿ ಜೀಸಸ್ ಫೋಟೊ ಗೆ ಹಾಕಿದ್ಯಲ್ಲ ಶಿಲುಬೆ ಅದನ್ನೇ ಕಟ್ಟು. ಅವಾಗಾದ್ರೂ ನಿನಗೆ ಸಮಾಧಾನ ಸಿಗಬಹುದು. ನಿನ್ನನ್ನು ಬೀದಿಯಲ್ಲಿ ಅಲೆಯುವಂತೆ ಮಾಡಿದ, ನನ್ನನ್ನು ಎಲ್ಲಾ ಇದ್ದು ಏನೂ ಇಲ್ಲದಂತೆ ಮಾಡಿದ ಈ ಸಮಾಜದ ಕಟ್ಟುಪಾಡುಗಳಿಂದ ನಮಗೇನಾಗಬೇಕು? ಒಂದು ವೇಳೆ ನೀನೊಮ್ಮೆ ಬಾಂಬೆಯ ಬೀದಿಯಲ್ಲಿ ತಿರುಗಾಡುತ್ತಾ, ಹಸಿವಿನಿಂದ ಸತ್ತಿದ್ದರೂ ಸಹ, ಈ ಸಮಾಜ ತಿರುಗಿ ಕೂಡ ನೋಡುತ್ತಿರಲಿಲ್ಲ. ನಿನ್ನ ಹೆಣವನ್ನು ಯಾವುದೋ ಅನಾಥ ಶವವೆಂದಿನಿಸಿ ಕಾರ್ಪೊರೇಷನ್ ಲಾರಿಯಲ್ಲಿ ಬಿಸಾಡುತ್ತಿದ್ದರು. ಇವತ್ತು ಒಂದು ವೇಳೆ ನೀನು ಮಿಲಿಟರಿಯ ಸೇವೆಯಲ್ಲಿ ಸತ್ತರೆ, ದೇಶಕ್ಕಾಗಿ ಪ್ರಾಣತ್ಯಾಗ ಮಾಡಿದ ಹುತಾತ್ಮ ಎಂದು ಇದೇ ಸಮಾಜ ಕರೆಯುತ್ತೆ. ಹಾಗಾಗಿ ಅಂತಹ ಸಮಾಜದ

ಭಯವಾಗಲೀ, ನಿರ್ಬಂಧವಾಗಲೀ, ಕಟ್ಟುಪಾಡುಗಳಾಗಲೀ ನಮಗೇಕೆ? ಅದೂ ಈಗಾಗಲೇ ನಮ್ಮ ಮದುವೆ ಆಗಿ ಹೋಗಿರುವಾಗ? ನಿನ್ನಿಷ್ಟ! ಫೋಟೋದಲ್ಲಿರುವ ಕ್ರಾಸ್ ತಗೊಂಡು ಕಟ್ಟು. ನನ್ನದೇನೂ ಅಭ್ಯಂತರವಿಲ್ಲ" ಅಂದಳು..

"ನಾವು ಈ ಸಮಾಜದಲ್ಲಿ ಬದುಕುತ್ತಿರುವುದರಿಂದಾಗಿ, ಇಷ್ಟವಿದೆಯೋ ಇಲ್ಲವೋ, ಸಮಾಜಕ್ಕಾಗಿಯಾದರೂ ಕೆಲವು ಕಟ್ಟುಪಾಡುಗಳನ್ನು ಪಾಲಿಸಬೇಕು. ಉದಾಹರಣೆಗೆ ನಾಳೆ ನೀನು ಹಾಸ್ಟೆಲ್ಗೆ ಹೋಗಿ ಮಿಲಿಟರಿಯ ಆಫೀಸ್ನಲ್ಲಿ ಐ ಯಾಮ್ ಮ್ಯಾರೀಡ್ ಅಂತ ಬದಲಾಯಿಸಕ್ಕಾಗಲ್ಲ; ಮದುವೆಯ ಸಾಕ್ಷಿ ಕೇಳ್ತಾರೆ. ಮದುವೆ ಫೋಟೋನೋ ರೆಜಿಸ್ಟರ್ ಆಫೀಸಿನ ಪೇಪರೋ ತೋರಿಸಲೇಬೇಕು. ಆದರೆ ಪ್ರಸ್ತುತ ನೀನಿರುವ ಕೆಲಸಕ್ಕೆ ತೊಂದರೆಯಾದೀತು. ಹಾಗಾಗಿ ಲೋಕದ ಬಾಯಿ ಮುಚ್ಚಿಸಲು ಯಾವುದೋ ದೇವಸ್ಥಾನವೋ, ರಿಜಿಸ್ಟರ್ ಆಫೀಸಿಗೋ ಹೋಗೋಣ. ನೆನಪಿರಲಿ - ಅದು ಲೋಕದ ದೃಷ್ಟಿಗೆ ಮಾತ್ರ. ನಮ್ಮ ಮನಸಿನ ದೃಷ್ಟಿಗೆ - ನಾವೀಗಾಗಲೇ ಗಂಡ ಹೆಂಡತಿ. ಓಕೆನಾ? ಬಾ! ನಮ್ಮ ಡ್ಯಾಡಿ ನೆಕ್ಸ್ಟ ಟೈಂ ಬಂದಾಗ ಅವರಿಗೆ ನಮ್ಮ ವಿಷ್ಯ ಹೇಳ್ತೀನಿ. ಅವರ ಎದುರಲ್ಲಿ ಅಫಿಷಿಯಲ್ಲಾಗಿ ತಾಳಿನೂ ಕಟ್ಟಿಡು. ಅದೂ ಆಗಿ ಹೋಗ್ಲಿ" ಅಂತ ನಕ್ಕು ಒಳ ನಡೆದಳು.

ಶೆಫಾಲಿಯ ಮಾತುಗಳೇ ಹಾಗೇ. ತುಂಬಾ ನೇರ. ಮನಸೂ ಅಷ್ಟೇ! ನಿಷ್ಕಳಂಕ. ಅವಳ ಯೋಚನೆಯೂ ಕೂಡ ಅಷ್ಟೇ ನಿರ್ಮಲ. ತಲೆ ಎತ್ತಿ ಒಮ್ಮೆ ಶೆಫಾಲಿ ಹೇಳಿದ ಫೋಟೋದೆಡೆ ನೋಡಿದೆ. ನಗುಮುಖದ ಜೀಸಸ್! ಪಕ್ಕದಲ್ಲೇ ಇರುವ ಸಾಯಿಬಾಬಾ. ಅದರ ಪಕ್ಕದಲ್ಲಿ ಭಗವದ್ಗೀತೆಯ ಉಪದೇಶ ನೀಡುತ್ತಿರುವ ಕೃಷ್ಣನ ಫೋಟೋ. ಶೆಫಾಲಿಯ ಯೋಚನಾಲಹರಿ, ಜೀವನ ಶೈಲಿಗೆ ನಾನು ನಿಜವಾಗಿಯೂ ಸೋತುಹೋಗಿದ್ದೆ. ಹೌದಲ್ವಾ? ಅವಳು ಹೇಳಿದ್ದು ಸತ್ಯ ಅಲ್ಲವಾ? ಮನಸ್ಸಿನಂತೆ ಮಹಾದೇವ. ನಮ್ಮ ಮನಸ್ಸು ಎಷ್ಟು ಶುದ್ಧವೋ ಮಾತು - ಜೀವನವೂ ಅಷ್ಟೇ ಶುದ್ಧವಾಗಿರುತ್ತದೆ. ಅಷ್ಟು ಸಾಲದೇ ಭಗವಂತನನ್ನು ಸಾಕ್ಷಾತ್ಕಾರಗೊಳಿಸಿಕೊಳ್ಳಲು? ಇನ್ನೂ ಈ ಮದುವೆ ಎಂಬ ಪ್ರಹಸನ, ತಾಳಿ ಎಂಬ ಗುರುತು ನಮಗೇಕೆ? ಎಂಬ0ತೆ ಒಳ ನಡೆದೆ.

ಇಷ್ಟು ದಿನಗಳಿಂದ ಒಳಗೇ ಕೂಡಿಟ್ಟಿದ್ದ ಜ್ವಾಲಾಮುಖಿ ಸ್ಫೋಟವಾದಂತಾಗಿ ಹಗುರಾದ ಮನಸಿನೊಡನೆ ನೆಮ್ಮದಿಯಾಗಿ ಮಲಗಿದ್ದಾಳೆ ಶೆಫಾಲಿ. ಇದು ಕನಸೋ ನನಸೋ ಸರಿಯೋ ತಪ್ಪೋ ಎಂಬ ಜಿಜ್ಞಾಸೆಯಲ್ಲೇ ಮಲಗಿದ್ದೇನೆ ನಾನು. ನನ್ನ ಜೀವನಕ್ಕಿಂದು ಹೊಸ ಅರ್ಥ ಸಿಕ್ಕ ದಿನ. ಶೆಫಾಲಿ ನನ್ನವಳು. ಇಂದಿನಿ0ದ ಶೆಫಾಲಿ ನನ್ನವಳು. ಇನ್ನೊಂದೂ ಅವಳು ನನ್ನವಳು. ಯಾರಿಗಾಗಿ ಬದುಕಬೇಕೆಂದು ತಿಳಿಯದೆ ಇದ್ದ ನನಗೆ ಉತ್ತರವಾಗಿ ಸಿಕ್ಕವಳು ಶೆಫಾಲಿ.

ಅವಳಿಗೋಸ್ಕರ ಬದುಕುತ್ತೇನೆ. ಅವಳ ಕನಸೇ ನನ್ನ ಕನಸು. ಇನ್ನೊಂದೂ ಅವಳ ಕಣ್ಣಿಂದ ಒಂದೇ ಒಂದು ಹನಿ ಮುತ್ತು ಜಾರದಂತೆ ಕಾವಲು ಕಾಯುತ್ತೇನೆ. ನನ್ನ ಜೀವ ಕೊಟ್ಟಾದರೂ ಸರಿ. “ಹಲೋ ಮೈ ಡಿಯರ್ ಹಸ್ಬೆಂಡ್” ನಿದ್ರೆ ಬರ್ತಿಲ್ವಾ? ಅಂದಳು. "ಇಲ್ಲ" ಅಂದೆ. "ನನಗೆ ಗೊತ್ತು. ಇವಾಗ ಬರುತ್ತೆ. ಬಾ" ಎಂದು ನನ್ನನ್ನು ಪಕ್ಕಕ್ಕೆಳೆದುಕೊಂಡು ಬಿಗಿಯಾಗಿ ತಬ್ಬಿಹಿಡಿದಳು. ಶೆಫಾಲಿಯ ತೋಳಲ್ಲಿ ನಾನು ಬಂಧಿಯಾದೆ.

ಹಿ0ದೆ0ದಿಗಿ0ತಲೂ ಇಂದು ಶೆಫಾಲಿ ತುಂಬಾ ಸುಂದರವಾಗಿ ಕಾಣುತ್ತಿದ್ದಾಳೆ. ಅವಳು ಅಪ್ರತಿಮ ಸುಂದರಿ ಅಲ್ಲವೆಂಬುದು ನಿಜವಾದರೂ ಸಹ, ತಕ್ಕಮಟ್ಟಿನ ಸುಂದರಿಯೇ. ಆದರೆ ಈ ಮಬ್ಬುಗತ್ತಲ ಸಣ್ಣ ನೀಲಿ ಬಣ್ಣದ ನೈಟ್ ಬಲ್ಬ್ನ ಬೆಳಕಲ್ಲಿ ಅವಳು ಇನ್ನೂ ಸುಂದರವಾಗಿದ್ದಾಳೆ. ಸಮಾಧಾನದ ಮುಖ ಅವಳ ಚೆಲುವನ್ನು ಹೆಚ್ಚಿಸಿದೆ. ಈ ತಿಳಿ ಬೆಳಕ ಕಿರಣ ಅವಳ ತೆಳುವಾದ ಮೈ ಮೇಲೆ ಬಿದ್ದು, ಅವಳ ಅಂದವನ್ನು ಇಮ್ಮಡಿಗೊಳಿಸಿದೆ. ಪಾರ್ಟಿಗಾಗಿಯೇ ಧರಿಸಿದ್ದ ತಿಳಿನೇರಳೆ ಬಣ್ಣದ ತೆಳುಗೌನ್ ಅಲ್ಲವೇ ಅದು? ಇವಳ ಮೈ ಬಣ್ಣಕ್ಕೂ ಆ ಗೌನಿನ ತೆಳುನೇರಳೆಗೂ ಏನು ಮ್ಯಾಚಿಂಗ್? ಅಬ್ಬಾ! ಅದು ಇವಳ ಅಂದವನ್ನು ಮತ್ತಷ್ಟು ಹೆಚ್ಚಿಸಿದೆ. ಇವಳೇನು ಯಾವ ಅಪ್ಸರೆಗೂ ಕಮ್ಮಿ ಇದ್ದಂತಿಲ್ಲ. ಅಸ್ತವ್ಯಸ್ತವಾಗಿರುವ ತೆಳುಬಟ್ಟೆಯ ಮೇಲೆ ಬಿದ್ದ ನೀಲಿ ಬಣ್ಣದ ನೈಟ್ ಬಲ್ಬಿನ ಬೆಳಕಲ್ಲಿ ಅವಳ ದೇಹ ಸೌಂದರ್ಯದ ಉಬ್ಬು ತಗ್ಗುಗಳು... ಅವಳ ಶರೀರದ ಅಂಗ ಸೌಷ್ಟವ... ನನ್ನನ್ನು ಹುಚ್ಚನನ್ನಾಗಿಸಿದೆ. ಹೆಣ್ಣಿನ ಸೌಂದರ್ಯದ ಯಾವ ಯಾವ ಭಾಗಗಳು ತುಂಬಿರಬೇಕೋ ಅವು ಅಗತ್ಯಕ್ಕಿಂತ ತುಸು ಹೆಚ್ಚಾಗಿ ತುಂಬಿದೆ. ಯಾವ ಯಾವ ಭಾಗಗಳು ಸಪೂರವಾಗಿರಬೇಕೋ, ಅವು ಅಗತ್ಯದ ಅಳತೆಗಿಂತ ತುಸು ಕಡಿಮೆಯೇ. ನಿಧಾನಗತಿಯ ಉಸಿರಾಟದಿಂದಾಗಿ ಪ್ರತಿಬಾರಿ ಉಸಿರೆಳೆದು ಬಿಟ್ಟಾಗ, ಪ್ರತಿಕ್ಷಣ ಅವಳ ಸೌಂದರ್ಯ ನೂರ್ಮಡಿಗೊಳ್ಳುತ್ತಿದೆ. ಫ್ಯಾನಿನ ಗಾಳಿಗೆ ಹಾರಾಡುತ್ತಾ ಅವಳ ಕಿವಿಯಿಂದ ಮುಂದೆ ಬಾಗಿ ಕೆನ್ನೆಯ ಮೇಲೆ ಮುತ್ತಿಕ್ಕುತ್ತಿರುವ ಅವಳ ಮುಂದೆಲೆ. ತೆಳುಕೆಂಪು ಬಣ್ಣದ ಲಿಪ್ಸ್ ಸ್ಟಿಕ್ ಅವಳ ತುಟಿಗಳ ಮೇಲೆ ನಗುತ್ತಾ ಕುಳಿತಿದೆ. ಡೈಮಂಡ್ ನ ಮುತ್ತುಗಳುಳ್ಳ ಕಿವಿಯ ಓಲೆ, ಕಾಮನಬಿಲ್ಲನ್ನೂ ಸೋಲಿಸಬಹುದಾದ ತೀಡಿದ ಆ ಹುಬ್ಬು, ಮೂಗಿನ ಮೇಲೆ ಜೋಡಿಸಿಟ್ಟಂತಿರುವ ಆ ಹರಳಿನ ಮೂಗುತಿ, ಆಗ ತಾನೇ ಬಿದ್ದ ಮಳೆಹನಿಗೆ ಮನಸೋತು ಪ್ರಶಾಂತವಾಗಿರುವ ಆ ಮಳೆಹನಿಯ ಸಡಗರದಲ್ಲಿ ಮುಳುಗೆದ್ದ ಪ್ರಕೃತಿಯಂತೆ ಪ್ರಶಾಂತವಾಗಿರುವ ಅವಳ ಆ ಮುಖ ಅವಳ ಸೌಂದರ್ಯವನ್ನು ಮತ್ತಷ್ಟು ಹೆಚ್ಚಿಸಿದೆ. ಅವಳ ಆ ಅಪ್ಪುಗೆಯ ಬಿಸಿಗೆ ಕರಗದೇ ಇರುವ ಮೇಣ ನಾನಲ್ಲವಲ್ಲ?

ಮೇಣ ಕರಗದೆ ಇರುವುದುಂಟೇ? ಆ ತೆಳು ಗೌನಿನ ಮರೆಯಿಂದ ನನ್ನ ದೃಷ್ಟಿಯನ್ನು ಬೇರೆಡೆ ತಿರುಗಿಸಲು ಸಾಧ್ಯವೇ? ನಿದ್ದೆ ಕಣ್ಣಲ್ಲೇ ಅವಳ ಅಪ್ಪುಗೆ ಮತ್ತಷ್ಟು ಬಿಗಿಯಾಗುತ್ತಲೇ ಇದೆ. ಜೊತೆಜೊತೆಗೆ ನನ್ನ ಭಾವನೆಗಳೂ ಕೂಡ.

ಅವಳನ್ನು ಬರಸೆಳೆದು ಒಮ್ಮೆ ಗಾಢವಾಗಿ ಚುಂಬಿಸಿದೆ. ಅವಳ ಕೇಶರಾಶಿಯಿಂದ ಬರುತ್ತಿರುವ ಶಾಂಪುವಿನ ಗಾಢವಾದ ವಾಸನೆ ನನ್ನನ್ನು ಮತ್ತಷ್ಟು ಹುಚ್ಚನನ್ನಾಗಿಸುತ್ತಿದೆ. ಇನ್ನೂ ಮತ್ತಷ್ಟು ಬಿಗಿಹಿಡಿದಾಗಲೂ ಅವಳ ದೇಹಸ್ಪರ್ಶದ ಮತ್ತು ನನ್ನನ್ನು ಮತ್ತಷ್ಟು ಉದ್ರೇಕಗೊಳಿಸುತ್ತಿದೆ. ನನಗರಿವಿಲ್ಲದೆ ನನ್ನ ಕೈ ಅವಳನ್ನು ಮತ್ತಷ್ಟು ಬಿಗಿಯಾಗಿ ತಬ್ಬಿ ಹಿಡಿದು, ಅವಳ ಮೈ ಮೇಲೆಲ್ಲ ಹರಿದಾಡುತ್ತಿದೆ. ಅಂತೂ ನಾವಿಬ್ಬರೂ ಮದನನ ಬಾಣಗಳಿಂದ ಬಂಧಿತರಾಗಿರುವ ಹಕ್ಕಿಗಳಂತೆ ಪ್ರಣಯದ ಉನ್ಮಾದ ಸ್ಥಿತಿಯಲ್ಲಿ ತೋಯ್ದಿದ್ದೇವೆ. ಒಂದೇ ಮಾತಿನಲ್ಲಿ ಹೇಳಬೇಕೆಂದರೆ ನಮ್ಮ ಮದುವೆ ಆಗಿಲ್ಲ; ಆದರೆ ಆಗಿದೆ. ಇದು ನಮ್ಮ ಪ್ರಥಮ ರಾತ್ರಿ ಅಲ್ಲ; ಆದರೆ ಪ್ರಥಮ ರಾತ್ರಿಯೇ.

* * * * *

ಮೂರು ದಿನ ಮೂರು ಕ್ಷಣಗಳಂತೆ ಕಳೆದುಹೋಗಿತ್ತು. ನಾನು, ನನ್ನ ಹೆಂಡತಿ, ನಮ್ಮ ಮನೆ, ನಮ್ಮ ಸಂಸಾರ ಎಂಬ ಆ ಭಾವನೆಯೇ ನನ್ನನ್ನು ಉಲ್ಲಸಿತನನ್ನಾಗಿಸುತ್ತಿದೆ. ಶೆಫಾಲಿಯಂತೂ ನನ್ನ ಹೆಂಡತಿಯ0ತೆಯೇ. ಹೆಂಡತಿ ಗಂಡನಿಗೆ ತನ್ನಿಡೀ ಜೀವಮಾನದಲ್ಲಿ ಕೊಡಬಹುದಾದ ಪ್ರೀತಿಯ ರಸಧಾರೆಯನ್ನು ಮೂರೇ ದಿನದಲ್ಲಿ ನನಗೆ ಉಣಬಡಿಸಿದ್ದಾಳೆ. ದಿನವಿಡೀ ಊಟ - ಮಾತು ಕಥೆ, ಸರಸ - ವಿರಸ, ಶೃಂಗಾರ ಇವುಗಳೆಲ್ಲ ಸೇರಿದ ಮಿಳಿತವಾದ ಸ್ವಾದಿಷ್ಟ ರಸಧಾರೆಯೆಂಬ ರಸಾಯನದ ಸವಿಯಲ್ಲೇ ಮಿಂದೆದ್ದಿದೇನೆ. ಮೂರು ದಿನ ಕಳೆದಿದ್ದೂ ಸಹ ತಿಳಿದಿಲ್ಲ. ಕಡೆಗೂ ನನ್ನ ರಜೆಯ ಅವಧಿ ಮುಗಿಯುತ್ತಾ ಬಂತು. ಇಂದಿನಿ0ದ ಮತ್ತೆ ನನ್ನ ಹಾಸ್ಟೆಲ್ ನ ಜೀವನ ಶುರು. ಮತ್ತೆ ಶೆಫಾಲಿಯನ್ನು ನೋಡುವುದು ಎಂದೋ? ಏನೋ? ಕಂಬನಿ ತುಂಬಿದ ಕಂಗಳೊಡನೆ ಶೆಫಾಲಿ ನನ್ನನ್ನು ಬೀಳ್ಕೊಟ್ಟಳು. ನಾನು ಕುಳಿತಿದ್ದ ಆಟೋ ಮಿಲಿಟರಿ ಕ್ಯಾಂಪಸ್ಸಿನೆಡೆಗೆ ಸಾಗುತ್ತಿತ್ತು.

* * * * *

"ಇಂತಹ ಒಬ್ಬ ಅದ್ಭುತ ಈಜುಪಟುವನ್ನೇ ನಾವು ಕಂಡಿಲ್ಲ. ಇವನನ್ನು ನಮ್ಮ ಮಿಲಿಟರಿ ಕ್ಯಾಂಪಸ್ ನಲ್ಲಿ ಇಟ್ಟುಕೊಳ್ಳುವುದಕ್ಕಿಂತ ಒಲಂಪಿಕ್ಸ್ಗೆ ಕಳಿಸಿಕೊಟ್ಟರೆ ನಮ್ಮ ದೇಶಕ್ಕೆ ಈ ಸಲ ಈಜು ಸ್ಪರ್ಧೆಯಲ್ಲಿ ಚಿನ್ನ ಗ್ಯಾರಂಟಿ" ಅಂದರು ನಮ್ಮ ಟ್ರೈನರ್. ಸುಮಾರು ಎರಡೂವರೆ ತಿಂಗಳು ನಾನಾಯಿತು ನನ್ನ ಟ್ರೈನಿಂಗ್ ಆಯಿತು. ನನ್ನನ್ನು ಕಂಡರೆ ಆ ನೀರಿಗೇ ಸಾಕೆನಿಸಬೇಕು. ಅಷ್ಟು

ಹೊತ್ತೂ ನೀರಲ್ಲಿರುತ್ತಿದ್ದೆ. ನೀರಲ್ಲಿ ಈಜುತ್ತಾ, ಜಗತ್ತನೇ ಮರೆಯುತ್ತಿದ್ದೆ. ಜಗತ್ತನ್ನೇ ಜಯಿಸಿದಂತೆ ಮೆರೆಯುತ್ತಿದ್ದೆ. ಬೆಳಿಗ್ಗೆ ನೀರು, ಸಂಜೆ ನೀರು, ಮಧ್ಯಾಹ್ನ ಊಟದ ನಂತರ ನೀರು. ದಿನಕ್ಕೆ ನನ್ನ ಟ್ರೈನಿಂಗ್ ಇದ್ದದ್ದು ಕೇವಲ ಐದು ಗಂಟೆ ಕಾಲವಾದರೂ, ನಾನು ನೀರಿನಲ್ಲಿರುತ್ತಿದ್ದುದ್ದು ಹತ್ತು ಹನ್ನೆರಡು ಗಂಟೆ ಕಾಲ. ಟ್ರೈನರ್ ಕಲಿಸುತ್ತಿದ್ದ ಎಲ್ಲಾ ಪಟ್ಟುಗಳನ್ನು ಕಲೀತಿದ್ದೆ. ಕೆಲವು ರೀತಿಯ ಸ್ಟ್ರೋಕ್ ಗಳಲ್ಲಂತೂ ನಾನೇ ಅವರಿಗೆ ಗುರುವಾಗುತ್ತಿದ್ದೆ. ಕ್ಯಾಂಪಸ್ಸಿನ ತುದಿಯಲ್ಲಿದ್ದ ಕಾಯಿನ್ ಫೋನ್ ನನ್ನ ಮತ್ತು ಶೆಫಾಲಿಯ ನಡುವಿನ ಬೆಸುಗೆಯಾಗಿತ್ತು. ಪ್ರತಿದಿನ ಸಂಜೆ ಒಬ್ಬರಿಗೊಬ್ಬರು ಹರಟುತ್ತಿದ್ದೆವು. ನನ್ನ ಟ್ರೈನಿಂಗಿನ ಪ್ರಗತಿಯನ್ನು ಕಂಡು ಅವಳ ಆನಂದ ಹೇಳತೀರದು. ಇನ್ನು ಕೇವಲ ಒಂದು ತಿಂಗಳ ಟ್ರೈನಿಂಗ್ ಅಷ್ಟೇ. ಆಮೇಲೆ ನಾನು ಕೂಡ ಒಬ್ಬ ಯೋಧ. ಇದನ್ನು ಕೇಳಿದಾಗಲಂತೂ ಶೆಫಾಲಿ ಹುಚ್ಚೆದ್ದು ಕುಣಿದಿದ್ದಳು. ನಮ್ಮಿಬ್ಬರ ವಿಚಾರವನ್ನು ಶೆಫಾಲಿ ಈಗಾಗಲೇ ತನ್ನ ತಂದೆ ಬಳಿ ಹೇಳಿದ್ದಾಳಂತೆ. ಮೊದಮೊದಲು ಅವಳ ತಂದೆ ಒಪ್ಪಲಿಲ್ಲವಾದರೂ, ಅತ್ತೂ, ಕರೆದು ಹೇಗೋ ಪುಸಲಾಯಿಸಿ, ಕಡೆಗೆ ಅವರ ತಂದೆಯಿಂದಲೂ ನಮ್ಮ ಮದುವೆಗೆ ಗ್ರೀನ್ ಸಿಗ್ನಲ್ ದೊರೆತಾಗಿತ್ತು. ಒಂದು ಒಂದೂವರೆ ತಿಂಗಳ ಟ್ರೈನಿಂಗ್ ಮುಗಿದೊಡನೆ, ಮದುವೆಯಾಗಿ ನಮ್ಮದೇ ಆದ ಮನೆಯೊಂದರಲ್ಲಿ ನಾನು ಶೆಫಾಲಿ ಸಂಸಾರ ಹೂಡಲಿದ್ದೇವೆ ಎಂಬ ಮಾತೇ ನನಗೆ ಕ್ಷಣಕ್ಷಣಕ್ಕೂ ರೋಮಾಂಚನಗೊಳಿಸುತ್ತಿದೆ. ಪ್ರತಿದಿನ ಫೋನಿನಲ್ಲಿ ಮಾತಾಡುತ್ತಿದ್ದಾಗಲೂ ಒಂದು ನಿಮಿಷಕ್ಕೆ ಅದೆಷ್ಟು ಬಾರಿ "ಐ ಲ್ ಯೂ" ಎಂಬ ಪದ ನಮ್ಮಿಬ್ಬರ ಬಾಯಿಂದ ಹೊರಡುತ್ತಿತ್ತೋ ಲೆಕ್ಕವಿಲ್ಲ. ಅದರಲ್ಲೂ ಹಿಂದೆಂದಿಗಿಂತಲೂ ಇಂದು ನನ್ನ ಸಂತಸಕ್ಕೆ ಪಾರವೇ ಇಲ್ಲ. ಶೆಫಾಲಿ ಹೇಳಿದ ಆ ಒಂದು ಮಾತು ನನ್ನನ್ನು ಆಕಾಶದಲ್ಲಿ ತೇಲಾಡುವಂತೆ ಮಾಡಿದೆ. ಒಮ್ಮೆ ಅವಳನ್ನು ನೋಡಬೇಕೆನಿಸುತ್ತಿದೆ. ಆಧರೆ ಫೈನಲ್ ರೌಂಡ್ ಟ್ರೈನಿಂಗ್ ಅವಧಿಯ ಈ ಹದಿನೈದು ದಿನಗಳು ತುಂಬಾನೇ ಸ್ಟ್ರಿಕ್ಟ್. ಎಲ್ಲೂ ಹೋಗುವ ಹಾಗಿಲ್ಲ. ಅಥವಾ ಬೇರಾರೂ ನಮ್ಮನ್ನು ಭೇಟಿಯಾಗುವಂತಿಲ್ಲ. ಅಂದರೆ ಭೇಟಿಯಾಗಲು ನಿರ್ಬಂಧವಿದೆ ಎಂದಲ್ಲ - ನಮ್ಮ ಏಕಾಗ್ರತೆಗೆ ಭಂಗ ಬರದಂತಿರಲು ನಮಗೆ ನಾವೇ ವಿಧಿಸಿಕೊಂಡ ನಿರ್ಬಂಧವಾಗಿತ್ತೇ ವಿನಃ ಮಿಲಿಟರಿಯ ರೂಲ್ಸ್ ಪುಸ್ತಕಗಳು ವಿಧಿಸಿದ ನಿರ್ಬಂಧವಲ್ಲ. ಇನ್ನು ಹದಿನೈದು ದಿನದ ಫೈನಲ್ ರೌಂಡ್ ಮುಗಿದೊಡನೆ ಪ್ರತಿದಿನ ಅವಳ ಭೇಟಿಯಾಗಬಹುದಲ್ಲ? ಹೇಗೋ ಇನ್ನು ಹದಿನೈದು ದಿನ ತಡೆದಿದ್ದರಾಯಿತು ಎಂದು ನಾನೇ ಸಮಾಧಾನಿಸಿಕೊಂಡೆ. ಆದರೂ ಅವಳ ಮುಖವನ್ನೊಮ್ಮೆ ನೋಡುವ ಆಸೆಯಾಗುತ್ತಿದೆ. ಇಂದು ಸಂಜೆ

ಅವಳು ಹೇಳಿದ ಮಾತನ್ನು ಅವಳ ಬಾಯಿಂದ ಮತ್ತೆ ಮತ್ತೆ ಕೇಳಬೇಕೆನಿಸುತ್ತಿದೆ.

ನನ್ನ ಭಾವನೆಗಳಿಗೆ ರೆಕ್ಕೆ ಹಚ್ಚಿ ಆಕಾಶದಲ್ಲಿ ಹಾರಿಬಿಟ್ಟ ಅವಳ ಆ ಮಾತೇ - "ಕಂಗ್ರ್ಯಾಟ್ಸ್, ನೀನು ಅಪ್ಪ ಆಗ್ತಾ ಇದೀಯ ಕಣೋ".

* * * * *

"ಸಾಕು ಬಸ್ಯಾ! ಎದ್ದೇಳು. ಎಷ್ಟು ಅಂತ ಕುಡೀತೀಯ? ಕುಡಿದೂ ಕುಡಿದೂ ಆರೋಗ್ಯ ಹಾಳು ಮಾಡ್ಕೊಳ್ತೀಯ ಅಷ್ಟೇ ಹೊರತು ಏನೂ ಉಪಯೋಗವಿಲ್ಲ. ಎದ್ದೇಳು ಸಾಕು". ಸೀನನ ಮಾತು ನನ್ನ ಕಿವಿಯ ತಮಟೆಯ ಒಳಕ್ಕೂ ಇಳಿಯಲಿಲ್ಲ. ನನಗ್ಯಾಕೋ ಈ ಜೀವನವೇ ಬೇಸರವೆನಿಸಿಬಿಟ್ಟಿದೆ. ಕಿತ್ಕೊಳೋದೇ ನಿಜವಾಗಿದ್ರೆ ಕೊಡೋದ್ಯಾಕಂತೆ? ನಾನೇನು ಆ ದೇವ್ರನ್ನ ಕೇಳಿದ್ನಾ? ನನಗೆ ಇವಳ ಪ್ರೀತಿ ಕೊಡ್ಸು ಅಂತಾ? ಇಲ್ಲಾ ತಾನೇ? ಎಲ್ಲೋ ನನ್ನ ಪಾಡಿಗೆ ನಾನು ಆಡ್ಕೊಂಡು ತಿನ್ಕೊಂಡು ಇದ್ದೆ. ಬಿರುಗಾಳಿ ತರ ಬಂದು ಅಷ್ಟೇ ವೇಗದಲ್ಲಿ ಹೊರಟೋದ್ಲು. ಆಗ ತಾನೇ ಕತ್ತು ಕೊಯ್ದ ಕೋಳಿಯಂತೆ ವಿಲವಿಲ ಒದ್ದಾಡುತ್ತಿದ್ದ ನನ್ನನ್ನೇ ನೋಡುತ್ತಿದ್ದ ಸೀನ. ನನ್ನ ಮುಖ ನೋಡೋಕೂ ಅವಳಿಗೆ ಇಷ್ಟವಿಲ್ಲವಂತೆ. ನಾನವಳಿಗೆ ಮಾಡಿದ ಅಂತಹ ಅನ್ಯಾಯವಾದರೂ ಏನು? ಟ್ರೈನಿಂಗ್ ಮುಗಿದ ಕೂಡ್ಲೇ ಮದುವೆ ಆಗೋಣ. ನಮ್ಮದೇ ಮನೆ ಮಾಡೋಣ, ನಾನು ನೀನು ನಮ್ಮ ಪುಟ್ಟ ಮಗು ಇದೇ ಇನ್ನು ನಮ್ಮ ಪ್ರಪಂಚ. ಪ್ರಪಂಚದಲ್ಲಿ ಯಾವ ಹೆಣ್ಣು ತನ್ನ ಗಂಡನನ್ನು ಮಾಡದಷ್ಟು ಪ್ರೀತಿಯನ್ನು ನಿನಗೆ ಧಾರೆಯೆರೆಯುತ್ತೇನೆ. ನಮ್ಮ ಪ್ರೀತಿಗಾಗಿ ಪ್ರಾಣ ಕೊಡಬೇಕಾಗಿ ಬಂದರೂ, ಸಂತೋಷದಿ0ದ ಸ್ವೀಕರಿಸಿ ಕಣ್ಮುಚ್ಚುತ್ತೇನೆ. ಕ್ಯಾಥರೀನ್ ಜಾಕ್ಗೆ ನೀಡಿದ ಪ್ರೀತಿಯ ಸಾವಿರ ಪಟ್ಟನ್ನು ನಿನಗೆ ನೀಡುತ್ತೇನೆ. ಈ ರೀತಿ ಅವಳು ಆಡಿದ ಬಣ್ಣ ಬಣ್ಣದ ಮಾತಿಗೂ ಲೆಕ್ಕವಿಲ್ಲ. ನೀನು ಅಪ್ಪ ಆಗ್ತಾ ಇದೀಯ ಎಂದು ಕೂಡ ಹೋದ ತಿಂಗಳಷ್ಟೇ ಹೇಳಿದ್ಲು. ಅದೂ ಕೂಡ ನಿಜಾನೋ ಸುಳ್ಳೋ ಗೊತ್ತಿಲ್ಲ. ನನ್ನ ಭಾವನೆಗಳ ಜೊತೆ ಚೆಲ್ಲಾಟವಾಡಿ ಮಜಾ ತೆಗೆದುಕೊಳ್ಳೋಕೆ ಹೇಳಿರಬಹುದಾ? ನಮ್ಮಂತ ಬಡವರ ಹುಡುಗರ ಜೊತೆ ಈ ರೀತಿ ಆಟವಾಡಿ, ಅವರ ನೋವಲ್ಲಿ ವಿಕೃತ ಆನಂದ ಹೊಂದುವುದೂ ಒಂದು ರೀತಿಯ ಮನೋರೋಗವಂತೆ. ಆ ತರಹದ ಮನೋರೋಗದ ಕಾಂಪ್ಲೆಕ್ಸ್ ಅನ್ನು ಹೊಂದಿದವರೂ ತುಂಬಾ ಜನರಿದ್ದಾರೆಂದು ಟ್ರೈನಿಂಗ್ನಲ್ಲಿ ಕರ್ನಲ್ ಒಬ್ಬರು ಒಮ್ಮೆ ಹೇಳಿದ್ದರು. ಬೇರೆಯವರ ನೋವಲ್ಲಿ ವಿಕೃತ ಆನಂದ ಪಡೆಯಲಿಕ್ಕಾಗಿಯೇ ಇಂತಹ ಮನೋರೋಗಿಗಳು ಕ್ರಿಮಿನಲ್ ಚಟುವಟಿಕೆ, ಹಿಂಸೆ ಇತ್ಯಾದಿಗಳನ್ನು ನಡೆಸುತ್ತಾರಂತೆ. ಒಂದ0ತೂ ಸ್ಪಷ್ಟ - ಇವಳೂ ಕೂಡ ಯಾವುದೋ ವಿಕೃತ ಮನಸ್ಸಿನ ಮನೋರೋಗಿ. ಇಲ್ಲದಿದ್ದರೆ ಮದುವೆ ಮನೆ ಎಂದು ಬಣ್ಣ ಬಣ್ಣದ ಮಾತಾಡಿದ್ದಾದರೂ ಏತಕ್ಕೆ?

ಸುಳ್ಳು - ಸುಳ್ಳು - ಮಹಾಸುಳ್ಳು! ಅವಳು ಆಡಿದ ಒಂದೊ೦ದು ಮಾತೂ ಮಹಾಸುಳ್ಳು. ನಮ್ಮ ಮದುವೆಗೆ ಅವರ ತಂದೆ ಒಪ್ಪಿದ್ದಾರಂತೆ. ಯಾರಿಗೆ ಗೊತ್ತು? ಫೋನಿನಲ್ಲಿ ಮಾತಾಡುವಾಗ ಹೇಳಿದ್ದು. ನಾನು ತಂದೆ ಆಗ್ತಾ ಇದೀನಂತೆ. ಈಗವಳಿಗೆ ಮೂರು ತಿಂಗಳ೦ತೆ. ಇದಕ್ಕೇನು ಸಾಕ್ಷಿ? ಅದೂ ಕೂಡ ಫೋನಿನಲ್ಲೇ ಹೇಳಿದ್ದು. ನನ್ನ ಭಾವನೆಗಳನ್ನು ಕೆರಳಿಸಿ ನನ್ನನ್ನು ಪ್ರಚೋದಿಸಲೆಂದೇ ಹೆಣೆದ ಸುಳ್ಳಾಗಿರಬಾರದೇಕೆ? ಅವಳಿಗೆ ನನ್ನೊಡನೆ ದೈಹಿಕ ಸುಖದ ಆನಂದ ಬೇಕಿತ್ತಷ್ಟೇ. ಪಾರ್ಟಿ ಹೆಸರಲ್ಲಿ ಬಾಯ್ ಫ್ರೆಂಡ್ ಜೊತೆ ಸುತ್ತುತ್ತಿದ್ದವಳಲ್ಲವೇ ಅವಳು? ಆ ಬಾಯ್ ಫ್ರೆಂಡ್ಗಳು ಬೇಜಾರಾಗಿರಬೇಕು. ಹಾಗಾಗಿ ನನ್ನನ್ನು ಕೆರಳಿಸಬೇಕಿತ್ತೇ? ಒಂದಕ್ಕೊ೦ದು ಪೋಣಿಸಿದ ಸುಳ್ಳುಗಳ ಸರಮಾಲೆಯನ್ನೇ ನನ್ನ ಶವದ ಮೇಲೆ ಹಾಕಿ ಹೋದಳಲ್ಲ. ಥೂ ಅವಳ ಜನ್ಮಕ್ಕಿಷ್ಟು! ಯಾರಿಗೆ ಬೇಕಿದೆ ನನ್ನ ಈ ದರಿದ್ರ ಜೀವನ? ಅವತ್ತೇ ಎಲ್ಲೋ ರೈಲಿಗೆ ಸಿಕ್ಕಿ ಸತ್ತಿದ್ರೆ ಚೆನ್ನಾಗಿತ್ತು. ಪಾಪಿ ಚಿರಾಯು ಅಂತೆ. ಎಲ್ಲಾ ಬಿಟ್ಟು ಈ ಪಿಶಾಚಿ ಕೈಗೆ ಸಿಕ್ಕಿಬಿದ್ದೆ. ಹೆಮ್ಮಾರಿ ಅವಳು. ಹಾಳಾಗೋಗ" ಎಂದು ನನ್ನಷ್ಟಕ್ಕೆ ನಾನು ಬಡಬಡಿಸುತ್ತಲೇ ಇದ್ದೆ. "ಲೇ ಬಸ್ಯಾ. ಅದೇನಾಯ್ತು ಅಂತ ಸಮಾಧಾನವಾಗಿ ಹೇಳು. ಎಲ್ಲೋ ಏನೋ ತಪ್ಪಾಗಿದೆ! ಶೆಫಾಲಿ ಅಂಥ ಕಟ್ಟ ಹುಡುಗಿಯಲ್ಲ. ನಾನು ಹೋಗಿ ಮಾತಾಡಿಸ್ತೀನಿ ಹೇಳು. ಕೂಲ್" ಅಂದ ಸೀನ.

“ನೀನು ಮಾತಾಡುಸ್ತೀಯ ಆ ದರಿದ್ರದವಳನ್ನು? ಬಿಟ್ರೆ ನಿನ್ನ ಕೂಡ ಬುಟ್ಟಿಗೆ ಹಾಕಿಕೊಳ್ತಾಳೆ. ಅವಳ ಯೋಗ್ಯತೆನೇ ಅಷ್ಟು! ಹೆಣ್ಣಲ್ಲ ಅದು ಹೆಮ್ಮಾರಿ”.

“ಆಯ್ತಪ್ಪಾ! ಅವಳು ಹೆಮ್ಮಾರಿನೇ. ಅದೇನಾಯ್ತು ಅಂತ ನನ್ನ ಹತ್ರ ಹೇಳು ಸಮಾಧಾನವಾಗಿ" ಅಂದ ಸೀನ. ಒತ್ತರಿಸಿಕೊಂಡು ಬರುತ್ತಿದ್ದ ದುಃಖದ ನಡುವೆಯೇ ನಿನ್ನೆ ಬೆಳಗ್ಗೆಯಿಂದ ನಡೆದ ವಿವರಗಳನ್ನೆಲ್ಲ ಸೀನನ ಬಳಿ ಹೇಳಲು ಶುರು ಮಾಡಿದೆ. -

"ಮೊನ್ನೆ ಬೆಳಗ್ಗೆಯಿಂದ ನನಗೆ ಒಂದು ವಾರ ರಜಾ. ನನ್ನ ಟ್ರೈನಿಂಗ್ ಅವಧಿ ಮುಗೀತಲ್ವಾ? ಹಾಗಾಗಿ ಒಂದು ವಾರ ರಜಾ ತಗೊಂಡು ಸುತ್ತಾಡಬಹುದು. ನನ್ನೆಲ್ಲಾ ಸ್ನೇಹಿತರು ಅವರವರ ಊರಿಗೆ ಹೋದ್ರು. ಬೆಳಿಗ್ಗೆ ಹಾಸ್ಟೆಲ್ನಿಂದ ಹೊರಟವನೇ ಆಟೋ ಹತ್ತಿ ಸೀದಾ ಶೆಫಾಲಿ ಮನೆಗೆ ಹೋದೆ. ಅವಳಿಗೆ ಸರ್ಪ್ರೈಸ್ ಕೊಡಬೇಕಂತಾನೇ ನನಗೆ ರಜಾ ಇರುವ ವಿಷ್ಯ ಫೋನಿನಲ್ಲಿ ಹೇಳಿರಲಿಲ್ಲ. ಹೇಳೋದಕ್ಕೆ ಅವಳು ನನ್ನ ಹತ್ರ ಫೋನಿನಲ್ಲಿ ಮಾತಾಡೀನೇ ಹತ್ತು ಹದಿನೈದು ದಿನವಾಯ್ತು. ನಾನು ಫೋನ್ ಮಾಡಿದ್ರೂ ರಿಂಗ್ ಆಗ್ತಿತ್ತು. ಯಾರೂ ಮಾತಾಡ್ತಾ ಇರಲಿಲ್ಲ. ಊರಿಗೆಲ್ಲಾದ್ರೂ ಹೋಗಿದಾಳಾ ಅಥವಾ ಬೇರೆ ಏನಾದ್ರು

ಎಮರ್ಜೆನ್ಸಿನಾ, ಕಡೇಪಕ್ಷ ಬಾಂಬೆಲಿ ಇದಾಳಾ ಇಲ್ವಾ ಅಂತ ಕೂಡ ಗೊತ್ತಿರ್ಲಿಲ್ಲ. ನನ್ನ ಮಗುವನ್ನು ತನ್ನ ಹೊಟ್ಟೆಯಲ್ಲಿ ಬಚ್ಚಿಟ್ಟುಕೊಂಡು ನಾಚಿಕೆಯಿಂದ ನಗುತ್ತಾ, ನನ್ನನ್ನು ಕಂಡು ತಬ್ಬಿ ಕಣ್ಣೀರಾಕುವ ಅವಳ ಮುಖವನ್ನು, ಆ ಸಡಗರವನ್ನು ನೋಡಬೇಕೆಂದು ನಿನ್ನೆ ಬೆಳಗ್ಗೇನೇ ಸೀದಾ ಅವಳ ಮನೆಗೆ ಹೋದೆ. ನನ್ನ ಕಂಡೊಡನೆ ಅರಳಬೇಕಿದ್ದ ಮುಖ ಯಾಕೋ ವಿವರ್ಣವಾದಂತಾಯ್ತು. ಮಾತಿಲ್ಲ, ಕಥೆಯಿಲ್ಲ, ಕಡೇಪಕ್ಷ ಒಂದು ಸ್ಮೈಲ್ ಇಲ್ಲ. ಒಳಗೆ ಬಾ ಅಂತ ಕೂಡಾ ಕರೀಲಿಲ್ಲ. ನನಗೆ ಯಾಕೋ ಒಂಥರಾ ಅಸಮಾಧಾನ ಆಯ್ತು. ಅಷ್ಟೇ ಆಶ್ಚರ್ಯ ಕೂಡ ಆಯ್ತು. ಆಗಾಗ ಈ ರೀತಿ ಕೋಪಿಸಿಕೊಂಡು ನನ್ನ ಮಾತಾಡಿಸದೇ ರೇಗಿಸೋದು ಅವಳಿಗಿಷ್ಟ. ಹಾಗಾಗಿ ಇವತ್ತು ಕೂಡಾ ನನ್ನನ್ನು ಗೋಳು ಹೊಯ್ಕಳಿಕ್ಕಾಗಿ ಕೋಪಿಸಿಕೊಂಡಿದ್ದಾಳೆ ಅಂದುಕೊಂಡೆ. ಹೇಗಿದೀಯ ಶೆಫಾಲಿ? ಇವತ್ತಿಂದ ಒಂದು ವಾರ ರಜಾ. ನನ್ನ ಟ್ರೈನಿಂಗ್ ಪೀರಿಯಡ್ ಮುಗೀತು. ಮತ್ತೆ ಹಾಸ್ಟೆಲ್ನ ಸಹವಾಸ ಇಲ್ಲ. ಮುಂದಿನ ಸೋಮವಾರನೇ ಮತ್ತೆ ಡ್ಯೂಟಿಗೆ ಹೋಗೋದು. ಹಾಗಾಗಿ ಓಡೋಡಿ ನಿನ್ನ ಮುಖ ನೋಡಬೇಕು ಅಂತ ಬಂದೆ. ಹೇಗಿದ್ದಾನೆ ನನ್ನ ಮಗ? ಮಗಾನಾ? ಮಗಳಾ? ಏನಂತಾನೆ? ನನ್ನ ಕೇಳ್ತಾ ಇದ್ನ? ನೀನು ಹೇಗಿದಿಯಾ? ನಾಳೆನೇ ಹೋಗಿ ಒಂದು ಬಾಡಿಗೆ ಮನೆ ನೋಡ್ಕೊಂಡು ಬರೋಣ. ನಾಳೆಯಿಂದ ನೀನು ನಾನು ನಮ್ಮ ಮನೇಲಿ. ನನಗೆ ಆಗ್ತಾ ಇರೋ ಸಂತೋಷ ತಡೀಲಿಕ್ಕೆ ಆಗ್ತಾ ಇಲ್ಲ. ಎಲ್ಲೋ ಹೇಗೋ ಇದ್ದ ಜೀವನಕ್ಕೆ ತಿರುವು ಕೊಟ್ಟ ದೇವತೆ ನೀನು. ನನಗೆ ಆಗ್ತಿರೋ ಸಂತೋಷಕ್ಕೆ ಮಾತೇ ಹೊರಡ್ತಾ ಇಲ್ಲ. “ಐ ಲವ್ ಯೂ” ಶೆಫಾಲಿ ಅಂತ ಹೇಳಿ ಜೋರಾಗಿ ತಬ್ಬಿಕೊಂಡೆ". “ಬಿಡು ನನ್ನ ಪ್ಲೀಸ್! ಇರಿಟೇಟಾಗುತ್ತೆ. ಯಾಕೆ ಬಂದೆ ಇಲ್ಲಿಗೆ? ಯಾರು ಬರೋಕೆ ಹೇಳಿದ್ರು? ಯಾರನ್ನ ಕೇಳಿ ಬಂದೆ? ಹೊರಟು ಹೋಗು ಪ್ಲೀಸ್" ಅಂದಳು. ನನಗೆ ಒಂದು ಕ್ಷಣ ಕಣ್ಣು ಮಂಜಾದ0ತಾಯ್ತು. ನನ್ನ ಮೇಲೆ ಕೋಪಿಸಿಕೊಂಡಿದ್ದಾಳೆ. ಗೋಳುಹೊಯ್ಕೊತಾ ಇದ್ದಾಳೆ. ಚೆನ್ನಾಗಿ ಮುದ್ದು ಮಾಡ್ಲಿ ಅಂತ ಇರ್ಬೇಕು ಅಂದ್ಕೊ0ಡು. “ಅಯ್ಯಯ್ಯೋ ಓನಾಯ್ತು ನನ್ನ ಬಂಗಾರಾಗೇ? ಕೋಪನಾ? ಕೋಪದಲ್ಲಿ ಎಷ್ಟು ಕ್ಯೂಟಾಗಿ ಕಾಣ್ತಿದೆ. ನನ್ನ ಬೊಂಬೆ ಚೋ ಚ್ವೀಟ್" ಅಂತ ಹೇಳಿ ಮುದ್ದು ಮಾಡ ಹೋದೆ. “ಪ್ಲೀಸ್ ಲೀವ್ ಮಿ ಅಲೋನ್” ಮನೆಯ ತಾರಸಿ ಒಮ್ಮೆಲೇ ಹಾರಿಹೋದಂತಿತ್ತು ಅವಳು ಕೂಗು. ಅವಳ ಕಣ್ಣುಗಳಲ್ಲಿ ನನ್ನ ಬಗ್ಗೆ ಸ್ಪಷ್ಟವಾದ ತಿರಸ್ಕಾರ ಕಾಣುತ್ತಿತ್ತು. ಲವಲೇಶದ ಪ್ರೀತಿಯೂ ಕಂಡು ಬರಲಿಲ್ಲ. ಆದರೂ ಅವಳ ಸನಿಹ ಮತ್ತೊಮ್ಮೆ ಹೋಗಿ ಪ್ರೀತಿಯಿಂದ ಮಾತಾಡಲಾರಂಭಿಸಿದೆ. “ಯಾಕೆ ಶೆಫಾಲಿ? ಕೋಪನಾ? ನಾನೇನು ತಪ್ಪು ಮಾಡಿದೆ ಅಂತ ನನಗೆ ಗೊತ್ತಾಗ್ತಾ ಇಲ್ಲ. ಒಂದು ವೇಳೆ

ಹಾಗೇನಾದರೂ ತಪ್ಪಾಗಿದ್ರೆ ಸಾರಿ ಕಣೇ! ಮನಸಾರೆ ಹೇಳ್ತಿದೀನಿ. ನಿನ್ನ ಕೋಪಕ್ಕೆ ಕಾರಣವೇನು ಗೊತ್ತಿಲ್ಲ ಅಥವಾ ಕೋಪ ಮಾಡ್ಕೊಳೋ ತರಾ ನಾಟಕ ಮಾಡಿ ನನ್ನನ್ನು ಸತಾಯಿಸಬೇಕು ಅಂತಿದ್ರೆ, ಬೇಡ ಪ್ಲೀಸ್. ತುಂಬಾ ದಿನವಾಯ್ತು ನಿನ್ನ ನೋಡಿ. ನೀನು ಪ್ರತಿದಿನ ಫೋನ್ ಮಾಡಿದಾಗಲೂ ನಮ್ಮ ಭವಿಷ್ಯದ ಕನಸುಗಳನ್ನೇ ನಾನು ಕಾಣುತ್ತಿದ್ದೆ. ನೀನು ತಾಯಿ ಆಗುವ ವಿಷಯ, ನಮ್ಮ ಮದುವೆಗೆ ನಿಮ್ಮ ಅಪ್ಪ ಒಪ್ಪಿದ ವಿಷಯ ಕೇಳಿದಾಗಲಂತೂ ಆಕಾಶಕ್ಕೆ ಏಣಿ ಹಾಕ ಹತ್ತಿದ್ದೆ. ನಿನ್ನ ಬಿಟ್ಟು ಬದ್ಕೋಕೆ ನನ್ನ ಕೈಲಿ ಆಗಲ್ಲ. ಕೋಪ ಮಾಡ್ಕೊಬೇಡ ಪ್ಲೀಸ್. ನೋಡು ಕಿವಿ ಹಿಡಿದು ತಪ್ಪಾಯ್ತು ಅಂತ ಕೇಳ್ತಿದೀನಿ. ನನ್ನಿಂದ ಅದೇನು ತಪ್ಪಾಗಿದ್ಯೋ, ನನ್ನ ಮೇಲೆ ಅದ್ಯಾಕೆ ಕೋಪ ಬಂದಿದ್ಯೋ ಗೊತ್ತಿಲ್ಲ ಐ ಯಾಮ್ ಸಾರಿ! ಏನಾದ್ರೂ ತಪ್ಪಾಗಿದ್ರೆ ಕ್ಷಮಿಸು. ಲವ್ ಯೂ" ಅಂತ ಅವಳನ್ನು ತಬ್ಬಿಕೊಂಡೆ. ಅವಳಿಗೆ ಅದೇನು ಅನ್ನಿಸ್ತೋ, ಅದೆಲ್ಲಿತ್ತೋ ಆ ಕೋಪ ಗೊತ್ತಿಲ್ಲ ಕಷ್ಟಪಟ್ಟು ಬಿಡಿಸಿಕೊಂಡು, ಛಟೀರ್ ಎಂದು ಒಮ್ಮೆಲೇ ಕೆನ್ನೆ ಮೇಲೆ ಬಾರಿಸಿದಳು. ಅಷ್ಟೇ ನನಗೇ ಗೊತ್ತಿಲ್ಲದೆ ಕಣ್ಣೀರು ಧಾರಾಕಾರ ಬರಹತ್ತಿತು. “ಯೂ ಇಡಿಯಟ್! ಒಂದ್ ಸಲ ಹೇಳಿದ್ರೆ ನಿನಗೆ ಅರ್ಥ ಆಗಲ್ವ? ನಿಂದೇನೂ ತಪ್ಪಿಲ್ಲ. ನನಗೆ ನಿನ್ನ ಮುಖ ನೋಡೋಕೆ ಇಷ್ಟ ಇಲ್ಲ. ಇನ್ನೆಂದೂ ನನ್ನ ಕಣ್ಣ ಮುಂದೆ ಕಾಣಿಸ್ಕೊಬೇಡ. ಹಾಗೇನಾದ್ರೂ ಕಾಣಿಸ್ಕೊಂಡ್ರೆ ಇಲ್ಲ ನನ್ನ ಜೊತೆ ಮಾತಾಡೋಕೆ ಪ್ರಯತ್ನ ಪಟ್ರೆ ನಾನು ಸತ್ತೋಗ್ತೀನಿ ಅಷ್ಟೇ. ಇದೇ ನಮ್ಮ ಕೊನೆ ಭೇಟಿ. ಯಾಕೆ ಏನು ಅಂತ ಏನೂ ಕೇಳ್ಬೇಡ. ನನಗೆ ನಿನ್ನ ಕಂಡ್ರೆ ಆಗಲ್ಲ. ನನಗೆ ನಿನ್ನ ಜೊತೆ ಇರೋಕೆ ಇಷ್ಟ ಇಲ್ಲ. ನನ್ನ ಬಗ್ಗೆ ನಿನಗೆ ಗೊತ್ತು. ನನ್ನ ಹಠದ ಬಗ್ಗೇನೂ ಗೊತ್ತು ಮತ್ತೊಮ್ಮೆ ನನ್ನನ್ನು ನೋಡೋಕೆ ಬಂದ್ರೆ ಅಷ್ಟೇ. ಮತ್ತೇ ಸ್ಪಷ್ಟವಾಗಿ ಹೇಳ್ತೀನಿ. ಕಿವಿ ಕೊಟ್ಟು ಕೇಳಿಸ್ಕೋ “ಐ ಹೇಟ್ ಯೂ” ನನಗೆ ನೀನು ಬೇಡ ಅಷ್ಟೇ. ಹೊರಟುಹೋಗು. ಇನ್ನೂ ನನ್ನ ಜೊತೆ ಮಾತಾಡ್ಬೇಕು ಅಂತಿದ್ರೆ. ನನ್ ಹೆಣ ನೋಡ್ತೀಯಾ ನೀನು ಅಷ್ಟೇ. ನೌ ಗೆಟ್ ಔಟ್ ಆಫ್ ಮೈ ಹೌಸ್" ಅಂತ ಹೇಳಿ ರಪ್ ಅಂತ ಬಾಗಿಲು ಹಾಕಿದ್ಳು.

ಇಷ್ಟನ್ನೂ ಕೇಳಿದೊಡನೆಯೇ ಸೀನ ಜೋರಾಗಿ ನಗಲಾಂಭಿಸಿದ. ತಡೆಯಲಾರದಷ್ಟು ನಗು. ಈಗಾಗಲೇ ಕೋಪದಿಂದ ವ್ಯಘ್ರನಾಗಿದ್ದ ನನ್ನನ್ನು ಅವನ ನಗು ಇನ್ನೂ ಕೆರಳುವಂತೆ ಮಾಡಿತ್ತು. ನನ್ನ ಜೀವನವೇ ಹಾಳಾಗಿಹೋಯ್ತು. ಪ್ರಾಣ ಹೋಗುವ ಸಂಕಟದಿ0ದ ನಾನು ಬಳಲುತ್ತಾ ಇದ್ರೆ, ಅದನ್ನು ಕೇಳಿ ಇವನು ವ್ಯಂಗವಾಗಿ ನಗುತ್ತಿದ್ದಾನಲ್ಲ ಛೀ! ಇವನ ಮಕಕ್ಕಿಷ್ಟು ಅಂತ ಬೈದು ಅಲ್ಲೇ ಕೆನ್ನೆಗೆ ಬಾರಿಸುವ ಮನಸ್ಸಾಯ್ತು. ಹೇಗೋ ಕೋಪವನ್ನು

ತಡೆಹಿಡಿದೆ. ಒಂದೆರಡು ನಿಮಿಷದ ನಗುವನ್ನು ಜೋರಾಗಿ ಕಷ್ಟಪಟ್ಟು ಕಂಟ್ರೋಲ್ ಮಾಡಿಕೊಂಡು ಸೀನ ಹೇಳೀದ "ಅಯ್ಯೋ ಕಮಂಗಿ ಅಷ್ಟೇ ನಾ? ನೀನು ಹೇಳಿದ್ದು ಕೇಳಿ ನಾನೇನೋ ಪ್ರಪಂಚ ಮುಳುಗಿಹೋಯ್ತು ಅಂದ್ಕೊ೦ಡೆ" ಅಂದ. ಅವನು ಹೇಳಿದ್ದು ಅರ್ಥವಾಗದೇ ಅವನ ಮುಖವನ್ನೇ ನೋಡುತ್ತಿದ್ದೆ. ಸೀನ ಮುಂದುವರೆಸಿದ - "ಅವಳು ಹೇಳಿದ ಹಾಗೇ ನೀನು ನಿಜವಾಯಿಯು ಇಡಿಯಟ್ಟೇ. ನೀನು ಮೊನ್ನೆ ಒಂದು ಹದಿನೈದು ಇಪ್ಪತ್ತು ದಿನದ ಕೆಳಗೆ ಫೋನ್ ಮಾಡಿ, ಶೆಫಾಲಿ ಇಂದ ಫೋನ್ ಬಂದಿಲ್ಲ. ಏನಾಯ್ತೋ ಗೊತ್ತಿಲ್ಲ ಒಮ್ಮೆ ನೋಡ್ಕೊಂಡು ಬರ್ತೀಯಾ ಅಂದೆ ತಾನೇ! ಹೌದು ಆಗ ನಾನೇನಂದೆ ನೆನಪಿದ್ರೆ ಜ್ಞಾಪಿಸ್ಕೋ. "ಈ ಹುಡ್ಗೀರು ಹಾಗೇನೇ, ಅದರಲ್ಲೂ ತಾಯಿಯಾಗುವ ಟೈಮಲ್ಲಿ ಅವರಿಗೆ ಮೂಡ್ ಸ್ವಿಂಗ್ಸ್ ತುಂಬಾ ಇರುತ್ತೆ. ಇದ್ದಕ್ಕಿದ್ದಂತೆ ಮಂಕಾಗ್ತಾರೆ. ಇದ್ದಕ್ಕಿದ್ದಂತೆ ಆಕ್ಟೀವ್ ಆಗ್ತಾರೆ, ಕೋಪ ಮಾಡ್ಕೊತಾರೆ, ಬೈತಾರೆ ಇದ್ದಕ್ಕಿದ್ದಂತೆ ಪ್ರೀತಿ ಮಾಡಿ ಮುದ್ದು ಮಾಡ್ತಾರೆ" ಅಂತೆಲ್ಲ ಹೇಳಿದ್ದೆ ಹೌದಾ?" "ಹೂಂ." "ಅಷ್ಟೇ ಅಲ್ಲ ಕೇಳು - ಈ ಟೈಮಲ್ಲಿ ಅವರಿಗೆ ಭಾವನೆಗಳು, ಅವರ ಲಹರಿಗಳು ಏರುಪೇರಾಗ್ತಾ ಇರ್ತಾವೆ. ಏನೋ ಇವತ್ತೋ ಮೊನ್ನೇನೋ ಅವಳಿಗೂ ಅವರಪ್ಪನಿಗೂ ಜಗಳ ಆಗಿರಬಹುದು. ಹುಷಾರಿಲ್ದೆ ಇರಬಹುದು. ಯಾರಾದ್ರೂ ನೆಂಟರ ಸ್ನೇಹಿತರ ಸಾವಾಗಿರಬಹುದು. ಅಥವಾ ಬೇರಾರ ಮೇಲೆಯೋ ತೋರಬಹುದಾದ ಕೋಪವನ್ನು ನಿನ್ನ ಮೇಲೆ ತೋರಿಸಿರ್ಬೇಕು ಅಷ್ಟೇ. ಅವಳಿಗೆ ತಾನೇ ನೀನಲ್ದೆ ಬೇರೆ ಯಾರಿದ್ದಾರೆ? ಅಷ್ಟೇ ಒಂದೆರಡು ದಿನ ಅವಳಾಗೇ ಫೋನ್ ಮಾಡ್ತಾಳೆ. ಡೋಂಟ್ ವರಿ" ಅಂದ. "ಆದರೂ ನನಗೆ ಶೆಫಾಲಿ ಮನಸ್ಸು ಚೆನ್ನಾಗಿ ಗೊತ್ತು. ಅವಳ ನಿಜವಾದ ಕೋಪವನ್ನು ಕಂಡುಹಿಡಿಯಲಾರದಷ್ಟು ಅಸಮರ್ಥ ನಾನಲ್ಲ" ಅಂದೆ.

ಅದಕ್ಕೆ ಸೀನ ಹೇಳಿದ - "ಹೌದಪ್ಪಾ ಅಗ್ರೀ, ನೀನು ದಿ ಗ್ರೇಟ್ ಸೂಪರ್ ಮ್ಯಾನ್. ಓಕೆನಾ? ಇನ್ನೊಂದ್ ವಿಷ್ಯ ಹೇಳ್ತೀನೀ ಕೇಳಿಸ್ಕೋ

"ಐ ಹೇಟ್ ಯೂ";

"ನಿನ್ನ ಕಂಡ್ರೆ ನನಗಾಗಲ್ಲ";

"ನೀನೇ ನನ್ನ ಪ್ರಾಣ";

"ನನ್ನ ಪ್ರಾಣಕ್ಕಿಂತ ಹೆಚ್ಚಾಗಿ ನಿನ್ನ ಪ್ರೀತಿಸ್ತೀನಿ";

"ನಿನಗೋಸ್ಕರ ಅಪ್ಪ ಅಮ್ಮ ಎಲ್ಲರನ್ನೂ ಬಿಟ್ಟು ಬರ್ತೀನಿ";

"ಸಾಯೋವರ್ಗೂ ಹೀಗೇ ಜೊತೆ ಇರೋಣ";

"ನನಗೆ ನಿನ್ನ ಹಣ ಆಸ್ತಿ, ಐಶ್ವರ್ಯ ಯಾವುದೂ ಬೇಡ - ನೀನಿದ್ರೆ ಸಾಕು";

“ನಿನ್ನ ಬಿಟ್ಟು ಬದ್ಕಿರೋ ಶಕ್ತಿ ನನ್ಗಿಲ್ಲ”;

“ನೀನು ನೋ ಅಂದ್ರೆ ನಾನು ಪ್ರಾಣ ಕಳ್ಕೋತೀನಿ”;

“ನಿನಗೆ ನನಗಿಂತ ಒಳ್ಳೆ ಹುಡುಗಿ ಸಿಗ್ತಾಳೆ ಕಣೋ"; "ನನ್ನ ಮರ್ತು ಹೋಗು”;

“ಪ್ಲೀಸ್ ಲೀವ್ ಮಿ ಅಲೋನ್”; 'ನಮ್ಮದು ಏಳೇಳು ಜನ್ಮಗಳ ಸಂಬ0ಧ”

ಇಂಥವೆಲ್ಲಾ ಹುಡ್ಗೀರ ಕಾಮನ್ ಡೈಲಾಗ್ಸ್ ಕಣೋ. ಈ ಡೈಲಾಗುಗಳೆಲ್ಲ ಹುಟ್ಟಿರೋದೇ ಹುಡ್ಗೀರಿಗಾಗಿ. ಹುಡ್ಗೀರು ಈ ತರ ಡೈಲಾಗುಗಳನ್ನು ಆಗಾಗ ಹೇಳ್ತಾನೇ ಇರ್ಬೇಕು. ಅವಾಗ್ಲೇ ಅವರು ನಾರ್ಮಲ್ ಆಗಿದಾರೆ ಅಂತ ಅರ್ಥ. ಈ ತರ ಡೈಲಾಗ್ಗಳು ಅವಾಗವಾಗ ಹೇಳ್ತಿಲ್ಲ ಅಂದ್ಕೋ ಅಲ್ಲೇನೋ ಪ್ರಾಬ್ಲಂ ಇದೆ ಅಂತ ಅರ್ಥ. ಈ ಡೈಲಾಗುಗಳನ್ನು ಒಮ್ಮೆ ಕೂಡ ತನ್ನ ಹುಡುಗನ ಮುಂದೆ ಹೇಳಿಲ್ಲ ಅಂದ್ರೆ ಅವಾಗ ಯೋಚ್ನೆ ಮಾಡ್ಬೇಕು. ಏನೋ ಅಬ್ನಾರ್ಮಲ್ ಆಗಿದಾಳೆ ಹುಡುಗಿ ಅಂತ. “ಐ ಹೇಟ್ ಯೂ ನಿನ್ನ ಮುಖ ನೋಡೋಕೆ ಇಷ್ಟ ಇಲ್ಲ ಹೊರಟುಹೋಗು” ಅಂತ ಶೆಫಾಲಿ ಹೇಳಿದಾಳಲ್ವ? ಸೋ ಶಿ ಈಸ್ ನಾರ್ಮಲ್. ಒಂದೆರಡು ದಿನ ಸರಿ ಹೋಗ್ತಾಳೆ. ಅಷ್ಟೇ. ಇವಾಗ ಹೇಳಿದ ಸೀಕ್ರೆಟ್ ಯಾವಾಗ್ಲೂ ನೆನಪಿಟ್ಕೊಂಡಿರೂ" ಅಂತ ಮತ್ತೊಮ್ಮೆ ನಕ್ಕ ಸೀನ.

* * * * *

"ಸೀ ಶ್ರೀನಿವಾಸ್ ಐ ಯಾಮ್ ವೆರಿ ಮಚ್ ಮೆಚ್ಯೂರ್ಡ್ ವುಮೆನ್. ಚೈಲ್ಡಿಶ್ ಆಗಿ ಆಡೋ ವಯಸು ನಂದಲ್ಲ. ನನಗೆ ಅವನು ಬೇಡ ಅಷ್ಟೇ. ಅವನ ಜೊತೆ ಇರೋಕೆ ನಂಗೆ ಇಷ್ಟ ಇಲ್ಲ. ಅಷ್ಟೇ. ವೆರಿ ಸಿಂಪಲ್. ನೀವ್ಯಾಕೆ ಇದನ್ನು ಇಷ್ಟು ದೊಡ್ಡ ಇಶ್ಯೂ ಮಾಡ್ತಾ ಇದೀರೋ ಐ ಯಾಮ್ ನಾಟ್ ಅಂಡಸ್ಟಾ0ಡಿ0ಗ್. ಗೋ ಅಂಡ್ ಟೆಲ್ ಹಿಮ್ ದಟ್ ಐ ಡೋಂಟ್ ನೀಡ್ ಹಿಮ್". ಶೆಫಾಲಿಯ ಬಾಯಲ್ಲಿ ಇಷ್ಟು ನೇರ ಮಾತುಗಳನ್ನು ಕೇಳಿ ಸೀನನೂ ಒಂದು ಕ್ಷಣ ಅವಾಕ್ಕಾದ. ಆದರೆ ಹಾಗಂತ ಸುಮ್ಮನೆ ಇರುವುದೇ? ನಾನು ಒಮ್ಮೆ ಅವಳ ಜೊತೆ ಮಾತಾಡ್ತೀನಿ ಅಂತ ಹೇಳಿ ಬಸ್ಯಾನಿಗೆ ತಾನೇ ಧೈರ್ಯ ತುಂಬಿ ಬಂದಿದ್ದಲ್ಲವೇ? ಈ ರೀತಿ ನೇರ ಉತ್ತರ ಬರಬಹುದೆಂದು ಅವನು ಯೋಚಿಸಿರಲಿಲ್ಲವಾದರೂ ಹೇಗೋ ಒಂದು ಮತ್ತೆ ವಿಷಯವನ್ನು ಕೆದಕಿದರೆ ಏನೋ ಒಂದು ಸಣ್ಣ ಸುಳಿವು ಸಿಗಬಹುದೆಂಬ ಆಲೋಚನೆ ಸೀನನಿಗೆ. “ಅಲ್ಲಾ ಶೆಫಾಲಿ. ಅದೆಲ್ಲ ಓಕೆ. ಆದರೆ ಸ್ವಲ್ಪ ದಿನದ ಹಿಂದೆ ಅವನೇ ನನ್ನ ಪ್ರಾಣ ಅಂತಿದ್ದೆ. ಆದರೆ ಇವತ್ತು ಆ ಪ್ರೀತಿ ಏನಾಯ್ತು? ಏನಾದ್ರೂ ಸಣ್ಣ ಪುಟ್ಟ ಜಗಳಗಳೋ ಮನಸ್ತಾಪಗಳೋ ಇದ್ದರೆ ಹೇಳಿ ನಾನು ಅವನ ಜೊತೆ ಮಾತಾಡ್ತೀನಿ”. "ಆ ಥರಾ ಏನೂ ಇಲ್ಲ. ಇದ್ದರೂ ಕೂಡ ನನ್ನ ಭಾವನೆಗಳನ್ನು ಯಾರೋ ಮೂರನೇ ವ್ಯಕ್ತಿ ಜೊತೆ ಹಂಚಿಕೊಳ್ಳಲು ನನಗಿಷ್ಟ ಇಲ್ಲ” ಬಾಣದಂತೆ

ತೂರಿ ಬಂದಿತ್ತು ಶೆಫಾಲಿಯ ಉತ್ತರ. "ಸರಿ ನನ್ನ ಜೊತೆ ಹೇಳೋದು ಬೇಡ. ನಿಮ್ಮ ಗಂಡನ ಜೊತೇನೇ ಕೂತು ಒಂದರ್ಧ ಗಂಟೆ ಮಾತಾಡಬಹುದಲ್ವಾ? ಅವನಂತೂ ಪಾಪ. ಕತ್ತು ಕೊಯ್ದು ಬಿಟ್ಟ ಕೋಳಿಯಂತೆ ವಿಲವಿಲ ಒದ್ದಾಡ್ತಾ ಇದಾನೆ. ಶೆಫಾಲಿ ನಾಮ ಮಂತ್ರ ಜಪವೊಂದು ಬಿಟ್ಟರೆ ಮತ್ತೇನೂ ತಿಳಿಯದ ಅಮಾಯಕ ಅವನು. ಅವನಂತೇ ಅವನ ಪ್ರೀತಿ ಕೂಡ ನಿಶ್ಕಲ್ಮಶ. ತನ್ನ ಪ್ರಾಣಕ್ಕಿಂತಲೂ ಹೆಚ್ಚಾಗಿ ಪ್ರೀತಿಸ್ತಾನೆ. ಪಾಪ! ಅವನ ಮುಖ ನೋಡಾಕಾಗ್ತ ಇಲ್ಲ. ಪ್ರೀತಿ ಬೇಡ ಕಡೇ ಪಕ್ಷ ಮನುಷ್ಯತ್ವಕ್ಕಾದರೂ ಸಿಂಪಥಿ ತೋರಿ ಒಂದೈದು ನಿಮಿಷ ಮಾತಾಡಿದರೆ ಹೋಗೋ ಗಂಟಾದ್ರೂ ಏನು? ನಿಮ್ಮ ಮನೆಗೆ ಬಂದೊಡನೆ ಮಾತಾಡೋಕೆ ಇಷ್ಟ ಇಲ್ಲ ಅಂತ ರಫ್ ಅಂತ ಬಾಗ್ಲು ಹಾಕುದ್ರಂತೆ. ತುಂಬಾ ಅಳ್ತಾ ಇದಾನೆ. ಪಾಪ! ಪೂರ್ ಫೆಲೋ. ಒಂದ್ನಿಮಿಷ ಕರೀತಿನಿ. ಇಲ್ಲೇ ಇದಾನೆ. ಒಂದೈದು ನಿಮಿಷ ಇಬ್ರೂ ಮಾತಾಡಿ ಪ್ಲೀಸ್" ಹಠ ಬಿಡದ ತ್ರಿವಿಕ್ರಮನಂತೆ ಕೇಳಿದ ಸೀನ. "ಉಪದೇಶ ಬೇಕಿಲ್ಲ. ಮನುಷ್ಯತ್ವದ ಬಗ್ಗೆ ಪುರಾಣ ಹೇಳೋದು ಬೇಕಿಲ್ಲ. ನನಗಿಷ್ಟ ಇಲ್ಲ ಅಂದ್ರೂ ಪದೇ ಪದೇ ಬಂದು ಫೋರ್ಸ್ ಮಾಡ್ತಿರೋದು ನೀವು. ಮನುಷ್ಯತ್ವದ ಪಾಠ ಕಲ್ಯೋಬೇಕಾಗಿರೋದು ನೀವು. ಫೈನಲ್ ಆಗಿ ಹೇಳ್ತಾ ಇದೀನಿ. ಐ ಡೋಂಟ್ ವಾಂಟ್ ಟು ಟಾಕ್ ಟು ಎನಿ ಒನ್. ಜಸ್ಟ್ ಗೆಟ್ ಔಟ್". "ಓಕೆ ತಾಯಿ. ಹೋಗ್ತೀವಿ. ಬಟ್ ಲಾಸ್ಟ್ ಒಂದ್ ಮಾತು. ನೀನು ಅವನ ಮಗುಗೆ ತಾಯಿ ಆಗ್ತಿರೋ ವಿಷ್ಯ ನಿಜಾನಾ ಅಥವಾ ಅದೂ ಸುಳ್ಳಾ? ಈಗ ಬೆಚ್ಚಿ ಬೀಳುವ ಸರದಿ ಶೆಫಾಲಿದಾಗಿತ್ತು. ಇದ್ಯಾಕೋ ಮುಗಿಯೋ ಹಾಗೆ ಕಾಣ್ತಿಲ್ಲ. ಹಾಗಾಗಿ ಸೀನನ ಇಗೋ ಮೇಲೆ ಅಟ್ಯಾಕ್ ಮಾಡೋ ತನಕ ಇವನು ಇಲ್ಲಿಂದ ಕದಲಲ್ಲ ಅಂತ ನಿರ್ಧರಿಸಿ ಶೆಫಾಲಿ ಹೇಳಿದಳು. "ಆ ವಿಷ್ಯ ನಿಮಗೆ ಬೇಕಿಲ್ಲ. ಇಷ್ಟಕ್ಕೂ ನಾನು ಉಂಟು ನನ್ನ ಗಂಡ ಉಂಟು. ಇದೆಲ್ಲ ಗಂಡ ಗಂಡ ಹೆಂಡತಿ ನಡುವಿನ ಸೀಕ್ರೆಟ್. ನಿಮಗ್ಯಾಕೆ ಅದೆಲ್ಲ? ಹಾಗೆಲ್ಲ ಬೇರೆ ಹುಡುಗಿಯ ಪರ್ಸನಲ್ ವಿಷ್ಯ ಕೇಳೋಕೆ ನಿಮಗೆ ನಾಚಿಕೆ ಆಗಲ್ವ? ಇದೇನಾ ನಿಮ್ಮ ಅಪ್ಪ ಅಮ್ಮ ನಿಮಗೆ ಕಲಿಸಿರೋ ಕಲ್ಚರ್"? ಶೆಫಾಲಿಯ ಯೋಜನೆ ನಿಜವಾಗಿತ್ತು. ಅವಳ ಬಾಣ ಸರಿಯಾಗಿ ನಾಟಬೇಕಾದ ಜಾಗಕ್ಕೇ ನಾಟಿತ್ತು. ಅವಳ ಮಾತುಗಳು ಸೀನನ ಅಹಂ ಅನ್ನು ಕೆರಳಿಸಿತು. ಇವಳ ಸಂಸಾರ ಚೆನ್ನಾಗಿರ್ಲಿ ಅಂತ ತಾನೇ ಮಧ್ಯ ಬಂದಿದ್ದು? ಇವಳು ನನ್ನನ್ನೇ ಬೈತಿದಾಳೆ. ಅದೂ ನನ್ನ ಅಪ್ಪ ಅಮ್ಮ ನನಗೆ ಕಲಿಸಿರುವ ಸಂಸ್ಕಾರದ ವಿಷಯವೆತ್ತಿ. "ಆಯ್ತು ತಾಯಿ! ಮರೀ ಮರೀ. ಹೀಗೇ ಮೆರೆದೋರೆಲ್ಲ ಏನಾದ್ರೂ ಅಂತ ತುಂಬಾ ಕೇಳಿದೀನಿ. ನಿಮ್ಮ ಸಂಸಾರ ಚೆನ್ನಾಗಿರ್ಲಿ ಅಂತ ನಾನು ಬಂದಿದ್ದು. ನನಗೇನು

ಇದರಿಂದ ಲಾಭನೇ ನಷ್ಟನೇ? ಹಾಳಾಗ್ಹೋಗಿ ನನಗೇನು"? ಏನೋ ನಿನಗೆ ತೀಟೆ ತೀರಿಸ್ಕೊಳೋಕೆ ಒಬ್ಬ ಬೇಕಿತ್ತು ನಮ್ಮ ಹುಡುಗ ಸಿಕ್ದ. ಇವತ್ತು ಇನ್ನೂ ಒಬ್ಬ ಬೇರೆ ಯಾರೋ ಸಿಕ್ಕಿದಾನೆ ಅನ್ಸುತ್ತೆ. ಅಷ್ಟೇ. ಹೇಗಾದ್ರು ಹಾಳಾಗೋಗು ನಂಗೇನು? ಬರ್ತೀನಿ ಬೈ ಅಂತ ಎದ್ದ. ಅವನ ಕೈ ಹಿಡಿದು ಶೆಫಾಲಿ ಹೇಳಿದ್ಳು. ಒಂದು ಸ್ಮಾಲ್ ರಿಕ್ವೆಸ್ಟ್ "ಏನದು? "ಅವನ ದರಿದ್ರ ಮುಖವನ್ನು ಎಂದೂ ನನಗೆ ತೋರಿಸಬೇಡ" ಅಂತ ಹೇಳಿ. ಇವಳ ದುರಹಂಕಾರಕ್ಕಿಷ್ಟು ಬೆಂಕಿ ಹಾಕ ಎಂದು ಅಲ್ಲಿಂದ ಸೀನ ಎದ್ದ.

ಇಷ್ಟು ಹೊತ್ತೂ ಅಲ್ಲಿ ನಡೆಯುತ್ತಿದ್ದ ಸಂಭಾಷಣೆಯನ್ನು ಮರದ ಮರೆಯಲ್ಲಿ ನಿಂತು ನಾನು ಕೇಳಿಸಿಕೊಳ್ಳುತ್ತಿದ್ದೇನೆಂದು ಅವರಿಬ್ರಿಗೂ ಗೊತ್ತಿಲ್ಲ.

* * * * *

ಅತ್ತೂ ಅತ್ತೂ ಕಣ್ಣೀರು ಖಾಲಿಯಾಗಿದೆ. ಊಟ ತಿಂಡಿ ಸೇರ್ತಿಲ್ಲ. ದೇಹದಲ್ಲಿ ಎದ್ದು ನಿಲ್ಲಲೂ ತ್ರಾಣವಿಲ್ಲ ಎಂಬುದು ಒಂದಾದರೆ ನನ್ನಿಂದಾಗಿ ಸೀನ ಅನ್ಯಾಯವಾಗಿ ಮಾತು ಕೇಳಬೇಕಾಗಿ ಬಂತಲ್ವಾ ಅನ್ನುವ ಹಿಂಸೆ ಒಂದೆಡೆ. ಸೀನನಿಗೆ ಮುಖ ತೋರಿಸಲು ನನಗೆ ಧೈರ್ಯವಿಲ್ಲ. ನನ್ನ ಗೆಳೆಯ, ಆತ್ಮೀಯ, ಬಂಧು-ಬಳಗ, ಗುರು ಎಲ್ಲವೂ ಆಗಿದ್ದ ಸೀನ, ನನ್ನಿಂದ ಯಾವುದೋ ಒಂದು ಹುಡುಗಿಯ ಮುಂದೆ ತಲೆತಗ್ಗಿಸಬೇಕಾಯ್ತಲ್ವ? ಅದೂ ನನ್ನಿಂದಾಗಿ? ಸೀನ ನನಗೆ ಎಲ್ಲವನ್ನೂ ಕೊಟ್ಟ ದೇವರಿದ್ದಂತೆ. ಹಾಗೆ ನೋಡಿದರೆ ನನ್ನ ಜೀವನದ ತಿರುವಿನ ದಿಕ್ಕು ದೆಶೆಯನ್ನೇ ಬದಲಾಯಿಸಿದವನು ಸೀನ. ಕೆಲಸ ಕೊಡಿಸಿದ್ದರಿಂದ ಹಿಡಿದು ಅಮ್ಮನ ತಿಥಿ ಮಾಡಿಸುವವರೆಗೆ ನನ್ನ ಗುರುವಾಗಿದ್ದ. ನನ್ನ ಏಳ್ಗೆಯ ಕಾರಣನಾಗಿದ್ದ. ಹಾಗೆ ನೋಡಿದರೆ ಸ್ವಿಮ್ಮಿಂಗ್ ಪೂಲಿಗೆ ಕರೆದೊಯ್ದಿದ್ದೂ ಅವನೇ. ಇಲ್ಲವಾದರೆ ನನಗೆಲ್ಲಿ ಬರಬೇಕು ಮಿಲಿಟರಿ ಸೇರುವ ಭಾಗ್ಯ? ಅವನು ನನಗೆ ಇಷ್ಟೆಲ್ಲ ಕೊಟ್ಟ. ಬದಲಾಗಿ ನಾನು ಅವನಿಗಾಗಿ ಇವತ್ತಿನವರೆಗೂ ಏನನ್ನೂ ಕೊಟ್ಟಿಲ್ಲ. ಎಂತಹ ಸ್ವಾರ್ಥಿ ನಾನು? ಇಷ್ಟು ದಿನದ ಬಳಿಕ ನಾನು ಅವನಿಗೆ ಕೃತಜ್ಞತಾಪೂರ್ವಕವಾಗಿ ಕೊಟ್ಟಿದ್ದು ಈ ಉಡುಗೊರೆ. ಪ್ರೀತಿಗಾಗಿ, ಶೆಫಾಲಿಯಂತ ಪಿಶಾಚಿಗಾಗಿ ನನ್ನ ಪ್ರಾಣ ಮಿತ್ರನಾದ ಅವನನ್ನು ತಲೆತಗ್ಗಿಸುವಂತೆ ಮಾಡಿದೆ. ಇನ್ನು ಮುಂದೆ ಆ ಹೆಮ್ಮಾರಿಯು ಮುಖವನ್ನು ನೋಡಬಾರದು ಎಂದು ಯೋಚಿಸುತ್ತಾ ಕುಳಿತಿದ್ದೆ. "ನೋಡು ಬಸ್ಯಾ! ನೀನು ಏನು ಯೋಚ್ನೆ ಮಾಡ್ತಾ ಇದೀಯ ಅಂತ ನಂಗೊತ್ತು". ಮಾತಾಡುತ್ತಲೇ ಬಳಿ ಬಂದ ಸೀನ. "ಅವಳು ನನಗೆ ಬೈದಳು ಅಂತ ತಾನೇ? ಅವಳು ಬೇಕಂತಾನೇ ಬೈದಿದ್ದು. ನಾನು ಮತ್ತೆ ಮತ್ತೆ ಮಾತಾಡ್ತಾ ಇದ್ರೆ, ಆ ವಿಷಯವನ್ನು ಕೆದಕ್ತಾ ಇದ್ರೆ ಅವಳಿಗೆ ಯಾಕೋ ಹಿಂಸೆ ಆಗುವ ಹಾಗಿತ್ತು. ಹಾಗಾಗಿ ನನ್ನ ಬಾಯನ್ನು

ಮುಚ್ಚಿಸಲೆಂದೇ ಅವಳು ಮಾಡಿದ ಪ್ರೀಪ್ಲಾನ್ ಅದಾಗಿತ್ತು ಅಷ್ಟೇ ಹೊರತು ಅವಳಿಗೆ ನನ್ನ ಬಗ್ಗೆ ದ್ವೇಷ ತಾತ್ಸಾರ ಇಲ್ಲ. ಇನ್ನೂ ಒಂದು ವಿಷಯ ಹೇಳ್ತೀನಿ ಕೇಳು ತನ್ನ ಸ್ನೇಹಿತನಿಗಾಗಿ ನಾನಿಷ್ಟು ಬೈತಾ ಇದ್ರೂ ಬೇಸರಿಸಿಕೊಳ್ಳದೆ ಇದಾನಲ್ವ ಅಂತ ಹೇಳಿ ನನ್ನ ಮೇಲೆ ಅವಳಿಗಿದ್ದ ವಿಶ್ವಾಸ ಖಂಡಿತ ಹೆಚ್ಚಾಗಿರುತ್ತೆ. ಒಂದ೦ತೂ ಕನ್ಫರ್ಮ್ ಆಯ್ತು. ಅವಳಿಗೆ ನಿಜವಾಗ್ಲು ನೀನಂದ್ರೆ ಇಷ್ಟ ಇಲ್ಲ. ಆದ್ರೆ ಅದರ ಕಾರಣ ಹೇಳುವ ಸ್ಥಿತಿಯಲ್ಲಿ ಬಹುಷಃ ಅವಳಿಲ್ಲ ಅನ್ಸುತ್ತೆ. ಹಾಗಾಗಿ ನಾವು ಮತ್ತೆ ಮತ್ತೆ ಕೆದಕಿದರೆ ಅವಳ ಮನಸ್ಸಿಗೆ ಅದು ಖಂಡಿತ ಘಾಸಿ ಆಗುತ್ತೆ. ಆ ಇಕ್ಕಟ್ಟಿನಿಂದ ತಪ್ಪಿಸಿಕೊಳ್ಳೋಕೆ ಅವಳಿಗೆ ಇದ್ದ ಮಾರ್ಗ ಅದೊಂದೇ. ನನ್ನನ್ನೇ ಬೈದರೆ, ನಾನು ಖಂಡಿತ ಬೇರೇನೂ ಪ್ರಶ್ನೆಗಳನ್ನು ಕೇಳಲಿಕ್ಕಾಗಲ್ವ ಅಲ್ವ ನೈತಿಕವಾಗಿ? ಹಾಗಾಗಿ ಅವಳು ನನ್ನನ್ನು ಬೈದದ್ದು ಬಾಯಿಂದಲೇ ಹೊರತು ಮನಸ್ಸಿನಿಂದಲ್ಲ. ನನಗೇನೂ ಬೇಜಾರಿಲ್ಲ".

ತನಗೆ ಆ ಪಾಟಿ ಅವಮಾನವಾಗಿದ್ರೂ ಇಷ್ಟು ಸಲೀಸಾಗೆ ತಗೊಂಡಿರೋ ಸೀನನ ಈ ವ್ಯಕ್ತಿತ್ವ ನನ್ನನ್ನು ಇನ್ನೂ ಚಿಕ್ಕವನನ್ನಾಗಿ ಮಾಡಿತ್ತು. ಶೆಫಾಲಿಯ ಮೇಲೆ ಇದ್ದ ಪ್ರೀತಿ ಗಾಳಿ ಒಡೆದ ಬೆಲೂನಿನಂತಾಗಿತ್ತು. ಶೆಫಾಲಿಯಂತಹ ದುರಹಂಕಾರಿ, ಸ್ವಾರ್ಥಿಗಾಗಿ ಸೀನನನ್ನು ಕಳೆದುಕೊಳ್ಳುವುದೇ? ಏನೂ ತಿಳಿಯದ ಸ್ಥಿತಿ. ಮಾತಾಡದೇ ಮೌನವಾಗಿದ್ದ ನನ್ನ ಸೀನನೇ ಕೈ ಹಿಡಿದು ಎಬ್ಬಿಸಿದ - "ಈಗಾಗಲೇ ನಾಲ್ಕು ದಿನ ಆಯ್ತು ನೀನು ಬಂದು. ಯಾವತ್ತೂ ಕುಡಿಯದೇ ಇದ್ದ ನೀನು ಈ ನಾಲ್ಕು ದಿನದಲ್ಲಿ ಎಷ್ಟು ಕುಡುಕ ಆಗಿದೀಯ ನೋಡು. ಸರಿಯಾಗಿ ಊಟ ಇಲ್ಲ, ತಿಂಡಿ ಇಲ್ಲ. ಹೊಟ್ಟೆಗೇನಾದ್ರೂ ಊಟ ಹಾಕುದ್ರೆ ತಾನೇ ಮನುಷ್ಯ ಅನ್ನುಸ್ಕೊಳೋದು. ಇನ್ನೂ ಅವಳನ್ನೇ ಯೋಚನೆ ಮಾಡ್ತಿದ್ರೆ ನೋ ಯೂಸ್. ನಾಳೆ ಆಚೆ ಹೋಗಣ ಬಾ ಊಟ ಮಾಡು" ಅಂತ ಬಲವಂತ ಮಾಡಿದ. "ನನಗೆ ಹೊಟ್ಟೆ ಹಸಿವಿಲ್ಲ. ಪ್ಲೀಸ್ ನನ್ನ ಇವತ್ತೊಂದಿನ ಬಿಟ್ಬಿಡು" ಅಂತ ಹೇಳಿ ಅಲ್ಲೇ ಇದ್ದ ಚಾಪೆ ಮೇಲೆ ಮಲಗಿದೆ. "ಆಯ್ತು ಇವತ್ತೊಂದಿನ ಫ್ರೀ ಆಗಿರು. ನಿನಗೂ ಸ್ವಲ್ಪ ಸಮಾಧಾನ ಸಿಗುತ್ತೆ. ಆದರೆ ಜಾಸ್ತಿ ಯೋಚ್ನೆ ಮಾಡ್ತಾ ಕೊರಗಬೇಡ. ಕಣ್ತುಂಬ ನಿದ್ದೆ ಮಾಡು. ಕಸ್ಟಮರ್ಸ್ ಕಾಯ್ತಾ ಇದಾರೆ ಬರ್ತೀನಿ ಬಾಯ್ ಟೇಕ್ ರೆಸ್ಟ್" ಅಂತ ಸೀನ ಹೊರಟ.

* * * * *

"ಏನು? ಮಾತೆತ್ತಿದರೆ ಸೂಸೈಡ್ ಮಾಡ್ಕೋತೀನಿ ಅಂತೀಯ? ಏನು ಮಕ್ಕಾಟ ಆಗೋಗಿದ್ಯ ಸಾಯೋದು ಅಂದ್ರೆ ನಿನ್ಗೆ? ನೆಡ್ಯೋ ಲೋಫರ್" - ಸೀನನ ಬಾಯಲ್ಲಿ ಇಂತಹ ಕೆಟ್ಟ ಶಬ್ಧ ಕೇಳಿದೊಡನೆ ನನ್ನ ಜಂಘಾಬಲವೇ ನಿಂತುಹೋಯ್ತು. ಆ ದೇವರೇ ಬರ್ಲಿ ನಾನು ಕೇರ್ ಮಾಡಲ್ಲ ಉತ್ರ ಕೊಡ್ತೀನಿ,

ಎದುರಸ್ತೀನಿ ಅಂತಿದ್ದ ನನಗೆ ಸೀನನ ಮಾತಿಗೆ ಎದುರುತ್ತರ ಕೊಡುವ ಧೈರ್ಯ ಇರಲಿಲ್ಲ. ಒಂದು ವೇಳೆ ನಮ್ಮಪ್ಪನೇ ನನ್ನನ್ನು ಬೈದಿದ್ದರೂ ಬಹುಷಃ ನಾನು ತಿರುಗಿ ಬಯ್ಯುತ್ತಿದ್ದೆನೇನೋ. ಆದರೆ ಸೀನನ ಮುಂದೆ ನಾನು ಮುಖವೆತ್ತಿ ನೋಡಲೂ ಹೆದರುತ್ತಿದ್ದೇನೆ. "ಇನ್ನೇನ್ ಮಾಡ್ಲಿ? ಅವಳೂ ನನ್ನ ಬಿಟ್ಟು ಹೋದ್ಲು. ಎಲ್ಲರೂ ನನಗೆ ಮೋಸ ಮಾಡವ್ರೇನೇ. ನನ್ನ ಸಿಟ್ಟು ಶೆಫಾಲಿ ಮೇಲಲ್ಲ. ಇಂತಹ ದರಿದ್ರ ಬಾಳು ಬಾಳುವಂತೆ ಹೇಳಿ ನನ್ನ ಹುಟ್ಸದ್ನಲ್ಲಾ ಆ ದ್ಯಾವ್ರ ಮೇಲೆ. ಅವನು ಕೊಟ್ಟಿರೋ ಈ ದರಿದ್ರ ಲೈಫು ನನಗೆ ಬ್ಯಾಡ. ನನಗೆ ಯಾರೂ ಬೇಡ ಸತ್ಹೋಗ್ತೀನಿ. ಯಾರಿಗಾದ್ರೂ ಸರಿ, ಒಂದಿನ ಕಷ್ಟ ಇರುತ್ತೆ. ಎರಡು ದಿನ ಇರುತ್ತೆ. ನನ್ನ ಬಾಳು ಎಂತದು? ದರಿದ್ರ! ಎರಡು ದಿನ ಚನಾಗಿದ್ರೆ ನಾಲ್ಕು ದಿನ ಗೋಳು. ಇಂತಹ ಲೈಫು ಇದ್ರೆಷ್ಟು ಬಿಟ್ರೆಷ್ಟು? ನನ್ನ ಪಾಡಿಗೆ ನಾನಿದ್ದೆ. ಬಂದ್ಲು ಹೋದ್ಲು. ಅವಳೇ ಹುಟ್ಟಿಸಿದ ಆಸೆಗಳು ನನ್ನೊಳಗೆ ಇನ್ನೂ ಹಾಗೇ ಇವೆ. ಅವಳ ನೆನಪು ಪ್ರತಿಕ್ಷಣ ನನ್ನ ಕಿತ್ತು ತಿನ್ತಾ ಇದೆ. ನಿಜ ಹೇಳಬೇಕಂದ್ರೆ ನಾನು ಈಗಾಗ್ಲೇ ಸತ್ತು ಹೋಗಿದೀನಿ. ಬರೀ ದೇಹ ಮಾತ್ರ ಜೀವಂತ ಇದೆ ಅಷ್ಟೇ. ಆ ದೇಹವನ್ನು ಸಹ ಸಾಯಿಸಿಬಿಡಾಣ ಅಂತ ಬಂದೆ. ಇಷ್ಟಕ್ಕೂ ನಾನವಳಿಗೆ ಏನು ಮೋಸ ಮಾಡ್ದೆ ಅಂತ ಒಂದೇ ಒಂದು ಮಾತು ಹೇಳಿಲ್ಲ ಅವಳು. ಆ ಒಂದು ಮಾತು ಹೇಳಿದ್ರೆ ಸಾಕಾಗ್ತಿತ್ತು. ನನಗೆ ಯಾರೂ ಬೇಡ. ಅವಳೂ ಬೇಡ. ನೀನೂ ಬೇಡ. ನಮ್ಮಮ್ಮನ ಹತ್ರ ಹೋಗ್ತೀನಿ. ಅಮ್ಮ ಸತ್ರೂ ನಾನಿನ್ನೂ ಬದ್ಕಿದೀನಿ. ಆ ತಪ್ಪಿಗೇನೇ ಅವಳೇ ನನಗೆ ಈ ರೀತಿ ಕಷ್ಟ ಕೊಡ್ತಿರೋದು ಈ ರೀತಿ ಕಷ್ಟ ಕೊಟ್ರೆ, ಬೇಗ ಸತ್ತು ಅವಳ ಬಳಿ ಹೋಗ್ತೀನಿ ಅಂತ ಗೊತ್ತು ಅವಳಿಗೆ. ಅದಿಕ್ಕೇ ನಾನ್ ಸಾಯ್ಬೇಕು. ತಡಿಬೇಡ ಪ್ಲೀಸ್" ಉಕ್ಕಿಬರುತ್ತಿದ್ದ ಕಣ್ಣೀರನ್ನು ಲೆಕ್ಕಿಸದೆ ಇಷ್ಟು ಹೇಳಿ ಮುಗಿಸಿದ್ದೆ.

"ಅವಳ್ಯಾರೋ ಹುಚ್ಚುಹುಚ್ಚಾಗಿ ಆಡುದ್ರೆ ನೀನ್ ಸತ್ಹೋಗ್ಬಿಡ್ತೀಯ? ಹೋದ್ಸಲ ಕೂಡ ನೀನು ರೈಲಿಗೆ ಸಿಕ್ಕಿ ಸಾಯಕೋಗಿದ್ದೆ ಅಂತ ಹೇಳಿದ್ದಲ್ವ? ಇವತ್ತು ಮತ್ತೆ ಅದೇ ಕೆಲ್ಸ ಮಾಡ್ತಿದೀಯ? ಇಷ್ಟು ದಿನದಲ್ಲಿ ಜೀವನದ ಪಾಠ ಕಲ್ತೇ ಇಲ್ವಾ ನೀನು? ಸರೀನಪ್ಪಾ ಅವಳ ವಿಷ್ಯ ಬಿಟ್ಹಾಕು. ನಿನಗೋಸ್ಕರ ಬದುಕು. ನಾನು ನಿನಗೇನೂ ಕೊಟ್ಟಿಲ್ಲ ಸೀನ ಅಂತಿದ್ದಲ್ವಾ? ಇವತ್ತು ಕೇಳ್ತಿದೀನಿ ಕೊಡ್ತೀಯ ಎಷ್ಟೇ ಕಷ್ಟ ಆದ್ರೂ ಆತ್ಮಹತ್ಯೆ ಯೋಚನೆ ಮಾತ್ರ ಮಾಡ್ಬೇಡ. ಬದುಕಿ ತೋರ್ಸು. ಬೇರೆ ಯಾರೋ ಹುಡ್ಗ ಸಿಕ್ದ ಅಂತ ನಿನ್ನ ಬಿಟ್ಹೋದ್ಳಲ್ವಾ ನಿನ್ನ ಏಳಿಗೆನ ಕಂಡು ಅವಳು ಸಾಯೋವರ್ಗೂ ಹೊಟ್ಟೆ ಉರಿ ಪಡ್ಬೇಕು. ಈಗ ನೀನೇನು ಕಣ್ಣೀರು ಹಾಕ್ತಾ ಇದೀಯ ಅವಳೂ ಅದೇ ರೀತಿ ಹಾಕ್ಬೇಕು. ಅವಳೊಬ್ಬೇ ಅಲ್ಲ ನಿನ್ನ ಮನೆಯಿಂದ ಓಡಿಸಿದ ನಿಮ್ಮ ಚಿಕ್ಕಮ್ಮನ ಸಾಲ ಕೂಡ ನೀನು ತೀರುಸ್ಬೇಕು - ಬಡ್ಡಿ ಸಮೇತ

ಈ ತರ ಲವ್ ಫೇಲ್ಯೂರ್ ಆಗಿರೋರಲ್ಲಿ ನೀನೇ ಮೊದಲಲ್ಲ. ನೀನೇ ಕೊನೆಯವ್ನೂ ಇಲ್ಲ. ಲಕ್ಷಾಂತರ ಜನ ಪ್ರತಿದಿನ ಕಣ್ಣೀರು ಹಾಕ್ತಿದಾರೆ. ಹಾಗಂತ ಅವ್ರೆಲ್ಲಾ ಸತ್ತೋಗ್ಬಿಟ್ರಾ? ನಿಮ್ಮ ಲವ್ ಯಾವ ಮಹಾ? ಇದರ ಅಪ್ಪನಂತಾ ಲವ್ ಸ್ಟೋರಿಗಳನ್ನ ಕಂಡಿದೀನಿ. ಕೇಳಿದೀನಿ. ಈ ರೀತಿ ಎಲ್ರೂ ಸೂಸೈಡ್ ಮಾಡ್ತಾ ಕೂತ್ಕೊಂಡ್ರೆ ಒಂದೇ ವರ್ಷದಲ್ಲಿ ಇಡೀ ದೇಶನೇ ಖಾಲಿ ಆಗುತ್ತೆ ತಿಳ್ಕೋ. ಇದು ಒಂದು ಪಾಠ ಅಂತ ತಿಳ್ಕೋ. ನೀನೀಗ ಮುಂಚಿನ ಬಸ್ಯಾ ಅಲ್ಲ. ಯೋಧ ಬಸವರಾಜ್. ಮುಂದೆ ತೊಂದರೆಗೆ ಸಿಲುಕಿದ ನೂರಾರು ಜನರನ್ನು ಕಾಪಾಡೋ ಜವಾಬ್ದಾರಿ ನಿನ್ನ ಮೇಲಿದೆ. ಎಷ್ಟು ಜನ ತಾಯಂದಿರು, ತಂದೆಯರು, ಅಣ್ಣ ತಂಗಿಯರ ಜೀವನಗಳನ್ನು ಉಳಿಸೋ ದೊಡ್ಡ ಕೆಲಸ ಬಾಕಿ ಇದೆ. ಎದ್ದೇಳು ಅದರ ಬಗ್ಗೆ ಯೋಚನೆ ಮಾಡು. ಅವಳ್ನ ಮರೆತು ಬಿಡು. ಸಾಧ್ಯ ಆದರೆ ದ್ವೇಷ ಮಾಡಕ್ಕೆ ಶುರು ಮಾಡು. ನಿನ್ನ ಸ್ನೇಹಿತನಾದ ನನ್ನ ಅವಮಾನ ಮಾಡಿದ್ಲು. ಅವಳೇ ನಾಳೆ ನಮ್ಮ ಬಳಿ ಬಂದು ಸಾರಿ ಕೇಳ್ಬೇಕು. ಆ ಥರಾ ಯೋಚನೆ ಮಾಡು. ಸಾಯ್ತೀನಿ ಅಂತಿದೀಯಲ್ವಾ? ಇಲ್ಲಿ ರೈಲಿಗೆ ಸಿಕ್ಕಿ ಸಾಯೋಕಿಂತ ಯುದ್ಧ ಭೂಮಿಯಲ್ಲಿ ನೂರಾರು ಜನರನ್ನ ಕಾಪಾಡ್ತಾ ಸಾಯಿ. ಅದಕ್ಕೆ ಒಂದು ಅರ್ಥ ಇರುತ್ತೆ. ನಿನ್ನ ಕೆಲಸ ಕಂಡು ನಿಮ್ಮಮ್ಮ ಕೂಡಾ ಖುಷಿ ಪಡ್ತಾಳೆ. ಇವತ್ತಿಗೆ ನಿನಗೆ ಹಿಡಿದಿದ್ದ ಬ್ಯಾಡ್ ಟೈಮ್ ಕಳೀತು ಅಂದ್ಕೋ. ಪೀಡೆ ಹೋಯ್ತು ಅಂತ ಅಂದ್ಕೊ. ನನ್ನ ಮಗ ದೊಡ್ಡ ಸಾಧನೆ ಮಾಡ್ಬೇಕು ಅಂತ ಆಸೆ ಹೊತ್ತಿದ್ದ ನಿಮ್ಮಮ್ಮನ ಆಸೆ ಈಡೇರಿಸೋಕೆ ಅಂತ ಬದುಕ್ತೀಯೋ ಇವಳ್ಯಾರೋ ಕೈಕೊಟ್ಲು ಅಂತ ಸಾಯ್ತೀಯೋ ಯೋಚನೆ ಮಾಡು".

ಸೀನನ ಈ ಮಾತುಗಳು ಒಂದೇ ಸಲ ನೂರು ಚಾಟಿಯಿಂದ ಮೈ ಮೇಲೆ ಹೊಡೆದ ಹಾಗಿತ್ತು. ಹೌದು ಬಡವಾ ನೀ ಮಡುಗ್ದಾಗಿರು ಅನ್ನೋ ಹಾಗೇ ನನಗ್ಯಾಕೆ ಈ ಪ್ರೀತಿ, ಮದ್ವೆ, ಸಂಸಾರ ಎಲ್ಲಾ? ಬದುಕ್ತೀನಿ. ಬದುಕಿ ತೋರುಸ್ತೀನಿ. ನಿನ್ನ ಮುಖ ತೋರುಸ್ಬೇಡ ಅಂದಳಲ್ವಾ? ನೋಡು ಅವಳೇ ಕರೀಬೇಕು. ನಿನ್ನ ನೋಡ್ಬೇಕು ಅನಿಸ್ತಿದೆ ಬಾ ಅನ್ಬೇಕು. ಆ ಥರ ಬದುಕಿ ತೋರುಸ್ತೀನಿ. ಪ್ರೀತಿ ನಾಟಕ ಆಡಿ ನಮ್ಮಂತ ಹುಡುಗರ ಜೊತೆ ಆಟ ಆಡೋ ಪ್ರತಿ ಹುಡುಗಿಗೂ ನನ್ನ ಜೀವನ, ನಾನು ಬದುಕಿದ ರೀತಿ ಒಂದು ಪಾಠವಾಗ್ಬೇಕು. ಆ ಥರ ಬದುಕ್ತೀನಿ. ಕನಸಲ್ಲಿ ಕೂಡಾ ಅಪ್ಪಿ ತಪ್ಪಿ ಅವಳ ಹೆಸರು ಹೇಳಲ್ಲ. ಇವತ್ತಿಂದ ಅವಳು ನನ್ನ ಆ ಜನ್ಮ ಶತ್ರು". "ಸೂಪರ್. ಬಾ ಹೋಗಣ. ಒಂದು ವಾರ ರಜೆ ಮುಗೀತು. ನಾಳೆಯಿಂದ ನಿನ್ನ ಕೆಲಸ ಶುರುವಾಗುತ್ತಲ್ವ? ಬಾ ಹೋಗಣ" ಅಂದ.

ಕೃಷ್ಣನ ಹಿಂದೆ ಹೋದ ಅರ್ಜುನನಂತೆ ನಾನು ಸೀನನ ಹಿಂದೆ ಹೊರಟೆ.

* * * * *

7

ಸುತ್ತಲೂ ಹಿಮಾಚ್ಛಾದಿತ ಪರ್ವತಗಳ ಸಾಲು. ಪರ್ವತ ಯಾವುದು? ಭೂಮಿ ಯಾವುದು? ಮೋಡ ಯಾವುದು? ಒಂದೂ ತಿಳಿಯಲೊಲ್ಲದು. ಆ ಭಗವಂತನ ಅದ್ಭುತ ಸೃಷ್ಟಿಯೇ ಸೃಷ್ಟಿ. ಕಣ್ಣು ಹಾಯಿಸಿದಷ್ಟು ದೂರವೂ ಶ್ವೇತವರ್ಣದ ಪರ್ವತಗಳು. ಸಾಕ್ಷಾತ್ ಪರಶಿವನೇ ಹಿಮಾಲಯವನ್ನು ಮನೆಮಾಡಿಕೊಂಡಿದ್ದನ0ತಲ್ಲವೇ? ಹಸುವಿನ ಹಾಲಿಗಿಂತ ಹತ್ತು ಪಟ್ಟು, ಆಗ ತಾನೇ ಮೊಗ್ಗಾಗಿ ಅರಳಿದ ಮಲ್ಲಿಗೆಗಿಂತ ಸಾವಿರ ಪಟ್ಟು, ಶುಭ್ರವಾದ ಹತ್ತಿಗಿಂತಲೂ ಕೋಟಿಪಟ್ಟು ಬಿಳುಪು. ಬಿಳಿಯ ಹೊದಿಕೆಯೊಂದನ್ನು ಪರ್ವತಗಳ ಮೇಲೆಲ್ಲಾ ಹೊದಿಸಿ, ಅದರ ಮೇಲೆ ರಂಗವಲ್ಲಿ ಇಟ್ಟು, ಮಲ್ಲಿಗೆ ಹೂಗಳಿಂದ ಸಿಂಗಾರಗೊಳಿಸಿದ0ತೆ ಕಾಣುತ್ತಿದೆ - ಹಿಮಾಲಯ; ಪವಿತ್ರ ಗಂಗೆಯ0ತಹ ಗಂಗೆಗೇ ಜನ್ಮವಿತ್ತ ಹಿಮಾಲಯ; ವಿಶ್ವವನೇ ಜಯಿಸಬಲ್ಲ ಅಖಂಡ ಆಧ್ಯಾತ್ಮ ಸಾಧನೆ ಮಾಡಿದ ನೂರಾರು ಸಾಧುಗಳ ಪಾದಸ್ಪರ್ಶದಿಂದ ಪುನೀತವಾದ ಹಿಮಾಲಯ; ಪರ್ವತದ ನಡುವೆ ಹಿಮಗಡ್ಡೆಗಳೋ - ಹಿಮಗಡ್ಡೆಗಳ ನಡುವೆ ಪರ್ವತವೋ ತಿಳೀಯದಂತಹ ಸೊಬಗು ಹಿಮಾಲಯ; ಹಿಮಾಲಯದ ನಡುವೆ ಜುಳು ಜುಳು ಹರಿಯುತ್ತಿರುವ ಶುಭ್ರ ತಿಳಿನೀರಿನ ಕೊಳ್ಳಗಳು. ಕೊಳ್ಳಗಳೋ, ನದಿಗಳೋ, ಒರತೆಗಳೋ ತಿಳಿಯದು. ಆದರೆ ಒಂದ0ತೂ ನಿಜ. ದೇವಲೋಕದ ಅಮೃತಪಾನಕ್ಕೂ, ಹಿಮಾಲಯ ಈ ತಿಳಿನೀರ ಸಿಹಿಗೂ ಸ್ಪರ್ಧೆ ಏರ್ಪಟ್ಟರೆ, ಈ ತಿಳಿನೀರ ಮುಂದೆ ಅಮೃತ ಮಂಡಿಯೂರುವುದು ಖಂಡಿತ. ಇನ್ನು ಹಿಮಾಚ್ಛಾದಿತ ಪರ್ವತಗಳ ನಡುವೆ ಎಲ್ಲಿಂದಲೋ ಕೇಳಿಬರುತಲಿರುವ ಓಂಕಾರ. ಘಂಟಾನಾದ. ಮರಗಳ ಮೇಲೆ ಹಿಮಬಿದ್ದು ಬಿಳಿಯಾಗಿದೆಯೋ ಅಥವಾ ಮರಗಳ ಎಲೆಯ ಬಣ್ಣವೇ ಬಿಳಿಯೋ ಆ ದೇವರೇ ಬಲ್ಲ. ಹಿಮಾಲಯ ಪರ್ವತ ಶ್ರೇಣಿಗೆ ಸೇರಿದ ಯಾವುದೋ ಪ್ರದೇಶವೊಂದರ ಅಣೆಕಟ್ಟೆ ಒಡೆದು, ಅದೆಷ್ಟೋ ಮನೆಗಳು ನೀರಡಿಯಲ್ಲಿ ಮುಳುಗಿಹೋಗಿವೆ. ಈ ಪ್ರವಾಹ ಪರಿಸ್ಥಿಯಲ್ಲಿ ಸಿಕ್ಕು ದಾರಿಗಾಣದೆ

ನಲುಗುತ್ತಿರುವ ಸಂತ್ರಸ್ತರ ಗೋಳಂತೂ ಹೇಳತೀರದು.

ನೀರು..ನೀರು...ನೀರು... ಎಲ್ಲಿ ನೋಡಿದರೂ ನೀರು. ಕೆಲ ಪ್ರದೇಶಗಳಲ್ಲಿ ಸೊಂಟಮಟ್ಟ ನೀರಾದರೆ, ಕೆಲ ಪ್ರದೇಶಗಳಲ್ಲಿ ಎದೆ ಮಟ್ಟ ನೀರು. ಅವರಿದ್ದ ಮನೆ ಒಳಗೆಲ್ಲಾ ನೀರು. ಹೊರಬಂದರೆ ಇನ್ನೂ ಹೆಚ್ಚು ನೀರು. ಪ್ರಕೃತಿ ಮುನಿದರೆ ಏನಾಗಬಹುದೆಂದು ಕೇಳಿದ್ದೇನೇ ಹೊರತು, ಕಣ್ಣಾರೆ ಕಂಡಿರಲಿಲ್ಲ. ಹೌದು ಈ ಪ್ರವಾಹದ ರಭಸಕ್ಕೆ ಸಿಕ್ಕಿದ ನೂರಾರು ಜೀವಗಳನ್ನು ರಕ್ಷಿಸಲೆಂದೇ ನಾವು ಬಾಂಬೆಯಿ0ದ ಇಲ್ಲಿಗೆ ಬಂದದ್ದಲ್ಲವೇ? ಇಷ್ಟಕ್ಕೂ ಅಂದು ನಡೆದದ್ದಾದರೂ ಏನು? ಶೆಫಾಲಿಯಿಂದ ಮುಖಕ್ಕೆ ಮಂಗಳಾರತಿ ಮಾಡಿಸಿಕೊಂಡು ಬಂದ ಒಂದು ವಾರವೋ ಹತ್ತು ದಿನವೋ ಆಗಿತ್ತು. ಹಾಸ್ಟೆಲ್ ಜೀವನ ಯಾಕೋ ಬೋರ್ ಹೊಡಿಸಿದಂತಿತ್ತು. ಅದೇ ಹಾಸ್ಟೆಲ್. ಅದೇ ಮೆಸ್. ಅದೇ ಮಂಚ ಹಾಸಿಗೆ ದಿಂಬು. ನಿಂತರೆ ಕುಂತರೆ ಅವಳದೇ ನೆನಪು. ಮರೆಯಬೇಕೆಂದು ನಿರ್ಧರಿಸಿದಷ್ಟೂ ನೆನಪೇ ಹೆಚ್ಚಾಗುತ್ತಿದೆ. ಈ ಏಕತಾನತೆ, ಒಂಟಿತನ ಈ ಜನ್ಮಕ್ಕೆ ಮುಗಿಯುವಂತೆ ಕಾಣುತ್ತಿಲ್ಲ. ಊಟದಲ್ಲಿ ರುಚಿಯಿಲ್ಲ. ನಿದ್ರೆಯಲ್ಲಿ ನೆಮ್ಮದಿಯಿಲ್ಲವೆಂದಾಗಿತ್ತು. ಆಗಲೇ ಅಲ್ಲವೇ ನಮಗೆ ಈ ಪ್ರವಾಹದ ಸುದ್ದಿ ಸಿಕ್ಕಿದ್ದು? ಪಂಚಸಹೋದರಿಯರು - ಫೈವ್ ಸಿಸ್ಟರ್ಸ್ ಎಂದೇ ಕರೆಯಲ್ಪಡುವ ನದಿಗಳಲ್ಲೊಂದು ಪ್ರವಾಹದಿಂದ ಭೋರ್ಗರೆದು ಆರ್ಭಟಿಸುತ್ತಿದೆ. ಜನರ ಜೀವನಾಧಾರವಾದ ನೀರೇ ಅವರ ಕಣ್ಣೀರಿಗೆ ಕಾರಣವಾಗಿದೆ. ನೂರಾರು ಜನರು ಅಣೆಕಟ್ಟಿನ ಬಾಹುಬಂಧನದಿ0ದ ಕಳಚಿಕೊಂಡು ಹರಿದುಬರುತ್ತಿರುವ ನೀರಿನ ವೇಗಕ್ಕೆ, ರಭಸಕ್ಕೆ ಶರಣಾಗಿದ್ದಾರೆ. ಅವರನ್ನು ರಕ್ಷಿಸಲೆಂದೇ ಅಲ್ಲವೇ ವಿಶೇಷ ವಿಮಾನವೊಂದರಲ್ಲಿ ನಮ್ಮೆಲ್ಲರನ್ನು ಇಲ್ಲಿ ಕರೆತಂದದ್ದು. ಹಿಮಾಲಯ ಎಷ್ಟು ರಮಣೀಯವೋ ಅಷ್ಟು ರೌದ್ರವೂ ಹೌದು. ರಕ್ಷಣಾ ಕಾರ್ಯ ನಾವೆಣಿಸಿದಷ್ಟು ಸುಲಭವಾಗಿರಲಿಲ್ಲ. ನಮ್ಮೂರಿನ ನದಿಯಾಗಿದ್ದರೆ ನೀರಿಗೆ ಹಾರಿ ಈಜುತ್ತಾ ರಕ್ಷಣೆ ಮಾಡಬಹುದಿತ್ತೇನೋ. ಆದರೆ ಹಿಮಾಲಯದ ನದಿಗಳ ವಿಚಾರವೇ ಬೇರೆ. ಕೊರೆವ ಚಳಿಯಲ್ಲಿ ನೀರಿಗೆ ಹಾರಿದರೆ ಮೂರೇ ನಿಮಿಷದಲ್ಲಿ ರಕ್ತವೇ ಹೆಪ್ಪುಗಟ್ಟುತ್ತದೇನೋ ಅನಿಸುತ್ತಿದೆ. ಒಂದೆಡೆ ರಭಸವಾಗಿ ಹರಿಯುತ್ತಿರುವ ನೀರು. ಇನ್ನೊಂದೆಡೆ ಎಡೆಬಿಡದೆ ಸುರಿಯುತ್ತಿರುವ ಮಳೆ. ಈಗಾಗಲೇ ಜಲಾವೃತಗೊಂಡ ಮನೆಗಳೆಷ್ಟೋ? ಇನ್ನು ಮುಂದೆ ಜಲಾವೃತಗೊಳ್ಳಲಿರುವ ಊರುಗಳೆಷ್ಟೋ? ಇಂದಹ ಪ್ರಕೃತಿ ವೈಪರೀತ್ಯದ ನಡುವೆಯೂ ನಮ್ಮ ರಕ್ಷಣಾ ಕಾರ್ಯ ಭರದಿಂದ ಸಾಗಿತ್ತು. ಹೇಗಾದರೂ ಸರಿ ಜೀವವನ್ನು ಉಳಿಸಿಕೊಳ್ಳಲೇಬೇಕೆಂದು ಪೆದಾಡುತ್ತಿರುವ ವೃದ್ಧ ಜೀವಗಳೆಷ್ಟೋ? ನಾ ಸತ್ತರೂ ಸರಿ ಈ ಮಗುವಾದರೂ ಬದುಕಲಿ ಎಂದು ಹಂಬಲಿಸಿ, ಮಗುವಿನ

ಸುತ್ತ ಕೋಟೆ ಕಟ್ಟಿ ಕಾವಲಿರುವ ಮಾತೃಹೃದಯಗಳೆಷ್ಟೋ? ಕಣ್ಣ ಮುಂದೆಯೇ ಕೊಚ್ಚಿಕೊಂಡು ಹೋದ ಮಕ್ಕಳನ್ನು ನೋಡುತ್ತಾ ನಿಂತವರೆಷ್ಟೋ? ಹೌದು! ಆ ಪ್ರವಾಹದ ಭೀತಿಯಲ್ಲಿ ಸಿಲುಕಿದ್ದ ಮನುಷ್ಯರಷ್ಟೇ ಅಲ್ಲ. ಅಲ್ಲಿದ್ದ ಪ್ರತಿಯೊಂದು ಪ್ರಾಣಿ, ಪಕ್ಷಿಗಳದ್ದೂ ಒಂದೇ ಆರ್ತನಾದ - "ನನ್ನ ಜೀವ ಉಳಿಸಿ". ಜೀವವೆಷ್ಟು ಅಮೂಲ್ಯ ವಸ್ತು? ಜೀವದ, ಜೀವನದ ನಿಜವಾದ ಬೆಲೆಯ ದರ್ಶನವಾಯಿತು. ಇಂತಹ ಅಮೂಲ್ಯ ಜೀವವನ್ನು ಯಾವುದೋ ನಿಕೃಷ್ಟ ಸ್ತ್ರೀ ಪ್ರೇಮದ ಕುರುಡಿನಿಂದ ಕಳೆದುಕೊಳ್ಳಲು ಮುಂದಾಗಿದ್ದ ನಾನೆಂತಹ ಮೂಢ?

ಅಂತೂ ಆ ಹದಿನೈದು ದಿನಗಳೂ ನಮ್ಮ ಪಾಲಿಗೆ ಅಕ್ಷರಶಃ ಬಹಳ ಮಹತ್ವದ್ದಾಗಿತ್ತು. ಪ್ರವಾಹ ಇಳಿಮುಖವಾಗತೊಡಗಿತ್ತು. ರಕ್ಷಿಸಲ್ಪಟ್ಟ ಜನರನ್ನು ಸುರಕ್ಷಿತ ಜಾಗಗಳಿಗೆ ಸ್ಥಳಾಂತರಿಸಿಯಾಗಿತ್ತು. ಆ ಸಂತ್ರಸ್ತರ ಊಟ ತಿಂಡಿ ಆರೋಗ್ಯಕ್ಕೆ ಬೇಕಾದ ಕನಿಷ್ಟ ವ್ಯವಸ್ಥೆಗಳನ್ನು ಸರ್ಕಾರ ಮಾಡಿಯಾಗಿತ್ತು. ನಾವು ಬಂದ ಕೆಲಸವೂ ಸಹ ಬಹುತೇಕ ಮುಗಿದಿತ್ತು. ನಾಡಿದ್ದು ಮತ್ತೆ ನಮ್ಮ ವಿಮಾನ ಬಾಂಬೆ ಕಡೆಗೆ ಹೊರಡಲನುವಾಗಿತ್ತು. ನಮ್ಮ ಅಧಿಕಾರಿಯ ಅಪ್ಪಣೆ ಪಡೆದು ನಾವು ನಾಲ್ಕೈದು ಜನ ಇಂದು ಈ ಹಿಮಾಲಯದ ವೀಕ್ಷಣೆಗೆ ಬಂದದ್ದೂ ಆಯಿತು. ಈಗ ಪ್ರತಿಕ್ಷಣ ನನ್ನ ಕಣ್ಣ ಮುಂದೆ ಬರುತ್ತಿದ್ದ ನೆನಪು ಶೆಫಾಲಿದಲ್ಲ. ಜೀವವೊಂದನ್ನು ಉಳಿಸಿಕೊಳ್ಳಲು ತನ್ನ ಊರು ಕೇರಿ ಮನೆಮಠಗಳನ್ನೆಲ್ಲ ಬಿಟ್ಟು ನಮ್ಮೊಡನೆ ಬಂದ ಜೀವಗಳು ತನ್ನವರೆನ್ನೆಲ್ಲಾ ಕಳೆದುಕೊಂಡು ಗಂಜಿಕೇ0ದ್ರಗಳಲ್ಲಿ ಆಶ್ರಯ ಪಡೆಯುತ್ತಿರುವ ಅದೆಷ್ಟೋ ಹಿರಿಯ ಜೀವಗಳು. ಇಂತಹ ಅದೆಷ್ಟೋ ಜೀವಗಳ ಜೀವನಕ್ಕೆ ಅದೆಷ್ಟೋ ಸಹಸ್ರಮಾನಗಳಿಂದ ಸಾಕ್ಷಿಭೂತವಾಗಿ ನಿಂತಿರುವ ಈ ಹಿಮಾಲಯ. ಅದರ ಶುಭ್ರತೆ, ಅದರ ರಮ್ಯತೆ, ಮತ್ತೆ ಅದರ ಅಗಾಧತೆ.

* * * * *

ಬಾಂಬೆಗೆ ಮರಳಿ ಬಂದಾಯ್ತು. ಹಳೇ ಬಸ್ಯಾ ಅಲ್ಲಲ್ಲೋ ಹಿಮಾಲಯದ ಅಗಾಧತೆಯ ನಡುವೆಯೇ ಸತ್ತು ಹೋಗಿದ್ದ. ಈಗ ಬದುಕುಳಿದಿರುವುದು ಹೊಸ ವಿಶ್ವಾಸ, ಹೊಸ ಚೈತನ್ಯಗಳಿಂದ ತುಂಬಿರುವ ಬಸ್ಯಾ. ಬೆಳಿಗ್ಗೆ ಎದ್ದು ಜಾಗಿಂಗ್ನಿ0ದ ಶುರುವಾಗಿ ರಾತ್ರಿ ನಿದ್ರಿಸುವವರೆಗೂ ಯಾವುದೇ ಕ್ಷಣದಲ್ಲೂ ವಿಷಾದವನ್ನು ನನ್ನ ಹತ್ತಿರವೂ ಸುಳಿಯಗೊಡುತ್ತಿಲ್ಲ. ಶೆಫಾಲಿಯನ್ನು ಕನಸಲ್ಲೂ ನೆನೆಯದಂತೆ ನನ್ನ ಸುಪ್ತಪ್ರಜ್ಞೆಗೆ ಆಜ್ಞೆಯನ್ನಿತ್ತದ್ದೇನೆ. ಈಗೇನಿದ್ದರೂ ನಾನು ಮತ್ತು ನಾನು ಅಷ್ಟೇ. ಆಗಾಗ ಸೀನನ ಜೊತೆ ಸಮುದ್ರದ ದಂಡೆಗೆ ಹೋಗುವುದು. ಇಬ್ಬರೂ ಅಲ್ಲೇ ಅಂಗಡಿಯಲ್ಲಿ ಸಿಕ್ಕಿದ್ದನ್ನೇನನ್ನೋ ಮೆಲ್ಲುತ್ತಾ ಮನಸಾರೆ ಹರಟುತ್ತಾ ಕುಳಿತಿರುತ್ತಿದ್ದೆವು. ಹೊಸ ಜೀವನದ ಹುರುಪಿನಿಂದ ನನ್ನ ಮಾನಸಿಕ ಹಾಗೂ

ದೇಹ ಸಾಮರ್ಥ್ಯ ಇನ್ನೂ ಹೆಚ್ಚಿದೆ ಜೊತೆಜೊತೆಗೇ ನನ್ನ ಜೀವನೋತ್ಸಾಹ ಕೂಡ. ಹಿಮಾಲಯದಿಂದ ಹಿಂದಿರುಗಿದ ಮೇಲೆ ನಾಲ್ಕೈದು ತಿಂಗಳು ನಾಲ್ಕೈದು ನಿಮಿಷದಂತೆ ಕಳೆದುಹೋಗಿತ್ತು.

ಅಷ್ಟರಲ್ಲೇ ಬಿರುಗಾಳಿ ಬಂದು ಅಪ್ಪಳಿಸಿದಂತೆ ನನ್ನ ಕಿವಿಗೆ ಮುಟ್ಟಿತ್ತು - ಶೆಫಾಲಿಯ ಸಾವಿನ ಸುದ್ದಿ.

* * * * *

"ಹಾಯ್ ಬಸ್ಯಾ ಅಲಿಯಾಸ್ ಬಸವರಾಜ್. ನೀನೇನೇ ಹೆಸರು ಚೇಂಜ್ ಮಾಡಿಕೊಂಡ್ರೂನೂ ನಿನ್ನ ನಾನು ಬಸ್ಯಾ ಅಂತಾನೇ ಕರ್ಯೋದು. ನನ್ನ ಜೀವ ನೀನು. ನಿನ್ನ ಬಿಟ್ಟು ಒಂದೊ0ದು ಕ್ಷಣ ಕಳೆಯೋದೂ ಕೂಡ ಒಂದೊ0ದು ಯುಗದಂತಾಗಿತ್ತು. ನಿನ್ನ ಕಂಡ ಮೊದಲ ನೋಟದಲ್ಲೇ ನಾ ನಿನಗೆ ಸೋತು ಹೋಗಿದ್ದೆ ಕಣೋ. ನೀನು ನನ್ನ ಗೆಳೆಯನಾದಾಗ, ನನ್ನ ಪ್ರೇಮವನ್ನು ನೀನು ಒಪ್ಪಿದಾಗಲಂತೂ ಆ ಸಂತೋಷದಲ್ಲೇ ಹುಚ್ಚಿಯಾಗಿದ್ದೆ. ಎಂದಿಗೆ ನಿನ್ನ ಟ್ರೈನಿಂಗ್ ಮುಗಿಯಿತ್ತೋ ಎಂದಿಗೆ ನಾವಿಬ್ಬರೂ ನಮ್ಮ ಮನೆಯಲ್ಲಿ ಒಟ್ಟಿಗೆ ಜೀವಿಸುತ್ತೇವೋ ಎಂದು ಕಾತರದಿಂದಿದ್ದೆ. ನಮ್ಮ ಪ್ರೇಮದ ಗುರುತಾಗಿ ನನ್ನಲ್ಲಿದ್ದ ನಮ್ಮ ಪುಟ್ಟ ಕಂದಮ್ಮನ0ತೂ ನನ್ನ ಜೀವನವೇ ಆಗಿ ಹೋಗಿತ್ತು. ಆದರೆ ನನ್ನ ಗರ್ಭಕೋಶದಲ್ಲಿದ್ದ ಕ್ಯಾನ್ಸರ್ ಬಗ್ಗೆ ಡಾಕ್ಟರ್ ಹೇಳಿದ ದಿನದಿಂದ ನನಗೆ ಜೀವನೋತ್ಸಾಹವೇ ಇಲ್ಲವಾಗಿತ್ತು. ಒಂದೆಡೆ ನನ್ನಲ್ಲಿ ಬೆಳೆಯುತ್ತಿರುವ ಕಂದಮ್ಮನನ್ನು ಹೊರಗೆಳೆದು ಕೊಲ್ಲಲೇಬೇಕಾಗಿತ್ತು. ಮತ್ತೊಂದೆಡೆ ಡಾಕ್ಟರ್ ನನ್ನ ಜೀವಕ್ಕೆ ನೀಡಿದ್ದ ಗಡುವು ಅಬ್ಬಬ್ಬಾ ಎಂದರೆ ಆರು ತಿಂಗಳು. ಯಾರ ಜೊತೆ ಹೇಳಿಕೊಳ್ಳಲಿ? ಯಾರ ತೊಡೆ ಮೇಲೆ ತಲೆಯಿಟ್ಟು ಮನಸಾರೆ ಅಳಲಿ ಎಂದೂ ಸಹ ತಿಳಿಯುತ್ತಿಲ್ಲ. ಮಗುವನ್ನು ಹೊರಗೆಳೆದು ಕೊಂದ ದಿನವಂತೂ ನಾನು ಬಹುಪಾಲು ಸತ್ತೇಹೋಗಿದ್ದೆ. ಒಮ್ಮೆಯಾದರೂ ನಿನ್ನನ್ನು ನೋಡಬೇಕೆಂಬ ಹಂಬಲವನ್ನು ಹಿಡಿದಿಟ್ಟುಕೊಳ್ಳಲೂ ನನ್ನಿಂದಾಗುತ್ತಿರಲಿಲ್ಲ. ಆ ಒಂದು ಹಂಬಲದಿ0ದಲೇ ನಾನು ಆತ್ಮಹತ್ಯೆಯ ಪ್ರಯತ್ನ ಮಾಡದೇ ಇದ್ದೆ. ನೀನು ನಮ್ಮ ಮನೆಗೆ ಬಂದೊಡನೇ ನಿನ್ನನ್ನು ತಬ್ಬಿ ಮುದ್ದಾಡಬೇಕೆಂದಿದ್ದೆ. ಆದರೆ ನನ್ನ ಮನಸ್ಸನ್ನು ನಾನು ಕಲ್ಲಾಗಿಸಿದೆ. ನನ್ನ ಪ್ರೀತಿಯ ಹುಚ್ಚು ಹೊಳೆಯಲ್ಲಿ ನೀನು ಕೊಚ್ಚಿ ಹೋಗುವುದು ನನಗೆ ಬೇಡವಾಗಿತ್ತು. ನಾನು ಬದುಕುವುದಾದರೂ ಇನ್ನೆಷ್ಟು ದಿನ? ಅಬ್ಬಬ್ಬಾ ಎಂದರೆ ಆರು ತಿಂಗಳು. ಆದರೆ ನೀನು? ಇನ್ನೂ ಬದುಕಿ ಬಾಳಬೇಕಾದವನು. ನಿಜ ಹೇಳಬೇಕೆಂದರೆ ನಿನ್ನ ಬದುಕು ಶುರುವಾಗುವುದೇ ಇನ್ನಾರು ತಿಂಗಳ ಬಳಿಕ. ಕಳ್ಳ ಕಪಟ ಏನೂ ಗೊತ್ತಿಲ್ದೇ ಇರೋ ಈಡಿಯಟ್ ನೀನು. ನಿನ್ನ ಪ್ರೀತಿಯ ಆಳ ಎಷ್ಟು ಅಂತ ನನಗೆ ಗೊತ್ತು. ನಾನು ಸತ್ತ

ಮರುಕ್ಷಣವೇ ನೀನು ಈ ಭೂಮಿ ಮೇಲೆ ಇರುವುದಿಲ್ಲ ಅಂತಾನೂ ನನಗೆ ಗೊತ್ತು. ಅದಕ್ಕೇ ನಾನು ನಿನ್ನ ಶತ್ರುವಾಗಬೇಕಾಯ್ತು. ನನಗೆ ಬೇಕಿದ್ದಿದ್ದು ನಿನ್ನ ಪ್ರೀತಿಯೇ ಹೊರತು ನೀನಲ್ಲ. ಜನ್ಮ ಜನ್ಮಕಾಗುವಷ್ಟು ಪ್ರೀತಿಯನ್ನು ಈ ಸ್ವಲ್ಪ ದಿನಗಳಲ್ಲೇ ನೀ ನನಗೆ ಕೊಟ್ಟಿದ್ದೀಯ. ಈ ಪ್ರೀತಿಯ ಸಾಲವನ್ನು ತೀರಿಸಬೇಕೆಂದರೇನೇ ನಾನೆದೆಷ್ಟು ಬಾರಿ ಮತ್ತೆ ಸತ್ತು ಹುಟ್ಟಬೇಕೋ? ಡಾಕ್ಟರ್ ನಡೆಸುತ್ತಿದ್ದ ವಿಧವಿಧ ಪರೀಕ್ಷೆಗಳು, ವಿಧ ವಿಧವಾದ ಟ್ರೀಟ್ಮೆಂಟ್ ಗಳು ನನ್ನನ್ನು ಸಾವಿನ ದವಡೆಗೆ ಇನ್ನೂ ಹತ್ತಿರವಾಗಿಸುತ್ತಿತ್ತು. ಅದೆಂತದ್ದೋ ಕೆಮೋಥೆರಪಿಯಂತೂ ಯಮ ಯಾತನೆ. ನೀನು ಪ್ರೀತಿಸುತ್ತಿದ್ದ ಈ ನಿನ್ನ ಶೆಫಾಲಿ ಕೆಮೋಥೆರಪಿಯ ಶಾಪಕ್ಕೆ ಒಳಗಾಗಿ ದಿನೇ ದಿನೇ ಕುರೂಪಿಯಾಗುತ್ತಿದ್ದಳು. ಒಂದೊ0ದು ಬಾರಿ ಒತ್ತರಿಸಿಬರುತ್ತಿದ್ದ ನೋವಿಗೆ ಒಬ್ಬಳೇ ನನ್ನ ಮನೆಯಲ್ಲಿ ಜೋರಾಗಿ ಕಿರುಚಿಕೊಳ್ಳುತ್ತಿದ್ದೆ. ಏನು ಮಾಡಬೇಕೆಂದೂ ತಿಳಿಯದು. ನನ್ನ ಈ ಕಷ್ಟ ಕಾಲದಲ್ಲಿ ನನ್ನ ಜೊತೆಗಿದ್ದು, ಆಸ್ಪತ್ರೆಗೂ ಮನೆಗೂ ನನ್ನ ಕಣ್ಣಾವಲಾಗಿ ಆರೈಕೆ ಮಾಡಿದ ನಿನ್ನ ಗೆಳೆಯ ಸೀನನಿಗೆ ಅದೆಷ್ಟು ಥ್ಯಾಂಕ್ಸ್ ಹೇಳಿದರೂ ಸಾಲದು. ಯಾವುದೇ ಕಾರಣಕ್ಕೂ ನಾನು ಸಾಯುವವರೆಗೂ ಈ ವಿಷಯವನ್ನು ನಿನಗೆ ಹೇಳಬಾರದೆಂದು ಸೀನನಿಗೆ ಹೇಳಿದ್ದೆ. ನಾನು ಸತ್ತ ಮೇಲಷ್ಟೇ ಈ ಪತ್ರವನ್ನು ನಿನಗೆ ಕೊಡುವಂತೆ ಹೇಳಿದ್ದೆ. ಇಂತಹ ಸ್ನೇಹಿತ ನಿನ್ನ ಜೊತೆ ಇರುವವರೆಗೂ ಖಂಡಿತ ನಿನಗೆ ಯಶಸ್ಸು ಕಟ್ಟಿಟ್ಟ ಬುತ್ತಿ. ಹಾಂ! ಹೇಳೋದು ಮರೆತೆ. ನಾನು ಹೋದ ಮೇಲೆ ನನ್ನದೇ ಯೋಚನೆಯಲ್ಲಿ ಅತ್ತು ಕೂರೋದು ಮಾಡೋಹಾಗಿಲ್ಲ. ನನ್ನ ಮೇಲಾಣೆ. ಆದಷ್ಟು ಬೇಹ ಒಳ್ಳೆ ಹುಡುಗಿಯನ್ನ ಮದುವೆ ಆಗಿ ಲೈಫಲ್ಲಿ ಸೆಟಲ್ ಆಗು. ನಿನ್ನ ಮಗಳಾಗಿ ಹುಟ್ಟಿ ಬಂದು ಮತ್ತೆ ನಿನ್ ಜೊತೇನೇ ಇರ್ತೀನಿ. ಯಾವಾಗ್ಲೂ ನಗ್ತಾ ನಗ್ತಾ ಇರು. ಅತ್ರೆ ನನ್ ಮೇಲಾಣೆ. ಇನ್ನೊಂದ್ ವಿಷ್ಯ ಗಮನವಿಟ್ಟು ಓದು - ಕ್ಯಾಥರೀನ್ ಜಾಕ್ ನನ್ನು ಎಷ್ಟು ಪ್ರೀತಿಸ್ತಾ ಇದ್ಲೋ, ಅದರ ಹತ್ತು ಪಟ್ಟು, ನೂರು ಪಟ್ಟು ನಾ ನಿನ್ನ ಪ್ರೀತಿಸ್ತೀನಿ ಲವ್ ಯೂ...ಬಸ್ಯಾ".

- ಇಂತಿ ನಿನ್ನ ಶೆಫಾಲಿ.

*****

ಪತ್ರವನ್ನೋದಿದ್ದೇ ಕೈಕಾಲುಗಳಲ್ಲಿ ತ್ರಾಣವಿಲ್ಲದಂತಾಗಿ ಕುಸಿದು ಬೀಳುವಂತಾಗಿತ್ತು. ಇಂತಹ ಶೆಫಾಲಿಯನ್ನು ಅವಮಾನಿಸಿ ಅನುಮಾನಿಸಿದ ನನ್ನ ಬಗ್ಗೆಯೇ ನನಗೆ ಅಸಹ್ಯವೆನಿಸುತ್ತಿತ್ತು. ಅವಳ ಪ್ರೀತಿಯ ಆಳ ಉದ್ದ ಅರಿಯದೇ ಹೋದೆನೆಲ್ಲಾ ಎಂದು ನನಗೇ ನಾಚಿಕೆಯಾಗುತ್ತಿತ್ತು. ಒಮ್ಮೆಲೇ ಭೂಮಿ ಗಿರ್ ಎಂದು ತಿರುಗಿ ಬಾಯ್ಬಿಟ್ಟಂತೆ, ಕೈ ಕಾಲುಗಳು ನಡುಗಹತ್ತಿದವು. ನನಗರಿವಿಲ್ಲದಂತೇ ಕಣ್ಣೀರೇ ಧಾರಾಕಾರ ಹರಿಯಹತ್ತಿತ್ತು. ಕೈಯಲ್ಲಿ

ತ್ರಾಣವಿಲ್ಲದೇ ಹಿಡಿದಿದ್ದ ಪತ್ರ ಕೆಳಬಿದ್ದು, ನನ್ನ ಕಣ್ಣೀರಲ್ಲೇ ನೆಂದು ಒದ್ದೆಯ ಮುದ್ದೆಯಾಗಿತ್ತು. ಒಂದು ಕ್ಷಣ ಇಡೀ ಭೂಮಿಯೇ ನನ್ನ ಬಾಯ್ತೆರೆದು ನುಂಗಿದ೦ತೆ, ಆಕಾಶವೇ ಕಳಚಿ ತಲೆ ಮೇಲೆ ಬಿದ್ದು ಆ ಬಿಸಿಯಲ್ಲಿ ನಾ ಸುಟ್ಟು ಬೆಂದು ಹೋದಂತೆ ಆಗುತ್ತಿದೆ. ಶೆಫಾಲಿ ನನಗೆ ನೀಡಿದ ಪ್ರೀತಿಯ ರಸಾಮೃತಕ್ಕೆ ನಾ ಕೊಟ್ಟ ಉಡುಗೊರೆ ಏನು? ಅವಳ ಕಡೆಯ ದಿನಗಳು ನೋವನ್ನು ಅವಳು ನನಗೆ ಹಂಚಲಿಲ್ಲ. ನಗುವನ್ನು ನನಗೆ ಉಣಬಡಿಸಿ, ಅಳುವನ್ನು ತಾನೇ ಸಹಿಸಿದಳು. ಮಗುವನ್ನು ಕಳೆದುಕೊಂಡಾಗಿನ ಅವಳ ದುಃಖ ಎಷ್ಟಿರಬಹುದು? ನೋವನ್ನು ತಡೆಯಲಾರದೆ ಅದೆಷ್ಟು ಬಾರಿ ಜೋರಾಗಿ ಕಿರುಚಿದ್ದಾಳೆಯೋ? ಅದೆಷ್ಟು ಬಾರಿ ಅತ್ತಿದ್ದಾಳೆಯೋ? ಆ ನೋವಿನ ಒಂದು ಭಾಗವನ್ನೂ ಅವಳು ನನಗೆ ಹಂಚಲಿಲ್ಲ. ನನ್ನನ್ನು ನಾನು ಕಂಡುಕೊಳ್ಳಲಿಕ್ಕೆ ಹಿಮಾಲಯಕ್ಕೆ ಹೋದೆ. ಶೆಫಾಲಿಯ ಕಣ್ಣಲ್ಲಿ ಒಮ್ಮೆ ನೋಡಿದರೆ ಸಾಕಿತ್ತು. ನಾನಾರೆಂಬ ಅರಿವು ನನಗಾಗುತ್ತಿತ್ತು. ಇನ್ನು ಸೀನನಂತೂ ನನಗೆ ಹಿಮಾಲಯಕ್ಕೂ ಹಿರಿದಾದ ಪರ್ವತದಂತೆ ಕಾಣುತ್ತಿದ್ದ. ಅವನ ಪ್ರೀತಿ ತಾಳ್ಮೆ ಸಹನೆ ಇವೆಲ್ಲಕ್ಕೂ ಬೆಲೆಕಟ್ಟಲಾದೀತೇ?

ನಾನು ಹಿಮಾಲಯದ ತುತ್ತ ತುದಿಯ ಮೇಲೆ ನಿಂತಿರುವ೦ತೆ ಭಾಸವಾಗುತ್ತಿದೆ. ಕಾಲನ್ನು ಪಕ್ಕಕ್ಕೆ ಸರಿಸುವಷ್ಟು ಕೂಡಾ ಶಕ್ತಿಯಿಲ್ಲ. ಹಿಮಾಲಯದ ಮೇಲಿದ್ದರೂ ಕಣ್ಣೀರು ದೇಹದ ಬೆವರು ಹರಿಯುತ್ತಲೇ ಇದೆ. ನಾ ನಿಂತಿರುವ ಹಿಮಾಚ್ಛಾದಿತ ಪರ್ವತ ಕದಲುತ್ತಿದೆ. ಅಲುಗಾಡುತ್ತಿದೆ. ಹಿಮ ನಿಧಾನಕ್ಕೆ ಕುಸಿಯುತ್ತಲೇ ಇದೆ. ಆದರೂ ಕಾಲನ್ನು ಎತ್ತಿಡಲೂ ಸಹ ಆಗುತ್ತಿಲ್ಲ. ಆ ಪರ್ವತದ ವಿಶಾಲತೆ ಅಗಾಧತೆ ಎಂಥದು? ಆ ಪರ್ವತ ಕುಸಿದರೆ ಬದುಕಿಬರಲಾದೀತೇ? ಹೇಗಾದರೂ ಓಡಿ ತಪ್ಪಿಸಿಕೊಳ್ಳಬೇಕೆಂದು ಅನಿಸಿದರೂ, ಕೈಕಾಲುಗಳು ನಿಶ್ಚೇಷ್ಟಿತವಾಗಿವೆ. ಕದಲಲೂ ಆಗುತ್ತಿಲ್ಲ. ಹಿಮದ ಗುಡ್ಡ ಕುಸಿಯುತ್ತಲೇ ಇದೆ. ಕುಸಿಯುತ್ತಿರುವ ಬೆಟ್ಟ ನನ್ನ ಕಾಲ ಹತ್ತಿರಕ್ಕೂ ಬಂದಿದೆ. ಅಷ್ಟೇ.. ನಿಂತಿದ್ದ ಹಿಮದ ಬೆಟ್ಟ ಜೋರಾಗಿ ಕಂಪಿಸಿ, ಢಂ ಎಂದು ಬಾಯ್ತೆರೆಯಿತು.

"ಧಡಾರನೇ ಕೆಳಗೆ ಬಿದ್ದೆ"

* * * * *

"ಧಡಾರನೇ ಕೆಳಗೆ ಬಿದ್ದೆ"

ಬಿದ್ದ ರಭಸಕ್ಕೆ ಮೈ ಕೈ ಎಲ್ಲಾ ನೋಯುತ್ತಿತ್ತು. ಎದ್ದು ಸುತ್ತಲೂ ಒಮ್ಮೆ ಕಣ್ಣು ಹಾಯಿಸಿದೆ. "ಲೇ ಬಸ್ಯಾ! ಇನ್ನಾ ಮಲ್ಗಿದೀಯೇನ್ಲಾ? ಏಳ್ಲಾ ಮ್ಯಾಕೆ! ದರಿದ್ರದವ್ನೇ. ಸೂರ್ಯ ನೆತ್ತಿ ಮೇಲೆ ಬಂದ್ರೂ ಇನ್ನಾ ಮಲ್ಗಿದೀಯೇನ್ಲಾ? ಏಳ್ಲಾ!

ಏನು ದೆವ್ವ ಗಿವ್ವ ಏನಾದ್ರೂ ಮೆಟ್ಕೊಂಬಿಟ್ಟೈತಾ ಎಂಗೇ? ರಾತ್ರಿಯೆಲ್ಲಾ ಅದೇನೋ ಸೆಫಾಲಿ, ಬಾಂಬೆ, ಮಿಲಿಟರಿ, ಸೀನ ಅಂತ ಕನವರಿಸ್ತಾ ಇದ್ಯಲ್ಲ? ನಿನಗೇನು ಬರ್ಬಾರದ್ದು ಬಂದೈತೋ ಗೊತ್ತಿಲ್ಲ. ಕನಸು ಕಂಡಿದ್ದು ಸಾಕು. ಎದ್ದು ಸಗಣಿ ಎತ್ತು ಎದ್ದೆಳ್ಳಾ ಸೋಮಾರಿ" ಚಿಕ್ಕಮ್ಮನ ಸುಪ್ರಭಾತ ಮನೆಯೊಳಗಡೆಯಿಂದ ಕೇಳಿಸುತ್ತಿತ್ತು. ಎದ್ದು ತಣ್ಣೀರಲ್ಲಿ ಮುಖ ತೊಳೆದು ಕೊಟ್ಟಿಗೆ ಕಡೆ ನಡೆದೆ.

********** ಶುಭಮಸ್ತು **********

www.ingramcontent.com/pod-product-compliance
Lightning Source LLC
LaVergne TN
LVHW012241200825
819220LV00034B/509